ĐỜI THỦY THỦ 3

Vũ Thất

VŨ THẤT

Đời Thủy Thủ 3

ĐỜI HẠM TRƯỞNG

TRUYỆN DÀI

NHÂN ẢNH
2026

ĐỜI THỦY THỦ 3

Truyện dài Vũ Thất

Ảnh bìa: ChatGPT
Thiết kế bìa: Uyên Nguyên Trần Triết
Dàn trang: Đỗ Huỳnh Đăng Ngọc
Biên tập: Trần Thị Nguyệt Mai
Nhà xuất bản Nhân Ảnh, California, Hoa Kỳ
ISBN: 979-8-2561-1954-6

“

Thương tặng người bạn đời và các con cháu.

Thân tặng các chiến hữu Hải Quân VNCH.

”

CẢM TƯỞNG CỦA ĐỘC GIẢ:

- Hay thiệt! Xin cám ơn tác giả. - *Vương Thúy Nga*

- Truyện hay, súc tích, lôi cuốn từ đầu đến cuối. - *Mây Bắc Mỹ*

- Cám ơn tác giả. Khi nào mới được đọc «Đời Thủy Thủ 4»? - *Tôn nữ Thu Nga*

- Cảm ơn tác giả đã cho thưởng thức Đời Thủy Thủ 1, 2 và 3 thật hấp dẫn. - *LCH*

- Thú thiệt tui đã theo dõi ĐTT như ngày trước chờ nhựt báo Thần Chung đọc Châu về hợp phố, mê lắm. - TBT.

- Theo dõi từng chương, hồi hộp, thích thú, nhất là được biết về biển đảo Miền Nam, địa dư, lịch sử, những huyền thoại và truyền thuyết trong dân gian. Sẽ có "Đời Thủy Thủ 4" không? - *Độc giả trong nước.*

- Vũ Thất mời chúng ta về những chuyến hải hành xưa, để tìm lại những ngày tháng cũ: có hiền hòa, có dữ dội; có chia ly, có sum họp; có bi thương, có hạnh phúc. Chúng ta còn hiểu biết thêm nhiều về quê hương đất nước: địa lý, nhân văn, lịch sử biển đảo. - *Võ Đình Tuyết.*

- Cảm ơn nhà văn đã dành tâm huyết gửi đến độc giả một câu chuyện hay và hấp dẫn. Đặc biệt, với văn phong duyên dáng, tác giả đã khéo léo dẫn dắt người đọc khám phá những trải nghiệm hải hành đầy thú vị của một thế giới hoàn toàn khác biệt với cuộc sống đời thường. - *Nguyễn Ngọc Dung*

LỜI GIỚI THIỆU

Một buổi chiều đầu Xuân Bính Ngọ 2026, tôi bất ngờ nhận được bản thảo truyện dài "*Đời Thủy Thủ 3*" của Vũ Thất, người bạn cùng khóa Hải Quân kèm với lời ngắn gọn: "Nhờ bạn góp cho lời giới thiệu".

Năm 2012, khi tác giả cho tái bản "*Đời Thủy Thủ*" tại Hoa Kỳ, tôi đã có dịp nêu cảm tưởng: "Tôi hầu như đã không còn nhớ gì về đời sống cũ nơi quê nhà, thế nhưng mới lướt qua vài chương, lòng tôi chùng xuống với ánh hải đăng mũi Kê Gà chớp tắt trong đầu cùng nhịp đập của trái tim. Tôi bâng khuâng nhớ về dòng Hậu Giang cuồn cuộn chảy ra cửa Định An bên sâu bên cạn, và thẫn thờ như đang nhìn thấy sóng bạc đầu ngoài khơi nhấp nhô đưa hồn bồng bềnh chìm vào dĩ vãng. Và tôi chợt hiểu, mười bốn năm mang đời thủy thủ trước đây chính là cuộc đời tôi còn ấp ủ trong tim."

Sau hơn 50 năm xa xứ, người bạn cùng khóa của tôi vẫn nhớ rành rẽ hải nghiệp của mình. Nếu ở "*Đời Thủy Thủ 1*" anh kể về hải vụ của một sĩ quan Hải Quân mới ra trường, hơn năm mươi năm sau, trong "*Đời Thủy Thủ 2*", anh mô tả về những nhiệm vụ tiêu biểu của một Hạm Phó, và giờ đây, trong "*Đời Thủy*

Thủ 3", về sinh hoạt của một chiến hạm dưới quyền chỉ huy của Hạm trưởng. Cả ba quyển đều điểm tô với hoa biển và tình yêu thủy thủ.

Hạm Trưởng, một chức vụ mà bất cứ một sĩ quan hải quân nào cũng mong ước để được mang trên ngực huy hiệu mỏ neo với ngôi sao cùng hàng chữ "Magister Post Deum" (Master Under God - Trên Là Trời Dưới Là Ta). Đó là huy hiệu Hải Quân quốc tế. Nhưng ta khiêm tốn, thay thế ba chữ đó bằng "Danh Dự - Kỷ Luật - Tài Đức".

"*Đời Thủy Thủ 3*" mặc dù không phải là một hồi ký chiến tranh nhưng cũng đã đề cập hầu hết các biến cố xảy ra trên lãnh hải Tổ Quốc từ cuối thập niên 60 cho đến giữa năm 1970.

"*Đời Thủy Thủ 3*" ghi lại những cảnh tuyệt đẹp ở bờ xa bến lạ của quê hương, những lịch sử và giai thoại về các quần đảo, hải đảo mang tên Bà Lụa, Hải Tặc, Nam Du, Thổ Châu, Trường Sa, Cù lao Thu, Cù lao Chàm, Hòn Thơm, Phú Quý; cũng như tứ linh cồn trong sông như Long, Lân, Quy, Phụng. Và nhiều nữa...

"*Đời Thủy Thủ 3*" còn là một tác phẩm trữ tình, nhưng không phải "mười hai bến nước, mười hai bến tình" mà thủy chung như nhất: "*càng đi xa anh càng nhớ em*".

Vũ Thất đã kết hợp nhuần nhuyễn kỹ thuật hải quân, nghệ thuật hải chiến, lịch sử, tâm lý, tạo một bối cảnh mượt mà như bình minh trên đại dương:

- Biển của chiến thuật - nơi mỗi hải đảo đều có giá trị của nó;

- Biển của thủy thủ đoàn - nơi mỗi người một việc, một nghề: giám lộ, hải pháo, an ninh, cơ khí, thám xuất, truyền tin, vận chuyển...
- Biển của tâm lý - nơi mỗi đêm trực là một cuộc chiến với chính mình;
- Biển của văn hóa - nhiều huyền thoại, giai thoại mang linh hồn hải đảo;
- Và biển của tình yêu - sâu xa, bất định, nhưng nhiệt thành.

Chính nhờ biển mà câu chuyện có sức sống, có hơi thở, và có độ ngân rất riêng.

Hãy sẵn sàng cho một chuyến đi không chỉ qua các hải đảo xa khơi mà còn đi sâu vào các trận hải chiến, các tầng cảm xúc, những suy tư của những người chọn cuộc sống hải hồ.

Hải trình đang chào đón bạn đọc.

Xin mời cùng ra khơi...

Trần Quang Thiệu - *Khóa Đệ nhất Bảo Bình*

California, tháng 5/2026

LỜI TỰA

"Đời Thủy Thủ", bộ tiểu thuyết dài ba tập, tập 1 được khởi viết ở Việt Nam từ những năm cuối thập niên 1960, nối tiếp với tập 2 (2023) và hoàn tất với tập 3 (2025), trước sau xấp xỉ... 60 năm. Tuy dưới dạng hư cấu, nhưng xuyên qua vô vàn chi tiết cụ thể và sống động về mọi mặt sinh hoạt và chiến đấu của nhân vật chính, người đọc nhận ra ngay một phần lớn câu chuyện được hình thành từ cuộc đời của tác giả. Đọc *"Đời Thủy Thủ"* chẳng khác gì đọc cuộc đời của một người sĩ quan hải quân VNCH trong cuộc chiến đấu thường xuyên trên biển khơi để bảo vệ lãnh hải của đất nước. Trong tập *"Đời Thủy Thủ 3"*, nhân vật chính, lúc này được bổ nhiệm làm hạm trưởng, trực tiếp chỉ huy một chiến hạm "dài 50 thước, rộng 8 thước, trang bị một khẩu đại bác 76 ly, hai khẩu 40 ly cùng với 7 sĩ quan và 60 thủy thủ". Được xem là một "thế giới cô lập giữa đại dương mênh mông", số phận của chiếc chiến hạm gắn liền với số phận hạm trưởng. Và ngược lại, số phận của hạm trưởng cũng gắn liền với chiến hạm: hạm trưởng phải "hòa làm một với con tàu", phải "ăn, ngủ, hành quân cùng nó" và "cùng sống chết với nó". Trong tinh thần trách nhiệm cao độ, nhân vật hạm trưởng đã chỉ huy con tàu đối

phó với nhiều tình huống bất ngờ đủ loại khác nhau trên biển, trải dài từ vùng duyên hải phía cực Nam cho đến vùng duyên hải phía Bắc. Khi thì cứu vớt ngư dân bị nạn, khi thì bắt bọn buôn lậu quốc tế, khi thì chống cuồng phong, khi thì chống kẻ thù xâm nhập, khi thì vượt tuyến đưa lính Biệt Hải xâm nhập đất địch làm công tác tuyên truyền, vân vân. *"Đời Thủy Thủ 3"* đồng thời cũng là câu chuyện về một cuộc tình "không giống ai" của nhân vật hạm trưởng tài năng và đa tình. Với một văn phong trong sáng, trữ tình mà những nét đặc sắc nhất được thể hiện qua phần đối thoại duyên dáng, thông minh và hóm hỉnh, tác giả dựng nên một cuộc "đấu tình" và "đấu trí" thú vị: anh vừa tìm cách chiếm trọn trái tim của một cô giáo trong một cuộc tình tay ba mà anh là người lép vế; lại vừa tìm cách thuyết phục ông già vợ tương lai nghiêm khắc và khó tính bằng tình yêu chân chính và sự kiên trì của chính mình. Rốt cuộc, anh đã thành công cả trong sự nghiệp lẫn trong tình trường:

Võ Bằng cúi xuống hôn lên tóc vợ.

- Anh hứa giữ cho em hạnh phúc này mãi mãi. Như Oanh ngước nhìn anh, giọng rất êm:

- Mình trọn đời cùng giữ, nghen anh! (Chương Kết)

Kết thúc có hậu này khiến tôi nhẹ lòng sau khi trải qua những giờ phút căng thẳng theo dõi số phận của nhân vật, nhưng đồng thời cũng mang lại cho tôi một cảm giác ngậm ngùi: cặp đôi tràn trề hạnh phúc trong thời điểm ấy (6/1972) - cũng như cặp đôi của không biết bao nhiêu quân nhân VNCH khác - trớ trêu thay, không lâu sau đó, phải gánh chịu những oan khiên và khổ nhục theo vận nước nổi trôi kể từ biến cố tháng 4/1975...

Trần Doãn Nho

- Tàu chiến không phải tàu chuyển vận. Sao lại cho quá giang?

- Theo tôi biết, không có văn bản cấm hẳn chiến hạm chở người quá giang. Và trong giấy phép có ghi rõ: nếu có tai nạn xảy ra cho đương sự, chiến hạm không chịu trách nhiệm.

Đại tá Minh lạnh lùng mỉa mai:

- Giả sử quả bom nổ gây thiệt hại thủy thủ đoàn và chiến hạm, hạm trưởng cũng... miễn trách nhiệm?

Không chờ câu trả lời, ông quay sang hai phụ thẩm.

Trung tá Chánh Sở An Ninh Hải Quân lên tiếng:

- Hạm trưởng có tận mắt xem giấy phép?

- Tôi có đọc. Người bảo lãnh là trung úy Hải Quân, bạn học của Hạm phó. Chính Hạm phó xác nhận.

- Bao giờ thì phát hiện đó là giấy giả?

- Khi tàu rời Quy Nhơn, tôi chỉ thị sĩ quan an ninh so sánh con dấu trên văn thư chính thức của Phòng Chuyển Vận với con dấu trên giấy phép thì thấy con dấu trên giấy phép có vài nét đáng nghi ngờ. Tôi ra lệnh theo dõi người quá giang, đồng thời báo cáo an ninh Hạm Đội.

- Kết quả theo dõi?

- Không thấy cô ta có hành động bất thường.

Trung tá Chánh Sở nói nhỏ với vị chủ tọa:

- Tôi không còn gì hỏi thêm.

Phụ thẩm Đức cũng lắc đầu. Đại tá chủ tọa ôn tồn nói:

- Thiếu tá Quang có thể phát biểu lời sau cùng.

- Tôi không có gì trình bày, thưa Hội Đồng.

- Mời Thiếu tá tạm ra ngoài. Gọi Đại úy Võ Bằng.

Võ Bằng bước vào, nét mặt trầm lặng, dáng đi vững chãi nhưng ánh mắt ẩn vẻ âu lo. Anh chào kính, nghiêm trang nói:

- Hải Quân Đại úy Võ Bằng xin trình diện chủ tọa đoàn.

Đại tá gật đầu: "Mời ngồi", rồi cao giọng:

- Đại úy Võ Bằng, Hạm phó HQ 007. Đại úy bị cáo buộc vi phạm Điều 405 Hải Quy: "Không tuân thủ các chỉ dẫn an ninh đơn vị, gây nguy hại nhân mạng và tài sản Quốc gia." Đại úy nhận lỗi?

- Thưa, xin nhận lỗi sơ sót nhưng không gây nguy hại nhân mạng và tài sản Quốc gia.

- Tốt. Chánh Sở An Ninh có gì hỏi?

Trung tá Sanh gật nhẹ:

- Đại úy Bằng hiểu nhiệm vụ của một Hạm phó chứ?

- Thưa Trung tá, hiểu rõ. Theo Tổ Chức Chiến Hạm, nhiệm vụ của tôi là thay thế Hạm trưởng khi ông ấy vắng mặt, phụ trách điều hành sinh hoạt, bảo vệ an ninh và thi hành các chỉ thị của cấp chỉ huy.

- Trong sự việc, đại úy có thấy mình đã sơ suất?

- Thưa, hoàn toàn sơ suất. Một bài học nhớ đời.

- Cô gái ấy - đặc công - đại úy thực sự có quen biết?

- Thưa không quen.

- Hoàn toàn không quen?

- Mới gặp lần đầu ở cầu tàu Quy Nhơn, khi cô ấy

đến xin quá giang.

Thiếu tá Đức chen vào, giọng nghiêm:

- Không quen mà vẫn cho quá giang?

- Thưa, cô ấy trình giấy phép với tên người bảo lãnh là bạn cùng khóa của tôi. Thoạt tiên tôi đã từ chối, nhưng suy nghĩ lại, tôi e bạn trách phiền quá thờ ơ, nên mới trình xin Hạm trưởng.

Thiếu tá Đức nhìn vị chủ tọa tỏ dấu đã xong.

- Mời Đại úy ra ngoài chờ. Gọi Thiếu úy Hoàng Văn.

Sau nghi thức trình diện, Thiếu úy Văn ngồi đối diện Hội Đồng.

- Nhiệm vụ hôm đó của Thiếu úy?

- Thưa, sĩ quan trực nhật.

- Thiếu úy có trực tiếp khám xét hành lý người lên tàu?

- Thưa không. Sau khi hạ sĩ quan khám xét xong, tôi định kiểm soát lại nhưng Hạm phó đến...

- Rồi sao?

- Tôi nghĩ... cô gái ấy là bạn Hạm phó, mà ông ấy đang hiện diện, nếu tôi lục soát sẽ làm mất mặt Hạm phó.

- Thiếu úy cho rằng sĩ diện của hạm phó quan trọng hơn an ninh tàu?

- Thưa, tôi không nghĩ đến điều đó...

- Cám ơn. Thiếu úy có lời sau cùng?

- Tôi xin nhận lỗi. Xin hứa sẽ không tái phạm.

Nửa giờ sau, Hội Đồng tái họp. Các đương sự được mời vào. Tất cả đứng nghiêm chỉnh. Đại tá

Minh đọc bản tuyên bố:

- Sự việc lẽ ra phải truy tố ra Tòa Án Quân Sự nhưng do cảnh giác kịp thời, đặc công bị lộ diện và hồi tâm cung khai giúp bắt được toàn bộ tổ đặc công Đô Thành nên Hội Đồng Kỷ Luật được ủy nhiệm xét xử. Qua các tường trình điều tra và khai thác an ninh, qua các lời khai của các sĩ quan phạm lỗi, sau khi thảo luận mọi khía cạnh, tình tiết, Hội Đồng quyết định:

1. Hải Quân Thiếu tá Bùi Việt Quang, Hạm trưởng: Cảnh cáo không ghi vào hồ sơ.

2. Hải Quân Đại úy Võ Bằng, Hạm phó: Ngưng thăng cấp và không được giữ chức vụ chỉ huy trong 3 năm.

3. Hải Quân Thiếu úy Hoàng Văn, sĩ quan trực nhật: 15 ngày trọng cấm.

Các đương sự có quyền khiếu nại trong vòng mười ngày.

Phiên xử chấm dứt.

Hai năm sau...

CHƯƠNG 1

TRÌNH DIỆN MẶT TRỜI

Đúng 8 giờ sáng như mọi ngày, phòng thuyết trình của Trung Tâm Hành Quân Bộ Tư Lệnh Hải Quân tiếp nhận đầy đủ các quan cao cấp. Đề đốc Tư Lệnh Hải Quân đảo mắt nhìn khắp các khuôn mặt tham dự: Phó Đề đốc Tư lệnh phó; hai Phó Đề đốc phụ tá hành quân sông và biển; các Đại tá Tham Mưu Trưởng, Trưởng Khối; các Trung tá, Thiếu tá Trưởng phòng.

Như thường lệ, Trưởng Phòng Tình Báo trình bày tình hình địch. Trưởng Phòng Hành Quân điểm lại hoạt động các đơn vị bạn. Đại úy Võ Bằng thuộc Trung Tâm Hành Quân, tường trình về hoạt động các đơn vị Hải Quân 24 giờ qua. Nhiều câu hỏi được đặt ra đều được giải đáp thỏa đáng. Tiếp đó, các phòng sở báo cáo trở ngại trong điều hành. Buổi họp kéo dài một giờ kết thúc bằng câu quen thuộc của Tư Lệnh: "Cám ơn tất cả".

Khi tất cả đã rời khỏi, Võ Bằng đến bàn giải khát, rót đầy ly cà phê rồi mang về bàn riêng trong phòng kế hoạch bên cạnh. Giai đoạn căng thẳng nhất trong ngày đã trôi tốt đẹp. Thời gian còn lại là tà tà đọc công điện từ các đơn vị khắp bốn vùng Duyên Hải và hai vùng Sông Ngòi, phân tích, tổng hợp, chuẩn bị cho buổi thuyết trình sáng hôm sau.

Võ Bằng hớp vài ngụm cà phê, châm mẩu thuốc lá, uể oải thả khói. Khay công văn đến hãy còn trống. Có lẽ sếp đang đọc và ghi chú "Đại úy Bằng thi hành". Sếp ngồi trong phòng dành riêng, cách ba bàn viết của các sĩ quan trực hành quân và một bí thư.

Võ Bằng hít một hơi thật sâu, ngửa mặt thả khói. Các vòng tròn nho nhỏ uốn lượn nối tiếp tuôn ra, rồi tan biến. Từ phòng riêng, sếp từng nhìn thấy qua bức vách bằng kính trong suốt, từng khen ngợi và xin... chỉ dẫn. Thỉnh thoảng Võ Bằng thấy sếp cũng sảng khoái... nhả vòng tròn!

Tiếng chuông điện thoại reo vang. Võ Bằng bốc máy:

- Đại úy Bằng tôi nghe.

- Trung tá Chánh văn phòng Tư Lệnh đây. Đại úy lên gặp Tư Lệnh ngay. Quân phục làm việc.

Anh nghe lạnh sống lưng:

- Nhận rõ, thưa Trung tá.

Tư Lệnh đòi gặp ắt là việc lớn. Sáu tháng đổi về Trung Tâm Hành Quân, cách văn phòng Tư Lệnh chừng vài chục thước, nhưng anh chưa bao giờ bước chân tới. Đến đó, hoặc được tưởng thưởng hoặc bị trách phạt. Mà xem ra trách phạt có phần lấn lướt. Anh từng bị phạt kỷ luật ba năm, đã thi hành hai năm, trong đó bị đì chín tháng ở Năm Căn trước khi được đổi về đây. Bây giờ chẳng lẽ lại bị đẩy sang vùng khỉ ho cò gáy nào đó?

Võ Bằng ngẫm nghĩ xem bài thuyết trình vừa rồi

có gì sai phạm quan trọng, rồi duyệt qua sáu tháng gần "Mặt Trời" xem anh đã phạm lỗi lầm gì. Mọi sự từ bình thường đến tốt đẹp. Tuy nhiên bụng dạ vẫn không yên.

Sau khi chỉnh sửa quần áo, cạo sạch râu ria, chải lại mái tóc, anh vào báo với sếp về lệnh triệu hồi của Mặt Trời. Sếp cười: "Good luck!"

Trung tá Chánh văn phòng ngồi sau chiếc bàn bề bộn giấy tờ. Võ Bằng nghiêm chào. Trung tá gật đầu, ra hiệu trung úy tùy viên. Vị này bước tới gõ cửa rồi mở rộng. Võ Bằng bước vào.

Một căn phòng sang trọng, rộng rãi, tràn ngập ánh sáng. Trên vách treo ảnh Chủ tịch Ủy Ban Lãnh Đạo Quốc Gia, bên mặt là vị Tổng Tư Lệnh Quân Lực, bên trái là chính chân dung của người đang ngồi sau chiếc bàn rộng và đẹp với bản gỗ xanh dương khắc hàng chữ vàng: "Trần Văn Cung". Mái tóc trong ảnh còn đen mướt so với mái tóc thực tế đã bạc trắng. Bộ quân phục xanh không làm giảm vẻ uy nghi. Võ Bằng giơ tay nghiêm chỉnh chào:

- Hải Quân Đại úy Võ Bằng, trình diện Đô đốc.

Đề đốc Cung mang hai sao nhưng đối mặt phải gọi Đô đốc bốn sao, cất giọng reo vui:

- A, người ba năm không được giữ chức vụ chỉ huy, ba năm không được thăng cấp đây rồi! Ngồi xuống đi!

Võ Bằng ngồi lên chiếc ghế tựa êm ái, nón đặt trên đùi, lòng thêm bất an trước lời đùa cợt có phần mai mỉa. Đề đốc thản nhiên nhồi thuốc Half and Half vào ống vố, hít vài hơi trông rất sảng khoái rồi cười nói:

- Sáu tháng nay, ngày nào cũng gặp, mãi hôm nay mới có dịp gặp riêng. Mọi người trong gia đình bình yên cả chứ?

- Thưa, đều bình yên. Cám ơn Đô đốc.

Ông nhìn hàng huy chương trên nắp túi áo trái của Võ Bằng, gật gù:

- Có được Anh Dũng Bội Tinh Ngôi sao bạc là khá lắm. Trận nào?

- Thưa, Vũng Rô.

- Một kinh nghiệm rất cần cho nhiệm vụ sắp tới của anh.

Võ Bằng nóng lòng chờ ông tiết lộ rõ hơn nhưng ông vẫn tiếp ý cũ:

- Hai huy chương kia, Hải Vụ Bội Tinh thì tôi biết, còn lại là huy chương gì?

- Thưa, Dân Vụ Bội Tinh.

- Thành tích?

- Thưa về công tác chiêu hồi dân chúng về quận Năm Căn tân lập.

Ông cúi đọc quân bạ:

- Trong hai năm thi hành lệnh phạt quân kỷ anh còn được Giấy khen của Quận trưởng Quận Tám, Chợ Lớn; của Quận trưởng Quận Nhì, thị xã Huế về việc tận tâm cứu trợ và bảo vệ an ninh trật tự các trại tiếp cư đồng bào nạn nhân Cộng Sản Tết Mậu Thân. Được lắm!

Ông hài lòng với nhiệt tình trong công vụ của Võ Bằng, nhưng còn "tư vụ" thì sao đây. Ông lại nhìn vào quân bạ:

- Quân bạ cho thấy anh còn độc thân. Vậy, bồ bịch thế nào?

Dáng vẻ vui tươi và bình dị trong ngôn từ khiến Võ Bằng vọt miệng tự nhiên:

- Không bồ cũng chẳng bịch, thưa Đô đốc!

Ông bập bập vài hơi thuốc, phà khói, mỉm cười:

- Khó tin quá! Ở tuổi của anh, dễ làm chuyện động trời! Tuần rồi có một cô còn rất trẻ đến đây nhờ tôi can thiệp việc một sĩ quan ăn ở với cô rồi... lặn mất! Chuyện đó không xảy ra với anh chứ?

Giọng cợt đùa khiến Võ Bằng bớt căng thẳng. Anh mỉm cười chua xót:

- Đô đốc hỏi, tôi xin thú thật. Trước đây tôi có nặng tình với ba cô thì cả ba đều bỏ đi lấy chồng! Từ đó tôi... tránh xa các cô! Hơn nữa, hai năm qua tôi toàn được biệt phái đến các địa điểm sôi động, thậm chí cả nơi chỉ có... khỉ ho cò gáy!

Tư lệnh không kềm được tiếng cười, thân mật hỏi tiếp:

- Suốt sáu tháng vừa qua ở Sài Gòn, anh cũng... hiền khô sao?

- Thưa, cấm trại triền miên, Hải Quân đụng trận dài dài, công điện về dồn dập, thì giờ đâu mà... lang thang!

- Tôi tin anh. Bây giờ ta vào mục đích hôm nay.

Ông tựa ống vố vào khay, sửa lại thế ngồi, khuỷu tay chống lên bàn, hai bàn tay đan nhau:

- Anh có biết vì sao đang chịu kỷ luật mà lại được đổi về Bộ Tư Lệnh Hải Quân?

Võ Bằng khẽ lắc đầu:

- Thưa không!

- Hẳn anh còn nhớ lần tôi xuống thăm viếng Năm Căn cách nay hơn nửa năm? Hôm đó nghe anh thuyết trình hành quân tôi thấy ngay Bộ Tư Lệnh cần người như anh. Sáu tháng qua anh không làm tôi thất vọng. Nhưng rất tiếc... từ hôm nay tôi phải để anh ra đi...

Võ Bằng nín thở. Chẳng lẽ anh bị đưa trở lại Năm Căn? Hay một nơi khỉ ho cò gáy nào khác? Có thể nào bị đổi lên Pleiku làm đại diện Hải Quân cạnh Quân Đoàn thay thằng bạn cùng khóa thỉnh thoảng về Sài Gòn khoe đang giữ chức Tư Lệnh Hải Quân Hành quân Suối! Đành rằng quân nhân chỉ đâu đánh đó nhưng đâu phải cứ bị kỷ luật là cho lưu đày!

Đề đốc Cung cảm thông với nét mặt ưu tư của anh chàng sĩ quan trẻ tuổi ông dành nhiều cảm tình, cất giọng nghiêm trang:

- Mỗi ngày thuyết trình hành quân, hẳn anh để ý địch tăng cường xâm nhập bằng đường biển? Ta đã đánh chìm bốn chiếc chở vũ khí đạn dược và bắt sống hai nhưng chúng vẫn không chùn bước. Nhiệm vụ mới của anh liên quan trực tiếp đến việc này.

Võ Bằng mừng thầm. Như vậy là anh được trở về với môi trường ưa thích của anh. Nhưng... Nhưng sẽ xuống tàu nào đây? Có được trả lại chức Hạm Phó, hay phải hạ tầng làm sĩ quan đệ tam, đệ tứ? Mà thôi, dù sao cũng được về với biển, miễn cho qua đại nạn! Anh hít một hơi thật sâu, nghe nhẹ người.

Đề đốc trìu mến nhìn bộ mặt khá tươi tỉnh của Võ Bằng, trầm giọng:

- Nói rõ hơn, từ sau ngày hàng rào điện tử McNamara ngăn chặn dọc vĩ tuyến 17, đường biển trở thành trục huyết mạch tiếp tế người, vũ khí, đạn dược của Cộng Sản Bắc Việt cho bọn giải phóng Miền Nam. Anh phải tích cực góp phần bẻ gãy trục này. Anh có hứa?

Võ Bằng mạnh dạn gật đầu:

- Tôi xin dốc lòng, thưa Đô đốc.

Ông chiếu tia nhìn hóm hỉnh vào đôi mắt Võ Bằng:

- Vậy thì tôi không ngại ngần tuyên bố: Kể từ hôm nay, hình phạt năm chót của anh được hủy bỏ.

Võ Bằng mở to mắt, xúc động, lắp bắp:

- Xin... xin cảm ơn Đô đốc.

- Anh đã học khóa Tham Mưu Trung Cấp?

- Dạ rồi.

- Tốt!

Vẫn giữ nụ cười, ông tiếp:

- Theo tờ trình của Phòng Tổng Quản Trị, một tháng nữa, vị đương kim Hạm trưởng chiếc Trợ Chiến Hạm HQ 266 sẽ sang Guam lãnh tàu mới. Do hình phạt của anh đã bãi bỏ, tôi chấp thuận cho anh làm Hạm trưởng thay thế.

Võ Bằng bàng hoàng, run giọng:

- Thưa... xin cám ơn Đô đốc.

Tôi từng làm Hạm trưởng chiếc Trợ Chiến Hạm HQ 260 cách nay mười hai năm. Biết đâu mười hai năm nữa anh chẳng... ngồi đây!

Ông đổi giọng nghiêm trang:

- Như anh biết, lẽ ra anh phải làm quen chức vụ Hạm trưởng từ loại tàu nhỏ, nhưng xét thành tích và năng lực, tôi tin anh đủ khả năng chỉ huy chiếc Trợ chiến hạm. Dĩ nhiên quyền từ chối là của anh.

Võ Bằng hớn hở:

- Thưa Đô đốc, được làm Hạm trưởng là mơ ước của tôi. Tôi xin nhận.

- Vậy thì việc ưu tiên anh phải làm là tìm hiểu thấu đáo về tính năng và quán tính của loại Trợ Chiến Hạm. Tài liệu có sẵn ở Ban Tu Thư Khối Quân Huấn.

Sau vài hơi thuốc, ông tiếp:

- Anh sẽ ôn lại hai tuần về Hải Quy, Tổ Chức Chiến Hạm, Nghệ Thuật Chỉ Huy. Hai tuần kế tiếp học về Chiến Lược, Chiến Thuật Hải Quân và Quyền Lực Trên Biển. Đó là những kiến thức căn bản để chu toàn nhiệm vụ Hạm trưởng. Mong rằng anh dốc tâm học hỏi, dốc lòng đem khả năng chuyên nghiệp của mình bảo vệ hữu hiệu lãnh hải Miền Nam tự do.

Đề đốc Cung dừng lại, nghĩ xem còn gì cần nhắn nhủ thêm. Ông trầm giọng tiếp:

- Còn điều này anh cũng rất cần ghi nhớ. Chỉ huy chiến hạm là một nhiệm vụ vô cùng tế nhị, khó khăn. Chiến hạm là thế giới cô lập giữa đại dương mênh mông. Hạm trưởng là người duy nhất chịu trách nhiệm sinh mạng toàn bộ thủy thủ đoàn và tài sản quốc gia. Mệnh lệnh nhận được thì rõ ràng, nhưng cách thi hành thì không ai hướng dẫn. Hạm trưởng phải tự dùng hiểu biết, kinh nghiệm, sáng kiến của mình. Thành công thì thăng tiến, thất bại thì có khi đại dương là mồ chôn tất cả. Anh hiểu ý tôi chứ?

- Tôi hiểu, thưa Đô đốc.

Ông gật đầu hài lòng:

- Ngay hôm nay anh bàn giao công việc cho Trung Tâm Trưởng. Sáng mai trình diện Trường Chỉ Huy Tham Mưu Hải Quân. Cám ơn anh.

Võ Bằng đứng lên, đội nón, nghiêm chỉnh chào. Tư lệnh chìa tay:

- Chúc mừng tân Hạm trưởng.

Võ Bằng nắm chặt tay ông, cảm động:

- Cám ơn Tư Lệnh. Cám ơn rất nhiều...

CHƯƠNG 2

TIẾP NHẬN QUYỀN CHỈ HUY

Sáng ngày 14 tháng 11 năm 1969, lúc 9 giờ 30, chiếc Cessna bốn chỗ bay vòng, chao đảo như con chim bị thương khi hạ cánh xuống phi trường An Thới lót bằng vỉ sắt. Các bánh lăn chậm dần rồi dừng hẳn trước mũi Ông Đội. Một vùng nước long lanh mở rộng xa khơi cực Nam Phú Quốc.

Võ Bằng xách ba lô xuống phi cơ cùng một quân cảnh Việt và hai quân nhân Mỹ hướng về trạm chờ có biển đề trên cao: "An Thoi International Airport". Một cợt đùa mỉa mai cho một phi trường dã chiến chỉ dành cho phi cơ quân sự nội địa.

Anh tài xế chạy vội đến tiếp giúp mang hành lý. Hải Quân Đại úy Lý Quý Lân Hạm trưởng sắp mãn nhiệm bắt tay người bạn cùng khóa đến thay thế. Cả hai cười nói, rảo bước về chiếc Jeep chờ sẵn. Lân lái, Bằng ngồi cạnh. Đây là lần thứ ba Võ Bằng đến An Thới nhưng khác hai lần trước, lần này anh đến bằng đường hàng không. Con đường đất sỏi lọc xọc dọc ven biển dẫn vào khu quân sự tách thành hai ngõ: một rẽ phải dẫn lên ngọn đồi về Trại giam Phiến Cộng, và một rẽ qua Căn Cứ Yểm Trợ Tiếp Vận và Bộ Tư Lệnh Hải Quân Vùng 4.

Khi xe hướng vào cầu tàu, Lân điểm nhanh chương trình sinh hoạt trong ngày. Buổi sáng lễ bàn giao, nhân viên mặc quân phục làm việc thay vì tiểu lễ. Buổi tối, tiệc khoản đãi tại tư dinh Tư Lệnh Vùng.

Chiếc HQ 266 cập sát cầu. Những con số hiện lên rõ ràng trong trí anh: chiều dài 50 thước, chiều rộng 8 thước. Sĩ quan 7, hạ sĩ quan và đoàn viên 60. Trợ chiến hạm nhỏ hơn hộ tống hạm, bề thế một tám một mười, nhưng về hỏa lực thì trợ chiến hạm có phần lấn lướt đôi chút. Cùng trang bị một khẩu đại bác 76 ly, hai khẩu 40 ly nhưng một chiếc thì 40 ly nòng kép, một chiếc nòng đơn.

Hạm trưởng Lân bước lên tấm ván bắc lên tàu. Sĩ quan, hạ sĩ quan trực chào tay. Tấm ván gập ghềnh, nhún nhảy khiến Võ Bằng liên tưởng đến những thử thách đợi chờ phía trước. Để ba lô trên cầu, Đại úy Bằng theo sau. Vừa đặt chân lên boong, Võ Bằng chào quốc kỳ treo sau lái. Anh nói khẽ với hạ sĩ quan trực:

- Nhờ anh cho người mang ba lô của tôi về phòng hạm trưởng.

Một đại úy Mỹ đứng cạnh hạm kiều chào Hạm trưởng Lân. Rồi bước sang chào Bằng:

- Lieutenant William Graham, USN.

- Nice to know you. Can you speak Vietnamese?

Đại úy Graham bắt tay, ngọng nghịu:

- Chút chút. Hân hạnh được làm việc với ông, Captain.

Võ Bằng cảm thấy hứng khởi. Có một cố vấn biết điều cũng không đến nỗi tệ.

Thủy thủ đoàn tập họp ở sân sau. Tiếng hô

"Nghiêm" vang lên. Một Trung úy từ hàng đầu bước ra, chào trình diện:

- Sĩ quan trực báo cáo: Quân số 67, 3 đi phép. Hiện diện 64.

Hạm trưởng Lân hô "Nghỉ". Khi sĩ quan trực đã trở về hàng, anh nghiêm giọng nói:

- Sĩ quan, hạ sĩ quan và đoàn viên Trợ Chiến Hạm Rạch Gầm HQ 266. Tôi hân hoan giới thiệu với các anh, Hải Quân Đại úy Võ Bằng, người thay thế tôi chỉ huy chiến hạm kể từ giờ phút này.

Một tràng pháo tay nổi lên. Tân Hạm trưởng bước đến hàng sĩ quan. Người đầu tiên hất mặt:

- Hải Quân Trung úy Phạm Lê Tiến, Hạm phó.

Võ Bằng gật đầu, chìa tay. Hai bàn tay nắm chặt.

Dãy sĩ quan lần lượt xưng danh, chức vụ. Giọng rắn rỏi, dáng quân phong.

Tiếng hô vang:

- Sĩ quan. Bước tới hai bước.

Hàng hạ sĩ quan lần lượt giới thiệu, bắt đầu là Thượng sĩ Trọng pháo Lâm Văn Minh, Quản nội trưởng.

Sau khi trở về trước hàng quân, cựu Hạm trưởng phát biểu:

- Trong mười bốn tháng qua chúng ta đã đạt thành tích đáng kể. Bắt hai tàu tiếp tế vũ khí. Khám xét và xua đuổi hàng trăm tàu đánh cá xâm phạm lãnh hải. Chúng ta cũng đã yểm trợ hải pháo hiệu quả cho các cuộc hành quân và tiền đồn ven biển. Tôi hãnh diện và biết ơn sự tận tụy của các anh. Tôi sẽ nhớ mãi các anh và mong có dịp gặp lại nhau ở các đơn vị sau này. Hôm nay mệnh lệnh cuối cùng của tôi là: Hãy tuân lệnh Đại úy Võ Bằng như các anh đã từng tuân lệnh tôi. Cầu chúc tân Hạm trưởng và chiến hạm đạt nhiều thành tích trong thời gian tới. Tạm biệt tất cả.

Võ Bằng tiến đến máy vi âm:

- Sĩ quan, Hạ sĩ quan và Đoàn viên. Tôi mong được tất cả tin tưởng, thương mến và hợp tác như đã dành cho cựu Hạm trưởng. Cám ơn các anh đã gìn giữ chiến hạm sạch sẽ, tươm tất và sẵn sàng. Cho tôi gởi lời thăm hỏi gia đình các anh.

Hạm phó dõng dạc: "Nghiêm. Chào tay, chào." Tất cả đồng loạt đưa tay lên ngang mày. Hai Hạm Trưởng chào đáp rồi rời vị trí hành lễ. Lệnh tan hàng vang lên.

Võ Bằng bảo Hạm phó:

- Anh cho nhận còi nhiệm sở vận chuyển.

Tiếng còi "te tích" dồn dập vang lên. Mọi người túa về vị trí chỉ định. Trên đài chỉ huy, Võ Bằng ngước nhìn lá cờ phất phới định hướng gió rồi ra lệnh tháo hết dây. Anh tiếp tục ban các lệnh cần thiết để tách con tàu rời cầu. Lần đầu trong tư cách chỉ huy, anh ban lệnh dứt khoát và phản ứng của tàu chính xác. Anh thấy mừng thầm và vững tin hơn.

Anh nhắc Hạm phó:

- Cho còi trực phiên hải hành.

Hạm phó đích thân nhận còi hiệu Chi đội 1 lên phiên.

Tiếng còi vang lên nhịp nhàng. Võ Bằng cho máy tiến 1 rồi tiến 2 hướng thẳng ra khơi. Anh hỏi Hạm phó:

- Tốc độ tối đa của tàu là bao nhiêu?

Tiến đáp nhanh:

- Thưa Hạm Trưởng, tốc độ là 12 gút, máy tiến 4. Chỉ khi khẩn cấp, máy đạt tối đa là 14 gút.

- Khi tuần tiễu, thường là tốc độ nào?

- Thưa, tiến 2, tốc độ 6 gút, tiết kiệm dầu tối đa.

- Với tốc độ 6 gút, tầm hoạt động của tàu là bao xa?

- Thưa, 5 ngàn hải lý.

- Hai máy chánh hiệu gì?

- Thưa, General Motors.

Võ Bằng mỉm cười hài lòng:

- Từ phút này tôi giao Hạm Phó quyền chỉ huy. Lo liệu để trở về cập cầu lúc 1 giờ.

Hai Hạm trưởng rời đài chỉ huy, đi một vòng kiểm soát vũ khí, đạn dược; rồi đến trắc nghiệm các khu vực chức năng: Truyền tin, Chiến báo, Y tế; kế đến thanh tra phòng ngủ, nhà bếp, nhà ăn. Nơi nào cũng sạch sẽ, ngăn nắp.

Cuối cùng, cả hai theo cầu thang thẳng đứng, xuống tầng đáy tàu. Thời còn làm Hạm phó Hộ Tống Hạm Đống Đa, mỗi lần xuống đó Võ Bằng đều hết sức thận trọng. Một là không khí nặng mùi dầu mỡ, ánh đèn thì lờ mờ. Hai là các bậc thang âm ẩm trơn trợt. Nay càng thêm thận trọng. Hạm trưởng gặp tai nạn là cả vấn đề. Nhưng dù có thế nào, đã là Hạm trưởng thì phải thông hiểu... trái tim của con tàu, phải biết vị trí máy chánh ở đâu, máy điện nơi nào, cách vận hành ra sao. Dù đã nghiên cứu Cẩm Nang thì cũng chỉ là... lý thuyết.

Thiếu úy Cơ khí Ngô Quang nghiêm chỉnh chào đón. Tàu thì từ thế chiến hai nhưng các máy chánh và máy điện đều mới tinh. Tiếng máy lấn át tiếng người, nhưng Võ Bằng vẫn thông hiểu các hướng dẫn.

Trên đường về phòng họp, Võ Bằng khen bạn:

- Đúng là phong cách Lý Quý Lân từ thời quân trường. Dù đang công tác mà tàu đâu vào đấy!

Lân cười:

- Thật ra tao sợ tàu dơ, mày không nhận. Mày cũng đâu... dễ tánh!

Võ Bằng gục gặc:

- Sáng nay, tao thấy sàn tàu còn vài nơi lốm đốm sơn chống rỉ sét.

- Thì đang công tác mà. Trăm phần trăm sao nổi.

- Tao nhận hôm nay, chỉ mong sau này bàn giao, không bị từ chối!

Cả hai phá lên cười bước vào phòng ăn cũng là phòng họp. Chiếc bàn cho tám người đặt xuôi theo lòng tàu. Các sĩ quan đứng lên. Võ Bằng ra dấu mời ngồi.

Tân Hạm trưởng ngồi đầu bàn, bên phải ông cựu, Cố Vấn bên trái, các sĩ quan theo thâm niên. Trước mặt là chồng hồ sơ, nhiều quyển sổ bìa đen cứng.

Võ Bằng quay sang Graham:

- Mister Graham, this is a procedure of changing hands, you may leave if you like.

Giọng của Bill chân thành:

- Tôi thích dự để học.

Câu trả lời khiến Võ Bằng vui vui. Đối tác quả là biết điều.

Anh nhấc quyển Sổ Trực Nhật, đọc lướt rồi cùng Hạm trưởng mãn nhiệm ký tên. Quyển sổ được giao sĩ quan trực nhật. Sổ Nhật ký Hải hành, giao cho sĩ quan hải hành. Các sổ khác lần lượt xem xét, ký tên, giao cho Trưởng ban tương ứng.

Võ Bằng hỏi Lân:

- Còn Hồ Sơ Mật?

Lân gật đầu:

- Sẽ bàn giao khi lên phòng Hạm trưởng.

Võ Bằng nhìn qua một lượt các sĩ quan, nhắn nhủ:

- Tôi không có ý định thay đổi chức vụ của các anh. Điều tôi mong mỏi là các anh tích cực cải tiến ban của mình; đồng thời hợp tác chặt chẽ với nhau, giúp chiến hạm luôn trong tình trạng sẵn sàng.

Tiếng còi nhiệm sở vận chuyển vang lên. 12:45. Võ Bằng nhìn quanh:

- Cập cầu xong chúng ta dùng cơm trưa. Tối nay, đúng 7 giờ, trừ sĩ quan trực, chúng ta dự tiệc tống cựu nghinh tân của Tư Lệnh Vùng...

***

Sân sau Tư dinh Hải Quân Đại tá Lương Đình Thám nằm trên đồi. Tiếng sóng rì rào và hoàng hôn vàng óng trên những cành dừa xanh. Gió rất nhẹ, như là một báo hiệu cuối mùa dông bão.

Năm chiếc bàn dài bày biện hải sản tươi, bếp lò ga lò nướng. Mỗi bếp có một dân địa phương phục vụ. Bia, rượu và ly do Cố vấn cung cấp.

Tư Lệnh Vùng thân mật chào đón. Các sĩ quan tùy ý chọn bàn, trừ bàn dành cho sĩ quan cao cấp và hai Hạm trưởng. Do cấp bậc... không cao, Bằng và Lân đối diện nhau cạnh Tư lệnh phu nhân ngồi cuối bàn.

Qua phong thái lịch duyệt và duyên dáng, bà vui vẻ nói:

- Ông nhà tôi thường nhắc hai Hạm trưởng là hai khóa sinh ưu tú.

Lân lịch sự đáp lời:

- Tư lệnh quá khen.

Nghe tiếng kéo ghế, Võ Bằng quay lại. Tim anh như ngưng đập. Người con gái ấy - đôi mắt to tròn, tóc thả chấm vai, môi cười mỉm - chìa tay:

- Chào anh. Tôi, Huỳnh Như Oanh.

- Võ Bằng. Hân hạnh.

Võ Bằng né tránh người đẹp suốt hai năm qua, hôm nay như một bù trừ, thượng đế giáng trần một tiên nữ cận kề không còn đường đào thoát.

Vừa ngồi an vị, tiên nữ nhìn sâu mắt Bằng:

- Anh có đọc truyện "Ba người con gái của Lương phu nhân"? Tôi là em gái của Lương phu nhân.

Võ Bằng mỉm cười:

- Tôi biết Lương phu nhân của Pearl Buck. Bà ấy sinh vào thế kỷ trước. Thoạt đầu tôi nghĩ cô là tiên nữ giờ xin đổi là ... ma nữ!

Huỳnh Như Oanh thích thú cười giòn, chỉ Tư lệnh phu nhân:

- Tôi nói thiệt mà! Lương phu nhân đang ngồi cạnh anh đó.

Đại tá Lương Đình Thám gõ chén, đứng lên. Ông tuyên bố khai mạc:

- Sáng nay lẽ ra tôi chủ tọa lễ bàn giao quyền chỉ huy chiếc Trợ Chiến Hạm Rạch Gầm nhưng ban tham mưu bận thanh tra Duyên Đoàn 46. Buổi họp mặt chiều nay mục đích là để cáo lỗi buổi sáng. Chúng ta hãy nâng ly chia tay cựu Hạm trưởng Lý Quý Lân và đón chào tân Hạm trưởng Võ Bằng. Tôi cầu chúc cả hai Hạm trưởng hoàn thành mỹ mãn nhiệm vụ mới.

Đợi tiếng vỗ tay chấm dứt, Tư Lệnh tóm lược bằng tiếng Mỹ, rồi tiếp tiếng Việt:

- Nhân dịp này, tôi còn muốn giới thiệu cùng các anh mười cựu khóa sinh của Trường Sinh Viên Sĩ Quan Hải Quân trong thời tôi giữ chức Hiệu Trưởng. Nói rõ hơn là các cựu khóa sinh khóa 11, khóa 12 và khóa 13. Đặc biệt có hai khóa sinh khóa 11 cùng lên đại úy sớm nhất, cùng làm Hạm trưởng cùng tàu. Mời các cựu khóa sinh đứng lên trình diện quan khách.

Một tràng pháo tay vang khắp ngọn đồi. Võ Bằng vừa ngồi xuống thì Như Oanh hỏi ngay:

- Cùng khóa, cùng tàu... Sao anh Bằng là tân mà anh Lân là cựu?

Võ Bằng cười cay đắng:

- Tại, do, bị... mỹ nhân kế!

- Thiệt hại cỡ nào?

- Đủ để thành... tân Hạm Trưởng!

Như Oanh bật cười thích thú:

- Vậy tôi nên chia vui hay chia buồn?

Lương phu nhân xen vào:

- Đại úy đừng chấp nhứt. Nó sắp lấy chồng mà lúc nào cũng nghịch ngợm. Thôi! Mời vào tiệc.

Phu nhân chọn mực nướng. Hạm trưởng Lân chọn nguyên con ghẹ. Võ Bằng hỏi Như Oanh thích ăn gì. Cô hỏi lại:

- Anh thích ăn gì. Còn có biên mai, bào ngư, cá bống mú.

Cuối cùng cả hai chọn cá bống mú nướng. Trong khi chờ cá chín, Như Oanh hỏi:

- Mỹ nhân kế thế nào?

Không muốn trả lời Võ Bằng trêu ghẹo:

- Thế nào là thế nào?

- Mỹ nhân kế thì thiên hình vạn trạng. Hạm trưởng Bằng bị va vào hình trạng nào?

Bằng cười:

- Chuyện nhỏ! Bỏ đi tám. Hãy nói chuyện lớn. Chúc mừng cô...

Huỳnh Như Oanh chận ngang:

- Sắp thôi. Sắp đám hỏi. Sắp nghĩa là chưa xảy ra. Mà sắp đám hỏi thì càng mong manh, hủy bỏ lúc nào chả được!

Thấy Bằng trợn mắt, Huỳnh Như Oanh cười:

- Chuyện nhỏ. Mỹ nhân kế mới là chuyện lớn. Như Oanh rất muốn nghe.

Xem ra tiên nữ không chịu bỏ cuộc nửa chừng, Võ Bằng vắn tắt cho xong:

- Đại khái thuở còn là Hạm phó, một hôm, một người đẹp đến tận chiến hạm xin đi quá giang. Tôi xem giấy phép hợp lệ nên xin Hạm trưởng cho đi. Cô nàng dựa hơi quen biết Hạm phó, lính canh nể nang nên mang trót lọt quả bom xuống tàu. Hóa ra là nữ đặc công Việt cộng, dùng giấy phép quá giang giả.

Như Oanh trố mắt nhìn anh kêu lên:

- Trời! Có ai bị gì không?

Võ Bằng cười thật tươi:

- Không! Giờ chót, cô tạ đem lòng yêu Hạm phó nên không cho bom kích nổ!

Như Oanh cười lớn:

- Nói y như thiệt!

CHƯƠNG 3

TỪ AN THỚI QUA HÒN ĐỐC

Rời Phòng Tình Hình Bộ Tư Lệnh Vùng, Hạm trưởng Võ Bằng về đến chiến hạm liền cho lệnh họp sĩ quan.

Mười phút sau, anh bước vào phòng họp. Tất cả đứng nghiêm. Anh ra hiệu "ngồi".

Cố vấn Mỹ mỉm cười:

- Good morning, Captain! Have a good day!

- Cám ơn. You too.

Võ Bằng nhìn quanh các sĩ quan, giọng bình thản, dứt khoát:

- Như cũ, công tác tám ngày, nghỉ bến hai. Lần này, trục Bắc đảo - Quần đảo Hải Tặc. Tàu mình từng hoạt động tuyến này chưa?

Mọi người hoặc lắc đầu, hoặc im lặng. Hạm phó lên tiếng:

- Thưa Hạm trưởng, theo tôi biết thì chưa.

- Tôi cũng vậy. Ngẫm nghĩ cũng khá thú vị! Chuyến đầu tiên với tư cách Hạm trưởng lãnh ngay cú... ngựa phi đường xa, từ Mũi Ông Đội cực Nam đến Mũi Trâu Nằm cực Bắc. Tôi tuổi Sửu chớ có là... ngựa đâu!

Tiếng cười rộ nhẹ. Cố vấn Mỹ ngơ ngác, Võ Bằng đành dịch lại, rồi tiếp:

- Phú Quốc cách Hà Tiên khoảng 70 cây số. Quần đảo Hải Tặc cách Hà Tiên chừng một phần ba. Năm 64 tôi từng lên Hòn Đốc khi còn phục vụ trên hải vận hạm. Đảo cát trắng sạch, cây rậm rạp, dân chài khoảng trăm người. Một cụ già dẫn tôi xem mốc chủ quyền - khắc chữ "VIỆT NAM CỘNG HÒA - QUẦN ĐẢO HẢI TẶC", dưới có hình hai mỏ neo gác chéo. Trên bệ đá, ghi tên 16 đảo, trong đó có Kèo Ngựa, Kiến Vàng, được đặt tên cho hai Tuần duyên hạm.

Anh quay sang cố vấn Mỹ:

- Do you know "Pirate Islands"?

- No, sir.

Vừa dịch xong thì Thiếu úy Ngô Quang hỏi:

- Thưa Hạm trưởng, tên Hải Tặc nghe rùng rợn. Có hải tặc thật sao?

- Ngày xưa, có. Ông bà ta thường đặt tên theo sự kiện. Như đất nền cao ở Mỹ Tho trồng toàn dứa nên đặt Giồng Dứa. Hay một con sông có nhà trên bè nổi dành cho giới thương hồ ghé nghỉ ngơi gọi Nhà Bè. Quần đảo Hải Tặc xưa là nơi hải tặc ẩn trú. Nay thì không còn. Nhưng thay vào đó, là cộng tặc - và chúng thích hành động ban đêm.

Võ Bằng mở bao thơ đóng dấu MẬT. Mắt lướt quanh bàn họp. Trong lễ bàn giao, các sĩ quan đã xưng tên, chức vụ - nhưng anh chỉ nhớ vài người.

- Sĩ quan Truyền tin? - Anh gọi.

Một người giơ tay. Võ Bằng nhìn bảng tên "Bùi Anh Tuấn", đưa xấp tài liệu:

- Đây là đặc lệnh truyền tin. Chuẩn bị sẵn tần số liên lạc với hai Tuần duyên đỉnh, hai Chiến thuyền, và Đài kiểm báo 402 trên đảo Hòn Đốc.

Anh lại lướt qua từng người:

- Hải hành?

- Thưa tôi, Trung úy Đặng Thành Tài.

- Anh kẻ hải trình từ đây đến Quần đảo Hải Tặc. Thận trọng tránh khá xa bãi cạn, đá ngầm. Tôi cần đường an toàn, không cần nhanh nhất.

Rồi quay sang Hạm phó:

- Tình trạng kỹ thuật tàu thế nào? Súng? Đạn? Xuồng? Phao nổi?

- Đã kiểm soát. Tất cả khiển dụng, đầy đủ, thưa Hạm trưởng.

- Tốt.

Anh nhìn sang Sĩ quan An ninh:

- Có ai lạ trà trộn? Tàu này có thể tin cậy chứ?

- Thưa Hạm trưởng, trăm phần trăm. Không có ai đáng nghi ngờ.

Thiếu úy Dương Công Đức - phụ trách ẩm thực - nhăn mặt:

- Về thực phẩm... An Thới quá thiếu rau thịt trái cây. Trước đây, cựu Hạm trưởng cho tàu đi chợ Hà Tiên hoặc Rạch Giá. Hiện tại, lương thực chỉ đủ ba ngày.

Võ Bằng gật đầu:

- Đồng ý. Nếu kẹt hành quân, ta ăn cá tôm cua mua từ ngư dân.

Người cười, người lắc đầu. Võ Bằng quay sang

cố vấn:

- Anh hiểu chứ?

- Not all. Something about eating crab?

- Exactly. When rations are low, we look for fisherman.

Tiếng cười rộ lên. Võ Bằng nhìn sang sĩ quan cơ điện:

- Nhiên liệu tàu?

- Hầm dầu đầy, thưa Hạm trưởng.

- Tốt.

Võ Bằng đứng dậy:

- Cho tập họp tất cả. Tôi cần nói đôi lời.

Tiếng còi tập họp nổi lên. Các sĩ quan rời phòng, lên boong chính. Trên đường đi, anh dặn dò cố vấn Graham sẵn sàng không yểm khi cần.

Ít phút sau, Võ Bằng đứng trước hàng quân chỉnh tề:

- Anh em Trợ Chiến Hạm Rạch Gầm. Đây là tàu của chúng ta. Là nhà, là pháo đài, là chốn sống chết. Chúng ta ăn, ngủ, hành quân cùng nó. Vì thế, mọi người đều có trách nhiệm.

Giọng anh trầm xuống:

- Tôi mong mỗi người mang hết khả năng hải nghiệp của mình để hoàn thành mỹ mãn công tác. Mọi sáng kiến cải tiến đều được hoan nghênh. Tôi đặt trọn niềm tin vào anh em.

Võ Bằng dứt lời. Cả boong tàu lặng như tờ. Rồi nở ra những nụ cười mỉm, tự hào. Lệnh giải tán được ban ra.

Năm phút sau, còi nhiệm sở vận chuyển vang lên...

***

Đứng bên hữu mạn đài chỉ huy, Võ Bằng lặng nhìn khối sắt khổng lồ rời cầu, lướt nhẹ qua từng lượn sóng nhịp nhàng, thư thả tiến ra khơi.

Anh tựa tay lên thành thép mới sơn, thở nhẹ. Gió đầu mùa Đông Bắc mơn man khuôn mặt, mang theo mùi mặn dịu dàng của biển khơi. Trời cao, nước biếc đón mừng tân Hạm trưởng.

Anh bước chậm tới chiếc ghế dành riêng cho mình, thả lỏng người. Một làn hơi ấm chạy khắp sống lưng. Nhẹ nhõm. Mọi xui rủi đã lùi lại phía sau. Ước mơ ngày xưa giờ đây đã là thực tại.

Một ngày nào đó, anh sẽ về quê Tân An khoe với ba mẹ rằng thằng con đi học Sài Gòn, ngày ngày cuốc bộ đến trường, không tiền về quê nghỉ hè, phải mò xuống bến chợ Bình Tây xin quá giang ghe chài và chỉ dám mơ ngày được làm tài công, mà nay nó ngồi ở ghế chỉ huy một chiến hạm Hải Quân. Võ Bằng nhất định sẽ mời cho được ba mẹ lên Sài Gòn thăm viếng, nhìn tận mắt chiếc trợ chiến hạm. Anh không tưởng tượng được niềm hãnh diện của ba mẹ ra sao!

Đồng hồ chỉ đúng 10 giờ. Máy tiến 3. Tốc độ 10 hải lý. Phiên trực đầu tiên của Chi đội 1. Thiếu úy Đỗ Văn Lũy đứng phiên, bên mạn tả. Ba người luân phiên giữ tay lái, hai quan sát viên ở vị trí hai bên. *Radar* và máy đo độ sâu đang hoạt động tốt.

Chiến hạm lướt qua Hòn Rơi, đổi hướng 090 độ, cắt ngang Hòn Dăm Ngoài. Rồi rẽ lên 045, hướng về Mũi Ông Đội - điểm cực nam Phú Quốc. Nơi đó, năm xưa, anh từng chứng kiến một tai nạn lật ghe: biển lặng, trời quang, vậy mà một đợt sóng đột ngột giội vào, ghe lật úp, chìm luôn, ba ngư dân suýt mất mạng, nếu tàu không kịp cứu.

Chiến hạm không sợ sóng, chỉ ngại rạn san hô lờ mờ như bóng ma rình rập. Hải trình đã kẻ tránh chúng, nhưng chẳng bao giờ được chủ quan. Ở vị trí chỉ huy, anh không còn ai chia sẻ trách nhiệm, không lý do quy lỗi cho người nào khác.

Trên hải đồ, dòng chảy ngầm đã hiển lộ. Gió mùa Đông Bắc chính thức bắt đầu. Võ Bằng quay sang sĩ quan trực phiên:

- Nếu không có biến cố, ba tiếng nữa sẽ đến Hải Tặc. Tức khoảng 2 giờ chiều. Kiểm soát tọa độ mỗi 15 phút. Nhớ, các anh sai, tôi mất chức đã đành, thậm chí tính mạng cả tàu lãnh đủ. Hãy luôn nhớ: một hải trình êm đềm, chỉ trên... hải đồ!

Chợt nhớ kinh nghiệm nội tuyến, anh hỏi Hạm phó:

- Lâu rồi không thực tập phòng tai?

- Dạ, khoảng ba tháng.

- Vậy rất nên thực tập. Anh cho báo động giả định "cháy ở hầm máy, chạm điện".

- Rõ. Thưa Hạm trưởng.

Hạm phó rời đài chỉ huy. Vài phút sau - chuông khẩn cấp vang lên dồn dập, xé toạc trưa yên ả. Loa nội bộ vang tiếng Hạm phó:

"CHÁY HẦM MÁY! CHÁY HẦM MÁY! Toán 1 - vòi

chữa lửa, tiếp cận cửa hầm!"

Cả chiến hạm chuyển động. Nhân viên chạy ào về sân trước - sân giữa. Tiếng bước chân rầm rập vang khắp tàu. Giọng Hạm phó gấp gáp:

- Báo cáo Hạm trưởng có tiếng nổ ở máy chính! Dầu cặn trào ra, lửa bốc cao, khói dày đặc. Hai nhân viên cơ khí đã khóa các van nhiên liệu. Lửa hạ rồi lại bùng lên ở bảng điện. Có tia lửa tóe mạnh.

Võ Bằng cầm ống loa:

"Toán 2. Mặc áo cứu hỏa, đeo mặt nạ dưỡng khí. Xuống hầm máy! Thi hành ngay!"

- Xin Hạm trưởng báo cho họ biết máy điện tắt, cầu thang, sàn trơn trợt, phải hết sức cẩn thận. Có hai nhân viên bất tỉnh, xin cho toán cấp cứu.

Một lúc sau, Hạm phó gọi lên:

- Toán 2 đã mở van CO_2. Khí trắng đục đang phun từ trần xuống. Nhân viên đã rút ra. Cửa hầm đã khóa kín.

Trên boong, hạ sĩ y tá đang ép ngực hồi sinh cho một thủy thủ bất tỉnh. Một người khác nằm quấn chăn cách nhiệt.

- Vị trí chiến hạm? - Võ Bằng hỏi.

Sĩ quan trực phiên đáp nhanh:

- Nằm trên hải trình. Cách Hòn Đốc 18 hải lý.

Võ Bằng gật đầu, rồi xuống boong quan sát trực tiếp việc cứu thương. Ngực người lính trẻ phập phồng. Mắt anh hé. Tiếng thở hắt ra.

Võ Bằng gật đầu hài lòng. Sĩ quan và nhân viên đã có phản ứng nhanh chóng và đúng bài bản. Anh ban lệnh:

- Giải tán nhiệm sở phòng tai.

Loa nội bộ vang lệnh chấm dứt báo động. Trên tàu, nhịp sinh hoạt dần trở lại. Nhưng mọi ánh mắt đều rạng rỡ - vì họ biết: trong tình huống thật, họ đã sẵn sàng.

***

Bữa cơm trưa diễn ra giản dị. Món ăn không nhiều, nhưng ai cũng vui nhất là sau một cuộc thực tập vất vả, thành công. Qua các câu chuyện trao đổi trong bữa ăn, Võ Bằng hiểu phần nào tính tình các sĩ quan. Và rất tình cờ, chưa ai lập gia đình.

Còn mệt mỏi, anh sớm rời bàn về phòng riêng. Phòng hẹp nhưng tiện nghi: tủ đứng, bàn rộng, bồn rửa mặt, phòng tắm nhỏ. Tàu chiến mà như tổ ấm. Anh mở ba lô. Lấy ra khung ảnh mẹ và con, đặt lên mặt bàn. Nhẹ tay, như đang nâng niu. Hai bộ pyjama ở tầng trên. Giữa: ba bộ quân phục, hai xanh, một trắng. Đôi giày trắng đặt ngay ngắn ở tầng cuối. Dao cạo râu, bàn chải, xà bông Dove, kem đánh răng đã dùng đêm qua. Mọi thứ đều đơn giản cho chuyến đi xa nhớ đời. Chuyến đi bất ngờ nhưng đủ cho anh thấy mình... sống thực, đáng sống.

Anh buông người xuống giường với nguyên cả bộ quân phục đang mặc. Lưng chạm nệm, mắt chạm trần, đầu óc lướt qua hai ngày đi - đứng - nói - họp ... Thêm đêm qua, trò chuyện với cựu Hạm trưởng tới gần sáng. Người anh mỏi đừ, mắt từ từ khép lại bằng dáng hình tiên nữ...

13 giờ 15. Võ Bằng choàng dậy. Mắt nhòe, nhưng

bên tai là tiếng máy đều đều. Anh lắng nghe thêm: vẫn là âm thanh của vận tốc đường trường. Tàu êm như đang trong sông. Anh vào phòng tắm rửa mặt, chỉnh quân phục. Rồi lên đài chỉ huy...

Võ Bằng bước vào, sĩ quan trực hô lớn: "Nghiêm!". Anh phất tay: "Nghỉ!"

Rồi đứng cạnh thành đài hữu hạm. Buổi trưa thật đẹp: trời cao, gió nhẹ, nắng ấm. Vài sợi mây trắng lặng lờ trôi. Hạm phó đứng cạnh, nói:

- Trời đẹp quá, thưa Hạm trưởng.

- Cổ nhân có nói: *"Trời yên, biển lặng bất thường, thường là dấu hiệu của biển sắp động mạnh."*

Anh nói mà bâng khuâng. Hai năm ở bờ, liệu thân thể anh còn quen sóng gió. Anh nâng ống dòm. Hòn Đốc đang lờ mờ hiện. Mười sáu đảo nhỏ khác vẫn còn ẩn đâu đó. Anh nhìn các bãi cạn trên hải đồ. Rồi nhìn xuống biển. Nước trong vắt. Những rạn san hô xa xa như những vết loang mực màu.

Anh nghiêng đầu:

- Báo chiều sâu khi có thay đổi.

- Rõ, thưa Hạm trưởng.

Tuần phòng vùng này, Võ Bằng ngại nhất là các bãi cạn và hai đảo chìm. Nhưng có lo thì cũng chẳng thể ôm đài chỉ huy 24/24. Chỉ việc nghe lời cụ Nguyễn Hiến Lê *quẳng gánh lo đi và vui sống*. Anh đặt hết niềm tin vào các sĩ quan. Họ đều tỏ ra linh hoạt, hiểu biết, hy vọng không phạm các sai lầm... không thể tha thứ! Ai cũng có thể sai lầm. Chính những sai lầm mới giúp họ trở thành một Hạm trưởng bản lãnh.

Võ Bằng hỏi sĩ quan đương phiên:

- Anh xuống tàu này bao lâu rồi?

- Dạ, mới một tháng.

- Đơn vị cũ?

- Giang đoàn 75 Thủy bộ.

- À, sông Cái Lớn - Cái Bé! Tôi nghe danh, chưa từng ghé qua. Đơn vị anh và Giang đoàn 74 đánh đấm ác liệt. Hết sông Cái Bé đến Trèm Trẹm. Tôi đọc báo cáo mỗi ngày.

Tuấn trố mắt nhìn Hạm trưởng. Anh cười:

- Tôi đến từ Trung Tâm Hành Quân Bộ Tư Lệnh.

Tuấn nhìn quanh rồi rụt rè:

- Nhà ba má tôi ở sông Cái Lớn. Nếu mai mốt tàu công tác vùng Rạch Giá... xin mời Hạm trưởng ghé nhà... nhậu.

Võ Bằng bật cười:

- Tôi ghé để thăm hai bác. Nhậu là không có tôi.

- Dạ... thì không nhậu!

Hạm phó lên tiếng:

- Thưa Hạm trưởng, có phải phu nhân là người ngồi cạnh Hạm trưởng đêm qua?

Võ Bằng lại bật cười:

- Dựa vào đâu mà anh có ý tưởng như vậy?

- Thì thấy nói cười thân mật.

- Hễ các cô nói cười thân mật là vợ sao?

- Chúng tôi muốn biết để chào kính cho đúng phép.

- À! Tôi chưa vợ. Đêm qua, chỉ vì lịch sự mà phải bám trụ thôi. Ngoài đời, cô nào càng đẹp tôi càng tránh xa.

Hạm phó mỉm cười:

- Coi bộ đúng câu nói của cổ nhân.

- Cổ nhân nói gì?

- Thưa Hạm trưởng, cổ nhân hiếm khi nói sai: "Ghét của nào, Trời trao của nấy!"

Tiếng cười lan nhẹ trên đài chỉ huy. Võ Bằng đứng lặng một lúc lâu. Tàu đang lướt gần một đảo thấp. Trơ đá, trơ cây. Nước xanh đến độ nhìn thấy đáy. San hô đủ sắc màu. Và rồi... hình ảnh Huỳnh Như Oanh lại hiện ra như hồn biển hóa thân, một thủy thần tuyệt sắc.

Cơ duyên nào đã đẩy đưa nàng đến ngồi cạnh anh đêm qua, cười nói như quen nhau từ tiền kiếp? Dù nàng là bào muội của Tư lệnh phu nhân, nàng vẫn bí ẩn đến... phiền lòng. Nàng chưa thực sự thuộc về ai. Sắp thôi, nhưng đủ là lý do để nàng hiện diện nơi khỉ ho cò gáy này? Đại huynh nào ở đây được cái may mắn trời cho?

Võ Bằng chợt nhận ra mình lẩm cẩm. Đã dứt khoát tránh né mọi giai nhân mà cứ ngẩn ngơ, thắc mắc...

- Trình Hạm trưởng có công điện thượng khẩn.

Võ Bằng quay người. Anh vô tuyến bước tới trao mảnh giấy. Đọc xong, anh trầm giọng:

- Có công ăn việc làm rồi. Báo hầm máy, hai máy tiến Full.

CHƯƠNG 4

HÌNH NHƯ LÀ ĐỔI THAY

Huỳnh Như Oanh nằm nghiêng trên giường, đầu gối lên cánh tay, mắt mở to nhìn qua cửa sổ mở rộng. Trời đêm long lanh sao. Gió biển lùa qua màn, vờn lên tóc, đưa nàng vào ý nghĩ miên man.

Tiệc đã tàn hơn hai tiếng, vậy mà nàng tưởng như đang còn ngồi đó, đối diện Võ Bằng. Cuộc đàm thoại cứ văng vẳng:

- Còn trẻ như anh mà đã là Hạm trưởng. Hẳn anh yêu biển lắm!

- Biển là người yêu của tôi.

- Mười lăm ngày ở đây, Như Oanh đã cảm thấy biển thật đáng yêu. Nhưng chừng nào biển mới trở thành... người yêu?

- Chừng nào cô ngắm biển hoài mà không chán!

- Khi nào thì chán?

- Biển luôn đợi chờ, thủy chung, sao lại chán?

- Nếu có người biết đợi chờ, biết thủy chung, thì có thể thay được biển không?

- Tôi chưa gặp người như thế. Nhất là người càng đẹp, càng sợ.

Nhiều người khen nàng đẹp, không ít người đã khổ vì sắc đẹp của nàng. Còn Võ Bằng thì sợ, né tránh. Nàng đã thử đưa anh chàng vào thế kẹt:

- Ngày mai Như Oanh xuống thăm tàu anh nghen?

- Mai tàu ra khơi...

- Vậy... lúc tàu về?

- Có cần thiết lắm không?

- Như Oanh chưa từng biết chiến hạm ra sao...

- Em gái phu nhân Tư lệnh Hải Quân Vùng mà chưa từng biết chiến hạm! Cho phép tôi nghi ngờ. Thêm một thắc mắc, người đẹp như cô làm gì nơi khỉ ho cò gáy này?

- Để tận hưởng... khỉ ho cò gáy!

Nàng đã bật cười. Anh cũng cười. Rồi bỗng dưng nàng thú nhận:

- Như Oanh vừa tốt nghiệp Đại học Sư phạm, ra đây chơi, chờ lệnh bổ nhiệm.

- Sẽ dạy môn gì?

- Văn. Việt Văn.

- Văn học nuôi dưỡng tâm hồn. Nhờ cô viết một bài về những chuyến hải hành... chẳng về đâu!

- Ý anh là sao?

- Cứ viết đi. Rồi sẽ hiểu.

Võ Bằng ám chỉ gì? Vì sao hải hành chẳng về đâu? Vì sao người càng đẹp càng sợ? Anh thù ghét phụ nữ đẹp? Vì từng bị phản bội? Như Oanh nhất định tìm hiểu. Nhưng khi nào anh trở lại? Liệu lúc ấy nàng còn ở đây không?

Mà việc gì lại phải thắc mắc! Nàng bóp trán, bâng khuâng. Tình yêu chăng? Hay chỉ là ngọn sóng bất ngờ tạt vào mát rượi tâm hồn rồi rút xa mãi mãi?

***

Tiếng gõ cửa đánh thức nàng. Giọng âu lo của chị:

- Trưa quá rồi. Dậy đi. Em có sao không?

Nàng ngồi bật dậy:

- Em khỏe. Cho em vài phút.

Một sức mạnh vô hình đẩy nàng đến cửa sổ. Gió lướt qua cầu tàu kết bằng những ponton nổi. Như Oanh trách mình dậy trễ. Chiếc Rạch Gầm đã ra khơi. Anh đang đi về đâu? Đang đứng trên đài cao hướng đến chốn nào? Có nhìn ngọn đồi dạ tiệc đêm qua? Thật lạ lùng! Suốt hai tuần ở đây, đôi lúc nhìn cầu tàu, nàng thờ ơ. Sao bỗng dưng sáng nay lại hụt hẫng?

Nắng phủ tấm lụa vàng lên mặt biển lặng lờ, lên những chiếc thuyền câu mong manh, những núi đồi cây cỏ xanh tươi.

Chị nàng bước vào, thấy em gái lặng lẽ bên khung cửa nhìn ra biển, mỉm cười:

- Đang tương tư lính biển chăng?

- Có nên không? Chính chị đêm qua cảnh báo em ngay từ đầu: em sắp làm đám hỏi.

- Tình yêu như sóng vỡ bờ. Chị không muốn thấy thêm một người đau khổ vì em.

- Còn nếu em chính là ngọn sóng đó?

- Năm năm làm vợ lính biển, năm năm lúc xa lúc gần, chia tay rồi tái hợp, tình yêu lúc nào cũng mới.

Đó là kinh nghiệm của chị.

- Ba khó tính, dễ gì chịu thất hứa.

- Hôn nhân là của em. Quyết định là của em. Như chị ngày xưa ba cũng đâu bằng lòng.

- Còn một trở ngại lớn hơn: anh ấy đâu ngó ngàng gì tới em!

- Nếu em đã quyết ý thì đâu khó! Đẹp như em...

- Chính "đẹp như em" là trở ngại lớn nhất, anh ấy nói thẳng rồi, càng đẹp càng sợ.

- Thì nghĩ cách cho chàng ta hết sợ.

Cả hai phá lên cười, cùng vào bếp lo cơm trưa...

Tiếng chuông reo. Nàng ra mở cửa. Vinh - vị hôn phu tương lai - dang tay, tươi cười:

- Chào người đẹp của anh!

Ở Sài Gòn, hai người thường ôm nhau siết chặt. Nay nàng bước tới, miễn cưỡng. Vinh nới lỏng vòng tay, cười đùa:

- Bộ nhớ anh đến mất ngủ hay sao mà trông héo hon vậy?

Như Oanh cười, nụ cười không che giấu hết bối rối:

- Sao anh không báo trước?

- Cho em bất ngờ mới vui hơn chứ!

- Anh tới bằng gì?

- C.130. Phi cơ gì mà không có ghế, báo hại anh phải ngồi bẹp trên sàn. Mệt đứt hơi!

- Rồi ai đón anh?

- Anh Thám cho tài xế ra đón.

- Ngon ghê! Mời sếp ra salon nghỉ cho khỏe đi.

Như thường lệ, bia chứ?

- Budweiser, nếu có thì tuyệt. Không thì nước lạnh cũng ngon.

Khi mở tủ lạnh lấy bia, lòng Oanh chợt xao động. Phải yêu lắm mới chịu khó vất vả như vậy. Thế mà nàng... thả mồi bắt bóng!

Đưa lon Budweiser, Như Oanh vui vẻ:

- Anh nghỉ được mấy ngày?

- Hôm nay, ngày mai, ngày mốt. Ngày mốt phải về. Mỹ đang rút bớt quân. Tình hình khó khăn. Ba phải can thiệp mới được sếp cho đi hai ngày...

Như Oanh thẫn thờ. Ba ngày, không biết lâu hay mau đây? Nửa ngày qua rồi, phải làm gì cho hết thời gian còn lại?

Trong cơm trưa, chị nàng cứu bồ:

- Anh Thám sẽ có chương trình thăm viếng cho hai em ngày mai ngày mốt. Tối nay 7 giờ dùng cơm gia đình. Từ giờ đến đó, hai em tự do.

***

Như Oanh và Vinh thả bộ qua khu chợ đã tan từ sớm. Chợ gồm mươi gian hàng, mươi sạp pallet chồng lên nhau. Đa số chủ nhân là vợ lính. Ngư dân An Thới không nhiều, tất cả đều tự túc. Chỉ gia đình lính là cần.

Họ ngồi trong một quán nhỏ ven biển, bàn ghế ọp ẹp. Vinh uống bia quân tiếp vụ, Như Oanh dừa tươi. Nàng thường nhìn ra khơi, lặng lẽ. Chàng thì huyên thuyên về tình hình Sài Gòn, về các tổ chức chống đối chính quyền, về Việt-Nam-hóa chiến tranh, giảm quân tham chiến, về hòa đàm Paris. Nàng vờ lắng nghe, khuyến khích để chàng không đề cập đến... chuyện chúng mình.

Năm giờ chiều họ về lại tư dinh anh rể chuẩn bị cơm tối. Bữa cơm rất vui, nhờ tài hoạt bát của Tư lệnh. Ông kể những đặc điểm của quận lỵ Dương Đông, đặc biệt Quận trưởng là một Thiếu tá Hải Quân. Ông nói qua về các xã Bãi Thơm, Cửa Cạn, Hàm Ninh, Dương Tơ, Thổ Châu. Như Oanh vốn ghét môn địa lý, nhưng không hiểu sao lần này nàng thích thú lắng nghe và ráng ghi nhớ...

***

Mười giờ sáng. Sáu người đến Mũi Ông Đội. Trời trong, gió nhẹ. Biển xanh như ngọc, mặt nước êm như gương. Chiếc tiểu vận đỉnh chật vật len qua những mỏm đá ngầm, rồi ủi mũi vào bãi cát trắng pha sỏi vụn. Đảo trông hoang vắng. Vài căn nhà nhỏ nép dưới tán dừa. Phía trên là đồi, rồi rừng, rừng nối rừng như vô tận.

Hai anh lính đi theo phụ giúp cắm dù, bày bàn, nhóm lò. Rồi bỏ đi câu. Bốn người còn lại mang giày nhựa, đeo kính lặn, ống thở, len lỏi dọc ven bờ. Thấy dáng người, từng đàn cá túa ra. Ánh nắng xuyên sóng lăn tăn, phản chiếu lên rạn san hô thành vô vàn sắc màu rực rỡ.

Hai con cá bống mú câu được nướng tại chỗ, thơm lừng. Thơm hơn mùi cá nướng đêm qua. Vinh vồn vã gắp thức ăn cho Oanh, dù nàng từ chối nhẹ nhàng. Võ Bằng thì khác, chỉ gắp khi nàng gật đầu. Sự tế nhị ấy, tưởng nhỏ, lại khiến nàng nhớ mãi.

Tư lệnh Thám chỉ tay về một căn nhà xa:

- Các em có biết vì sao nơi này gọi là Mũi Ông Đội?

Không ai trả lời. Ông kể:

- Ngày xưa, Gia Long bị quân Tây Sơn truy đuổi. Đến vùng này, thuyền mắc cạn. Một cai đội nhảy xuống gỡ neo, bị sóng cuốn mất. Sau này, khi đã làm vua, Gia Long quay lại, lập đàn tế, truy điệu. Gọi nơi này là Mũi Ông Đội, để ghi nhớ người lính hy sinh vì nghĩa cả.

Oanh lầm bầm: "Với người ơn thì hết lòng báo ơn, với kẻ thù thì hết dạ báo thù!"

Sau bữa ăn, Vinh rủ nàng đi dạo dọc bãi. Họ ghé thăm căn nhà của một ngư ông. Ông lão với mái tóc tuy bạc trắng nhưng dáng khỏe mạnh, tiếp đón niềm nở. Ông dẫn họ đến một miếu nhỏ thờ vua Gia Long. Trước miếu là tượng cọp, bên trong là linh vị, nhang khói nghiêm trang. Bên cạnh là giếng cổ, giếng cạn mà không khô, nước trong quanh năm, gọi là Giếng Tiên.

Tự dưng Như Oanh hỏi xin ông cụ thắp nhang. Nàng chắp tay khấn vái ba lạy. Lịch sử qua sách vở chưa hề làm nàng động tâm. Mà ở đây, đất trời, biển đá và miếu thờ như dòng sông thiêng cuốn nàng đi...

Nàng ngập ngừng hỏi lão ông:

- Cụ ở đây một mình?

- Còn hai đứa con trai. Vợ tôi mất hai năm rồi.

- Ngoài nơi này, còn nơi nào nên đến nữa không cụ?

- Mũi này chỉ có san hô, giếng, miếu thôi. Còn như cô cậu muốn xem đảo đẹp, phải ra Hòn Thơm.

Trên đường trở về, Vinh nói nhỏ, nửa đùa nửa thật:

- Em lạ lắm. Thường ngày tếu táo, hôm nay lại trịnh trọng thắp hương.

- Có lẽ em... đang đổi thay. Như trước đây em ghét Gia Long, giờ thấy ông cũng không tệ!

- Như trước đây em vồn vã, giờ em lạnh nhạt?

- Ý anh là sao?

Vinh cười, lắc đầu:

- Đừng làm bộ!

Rồi anh đổi giọng nghiêm trang:

- Nhắc đến Gia Long anh mới nhớ. Mục đích anh ra đây cũng vì tin vui này. Ba cho biết em đã được bổ nhiệm về dạy trường nữ Trung học Gia Long.

Nàng đứng khựng lại. Mắt mở lớn. Dạy trường Gia Long! Khó tin quá! Nàng vẫn đinh ninh may mắn lắm là được dạy gần Sài Gòn. Chắc chắn ba của Vinh đã can thiệp. Vậy là... kẹt cứng rồi!

Vinh nắm tay nàng, hớn hở:

- Em còn nhớ lần đầu mình hôn nhau không?

Oanh im lặng. Hôm ấy, anh đưa nàng đi Quán Gà Quay ở Thủ Đức. Giữa bữa, anh tặng món quà sinh nhật - chiếc xuyến vàng nàng từng ao ước. Nàng xúc động, hôn anh ngay giữa chốn đông người.

Giờ nhớ lại, cảm xúc như xưa không về. Phải chăng vì... Nàng đảo mắt nhìn Vinh. Rồi lắc đầu tự nhủ: "Đâu lẽ! Chỉ mới *gặp vài giờ. Điển trai ư? Vinh cũng hơn hẳn. Năng nổ, vui vẻ? Vinh càng hơn. Nhưng... nhưng sao cứ nhìn Vinh là hình ảnh Võ*

Bằng thấp thoáng? Như Oanh ơi, mi chỉ là khách lạ trên đảo hoang. Hãy quay về bến cũ."

Vinh nhìn nàng, giọng nhẹ như hơi gió:

- Em thay đổi thật rồi. Anh tưởng, nghe tin bổ nhiệm, em sẽ mừng, sẽ ôm hôn anh chứ?

Nàng chống chế:

- Không tiện. Có anh chị nhìn...

- Ngày xưa em không rụt rè...

Nàng im. Anh gằn nhẹ:

- Cả chiếc xuyến cũng không thấy em đeo.

- Em để ở nhà, sợ bơi lội, rớt xuống biển.

- Chớ không phải... tại đổi thay?

Nàng siết nhẹ tay anh. Gió biển mát rượi. Tóc nàng bay chạm má. Nàng nhoẻn cười:

- Không phải em thay đổi. Mà là... em bắt đầu nhận ra.

- Nhận ra điều gì ở chốn buồn tênh này?

- Nơi buồn tênh này hợp với tâm hồn em.

- Nghĩa là sao?

- Em vẫn yêu quý anh. Nhưng có lẽ... em đang sợ những con đường đầy xe, những nhà hàng sang trọng, cuộc sống vội vã, bon chen...

- Hai tuần qua, em không nhớ anh chút nào sao?

- Nhớ, nhớ lắm. Rồi bỗng nhiên biển chiếm hồn em.

- Sau đám cưới, anh sẽ đưa em về nơi có biển. Em mặc sức yêu biển.

Vinh luôn biết chiều nàng, nhưng lần này...

Một cơn gió mạnh thổi qua. Chiếc khăn trùm đầu của nàng bay xuống nước. Vinh lao theo. Khi lên bờ, bàn chân anh rướm máu. Oanh lấy khăn băng lại. Vinh gạt ra.

Nàng buồn rầu:

- Xưa có lần em đứt tay, anh băng bó, em đâu từ chối.

- Nhưng bây giờ... em không còn là người xưa.

Nàng thở dài:

- Đừng đẩy em ra xa. Hãy để em vui với biển. Ngày về lại Sài Gòn, em sẽ lại là người xưa của anh.

Vinh choàng tay qua vai nàng. Trái tim Oanh không mảy may đập nhanh như ngày nào...

***

Chín giờ sáng hôm sau.

Chiếc Tiểu vận đỉnh lại đưa họ ra khơi, lần này là Hòn Thơm, cách An Thới bốn cây số về phía nam.

Như với Mũi Ông Đội, chiếc đỉnh vất vả luồn lách tiến vào bãi Trào, một dải cát trắng mịn như tơ, trải dài dưới hàng dừa cao rì rào trong gió. Ven bãi, vài chục căn nhà khang trang, ẩn hiện trong bóng dừa. Vài đứa bé chạy đến, lễ phép chào kính.

Tư lệnh Vùng là khách quen của đảo. Tổng Thống cũng từng viếng đảo này. Chúa đảo là một ngư dân vạm vỡ trung niên thân mật đón tiếp. Không ai cần mang theo gì. Tắm biển, ăn uống, nghỉ ngơi - mọi thứ đã được chuẩn bị.

Cả nhóm ào xuống biển. Nước trong và mát rượi. Cát mịn dưới chân như vuốt ve. Vinh và Oanh lặn thật xa, qua những rạn san hô lộng lẫy. Có nơi như rừng nấm rơm - tầng tầng lớp lớp, lấp lánh, lung linh. Cá lớn nhỏ, đủ loại, đủ màu. Có nơi hàng chục con mực đứng lửng lơ, thư thái.

Bữa trưa không cơm, chỉ toàn hải sản: cá hấp, cua nướng, sò, tôm. Món nào cũng tuyệt ngon. Vinh vừa nhai vừa trêu ghẹo:

- Có phải đây là lý do khiến em yêu biển?

- Lý do phụ.

- Còn lý do chính?

- Một ngày nào đó, nếu thật sự là lý do chính, em sẽ nói cho anh hay.

Vinh nhăn mặt:

- Em khó hiểu quá.

- Em còn chưa hiểu em. Huống gì anh.

Ăn xong, họ nằm dài trên ghế vải, dưới bóng dừa. Biển trước mặt lặng như tờ. Chỉ nghe tiếng sóng lùa nhẹ vào cát.

Hai giờ chiều, Tư lệnh rủ mọi người băng rừng ra bãi Chướng, phía tây đảo. Ông nhiệt tình giới thiệu:

- Ở đó có một nơi ngắm mặt trời lặn xuống biển, không đâu sánh bằng. Nếu các em đủ kiên nhẫn chờ...

Cả nhóm háo hức theo sau ông. Rừng mát rượi, hầu hết là lùm cây. Mùi đất, mùi lá khô quyện mùi biển thành loại hương lạ sảng khoái. Lối mòn lên dốc ít người đi nên đôi lúc gặp cành lá chắn ngang. Bù lại, hai bên rất nhiều hoa lạ. Những đóa hoa nho nhỏ, màu rất tươi. Có lùm toàn màu vàng, có lùm toàn màu đỏ, màu tím, màu xanh, đậm và lợt. Vinh ngắt thành một bó đẹp mắt tặng Như Oanh.

Khi xuống đến bãi có hình cánh cung, Tư lệnh chỉ tảng đá chênh vênh trên ghềnh cuối đảo:

- Tảng đá đó trông chênh vênh nhưng dễ leo. Anh chị đã hai lần lên đó ngồi ngắm hoàng hôn. Đẹp tuyệt vời. Khi mặt trời dần dần xuống, mây cũng dần dần đổi màu. Rồi cả vùng đa sắc rực rỡ tiễn biệt thái dương chìm khuất.

Như Oanh reo lên thích thú:

- Vậy thì hôm nay tụi em nhất định phải chờ xem.

Nhưng chưa đầy một giờ sau, một anh lính hối hả chạy đến báo Phòng Truyền Tin cần gặp Tư lệnh gấp. Tư lệnh lặng người. Rồi quay đầu, tất tả cùng anh lính trở lại bãi Trào.

Những người còn lại trong nhóm tiếp tục đi dọc bãi, đuổi theo vô số con còng, nhặt nhạnh những vỏ sò lạ mắt. Tội nghiệp Vinh, anh vẫn cố bước theo dù vết cắt ở chân bắt đầu đau, phải đi cà nhắc!

Nửa giờ sau, anh lính trở lại. Anh nhắn lời Tư lệnh là tất cả phải về ngay An Thới!

Trên đường về, Tư lệnh cho biết lý do: Ba của Vinh báo cho biết chuyến bay bị hủy bỏ. Vinh phải tìm cách về Sài Gòn bằng phương tiện sớm nhất.

***

Ngoài khơi dãy ponton cầu tàu, hàng trăm ngọn đèn câu chiếm trọn vùng biển. Ánh sáng lay động như những ngọn đuốc ma trơi, buồn lạ lùng.

Vinh bước khập khiễng ra cầu tàu. Chân anh bắt đầu đau nhiều hơn nhưng anh nhất định không đến bệnh xá. Như Oanh đi bên, nắm cánh tay Vinh. Gió hất tóc nàng về phía sau, lất phất như những ngón tay anh ngày nào vuốt nhẹ. Nàng mỉm cười, nhận ra một điều chắc chắn: nàng vẫn còn yêu Vinh.

Khi đến chiếc khinh tốc đỉnh, Vinh mở vòng tay. Khác với khi anh đến, nàng bước nhanh vào. Siết chặt. Anh mỉm cười, nàng mỉm cười. Họ hôn nhau.

Nàng nói, giọng buồn:

- Em chợt nhớ một câu trong Quốc Văn Giáo Khoa Thư: "Ôi! Cảnh biệt ly sao mà buồn vậy!" Thích câu đó lắm mà nào biết buồn ra sao. Bây giờ có phần thấm thía.

Vinh cười, giọng đùa xót xa:

- Em chỉ "có phần" nhưng anh thì "toàn phần"!

Rồi vội nhấc chiếc xách tay, cà nhắc bước lên tàu.

Tiếng rền của động cơ khinh tốc đỉnh không át được tiếng Vinh vọng đến:

- Cô giáo sư nhớ về nhận nhiệm sở. Đừng có... khùng!

Như Oanh đứng yên, mỉm cười nhìn theo. Con tàu lướt đi. Dòng nước cuộn lại sau đuôi, trắng xóa, rồi tan vào biển đêm.

CHƯƠNG 5

TRỤC BẮC ĐẢO - HẢI TẶC

Võ Bằng trao công điện cho Hạm phó Tiến vừa bước vào:

- Anh định vị tọa độ, cho biết cách chiến hạm bao xa.

Tiến bước nhanh đến bàn hải đồ, chăm chú đọc:

"Không tuần cho biết có tàu khả nghi đang đánh cá vùng biển Bắc Đảo, tọa độ 10.45N - 104.03E. Yêu cầu quý chiến hạm đến vị trí trên sớm nhất. Tuần Duyên Đĩnh HQ 729 đang trên đường. Phối hợp khám xét và báo cáo kết quả."

Anh đánh dấu nhanh vị trí:

- Thưa Hạm trưởng, khoảng cách 28 hải lý.

Võ Bằng lẩm bẩm như nói với chính mình:

- Tối đa cũng mất hai tiếng... Liệu còn kịp?

Rồi dứt khoát chọn tốc độ khẩn cấp:

- Hai máy tiến full!

Lệnh ban ra. Tiếng chuông truyền xuống hầm máy leng keng. Rồi tiếng động cơ rền rĩ, thân tàu rung nhẹ, mũi tàu hất nước trắng xóa sang đôi bên.

Anh quay qua Hạm phó:

- Kẻ hải trình ngắn nhất. Xong, cho tôi xem.

Tiến nhanh chóng thi hành. Hướng mới qua cạnh một vùng đá ngầm. Nhưng biển hôm nay êm, gió nhẹ, không hải lưu - rủi ro có thể chấp nhận.

- Sĩ quan đương phiên! Cho lái hướng mới.

Thiếu úy Đức bước đến nhìn hải đồ:

- Nhận rõ. Lái hướng 315.

Hạ sĩ Lâm lặp lại khẩu lệnh, hai tay quay bánh lái. Mũi tàu dần quay qua trái. Trên la bàn, các con số dịch chuyển. Khi đúng hướng, anh dõng dạc:

- Hướng 315.

- Lái thẳng!

- Lái thẳng, hướng 315!

- Tốt.

Võ Bằng gật đầu, ra hiệu cho Hạm phó:

- Gọi HQ 729 hỏi vị trí.

Tiến nói qua PRC-46:

- Hải Dương, Bắc Bình gọi.

Tiếng rè rè trước tiếng đáp:

- Hải Dương tôi nghe.

- Anh đến đâu rồi?

- Mới zulu!

- Nếu tới trước, gặp tàu thì chờ. Nếu là ghe, cứ xét.

- Nhận rõ, thẩm quyền.

Tiến cúp máy rồi nhìn Hạm trưởng:

- Tôi có linh cảm... đó là tàu tiếp tế cho Việt Cộng.

- Tôi cũng nghĩ vậy.

- Nhưng theo luật, lãnh hải là 12 hải lý từ bờ. Hai

nước cách nhau dưới 24 thì chia đôi. Tàu kia cách bờ Miên 6, cách Phú Quốc 8. Như vậy... chưa vi phạm.

Võ Bằng mỉm cười:

- Chuyện này các sĩ quan cần hiểu rõ. Hãy nhìn vào hải đồ, các anh thấy vùng biển Bắc Đảo không hề có đường ranh. Nghĩa là, nếu phát hiện vũ khí hay hàng quốc cấm, chúng ta có quyền hành động, bất kể ở đâu.

Tiến do dự:

- Trước kia, cựu Hạm trưởng cũng nói vậy, nhưng không giải thích. Tôi muốn hỏi mà ngại.

- Với tôi, ai có gì thắc mắc cứ nêu. Tôi không hứa trả lời được hết, nhưng sẽ cố gắng.

Tiến ngập ngừng:

- Có thể nào... nhà in hải đồ sơ suất?

- Không thể. Hải đồ Mỹ chi tiết lắm. Đến cả đá ngầm, bãi cạn, xác tàu chìm cũng đánh dấu, thì làm sao lại quên đường biên?

- Nhưng nếu Miên kiện, mình có bị liên lụy?

Võ Bằng nghiêm giọng:

- Theo Công Pháp Quốc Tế, biên giới biển là đường kéo dài từ biên giới đất liền ra khơi. Đường ấy cắt ngang Phú Quốc, phía bắc rộng gấp đôi phía nam. Nên, theo lý, Phú Quốc là của Miên. Nhưng theo Công Pháp, đảo này từ xưa có dân Việt ở, là một đơn vị hành chánh của Việt Nam nên thuộc Việt Nam. Tuy nhiên chủ quyền hàng trăm đảo nhỏ quanh phía bắc thì vẫn còn tranh chấp.

Tiến sốt ruột:

- Vậy nên mới cần đường ranh giới biển!

- Năm 1939, quan Toàn quyền Brévié vẽ một ranh giới gọi là đường Brévié, vòng quanh hai phần ba Bắc Phú Quốc, cách bờ 3 hải lý. Đảo nào trong đường đó thuộc Việt Nam, ngoài thì thuộc Cao Miên.

- Chỉ ba hải lý? Thiệt thòi cho mình quá!

- Có thể ông Brévié nhìn theo thực tế: Việt Nam giữ trọn Phú Quốc thì nên nhường Miên phần biển rộng hơn. Nhưng VN không đồng ý. Cuối cùng, ông xác định rõ: đường Brévié chỉ là ranh giới hành chánh, không phải biên giới quốc tế.

Tiến trầm ngâm:

- Tại sao không chia đôi theo đúng Công Pháp?

- Miên không chấp nhận, nhất định đòi ranh giới hành chánh là hải giới. Đến nay vẫn đang bàn cãi.

- Bàn... suốt 30 năm chưa xong!

- Vì chưa có đường ranh rõ ràng nên Miên thỉnh thoảng đổ quân chiếm các đảo như Kiến Vàng, Kèo Ngựa, Thổ Châu. Và chúng ta phải hành quân giải tỏa. Đó là một trong nhiều lý do cần chiến hạm tuần tiễu vùng này.

Tiến hỏi dồn:

- Trường hợp gặp tàu chở quân Miên, mình phản ứng thế nào?

- Nếu không có bằng chứng đổ quân, cứ theo dõi. Nếu xâm nhập trong 3 hải lý thì bắt, đưa về An Thới. Nếu chống cự - đánh chìm.

Cả đài chỉ huy im lặng. Mắt mọi người dõi về phía chân trời, như tìm tàu Miên đang đổ quân...

***

Võ Bằng chợt cau mày:

- Hạm phó, đã bao lâu rồi tàu mình chưa thực tập tác xạ?

Tiến lắc đầu:

- Thưa, khoảng nửa năm.

- Tôi muốn biết chắc các khẩu súng đều khiển dụng.

Hạm phó đáp vội:

- Để tôi ra lệnh ngay.

- Tốt. Cẩn tắc vô ưu. Cho bắn thử tất cả các ổ súng. Mục tiêu giả định cách 100 thước và 200. Quan sát kỹ. Phải chắc chắn khu vực không ghe tàu.

Tiến bảo sĩ quan đương phiên:

- Nhận còi nhiệm sở tác chiến!

Tiếng còi rú lên từng hồi, giội xuống lòng tàu, lan ra mũi, lái. Các nhân viên chạy vội vào các ổ súng. Tiếng đạn nạp vào nòng khua vang. Các ổ súng báo cáo sẵn sàng.

Võ Bằng đích thân chỉ thị tác xạ. Giọng anh mạnh, rõ ràng, dứt khoát:

- Đại bác 40 mũi. Các đại liên hữu hạm. Mục tiêu hướng 2 giờ, tầm xa 100 mét. Bắn!

Một loạt tiếng nổ giòn giã. Nước biển bắn tung tóe. Chớp sáng rạch qua không khí. Hơi thuốc súng thoảng theo gió.

Võ Bằng ra lệnh tiếp:

- 76 ly, đại liên tả hạm. Mục tiêu hướng 2 giờ. Cách 200 mét. Bắn.

Loạt đạn thứ nhì rung rinh cả tàu. Khói thuốc súng nồng nặc. Từng cột nước bung cao. Võ Bằng hài lòng và cảm thấy yên tâm:

- Giải tán nhiệm sở tác chiến.

Còi vang lên. Mọi người rời vị trí, gương mặt hớn hở. Võ Bằng trở về ghế tựa. Đại úy Cố vấn Mỹ đứng sẵn lúc nào:

- Good afternoon, Cap! Chào mọi người. What's happening?

- Chào Bill. Just gun test!

Anh ra hiệu, cả hai cùng bước tới bàn hải đồ. Võ Bằng chỉ mục tiêu và mục đích đang hướng đến. Có thể có đụng độ.

Cố vấn gật đầu, vẻ quan tâm. Anh cúi xuống mở PRC-46, liên lạc nêu nhu cầu với Trung tâm yểm trợ phi pháo Mỹ.

Võ Bằng trở về ghế ngồi. Trong khi chờ kết quả, hai người trao đổi tâm tình. Cố vấn nói về gia đình: vợ và con gái bốn tuổi. Võ Bằng nửa đùa nửa thật: chưa vợ nhưng có thể có con trai 5 tuổi.

Cả hai đang cười thì máy PRC kêu "tách". Cố vấn áp tai nghe rồi đưa ngón cái chỉ thiên:

- Phi pháo sẵn sàng. Dự trù 20 phút khi được yêu cầu.

- Tốt. Có thể không dùng đến, nhưng sẵn sàng vẫn hơn.

Cố vấn gật đầu, đứng bên hạm trưởng như một minh chứng đồng minh đáng tin cậy.

Biển vẫn yên, sóng lặng nhưng Võ Bằng bỗng mang một linh cảm bất an. Chuyện gì sắp xảy ra ở vùng biển phía trước?

***

Lúc 16 giờ, HQ 729 gọi vào hệ thống PRC:

- Trình Bắc Bình, đã tới điểm hẹn. Đó là một tàu đánh cá không treo cờ, mạn tàu có chữ ngoằn ngoèo. Có thể là tàu của Miên, Thái hoặc Mã Lai.

Võ Bằng đáp gọn:

- Theo dõi. Chờ phối hợp.

Một giờ sau, Võ Bằng cho lệnh ngưng máy, thả trôi, cách mục tiêu 1 hải lý. HQ 729 tiến đến, cập vào. Các sĩ quan họp nhanh đường lối hành động. Các bước được xác định:

1. HQ 729 sử dụng loa và cờ hiệu yêu cầu tàu nghi ngờ cho khám xét. Toán khám xét gồm sáu người: bốn từ HQ 266, hai từ HQ 729 - vũ trang đầy đủ, do Hạm phó Tiến chỉ huy.

2. Khi được đồng ý, HQ 729 cho toán khám xét lên tàu nghi ngờ.

3. Gom toàn bộ thủy thủ tàu nghi ngờ về boong trước, trừ thuyền trưởng phải đi cùng toán khám xét.

4. HQ 266 yểm trợ hỏa lực trong mọi tình huống xấu.

5. Nếu phát hiện vũ khí, ma túy, hoặc không có giấy tờ hợp lệ: lập biên bản, thu tang vật.

6. Nếu là tàu Miên chở quân: theo dõi sát. Khi có hành vi đổ quân, bắt giữ. Chống cự, tiêu diệt.

7. Nếu tàu nghi ngờ bỏ chạy: bắn cảnh cáo ba lần. Sau đó, trực xạ.

Kế hoạch thực hiện ngay sau phiên họp. HQ 729 rẽ sóng tiếp cận, mở loa gọi tàu nghi ngờ:

- Đây là Hải Quân Việt Nam Cộng Hòa. Tàu bạn đang ở khu vực giới hạn. Yêu cầu cho khám xét!

Tàu nghi ngờ im lặng, có dấu hiệu cho máy khởi động. HQ 729 lại kêu gọi, quơ cờ hiệu. Tàu nghi ngờ tăng tốc, đổi hướng, bỏ chạy.

Võ Bằng lạnh giọng:

- HQ 729 vòng mạn tả. HQ 266 giữ mạn hữu. Tạo thế gọng kềm.

Hai chiến hạm tăng máy tối đa, chia hai hướng khóa đuôi tàu lạ. Võ Bằng ra lệnh dứt khoát:

- Đại liên mạn tả. Tác xạ chỉ thiên!

Một loạt đạn nổ rền. Vệt khói vẽ thành vòng trên cao. Nhưng tàu nghi ngờ vẫn ngoan cố, tiếp tục zig-zag. Võ Bằng la to:

- Bắn một tràng ngay trước mũi!

Đạn đại liên gầm rít, nước tung trắng xóa. Sau lái khói đen cuộn lên

HQ 729 nêu yêu cầu:

- Trình Bắc Bình, xin cho trực xạ!

Võ Bằng dằn giọng:

- Chờ! 40 ly mũi. Bắn chặn đầu lần hai.

Tiếng nổ dội vang. Sóng biển văng cao như ngăn trở. Tàu lạ lắc mạnh, thân nghiêng nghiêng đổi hướng.

Võ Bằng chụp ống liên hợp:

- Hải Dương! Trực xạ vào hầm máy!

Loạt đạn rền vang như trút giận. Cùng lúc, đại

liên của HQ 266 giội thêm một vào mũi.

Qua ống dòm, Võ Bằng thấy một cánh tay giơ lên, vải trắng đang phất loạn xạ. Tàu nghi ngờ giảm tốc, rồi dừng hẳn, lênh đênh.

Hai chiến hạm cùng áp sát. HQ 729 cập vào mạn hữu. Toán khám xét súng lên đạn, nhảy lên boong. Võ Bằng dõi theo từng động tác, tim thình thịch đập.

***

45 phút sau, tiếng Hạm phó Tiến vang qua vô tuyến, dứt khoát mà dè dặt:

- Trình thẩm quyền. Tịch thu hàng trăm gói bột trắng trong tủ ngụy trang cùng một bọc tiền Miên. Giấy hành nghề do Miên cấp. Xin chờ chỉ thị.

Võ Bằng trầm ngâm trước khi quyết định:

- Chuyển toàn bộ tang vật sang HQ 729. Giữ nguyên hiện trường tàu phạm pháp. Sẽ có quyết định sau.

Anh bước nhanh về Phòng Truyền Tin, thảo công điện gửi Bộ Tư Lệnh Vùng:

"Trân trọng kính trình. HQ 266 và HQ 729 đã phối hợp khám xét tàu nghi ngờ. Tịch thu hàng trăm gói bột trắng, nghi là bạch phiến, cùng một bọc tiền Miên. Xin chỉ thị."

Chưa đầy 20 phút sau, công điện chỉ thị:

"HQ 729 hộ tống tàu phạm pháp về An Thới. HQ 266 tiếp tục tuần tiễu trục Bắc Đảo - Hải Tặc."

***

Khi Hạm phó Tiến trở lại tàu, các thủy thủ đón anh bằng ánh mắt rạng rỡ. Có lời hoan hô, có tiếng huýt sáo. Võ Bằng bắt tay chúc mừng.

Hạm phó trình lên Hạm trưởng hai tang vật lạ:

- Thưa Hạm trưởng, ngoài bạch phiến và tiền, còn hai vật lạ: một tượng cá bằng đồng và một khúc gỗ mun quấn vải đỏ. Tôi mang về tàu vì nghĩ Thượng sĩ Châu Lâm người Miên biết xuất xứ.

Cố vấn Mỹ ngắm nghía. Võ Bằng cầm tượng cá, nhìn kỹ từng đường nét tinh xảo. Rồi anh cầm khúc gỗ, ngón tay lướt nhẹ lớp vải đỏ sậm đã phai màu. Gỗ nặng, bóng lưỡng, như có tuổi đời hàng trăm năm. Hạm trưởng không ngăn được tò mò:

- Gọi Thượng sĩ Châu Lâm.

Một lát sau, Châu Lâm bước vào. Người đàn ông tuổi ngũ tuần, da sạm đen, ánh mắt điềm đạm. Anh cúi đầu, hai tay cẩn trọng nâng khúc gỗ, nói chậm rãi:

- Thưa Hạm trưởng, khúc gỗ này là vật linh thiêng của người Miên. Gọi là Neak Ta - người Việt gọi là Ông Tà. Không thờ cúng ở đình làng như Thần Hoàng, Ông Tà thờ ở miếu nhỏ, thường dưới gốc cây lớn hoặc nơi riêng rẽ giữa rừng.

- Lý do thờ cúng?

- Cùng lý do thờ Thần Hoàng: tín ngưỡng bảo vệ làng xã đất nước. Dân Phú Quốc, thờ nhiều ở Gành Dầu, Bãi Thơm, Hàm Ninh, Dương Đông.

Võ Bằng mỉm cười chỉ tượng cá:

- Còn cái này?

- Thưa người Miên gọi là Toh Tey - Cá Voi - vị thần che chở ghe thuyền giữa dông bão. Người Việt có thờ hay không tôi không rõ...

Hạm phó Tiến tiếp lời:

- Người Việt cũng thờ Cá Voi, gọi tôn kính là Cá Ông hay Ông Nam Hải. Suốt miền Trung cho đến miền Nam, các làng chài ven biển hay ven sông đều có lập lăng thờ Cá Ông.

Hạm trưởng lên tiếng:

- Tôi có đến viếng lăng thờ Cá Ông ở Dương Đông. Nghe nói quanh Phú Quốc còn nhiều lăng khác.

Hạm phó Tiến kể:

- Tôi đã có dịp viếng Đình Thần Thắng Tam ở Vũng Tàu, trong đó có Lăng Ông Nam Hải và Miếu Bà Ngũ Hành. Đền thờ trang trọng, uy nghi. Hàng năm đều có tổ chức lễ Nghinh Ông, rất trọng thể.

Thiếu úy Đức cũng chia sẻ:

- Tôi quê Bạc Liêu, đã từng dự lễ Nghinh Ông. Ngày đó trên sông ghe đông như trẩy hội. Trên bờ thì người Hoa, người Miên, người Việt tề tựu. Cả phố ngợp hoa đăng. Người ta còn truyền câu:

Vui gì bằng lễ Nghinh Ông

Đèn hoa, pháo nổ, ngập sông ánh trời

Võ Bằng chậm rãi nói:

- Sử truyền lại rằng khi Nguyễn Ánh bị Tây Sơn truy đuổi đến Soài Rạp, một đôi Cá Ông đã kẹp mạn, đưa thuyền chở ông đến nơi an toàn. Khi lên ngôi, vua Gia Long sắc phong Cá Ông là Nam Hải Đại Tướng Quân.

Thấy Cố vấn đứng ngẩn ngơ, Võ Bằng tóm lược câu chuyện. Đôi mắt Cố vấn mở to, thích thú.

Võ Bằng hỏi Hạm phó:

- Hai vật thiêng này Hạm phó tính sao? Chủ tàu bị đưa về An Thới rồi, chưa chắc gặp lại.

- Tôi tạm giữ. Gặp chủ tàu thì hoàn trả, bằng không, gửi vào biển cả.

Thượng sĩ Châu Lâm ngập ngừng:

- Trường hợp không gặp lại chủ tàu, tôi xin thỉnh về nhà thờ phượng.

Võ Bằng nhìn Hạm phó. Tiến gật đầu:

- Hoan nghênh!

Võ Bằng băn khoăn thầm nghĩ hai vật thiêng này, không biết mang đến cho tàu... may hay rủi! Nỗi băn khoăn biến thành lo lắng khi anh vô tuyến xuất hiện, tay cầm bảng kẹp công điện. Võ Bằng không đợi anh trình báo, cầm ngay đọc:

- "Yêu cầu quý chiến hạm trực chỉ Gành Dầu. Một tàu đang lảng vảng hải phận quốc tế, nghi ngờ chờ tối xâm nhập vùng bắc đảo. HQ 741 đang trên đường đến điểm hẹn. Phối hợp hoạt động ngăn chặn, khám xét. Báo cáo nhận hành."

Anh đưa công điện cho Hạm phó:

- Lại xuất hiện tàu khả nghi. Không chừng phải thức suốt đêm! Đánh công điện trả lời: "Đáp nhận hành". Ghi dấu tọa độ. Kẻ hải trình ngắn nhất đến Gành Dầu. Tăng dần tốc độ đến tiến Full. Khi còn cách 2 hải lý, gọi tôi.

Trong dáng vẻ ưu tư, Võ Bằng bước khỏi đài chỉ huy. Cố vấn lặng lẽ theo sau.

CHƯƠNG 6

CUỘC CHẠM SÚNG ĐẦU TIÊN

Võ Bằng tự pha ly cà phê rồi cầm lên đài chỉ huy. Trời đen đặc. Các nhân viên đương phiên chỉ là những bóng mờ trong ánh đèn đỏ lờ mờ từ vách. Không ai nhận ra Hạm trưởng hiện diện cho đến khi anh lên tiếng:

- Tới đâu rồi?

Trung úy Tài quay lui:

- Thưa, còn 5 hải lý nữa mới tới Gành Dầu.

Võ Bằng tiến tới bàn hải đồ, bật đèn ánh sáng hạn chế. Anh rà ngón tay trên bản đồ. Vị trí vừa ngang qua Rạch Vẹm, địa hình khá lý tưởng để đổ hàng. Nếu chiếc tàu nghi ngờ theo đường này, nó sẽ ủi bãi lúc nửa đêm, đủ thời gian tiếp tế và rút ra trước rạng sáng.

"Phải ra tay khi nó ủi bãi", anh thầm nghĩ. "Lúc ấy, nó khó xoay trở". Nhưng đấy chỉ là phỏng đoán. HQ 266 không thể chần chừ, thả trôi ở đây. Chỉ thị đưa ra là đến tọa độ đã cho. Không đến, để tàu nghi ngờ chạy thoát, biết ăn nói làm sao! Mà đến, gặp nó, liệu một mình có thể thực hiện việc khám xét? Giá như HQ 729 còn phối hợp.

Như đọc được suy tư của Võ Bằng, Bộ Tư Lệnh

Vùng thông báo: Duyên tốc đỉnh HQ 3837 đang trực chỉ Gành Dầu, đặt dưới quyền điều động của HQ 266. Dự trù tới tọa độ khoảng 1 tiếng.

Gió đổi chiều, mát mà ẩm ướt. Sóng cũng bắt đầu ập vào mũi tàu. Tầm nhìn thu hẹp. *Radar* báo cáo bị nhiễu xạ. Rồi mưa như trút nước. Võ Bằng than thầm: "Không lẽ Trời che chở cho kẻ xấu?"

Anh nhớ lời của Tư Lệnh Hải Quân: "Chiến hạm là thế giới cô lập giữa đại dương. Hạm trưởng là người chịu toàn bộ trách nhiệm: sinh mạng thủy thủ và tài sản quốc gia. Thành công thì thăng tiến, thất bại thì có khi biển cả là mồ chôn tất cả." Không! Không thể thất bại.

Một tia sét xé rách bầu trời. Tiếng sấm rền vang từ xa xăm. Võ Bằng châm điếu thuốc, rít sâu. Mùi khói thuốc, mùi khói tàu, mùi muối biển hòa trộn hăng hắc và khô gắt. Anh dụi thuốc vào gạt tàn gắn bên ghế.

Tiếng quan sát viên vang lên:

- Báo cáo. Có ánh sáng nhấp nháy tả hạm.

Võ Bằng đứng phắt dậy, chụp ống dòm, bước qua cánh trái. Anh đưa ống dòm lên mắt. Quả là có ánh sáng lập lòe như tín hiệu morse. Anh ra lệnh:

- Tay lái hết bên trái.

Anh cảm nhận được chiến hạm đang đổi hướng. Số độ trên la bàn giảm dần.

- Tay lái số không. Lái thẳng.

Thủy thủ Bảo đang giữ tay lái nói to:

- Lái thẳng. Hướng 190.

Mũi tàu hướng thẳng vào ánh đèn khả nghi.

Tiếng Võ Bằng:

- *Radar* báo cáo khoảng cách.

- Cách 1500 yards (gần 1400 mét).

- Chiều sâu?

- Chiều sâu 10 fathom (hơn 18 mét).

Gió rít và mưa tạt vào đài chỉ huy. Võ Bằng vừa mặc áo mưa vừa ra lệnh giảm dần tốc độ. Càng gần, hiện ra một chiếc ghe câu nhỏ. Anh ban các lệnh cần thiết để chiến hạm tiến sát ghe câu. Chiếc đèn măng-xông chao đảo theo sóng. Trên ghe, hai người đang thả lưới. Anh hỏi người giăng lưới:

- Bắt được nhiều cá không, các anh?

- Cũng khá rồi. Sáng mai về.

Không thấy gì khả nghi, Võ Bằng cho tiếp tục tiến về mục tiêu. Tiếng từ loa máy truyền tin PRC-46:

- Bắc Bình, đây Hồng Hải.

Sĩ quan đương phiên nhấc máy:

- Hồng Hải. Bắc Bình nghe.

- Tôi đang ngang qua Diên Hồng - Đồng Dao (Dương Đông).

- Đáp nhận. Hẹn gặp.

Võ Bằng cởi áo mưa, vào phòng *radar*. Màn hình rõ nét mũi Gành Dầu, đảo Koh Seh. Không thấy gì khả nghi. Lẽ ra ở vị trí này, *radar* đã ghi nhận tàu nghi ngờ. Hay nó đã bỏ đi? Không thể. Nó không thể đi qua HQ 266 mà không thấy. Nó đã đổi hướng? Hay đang ủi bãi. Đâu lẽ?

Khi Hạm phó xuất hiện, Võ Bằng dặn dò rồi trở lên đài chỉ huy. HQ 3736 báo cáo còn một tiếng nữa mới tới. Anh ngồi vào ghế, nhắm mắt, định thần mong quên đi các mối lo. Nhưng trong đầu lại hiện ra nụ cười tinh quái của Huỳnh Như Oanh. Anh cố xua đi mà hình ảnh như sóng chập chờn.

Anh nhớ đến cựu Hạm trưởng Quang, đổi về làm Tham Mưu Phó Hành quân Vùng 4 Sông Ngòi. Ông vẫn hay thổ lộ: "Làm Hạm trưởng luôn là một vinh dự lớn." Câu hỏi của Huỳnh Như Oanh hiện lên: "Nên chia vui hay chia buồn?"

Hạm phó báo cáo:

- Đài chỉ huy. *Radar* ghi nhận đối vật hướng 11 giờ, cách 8 hải lý.

Võ Bằng ngồi bật dậy:

- Cho biết hướng di chuyển.

- Hướng về Rạch Gầm.

- Máy tiến 3. Tắt hết đèn hải hành.

Mưa vừa tạnh. Mây che ánh trăng. Gió lành lạnh. Bóng tối phủ kín. Không gian lặng lẽ rợn người. Võ Bằng lại nhớ Thiếu tá Quang. Phải chi ông đang là Hạm trưởng của tàu thì anh đâu phải lo lắng thế này. Chỉ mới ngày đầu trở lại biển mà anh đã thấy uể oải. Cái phiền là uể oải không nhằm lúc nhằm chỗ. Bắc đảo chẳng khác gì vùng tự do, tàu đánh cá cả ba nước Miên, Thái, Mã Lai xuất hiện đều đều. Đuổi mệt... không nghỉ!

- Đài chỉ huy. Tàu nghi ngờ cách 6 hải lý. Tốc độ 18 gút (hải lý /giờ).

Võ Bằng hạ giọng:

- Cho máy tiến 3. Lái hướng 300.

Anh đứng nghiêng người, tựa vào thành đài chỉ

huy, ống dòm ghì sát mắt. Linh tính báo tàu nghi ngờ chở vũ khí, đạn dược, lương khô. Sáng nay, Phòng nhì cho biết Phú Quốc có chừng một tiểu đoàn Việt Cộng. Bằng bất cứ giá nào chúng cũng phải xâm nhập tiếp tế.

- Đài chỉ huy. Cách 4 hải lý. Hướng 11 giờ. Tốc độ 16 gút.

Võ Bằng dán mắt vào ống dòm, chửi thầm: "Tổ cha nó! Cũng darken ship!" (tắt hết đèn)

- Cách 3 hải lý. Hướng 10 giờ. Tốc độ 14 gút. Sâu 6 fathom (11 m).

- Cách 2 hải lý. Hướng 10 giờ. Tốc độ 14 gút.

Võ Bằng gằn giọng:

- Cho nhiệm sở tác chiến!

Tiếng còi rú vang dội. Tiếng chân dập dồn. Các ổ súng lao xao. Tiếng lạch cạch của đạn lên nòng. Vẫn giọng rắn rỏi của Hạm trưởng:

- Các trưởng khẩu kiểm soát nhân viên đầy đủ áo giáp nón sắt.

Mọi người trên đài chỉ huy tự động răm rắp tuân hành. Võ Bằng bước đến bàn hải đồ, mở đèn, xem xét thủy đạo địa thế.

Cố vấn bước vào, hỏi khẽ:

- Hi Cap. Xin cho hỏi...

Võ Bằng cho Cố vấn biết chiến hạm đang chận đầu một tàu nghi ngờ. Có thể có chạm súng, HQ 3736 sẽ đến trợ lực. Cố vấn vội về phòng mặc áo giáp...

- Cách 900 feet. Hướng 9 giờ. Tốc độ 14 gút. Đối vật đổi hướng vào bờ.

- Lái hướng 180.

Mũi chiến hạm hướng về tàu nghi ngờ. Võ Bằng cố đoán ý định của địch. Với bờ biển nhiều san hô thế này, hoặc là nó đang liều đổ bộ hoặc đang quay đầu, bỏ chạy.

Anh ra lệnh:

- Giám lộ. Đánh đèn hỏi nó là ai? Đi đâu?

Ánh đèn chớp tắt phóng đi. Ba lần liên tiếp. Không một đáp trả. Rồi bất ngờ vô số tia chớp lóe lên từ tàu nghi ngờ. Một tràng đốm lửa vụt xé màn đêm, lao thẳng về hướng chiến hạm. Những tiếng lốp bốp từ thành đài chỉ huy. Có tiếng la ở khẩu đại liên 50 tả hạm. "Ối, tôi bị rồi!". Võ Bằng la to:

- Trừ 76 ly, tất cả phản pháo. Toán cứu cấp. Có người bị thương mạn tả.

Khẩu 40 ly mũi, các khẩu đại và tiểu liên tuôn ra những làn đạn lửa đáp trả. Tàu nghi ngờ tiếp tục bắn. Hai làn đạn giao nhau như hoa đăng.

Tiếng của Hạm phó:

- Nó quay ngược ra khơi. Cách 1200 feet. Hướng 11 giờ.

Hạm trưởng cao giọng:

- Ngưng bắn. Tay lái hết bên phải. Lái hướng 340. Hỏi HQ 3736 đến đâu rồi?

- Hồng Hải, đây Bắc Bình. Đến đâu rồi?

- Ba hải lý nữa mới tới điểm hẹn.

- Tàu địch đang chạy ngược về Gành Dầu. Cẩn thận! Hỏa lực địch khá mạnh.

- Đáp nhận.

- *Radar* báo cáo. Cách 0,8 hải lý. Hướng 11 giờ. Vận tốc 16.

- Độ sâu?

- Sáu fathom!

Võ Bằng ra lệnh:

- Máy tiến full.

Tiếng Hạm phó từ phòng *radar*:

- Đài chỉ huy. Đối vật cách 1 hải lý. Vận tốc 16.

Võ Bằng vươn người ra ngoài nhìn xuống mạn tả:

- Nhân viên bị thương ra sao?

- Trình Hạm trưởng, đạn trúng đùi. Y tá đang băng bó.

Anh nhìn vào hải đồ:

- Lái hướng 310.

Tiếng hối hả từ phòng *radar*:

- Đài chỉ huy. Đối vật cách 2 hải lý. Tăng tốc 20 gút. Hướng 10 giờ!

Võ Bằng rít qua kẽ răng:

- Chiến hạm run lên bần bật. Hai chân Võ Bằng bám chặt sàn sắt, mắt ghì vào ống dòm. Trên làn sóng nhá nhem, vệt nước trắng xóa mờ dần. Anh tiếc cơ hội lỡ mất. Nếu tàu anh có tốc độ cao, dễ gì nó chạy thoát. Anh bấm bộ liên hợp:

- Hồng Hải, đây Bắc Bình! Đó là tàu Bắc Cộng. Nó khai hỏa và bỏ chạy. Cố gắng truy cản. Tác xạ tự do.

- Đã thấy nó trên *radar*. Cách 2 hải lý. Đang tăng tốc đón đầu.

- Trung úy Tài. Ra lệnh khẩu 76 ly sẵn sàng.

Võ Bằng nói vào loa dẫn đến phòng *radar*:

- *Radar*. Cho khoảng cách và hướng độ tàu địch.

Có lời đáp từ loa. Giọng Võ Bằng khô khan:

- 76 ly 2. Tác xạ 1 đạn soi sáng, tầm xa 3.000 mét, hướng 010.

Tiếng nổ chát chúa vang lên. Chiến hạm rùng mình. Mùi khói tạt vào đài chỉ huy khét nghẹt. Võ Bằng dán mắt vào ống dòm. Một đốm lửa bùng lên lộ dạng tàu địch.

- HQ 3736 báo cáo. Thấy tàu địch. Điều chỉnh qua phải.

Võ Bằng nói to:

- *Radar*. Cho khoảng cách, hướng độ đối vật.

Hạm phó đáp ứng yêu cầu. Giọng Hạm trưởng rắn rỏi:

- 76 ly 2. Tác xạ hai đạn nổ. Tầm xa 3500 mét. Hướng 015.

Hai tiếng nổ vọng về, mơ hồ.

- Bắc Bình. Đây Hồng Hải. Xin ngưng bắn. Tôi đang tiến chận đầu nó.

- Đáp nhận.

Tất cả yên lặng. Võ Bằng hy vọng HQ 3736 chận được và tàu anh sẽ tiến tới, phối hợp tóm gọn địch.

- Đài chỉ huy. Đối vật cách 4 hải lý. Vận tốc 28 gút.

Mười phút sau, duyên tốc đỉnh báo cáo:

- Bắc Bình. Đây Hồng Hải. Tàu địch đổi hướng về Sihanoukville. Không đuổi kịp. Xin cho chỉ thị.

Võ Bằng siết chặt tay ghế, mắt đăm đăm về hướng 1 giờ. Chúng chạy thoát thì thật đáng buồn. Nỗi thất vọng đưa Võ Bằng vào chút hy vọng. Tàu địch cách 4 hải lý vẫn còn trong tầm đạn. Anh hỏi phòng *radar* vị trí mới nhất rồi gằn giọng:

- 76 ly 2. Bắn 4 quả đạn nổ. Tầm xa 7 ngàn mét. Hướng 015.

Bốn tiếng nổ vang rền không xóa tan được nỗi thất vọng. Nhưng bất ngờ một tiếng nổ lớn vọng lại. Và một cụm lửa bùng cao theo nhiều tiếng nổ phụ. Không lẽ tàu địch trúng đạn?

Cố Vấn Mỹ đặt ống dòm rồi bắt tay Võ Bằng:

- *Congratulations! You got it!*

- Hồng Hải gọi Bắc Bình. Dường như tàu địch trúng đạn, bốc cháy. Xin cho đến kiểm soát.

Võ Bằng mỉm cười, bóp ống liên hợp:

- Hồng Hải. Đây Bắc Bình. Nó đã vào lãnh hải Miên. Tránh rắc rối. Tôi rất cần bạn. Đến tôi ngay, giúp đưa một nhân viên bị thương về An Thới.

- Đáp nhận hành.

Võ Bằng cho lệnh giảm máy tiến 3 rồi giao đài chỉ huy cho sĩ quan đương phiên. Anh hối hả xuống boong hỏi han nhân viên bị thương. Cố vấn đứng cạnh. Viên đạn xuyên qua đùi, đã được băng bó. Anh nắm tay Hạ sĩ trọng pháo Lưu văn Nghĩa, giọng thân mật:

- Em yên tâm, vết thương không trầm trọng. Ít phút nữa duyên tốc đỉnh sẽ đưa em về bệnh xá. Em xứng đáng được Chiến Thương Bội Tinh.

Nói xong, Võ Bằng và Cố vấn xuống phòng sĩ quan thảo công điện báo cáo diễn tiến tình hình cuộc chạm súng...

CHƯƠNG 7

TÌNH DUYÊN HẢI

Đúng 11 giờ trưa, phái đoàn chiến hạm Rạch Gầm gồm Hạm trưởng Võ Bằng, Hạm phó, sĩ quan chiến tranh chính trị và ba đoàn viên bước vào bệnh xá.

Mùi thuốc sát trùng hăng hắc quyện với hương trái cây từ giỏ quà đầu giường. Hạ sĩ Nghĩa bắp đùi quấn băng trắng cố ngồi dậy bắt tay từng người. Đôi mắt sáng rỡ, giọng đầy xúc động:

- Xin cám ơn hạm trưởng, quý vị và các bạn.

Võ Bằng tươi cười:

- Mừng em chóng bình phục. Cả tàu gửi lời thăm em.

Hạ sĩ Nghĩa hỏi thăm hoạt động chiến hạm sau ngày anh bị thương. Tiếng cười đùa rôm rả qua lời kể của mọi người. Không còn tàu địch xâm nhập tiếp tế, chỉ bận rộn xua đuổi các tàu đánh cá của các nước láng giềng vi phạm lãnh hải.

Đến trưa, Võ Bằng vỗ vai Nghĩa:

- Hãy an tâm dưỡng thương. Đừng lo nghĩ cho chiến hạm.

- Nhưng em muốn dự chuyến công tác tới.

***

Rời bệnh xá, cả đoàn kéo đi ăn trưa. Hạm phó giới thiệu quán Hải Âu nổi tiếng. Quán nằm cuối con đường độc nhất đầy sỏi đá của khu phố. Thực khách phần lớn là quân nhân. Mùi cá nướng thơm lừng.

Võ Bằng đảo mắt tìm bàn trống, chợt thấy hai bàn tay vẫy ngoắt. Anh vẫy tay đáp lại hai chị em Như Oanh.

Hạm phó khẽ nói:

- Xin Hạm trưởng tự nhiên.

Bà chủ quán dẫn khách đến bàn trống gần đó. Võ Bằng dừng bên bàn hai chị em:

- Chào chị, chào Như Oanh.

Nàng nghiêng đầu, ánh mắt tinh nghịch:

- Chào Hạm trưởng. Mời Hạm trưởng ngồi.

Võ Bằng ngần ngừ. Như Oanh và chị đã ăn xong. Anh nhìn về bàn hạm phó. Trung úy Tiến đưa ngón cái lên trời. Anh miễn cưỡng kéo ghế ngồi xuống. Như Oanh trêu ghẹo:

- Biển chắc hành hạ Hạm trưởng dữ lắm, ăn cá mú nướng bồi bổ nghen.

Giọng nàng mềm như gió biển. Võ Bằng bật cười:

- Cám ơn Như Oanh. Nhưng cá mú nướng phải ăn hai người mới đúng điệu. Hẹn ngày mai.

Nàng cười khúc khích:

- Rất tán thành. Hôm nay thì ăn bún cá đi.

Khi anh gọi bia Budweiser, Như Oanh thoáng sững người. Budweiser cũng là bia của Vinh, bia của mỗi Chủ nhật hẹn hò. Ở đây, cả hai cùng thay thế bằng bia quân tiếp vụ. Chút xót xa chạm tim.

Lương phu nhân lên tiếng:

- Hôm HQ 3736 chở Hạ sĩ Nghĩa về bệnh xá, chúng tôi có tháp tùng Tư lệnh đi thăm. Mừng là viên đạn không chạm xương.

- Chúng tôi vừa thăm Nghĩa. Thấy đã khỏe nhiều.

Lương phu nhân góp thêm vài câu rồi đứng lên:

- Em ở lại trò chuyện với Đại úy Bằng. Chị phải về trước.

Như Oanh gật nhẹ, tim rộn lên theo nhịp hân hoan.

Tô bún cá và chai bia được đặt lên bàn. Võ Bằng khui bia uống vài ngụm. Như Oanh nhắc:

- Anh Bằng ăn đi, nguội mất ngon.

Theo kiểu nhà binh, Võ Bằng thanh toán nhanh tô bún. Nàng lặng thinh nghĩ về một địa điểm chị nàng hứa sẽ đưa nàng đến mà chưa có dịp. Nàng nói:

- Mình ra biển đi.

Võ Bằng bước qua dặn Hạm phó:

- Tìm tôi ở bãi biển, khi cần...

***

Quán Sóng nằm trên bãi cát, mái lợp cỏ tranh, bàn ghế đơn sơ, chỉ bán nước dừa và cà phê. Võ Bằng gọi cà phê phin, Như Oanh chọn nước dừa. Gió biển ùa qua rừng dừa thưa, qua tán dù che bóng mát hai chiếc ghế tựa đặt cạnh nhau. Trước mặt họ là biển xanh bát ngát, hàng chục chiếc ghe câu bồng bềnh, dăm ba người đùa giỡn sóng nước.

Họ im lặng rất lâu, như chờ người kia mở lời

trước. Võ Bằng khẽ hỏi, giọng bâng quơ:

- Người ấy đã từng đến quán này chưa?

Như Oanh khẽ nhíu mày:

- Người ấy?

- Ừ... người ấy.

Nàng bật cười khi hiểu ra:

- Chưa. Đây là lần đầu Như Oanh đến.

Thật may. Nàng nghĩ. Nếu hôm nay vào đúng cái quán hôm trước đi với Vinh, thì không biết trả lời sao! Nàng nhìn quanh. Cái quán đó cách không xa.

- Chỗ này đẹp thật. Lại rất hữu tình.

Nàng đưa mắt nhìn xa khơi, giọng thầm thì:

- Trời cao, biển rộng... tình người có bao la không anh?"

Họ nhìn nhau. Gió biển làm những sợi tóc nàng lòa xòa trước trán. Nàng đưa tay vén. Khuôn mặt như nàng tiên. Anh chàng nào được nàng yêu thương hẳn là kẻ may mắn nhất trần đời. Tiếng Võ Bằng trầm buồn:

- Người ấy... thế nào?

- Thế nào là thế nào?

- Thế nào cũng được. Hỏi để hỏi!

Trả lời sao đây? Không lẽ thẳng thừng đẹp trai, học giỏi, con nhà giàu? Bốn câu thơ của T.T. Kh. bất ngờ hiện ra. Nàng vui vẻ đọc:

Người ấy thường hay vuốt tóc tôi
Thở dài trong lúc thấy tôi vui
Bảo rằng hoa dáng như tim vỡ
Anh sợ tình ta cũng vỡ thôi...

Võ Bằng nhổm người quay sang Như Oanh:

- Sao người ấy lại sợ như vậy?

- Tại Như Oanh có hơi lạng quạng!

- Lạng quạng thế nào?

Thế nào ư? Như Oanh tự hỏi. Vì sao một chàng đẹp trai, học giỏi, con nhà giàu lại không chiếm trọn trái tim nàng? Vì sao một nét mặt hiền hòa, một tia nhìn bình thản, một lối nói không ồn ào lại làm xao động tâm tư?

Như Oanh mỉm cười:

- Anh biết không, anh tò mò thật đấy. Như Oanh sẽ nói nếu anh cho biết tại sao anh thắc mắc!

- Lẽ thường, quen với người nào, người ta đều mong được biết ít nhiều về người đó.

- À, vậy thì xin nói ít nhiều về Như Oanh. Tuổi 22, nghề dạy học, đang sống chung với cha mẹ.

- Sắp đám hỏi thật sao?

- Như Oanh chỉ quyết định sau khi nhận được sự vụ lệnh đi dạy.

- Chỉ có thế mà "Anh sợ tình ta cũng vỡ thôi"?

- Lẽ thường ai đang yêu mà không sợ tan vỡ!

- Như Oanh đánh trống lảng tài thật!

Như Oanh nâng ly nước dừa uống một hơi. Trong đầu nàng trôi về hai ngày đi chơi với Vinh. Chỉ hai ngày đủ cho Vinh nhận ra sóng gió trong lòng nàng. Nàng trầm buồn:

- Khi biết Như Oanh lạng quạng, người ấy đã buông một câu vừa trách móc vừa lo lắng: "Đừng có khùng!"

- Lạ quá! Tôi cũng từng nói câu đó với người tôi yêu.

- Trường hợp nào?

Võ Bằng khuấy tách cà phê, uống vài hớp:

- Do hoàn cảnh đẩy đưa nàng nhận làm vợ một trung úy Mỹ. Trước ngày lên máy bay theo chồng, nàng khóc, nói chỉ cần tôi mở lời, nàng sẽ ở lại. Tôi muốn lắm, nhưng tự xét lương thiếu úy chưa kham nổi một gia đình nên bảo: "Đừng có khùng!"

Như Oanh lặng đi. Sóng vẫn xô bờ mà lòng nàng vỡ òa một nỗi buồn. Nàng nghe tâm hồn chùng xuống, như tấm lụa mong manh giữa gió. Có lẽ Vinh nói đúng. Chẳng qua chỉ là tình cảm nhất thời, như những mối tình mong manh thời trung học. Lãng mạn chỉ khổ thân...

Như Oanh hít một hơi thật sâu, quyết định:

- Sự việc thế này. Hôm anh Bằng rời đi công tác, người ấy tới An Thới. Thấy Như Oanh đón tiếp thiếu nồng nhiệt, không như ở Sài Gòn, nên khi chia tay người ấy khuyên: "Đừng có khùng". Anh Bằng thấy... đúng phải không?

Võ Bằng trầm ngâm phút giây rồi chậm rãi đáp:

- Câu trả lời là thế này. Ngay đêm đầu tiên gặp Như Oanh, tình cảm tôi đè nén bấy lâu bỗng bùng vỡ. Trí óc tôi bảo không nên, nhưng trái tim lại khuyên: "Đừng có khùng!"

Một làn sóng xúc động ập vào tâm hồn Như Oanh. Nàng cúi mặt, lặng lẽ cân nhắc lòng mình. Một cơn gió mạnh thổi qua, chiếc nón của nàng bay tạt về phía anh. Võ Bằng đưa tay giữ lại đúng lúc nàng với sang.

Các đầu ngón tay như dòng điện chạm nhau. Cả hai lặng người, nghe rõ nhịp tim hòa nhịp sóng.

Võ Bằng nghiêng người nhìn khuôn mặt nàng, khuôn mặt đã ám ảnh anh suốt chuyến công tác. Khuôn mặt thiên thần đó, những nét mềm mại vương vài sợi tóc lòa xòa. Đôi mắt hút hồn. Đôi môi gợi cảm.

Như Oanh cầm về chiếc nón, giọng nói như gió thoảng:

- Anh Bằng gắn bó với biển từ bao giờ?

- Sau năm thứ nhất đại học. Tôi không chọn biển mà biển chọn tôi.

- Là sao?

- Thằng bạn học muốn gia nhập Hải Quân, rủ rê tôi đi cùng. Tôi chê. Học tiếp. Từ quân trường, nó viết thư kể chuyện hấp dẫn. Thế là đi. Đi rồi mới... mê biển!

Oanh gật đầu, nâng ly uống ừng ực. Nước dịu ngọt giúp nàng ngọt lời hơn:

- Trường hợp Như Oanh cũng vậy. Bà chị rủ rê ra Phú Quốc, bảo bốn bề là biển, sóng vỗ về ngày đêm. Thế rồi đâm ra yêu biển, yêu sóng gió và khùng nhất là yêu luôn... chiến hạm! Yêu mà sợ!

- Sợ nhớ hay sợ... phải quên?

- Cả hai.

Võ Bằng nhìn nàng, ánh mắt dò xét:

- Tôi không biết chừng nào Như Oanh về Sài Gòn, nhưng nếu tôi nói tôi muốn Như Oanh ở lại, liệu tôi có bị cho là... khùng?

Nàng làm mặt giận:

- Đâu dám!

- Vậy Như Oanh ở lại?

- Có muốn cũng không thể. Như Oanh phải về đi dạy. Người ấy ra đây để trao lệnh bổ nhiệm. Như Oanh phải về chuyến bay sớm nhất.

Họ im lặng rất lâu. Biển mênh mông như hòa chung nỗi buồn. Võ Bằng trầm giọng:

- Tám ngày qua, hẳn Như Oanh dành hết cho người ấy?

Nàng mỉm cười, thoáng bối rối:

- Phần nào thôi!

- Phần còn lại?

- Trông ngóng... Rạch Gầm!

Như Oanh giận cho mồm miệng nhanh nhẩu đoảng. Nhưng Võ Bằng như không quan tâm, tiếp tục thắc mắc:

- Hôm nay Như Oanh thảnh thơi thế này chắc người ấy đã rời An Thới?

- Người ấy mới ở hai ngày thì Sài Gòn triệu hồi về gấp!

- Nếu cho là tôi quá tò mò, thì miễn trả lời: hai ngày đó... thế nào?

- Rất vui. Nhưng sau khi người ấy đi rồi thì không nhớ lắm!

- Nghĩa là có nhớ?

- Có chứ, bốn năm yêu nhau mà!

Võ Bằng lặng thinh. Nàng không hối hận. Sự việc rõ ràng, nàng nói khác, anh biết ngay nàng nói dối!

Một đám mây trôi qua mặt trời. Gió mát hơn giúp nàng dễ thở hơn. Nàng đổi giọng vui vẻ:

- Ngày mai anh Thám đưa tụi em đi Dương Đông mua vé máy bay. Khi về, Như Oanh sẽ xuống Rạch Gầm...

Nói xong, nàng nghe mặt nóng bừng. Võ Bằng hân hoan gật đầu:

- Tôi sẽ chờ...

Như Oanh nghiêng người tránh tia nhìn đam mê. Rặng dừa ôm lấy các tán dù trên bãi cát trải dài. Nàng quay lại, mỉm cười:

- Ai đặt cái từ "duyên hải" nghe hay thật. Duyên là duyên gặp gỡ. Hải là biển. Gặp nhau ở biển.

Võ Bằng bật cười thích thú:

- Sáng tác nghĩa mới thật tuyệt. Đúng là giáo sư Việt văn!

Như Oanh mỉm cười, như trêu chọc:

- Cho nên về đất liền là hết duyên hải!

Võ Bằng choáng váng. Như Oanh tàn nhẫn quá. Niềm vui trao chưa kịp nhận đã vứt bỏ. Số mình sao cứ là số... vô duyên! Đụng cô nào là cô nấy đi lấy chồng!

Hai người nằm lặng im bên nhau rất lâu, như đã nói hết với nhau lần cuối.

Rồi họ rời quán, đi dọc theo bãi. Như Oanh nhớ lần đi với Vinh vui thích đuổi còng, nhặt vỏ sò dọc bãi Chướng, Hòn Thơm. Lần đó, mới tuần rồi... Thế mà hôm nay, đi với người mới quen, nàng chỉ lo ngăn cản những cảm giác lạ lùng.

Rồi một lần, bàn tay Võ Bằng chạm tay nàng và nắm chặt. Nàng không rút lại. Không ai nói gì. Tiếng sóng ập vào ghềnh, tiếng gió len qua cành lá hòa với nhịp đập rộn ràng của hai con tim.

Giọng trầm buồn của Võ Bằng:

- Có thật rồi mình sẽ không còn gặp nhau?

- Em không biết. Em cần thời gian xét lại lòng mình. Khi mãn công tác, trước khi về Sài Gòn, anh hãy gặp chị em. Nếu chị chuyển lời, tức là em đã chọn...

Họ dừng lại nơi mép sóng. Như Oanh khẽ choàng tay qua lưng anh, cúi mặt nhìn nước tràn vào chân rồi rút đi như cuộc tình đến rồi rời xa.

Anh đứng lặng, mắt dán vào đường chân trời, nơi biển và trời hòa làm một. Thì sao với anh và nàng, hai người sẽ mãi hai nơi? Chẳng lẽ đời anh bao giờ cũng vẫn chỉ có biển và con tàu?

Và sẽ buồn hay vui khi mang thêm dư âm cuộc tình... duyên hải?

CHƯƠNG 8

TỪ AN THỚI ĐẾN NAM DU

Khi Võ Bằng bước vào phòng họp, các sĩ quan đã tề tựu đông đủ, kể cả cố vấn. Tất cả đứng lên chào. Anh đáp lễ bằng một cái gật nhẹ rồi ra hiệu mời ngồi.

Từ ghế đầu bàn, anh nói chậm rãi đủ để cố vấn cũng theo kịp:

- Chúng ta sẽ đảm trách tuần tiễu trục Nam Du - Bà Lụa trong 8 ngày, ngăn chặn Bắc Cộng tiếp tế người và vũ khí cho 2 sư đoàn của chúng hoạt động vùng Rạch Giá - Cà Mau, mà cũng có thể là cho cả miền Tây. Đây là vùng tiếp tế quan trọng và thuận lợi cho chúng vì ven bờ có nhiều cửa sông kín đáo, ngoài biển lại có nhiều đảo nhỏ trú ẩn. Tàu tiếp tế chỉ việc hoặc chạy thẳng vào bờ hoặc chuyển hàng lên đảo rồi từ từ đưa vào bằng ghe. Với ghe, chúng dễ phi tang bằng cách tuôn hàng xuống biển khi thấy tàu tuần tiến tới.

Võ Bằng tiếp tục sau khi nhìn cố vấn Mỹ tỏ dấu đã hiểu:

- Tàu Bắc Cộng có tốc độ cao, ngụy trang tàu đánh cá nhưng trang bị vũ khí. Khi bị chặn xét, chúng chạy thoát ra hải phận quốc tế; nếu bị dồn vào thế cùng, chúng liều mạng nổ súng. Sĩ quan đương phiên không được tự tiện khám xét. Tùy tình hình, chúng ta tăng cường đơn vị bạn. Đơn vị bạn vùng này cũng đông hơn: chiến hạm của Đệ Thất Hạm Đội, các chiến đỉnh của Hải Đội 4, nhiều chiến thuyền của các Duyên Đoàn.

Anh trao bao thư mật cho sĩ quan truyền tin:

- Chuẩn bị sẵn sàng máy và tần số liên lạc.

Ánh mắt Võ Bằng lướt qua mọi người:

- Có trưởng ban nào gặp trở ngại?

Những cái lắc đầu. Vài tiếng "không" gọn lỏn.

Võ Bằng nhìn Hạm phó:

- Anh cho tập họp nhân viên thông báo mỗi ngày làm việc như thường lệ, trừ cuối tuần. Đặc biệt gõ sét, sơn lót, tu bổ súng và sẵn sàng đạn.

Võ Bằng đứng lên, giọng rắn rỏi:

- Hạm phó tập họp xong, chúng ta tách bến!

***

Trong tiếng động cơ rầm rì, tiếng leng keng đổi vận tốc, Trợ Chiến Hạm Rạch Gầm tách khỏi cầu, hướng ra biển. Võ Bằng quay nhìn ngôi nhà tiền chế trên đồi, nơi tiên nữ bất ngờ giáng trần đã "giáng" xuống anh một đòn ngơ ngẩn. Một chút bồi hồi nhớ nhung... Anh tự hỏi, giả sử Huỳnh Như Oanh còn ở An Thới, nàng có ra bến tàu tiễn đưa? Tiếng xạc xào nhịp nhàng của mũi tàu chẻ nước gợi nhớ buổi chia tay nơi bãi biển chiều hôm trước. Anh như còn thấy bàn tay vẫy cùng nụ cười buồn của nàng.

Sáng hôm qua, anh bỏ tiền riêng nhờ nhà bếp nấu một bữa ăn tối tương đối thịnh soạn thết đãi

Như Oanh, nhưng tiên nữ lại... bỏ "về trời". Sáu giờ chiều, bàn ăn sẵn sàng thì một thủy thủ từ nhà Tư lệnh đến trao cho anh phong thư. Anh đã vội mở và thẫn thờ đọc mấy dòng chữ: "*Như Oanh xin lỗi anh Bằng. Đến Dương Đông, máy bay có sẵn nên không thể trở lại An Thới viếng chiến hạm như đã hứa. Xin nhắc: trước khi anh về Sài Gòn đừng quên gặp chị của Oanh.*"

Biển sáng nay thật êm, chỉ gợn sóng lăn tăn đủ để dâng nỗi buồn thêm da diết. Ánh xám của mây khiến màu biển thêm xanh. Vài chiếc ghe câu thả lưới thong thả. Dăm con hải âu chao lượn nhởn nhơ. Đài chỉ huy im lặng như đang chiêm ngưỡng vẻ đẹp ban mai trên Hòn Dừa.

Chiến hạm vừa qua khỏi đảo đổi hướng về Hòn Dăm Ngoài rồi trực chỉ quần đảo Nam Du, đoạn đường 30 hải lý, ba tiếng hải trình. Quá dài cho một vùng biển quang đãng, không đá ngầm, chỉ lác đác vài chiếc ghe nhỏ...

Chẳng lẽ cứ ngồi nhìn mây nước mà nhớ bóng dáng Như Oanh? Võ Bằng ngăn tiếng thở dài. Coi như hết rồi... Hãy quên đi như đã từng quên...

Nhưng làm gì để quên bây giờ? Một ý nghĩ vụt qua. Võ Bằng chợt nhớ môn học "Tổ Chức Chiến Hạm". Đây chính thời điểm thích hợp để tìm hiểu từng sĩ quan thuộc quyền. Anh quay sang Hạm phó đang đứng bên cánh tả:

- Anh Tiến, thông báo cho tất cả sĩ quan: tôi muốn gặp riêng từng người, theo thâm niên. Quân phục làm việc. Trình diện ở phòng Hạm trưởng. Mười lăm phút nữa, bắt đầu là Hạm phó.

Võ Bằng đứng lên. Tiếng hô "Nghiêm" tiễn Hạm trưởng rời đài chỉ huy.

Về buồng, mở tủ lấy quân bạ sáu sĩ quan, anh ngồi vào bàn đọc nhanh từng hồ sơ. Đúng giờ, tiếng gõ cửa vang lên.

Hạm phó Tiến bước vào, chào kính, giọng rắn rỏi:

- Hải Quân Trung úy Phạm Lê Tiến trình diện Hạm trưởng.

Anh nghe lòng bồi hồi chen lẫn hãnh diện. Mới đây thôi, anh trình diện Mặt Trời. Đó là lần chót chỉ chuyên làm thuộc cấp trình diện. Hôm nay lần đầu anh được lên hàng... thượng cấp! Võ Bằng thấy rộn ràng. Anh nhìn thẳng vào mắt người đối diện, tay chỉ ghế:

- Mời ngồi.

Khi thấy Trung úy Tiến đã an vị thoải mái, Võ Bằng tiếp:

- Anh quê quán Long An, còn tôi Châu Đốc, cùng là dân miền Tây. Tình cảm ra sao?

Tiến tỏ vẻ ngạc nhiên rồi mỉm cười:

- Thưa... đang yêu.

Võ Bằng nhớ đến tình cảm lang bang của mình, cười hỏi:

- Một hay nhiều?

- Một là quá đủ, thưa Hạm trưởng.

- Dự tính xây dựng gia đình?

- Thưa, chắc năm tới.

Võ Bằng gật đầu hài lòng:

- Nhớ mời tôi nghen!

- Chắc chắn, thưa Hạm trưởng.

- Anh tốt nghiệp khóa 12?

- Thưa phải.

- Theo quân bạ, anh đi biển từ ngày ra trường đến nay, liên tục 6 năm. Kinh nghiệm đi biển của anh tương đương tôi. Với anh, anh tin vào điều gì nhất?

Hạm phó Tiến nhíu mày:

- Xin Hạm trưởng giải thích rõ hơn!

- Tôi muốn hỏi, để thành công trong việc chỉ huy một chiến hạm, anh tin vào điều gì nhất?

- Thưa, kỷ luật và tình đồng đội.

- Đó là một phần trong các nhiệm vụ khó khăn của một Hạm trưởng. Ngoài ra, còn phải áp dụng mọi biện pháp để giữ an toàn cho thủy thủ đoàn và cho chiến hạm. Anh tin mình sẽ hoàn tất nhiệm vụ để sẵn sàng chức vụ mới?

- Thưa, tôi sẽ tận tâm tận lực thực hiện.

- Theo Huấn thị Điều hành Căn bản, Hạm phó là người kế nhiệm Hạm trưởng. Anh là người trực tiếp quản trị và điều hành các ban. Tôi sẽ thông báo cho anh mọi tin tức liên quan đến chiến hạm để anh thông suốt khi thi hành mọi mệnh lệnh của tôi.

- Tôi hiểu, thưa Hạm trưởng.

- Ngược lại, anh phải báo cáo cho tôi tất cả các vấn đề liên quan đến thủy thủ đoàn và chiến hạm. Phải luôn luôn cảnh giác, đừng chủ quan.

- Tôi hiểu, thưa Hạm trưởng.

- Tốt! Anh đã có một năm làm hạm phó tuần duyên hạm và một năm ở tàu này. Kỳ bình điểm cuối năm, tôi sẽ đề nghị anh đủ khả năng làm hạm trưởng.

- Xin cám ơn Hạm trưởng.

- Ngoài chức vụ Hạm phó, anh còn kiêm nhiệm sĩ quan chiến tranh chính trị. Nhớ duy trì lớp chính huấn hàng tháng. Phải luôn nâng cao tinh thần tích cực chống Cộng.

- Tuân lệnh.

- Tôi rất vững tâm nơi anh. Cám ơn anh.

Hạm trưởng chìa tay. Hạm phó đứng lên nghiêng người nắm bắt rồi xoay nửa vòng rời phòng.

***

Trung úy Đặng Thành Tài, Trưởng ban Hải hành bước vào. Võ Bằng hài lòng nhìn lối đi mạnh dạn, chào kính đúng quân cách, thân mật hỏi:

- Anh khóa 13, quê quán Nha Trang?

- Thưa phải.

- Tôi có nhiều kỷ niệm với Nha Trang. Thời đi học, lẫn thời quân trường. Còn anh, nơi nào tặng anh kỷ niệm sâu đậm nhất?

- Thưa, Mỹ Tho. Tôi ở đó liên tục 5 năm. Từ sĩ quan mới ra trường lên đến Giang đoàn trưởng.

- Vậy mà lại xuống chiến hạm làm sĩ quan đệ tam?

- Thưa, tôi tình nguyện xin được trở về với biển.

- Đã đi biển bao lâu?

- Thưa 8 tháng trên Hải vận hạm HQ 410.

- Trong 8 tháng ở biển, anh có kinh nghiệm nào đáng nhớ, đáng học?

- Thưa, trải qua hai trận bão. Cứ sợ tàu chìm.

Võ Bằng nhìn bộ mặt rắn rỏi của Tài:

- Vậy thật ra anh thích chiến hạm hay thích giang đoàn? Trong sông không sóng gió.

Tài nhìn huy hiệu "bánh xe nước mía" trên túi áo của Hạm trưởng:

- Thưa, dĩ nhiên là chiến hạm. Tôi lúc nào cũng mong tới ngày được đeo huy hiệu Hạm trưởng.

Võ Bằng mỉm cười:

- Đi biển, điểm mạnh nhất của anh là gì?

- Hải hành. Tôi có thể định vị chính xác chiến hạm ngày như đêm.

- Anh đã chứng tỏ qua chuyến công tác vừa rồi. Còn điểm yếu?

- Vẫn còn say sóng.

- Đa số mới đi biển đều say sóng. Rồi sẽ quen. Khi Hạm phó Tiến rời tàu, anh sẽ lên thay. Lúc đó anh sẽ quên ói mửa.

Cả hai cùng cười. Giọng Tài hân hoan:

- Cám ơn Hạm trưởng.

- Cám ơn anh.

***

Trung úy Bùi Anh Tuấn, Trưởng ban Truyền tin, An ninh trình diện đúng quân cách.

- Khóa 14 và quê quán Rạch Giá?

- Thưa phải.

Võ Bằng gục gặc đầu:

- Tôi rất thích bún cá Rạch Giá! Còn anh, vì sao bỏ Rạch Giá và chọn Hải Quân?

- Thưa Hạm trưởng, món nào ăn hoài rồi cũng ngán. Tôi gia nhập Hải Quân để đổi món.

Cả hai cười vang. Võ Bằng nói:

- Anh thấy sao về hai món Truyền tin và An ninh?

- Khó nuốt nhưng phải ráng!

- Anh học về an ninh ở trường Quân Báo Cây Mai?

- Thưa phải!

- Các chức năng chính về an ninh là gì?

- Thưa, thứ nhất thu thập tin tức về địch; thứ hai phân tích, tổng hợp, đánh giá; thứ ba khai thác, tức là suy đoán ý đồ và tiên đoán hành động của địch; thứ tư bảo vệ an ninh cơ sở; thứ năm đề phòng địch xâm nhập hệ thống truyền tin và thứ sáu, ngụy tạo tin tức đánh lừa địch.

- Trong chức năng an ninh chiến hạm, anh có những biện pháp nào? Đây là vấn đề tôi quan tâm hàng đầu.

- Thưa kiểm soát chặt chẽ xuất nhập. Khóa an toàn kho vũ khí. Bảo vệ tài liệu kín, mật. Sàng lọc nhân viên. Phân định khu vực cấm, hạn chế...

- Tôi hài lòng thấy anh rất thuộc bài. Điều quan trọng là anh phải thực hiện thật nghiêm chỉnh.

- Xin tuân lệnh.

- Còn truyền tin, cũng quan trọng không kém. Anh phải nắm vững các thiết bị, công suất, tần số và các đặc điểm của mọi máy phát, thu. Một chiến hạm tê liệt truyền tin giống như một người vừa câm vừa điếc. Anh phải thường xuyên đôn đốc nhân viên học hỏi, bảo trì. Cám ơn anh.

***

Một anh chàng trẻ trung, to con, quân phục chỉnh tề, khuôn mặt trẻ trung, nghiêm nghị đến chào kính rồi mạnh dạn lên tiếng:

- Hải Quân Thiếu úy Dương Công Đức. Khóa 15, quê Hố Nai. Hai chức vụ: Vận chuyển và Ẩm thực.

- Ra trường năm nào?

- Thưa, 1967.

- Đến hôm nay, anh đã đủ 2 năm lên Trung úy rồi. Chừng nào đeo lon mới?

- Thưa, nghe bạn ở Phòng Tổng quản trị nói đã có quyết định thăng cấp, sắp phổ biến.

- Khi nhận được quyết định, tôi sẽ tổ chức tiệc để cả tàu chia vui cùng anh.

- Xin cám ơn Hạm trưởng.

- Ba mẹ còn đủ?

- Thưa còn.

- Hôm tiệc thăng cấp, nhớ chuyển lời tôi mời ba mẹ anh tham dự.

Thiếu úy Đức nói với giọng xúc động:

- Xin cám ơn Hạm trưởng.

- Anh đang giữ cùng lúc hai chức vụ quan trọng: Vận chuyển và Ẩm thực. Có gì khó khăn cần giải quyết?

- Về Ẩm thực, hôm trước tôi đã trình Hạm trưởng là chợ An Thới thiếu rau thịt...

- Chuyến này tôi sẽ cho đi chợ Rạch Giá. Còn gì nữa?

- Thưa, chỉ có thế.

- Hãy cố gắng cho anh em ăn ngon, đầy đủ. Tôi

không muốn nghe lời than phiền.

- Nhận rõ.

- Còn về ngành Vận chuyển. Hãy nhớ, có một sự việc hiếm khi xảy ra nhưng lại xảy ra bất ngờ cùng với tử thần. Phải sẵn sàng cho nhiệm sở đào thoát. Anh có thường xuyên kiểm tra ca-nô và lương khô?

- Thưa có. Ca-nô tình trạng khiển dụng. Lương khô đến năm tới mới hết hạn.

- Đầy đủ các phao cá nhân cho từng anh em?

- Thưa đầy đủ.

- Trái sáng? La bàn? Dụng cụ câu cá? Dụng cụ tạo nước, chứa nước?

- Thưa đầy đủ.

- Cám ơn anh.

Thiếu úy Đức vừa xoay người ra cửa thì tiếng điện thoại nội bộ reo vang. Võ Bằng nhấc máy:

- Hạm trưởng nghe đây.

- Thưa, có tàu xuất hiện và có đánh đèn "Chào Hạm trưởng Võ Bằng".

Võ Bằng vội bước ra ngoài, báo hai sĩ quan còn lại trình diện dịp khác rồi bước nhanh lên đài chỉ huy. Qua ống dòm, Võ Bằng đọc trên mạn tả trước mũi các chữ số trắng nổi bật: HQ 015. Đó là chiến hạm rời vùng về nghỉ bến và tàu anh đến thay thế. Anh lật tập danh sách Hạm Trưởng đương nhiệm. Hạm trưởng HQ 015 là Hải Quân Thiếu tá Trần Văn Quý, khóa đàn anh. Võ Bằng ra lệnh:

- Thủ tục chào kính Hạm trưởng thâm niên.

Khi hai chiến hạm ngang nhau, một hồi còi dài lanh lảnh nổi lên. Mọi người trên đài chỉ huy đứng nghiêm. Võ Bằng đưa tay chào và nhận chào đáp của Hạm trưởng HQ 015. Qua tiếng còi vọng đến giữa trời biển bao la, anh chợt nghe lòng ấm lại: tình đoàn kết thương yêu giữa những người lính biển và những con tàu vẫn luôn bền chặt.

Chiếc HQ 015 vừa qua khỏi, Cố vấn Mỹ nói với Võ Bằng:

- Tôi vừa nhận tin, có một tàu khá lớn lảng vảng ngoài khơi, gần đảo Thổ Châu. Nghi ngờ đợi trời tối xâm nhập vùng Cà Mau, Rạch Giá. Sẽ có tin thêm.

Võ Bằng từng tuần tiễu vùng quần đảo Thổ Châu, là tiền đồn của lãnh hải Việt Nam trong vịnh Thái Lan, cách An Thới 100 cây số về phía tây nam. Tàu nghi ngờ còn trong vùng trách nhiệm của chiến hạm bạn. Tối xâm nhập thì tối tính. Bây giờ nghỉ ngơi lấy sức trước đã. Anh dợm bước đến cầu thang dẫn về phòng riêng thì máy PRC-46 phát thanh:

- Bắc Bình, đây Thái Dương.

Anh trở lui, mở danh sách truyền tin. Thái Dương là ám danh Bộ Tư lệnh Vùng 4 Duyên Hải. Anh bấm máy phát:

- Bắc Bình nghe Thái Dương.

- Không tuần cho biết có một tàu khả nghi đang ủi bãi Vàm Kim Qui. Yêu cầu quý đơn vị đến yểm trợ hỏa lực và phối hợp khám xét.

- Đáp nhận hành.

Võ Bằng gác máy, đo đạc. Cũng phải chiều tối mới đến vị trí chỉ định. Anh cho tăng tốc rồi vẩn vơ thầm nhủ:

- Tối nay lu bu lắm đây!

CHƯƠNG 9

ĐÊM TRÊN QUẦN ĐẢO NAM DU

Chiều xuống, lúc 5 giờ, chiến hạm vừa đến Vàm Kim Quy thì công điện từ Vùng 4 chuyển đến 'để thông báo': *"Phóng pháo cơ đã tiêu diệt tàu xâm nhập. Kết quả địch 2 chết, 3 bị thương. Súng đạn và thuốc men đã thu, chiến thuyền giải giao về Rạch Giá."*

Công điện thứ hai gửi trực tiếp cho Rạch Gầm: *"Yêu cầu quý chiến hạm trở lại vùng trách nhiệm".*

Võ Bằng ngồi lặng thinh, ngước nhìn ra biển. Vẫn là trục quen thuộc mà đầy rẫy hiểm nguy. Anh tính nhẩm: ba ngày cho 20 đảo hoang Nam Du, rồi còn chuỗi ngày vất vả hơn ở Bà Lụa. Nhưng ít ra, Bà Lụa gần An Thới hơn. Gần hơn bóng dáng Như Oanh. Có lẽ giờ này nàng đã có tin nhắn cho chị mình...

Từ Vàm Kim Quy đến Nam Du cần 3 tiếng cho 30 hải lý. Võ Bằng thấy đủ thì giờ cho cơm chiều và tiếp tục cuộc gặp gỡ ban tham mưu.

Sau bữa ăn, Võ Bằng chỉ thị Thiếu úy Lũy, Thiếu úy Quang và Quản nội trưởng lần lượt trình diện vào lúc 7 giờ.

***

- Hải Quân Thiếu úy Đỗ Văn Lũy trình diện Hạm trưởng.

Cách chào kính mạnh mẽ, khuôn mặt trang nghiêm, thế đứng cứng cỏi. Giọng Huế như lần mò vào tim óc gợi nhớ những mối tình xa xưa. Nào Tuyết, nào Hiền, nào Hồng. Võ Bằng mỉm cười:

- Nghỉ. Mời ngồi.

Anh mở sổ quân bạ:

- Anh ở đường Trần Hưng Đạo, đoạn nào?

- Thưa, ngang chợ Đông Ba.

- Tôi từng đến chợ Đông Ba ngay sau Tết Mậu Thân. Khi ấy, chợ xác xơ lắm!

- Thưa Hạm trưởng, bây giờ đông đúc như xưa rồi. Tôi vừa về thăm ba mạ trước khi tàu công tác.

"Ba mạ" - hai tiếng gợi nhớ Hồng và đứa con nuôi. Anh thoáng bâng khuâng, rồi hỏi tiếp:

- Anh khóa mấy?

- Khóa 16, thưa Hạm trưởng.

- Với chức vụ trưởng ban trọng pháo, anh hoàn thành thế nào?

- Thưa, rèn luyện nhân viên tác xạ chính xác. Bảo trì vũ khí các loại. Kiểm soát chặt chẽ xuất nhập. Tiếp nhận đạn dược, cất giữ, di chuyển an toàn. Bổ sung kịp thời súng hư hỏng và đạn tiêu thụ.

Võ Bằng mỉm cười:

- Riêng cá nhân anh, có tiêu thụ đạn bừa bãi không?

Thiếu úy Lũy cố giữ mặt nghiêm trang:

- Thưa không.

- Tốt. Giữ như vậy. Đừng để mang tai tiếng Hải Quân.

- Đáp nhận.

- Tôi rất hài lòng và tin tưởng ở anh. Cám ơn anh.

Cũng như khi đến, Lũy trịnh trọng chào rồi quay lui.

Sĩ quan Cơ điện và Phòng tai bước vào:

- Hải Quân Thiếu úy Ngô Quang trình diện Hạm trưởng.

Võ Bằng chào đáp:

- Mời ngồi.

Quang ngồi, hai tay trên đùi. Các móng tay hơi đen, có lẽ do dầu mỡ.

- Vì sao anh chọn ngành máy móc mà không là chỉ huy?

- Thưa, tôi rất mê máy móc. Thích nghiên cứu cách nó vận hành.

- Chắc anh đồng ý: tàu hư máy thì coi như vừa đui vừa què. Chuyến vừa rồi, các máy chánh máy điện đều vận hành hoàn hảo. Rất đáng khen.

- Cám ơn Hạm trưởng.

- Còn về phương diện phòng tai. Hãy luôn giáo dục phòng ngừa tai nạn. Nhắc nhở nhân viên an toàn là trách nhiệm mỗi người. Phổ biến các kinh nghiệm sai lầm của người khác để học hỏi cách phòng ngừa. Đặc biệt chú tâm phát hiện hỏa hoạn, phá hoại, tấn công...

- Nhận rõ, thưa Hạm trưởng.

- Anh có nguyện vọng gì không?

- Thưa không!

- Cám ơn anh.

Cuối cùng, một chàng trung niên cao ráo, rắn rỏi, quần áo thẳng nếp, ngực đeo nhiều huy chương với ba anh dũng bội tinh bước vào:

- Thượng sĩ Trọng pháo Lâm Văn Minh trình diện Hạm trưởng.

- Mời ngồi.

Anh ngập ngừng ngồi lên nửa ghế. Võ Bằng niềm nở giúp anh bớt ái ngại:

- Nhìn huy chương là biết anh gan dạ, gương mẫu. Thời gian ngắn vừa qua đã đủ cho tôi thấy thủy thủ đoàn đối với nhau bằng tình huynh đệ. Đó là công lao lớn của anh. Tôi hoàn toàn tán thành việc cựu Hạm trưởng chỉ định anh làm Quản nội trưởng và tôi mong anh vẫn tiếp tục chức vụ này.

- Rất hân hạnh, thưa Hạm trưởng.

- Tôi biết anh rất hiểu nhiệm vụ của mình. Tôi chỉ muốn nhắc nhở vài điểm quan trọng.

Chờ Thượng sĩ Minh chăm chú lắng nghe, Võ Bằng tiếp:

- Chức vụ quản nội trưởng là cầu nối giữa đoàn viên và sĩ quan, dĩ nhiên rất tế nhị, khó khăn. Hãy cố gắng duy trì tinh thần đoàn kết. Đôn đốc nhân viên làm việc với nhiệt tình. Đồng thời nắm vững mọi sinh hoạt và báo cho hạm phó hoặc trực tiếp gặp tôi trình bày mọi sự kiện có thể gây ra hiệu quả xấu cho chiến hạm. Nhiệt thành tiếp nhận và đạo đạt mọi nguyện vọng nhân viên.

- Nhận rõ, thưa Hạm trưởng.

- Cám ơn anh.

***

Khi Võ Bằng lên đài chỉ huy, cả quần đảo đã chìm vào bóng tối. Chiến hạm sắp sửa ngang qua Hòn Mấu tiến đến Hòn Nồm, cực nam của quần đảo Nam Du. Dự tính là sau khi qua Hòn Mấu, sẽ đổi hướng đi vào vùng trong của quần đảo, từ đó len lỏi tuần tra lần lượt 20 đảo kết hợp thành vòng tròn. Thế nhưng thời tiết không còn thuận lợi. Gió giật, rít qua đài chỉ huy. Sóng bắt đầu rung lắc con tàu. Mây đen chớp giật, tung cơn mưa rào xối xả. Hạt to nặng bay lộp bộp vào kính chắn gió...

Võ Bằng lầm bầm kêu than. Ông Trời đúng là giở chứng. Gần qua tháng 11 rồi. Mùa khô bắt đầu từ tháng 10 mà còn mưa cái nỗi gì!

- Đài chỉ huy. *Radar* bị nhiễu xạ, không thấy đối vật.

Võ Bằng bước đến bàn hải đồ xem xét vị trí sau cùng. Với tình trạng *radar* có như không, với dòng hải lưu chảy từ tây-nam lên đông-bắc, cách an toàn nhất là giữ chiến hạm dọc phía đông quần đảo. Nếu có bị dòng hải lưu tác động thì chiến hạm càng tách xa. Anh kẻ hải trình mới rồi ban lệnh:

- Lái hướng 020.

Anh mặc áo mưa, trùm kín đầu, bước qua cánh tả, mắt dõi tìm Hòn Mấu. Anh từng tuần tra quanh đảo này. Đảo dài, không mấy cao nhưng cây xanh um toàn đảo. Quanh bờ, đa số là đá tảng. Vài bờ cát trắng nhưng hoang sơ. Chỉ một nơi có rừng dừa với dăm ba nóc nhà tranh. Nhưng đêm nay, cả dạng đảo cũng không thấy dù vị trí tàu cách không xa hơn hai hải lý. Trước mặt chỉ là đại dương tăm tối, gió dập sóng dồi.

Nước bắn túa vào mặt mùi tanh tưởi, môi mặn mắn. Nước mưa thành giọt trên lưng, lành lạnh. Tim anh như đập nhanh hơn...

Anh nhớ những đêm mang tàu từ Mỹ vượt Thái Bình Dương. Hàng chục đêm mưa gió còn tơi bời hơn thế này và con tàu lầm lũi hải hành phỏng định. Anh tưởng đã quá quen cảnh mưa xối xả trong bóng đêm mênh mông, hãi hùng. Thế mà đêm nay lòng vẫn dậy lên nỗi ưu tư. Liệu trên 60 sinh mạng và con tàu bình an qua đêm nay?

Anh chợt nhớ Hòn Nam Du có đài kiểm báo theo dõi tàu thuyền. Anh chỉ thị sĩ quan đương phiên liên lạc xin vị trí chiến hạm nhưng đài kiểm báo cho biết cũng đang trở ngại gió mưa.

Anh thấy đã đến lúc phải áp dụng một phương pháp hải hành hiếm khi dùng đến để ít nhất giúp phần nào an tâm. Đây cũng chính là dịp cho sĩ quan thực tập, nên nói với sĩ quan đương phiên:

- Trung úy Tuấn, anh còn nhớ hải hành bằng chiều sâu?

Tuấn ấp úng:

- Thưa, có học nhưng chưa có dịp thực hành.

- Theo anh, hải hành bằng chiều sâu ví như ở đời thường, nó giống trường hợp nào?

Tuấn ngẫm nghĩ rồi đáp:

- Như người mù đi đường, thưa Hạm trưởng.

- Rất đúng. Người mù nhờ cây gậy dò đường. Với ta, cây gậy chính là máy đo chiều sâu. Bây giờ anh bắt đầu thực hành.

Võ Bằng bước tới bàn hải đồ. Trung úy Tuấn đứng

bên cạnh. Võ Bằng hỏi:

- Trên hải đồ, anh cần chú ý những gì?

- Trước nhất, số đo chiều sâu đáy biển. Kế đến các đường đồng chiều sâu.

- Đúng. Còn cần gì nữa?

- Thưa, bảng thủy triều.

- Và?

- Máy đo chiều sâu.

- Chiều sâu tính theo đơn vị đo lường nào?

- Thưa, fathom. Máy đo gọi Fathometer.

- Khá lắm! Đúng là anh còn nhớ. Thế còn đo chiều cao?

- Tính bằng foot.

- Khi tác xạ hải pháo, tính bằng gì?

- Thưa bằng yard.

- Còn về hải lý và dặm, khác nhau thế nào?

Tuấn hít sâu, trả lời rành rọt:

- Thưa, cùng gọi là mile, nhưng đo hải trình thì gọi hải lý *(nautical mile)*, bằng 1.852 mét. Còn đo trên lộ trình, gọi là dặm *(mile)*, bằng 1.609 mét.

Võ Bằng cười khích lệ, vỗ vai:

- Giỏi! Mỹ rắc rối thế mà vẫn rành sáu câu. Người mình quen xài giản dị theo lối Tây là mét, ki-lô-mét. Nhưng dùng đồ Mỹ viện trợ thì phải rành lối Mỹ.

Anh nói chậm rãi, như cũng để nhắc cả đài chỉ huy:

- Hãy nhớ kỹ: *Fathom* để đo sâu. *Foot* cho chiều cao. *Yard* cho tầm bắn. *Nautical mile* cho hải trình. Và *Knot*, mình gọi là gút - hải lý/giờ - cho tốc độ.

Nào! Bắt đầu định vị trí chiến hạm bằng *fathom* đi.

Hạm trưởng trở về ghế. Cả đài chỉ huy lặng đi giây lát, chỉ còn tiếng mưa quất ràn rạt vào kính.

Trung úy Tuấn nói vào loa đến phòng chiến báo:

- Thám xuất. Cho tôi chiều sâu mỗi hai phút.

Anh cúi xuống ghi chép, lật bảng thủy triều mỗi khi được báo con số, rồi tính toán, đánh dấu trên hải đồ. Mười phút sau, anh trình Võ Bằng hải trình theo chiều sâu. Võ Bằng rất hài lòng:

- Tốt lắm. Anh ghi tất cả vào nhật ký hải hành.

Vị trí mới nhất của chiến hạm cách Hòn Mấu 10 hải lý về phía đông, trên hải trình 020 anh vừa kẻ.

Chợt có tiếng hốt hoảng từ hạ sĩ quan đương phiên:

- Thưa Hạm trưởng, có đối vật hướng 10 giờ. Rất gần chiến hạm.

Võ Bằng chụp ống dòm. Một chiếc tàu đánh cá lớn hiện ra trong ánh chớp. Anh ra lệnh:

- Còi nhiệm sở tác chiến. Tắt hết đèn hải hành. Các khẩu 40, 50 sẵn sàng!

Tiếng còi dồn dập. Những bóng đen lao vào vị trí. Đài chỉ huy lặng im. Chỉ còn tiếng lên đạn, tiếng máy rền và tiếng sóng ập mạn tàu. Mưa như được khẩu lệnh riêng, lại ập xuống xối xả. Hạt to như đá vụn quất vào mặt rát buốt còn nước thì chảy lạnh sống lưng.

Tàu đánh cá hiện rõ ngay trước mũi. Võ Bằng ban lệnh tránh va chạm:

- Máy tiến 1. Tay lái hết bên mặt.

Chiến hạm xoay qua bên mặt.

- Tay lái số không. Lái thẳng

Hai chiếc chạy cặp kè. Võ Bằng nói lớn:

- Giám lộ. Rọi đèn pha.

Ánh đèn xuyên thủng gió mưa rọi lên một chiếc tàu đối diện. Trên boong, vài ba bóng người đang cố căng tấm bạt một cách mờ ám. Võ Bằng có thừa kinh nghiệm địch lợi dụng đêm tối và trời mưa để chuyển vũ khí. Giọng anh vang lên qua ống loa, khàn đục, lạnh lùng:

- Tàu đánh cá! Yêu cầu ngưng máy ngay lập tức. Chúng tôi tiến hành khám xét.

Lặng im. Chỉ có tiếng máy khục khặc đáp lời.

Võ Bằng lên giọng, đầy đe dọa:

- Lệnh cuối cùng: Tắt máy. Mọi người ở yên vị trí. Bất tuân, chúng tôi nổ súng.

Các nòng súng ghim vào chiếc tàu đang nhồi lên hụp xuống. Tàu đánh cá ngưng máy. Võ Bằng cũng cho máy ngưng. Anh nói vào loa nội bộ:

- Hạm phó và toán khám xét có mặt ngay bên tả hạm.

Cả hai tàu đều nhấp nhô. Võ Bằng thấy rõ nếu cập vào, vỏ tàu cả hai đều móp méo, hư hỏng. Nhưng tàu này đang ở vùng cảnh giác. Toán khám xét đang nắm dây an toàn chờ lệnh. Tàu hư thì sửa, quan trọng là súng đạn gây rối miền Nam.

Nhưng Võ Bằng vẫn ngần ngừ. Trời quá tối, lại đang mưa, ánh đèn pha không đủ sáng. Nhảy qua rất nguy hiểm; và trong thế thiếu vững vàng, sẽ khó trở tay khi bị phục kích.

Có tiếng van xin từ tàu đánh cá:

- Xin các quan tránh xa giùm. Đụng hư tàu chúng tôi. Chỉ mới ra khơi. Chưa đánh được con cá nào!

Võ Bằng mở to mắt. Họ xin xỏ thật hay giả vờ? Mà quả đúng, nếu hai tàu va vào nhau, tàu kia mỏng manh hơn chắc chắn thiệt hại nặng hơn. Tàu anh hư thì có Hải Quân Công Xưởng. Còn tàu kia nếu thật đánh cá, họ phải bỏ tiền túi vốn eo hẹp.

Chợt có tiếng hạ sĩ quan đương phiên kêu to:

- Thưa Hạm trưởng, có một tàu khác phía trước mũi.

Võ Bằng hướng ống dòm tìm kiếm. Một chiếc tàu ẩn hiện trong màn mưa như tàu ma. Khá gần...

Anh dùng dằng, bất định. Rạch Gầm chỉ một mình mà hai tàu xuất hiện. Gọi Duyên đoàn đảo Nam Du thì thời tiết thế này, ghe yabuta cũng khó ra khơi. Nếu hai tàu địch tập trung hỏa lực tấn công bất thần thì Rạch Gầm khó chống trả. Còn nếu anh quyết định tiên hạ thủ vi cường mà nhầm tàu của dân lành thì tòa quân sự sẵn chờ! Không khám xét được dịp này thì dịp khác. Cách hay nhất là lần quần theo dõi, chờ sáng rồi tính. Anh nói vào loa:

- Ngày mai mưa thuận gió hòa, chúc đánh được nhiều cá.

- Đội ơn các quan.

Anh thở ra một hơi dài như trút bỏ mọi thắc mắc lo âu. Rồi nói với sĩ quan đương phiên:

- Cho giải tán nhiệm sở tác chiến. Giải tán toán khám xét.

Tiếng còi dài vang lên. Ai cũng nhẹ người. Võ

Bằng vừa cho máy tiến thì lại nghe tiếng kêu hốt hoảng:

- Thưa, có tàu ngay trước mũi!

Võ Bằng nghiêng người nhìn rồi hối hả ra lệnh:

- Phòng máy. Hai máy lùi full.

Tiếng động cơ kêu rền. Con tàu run rẩy dữ dội. Võ Bằng cũng lạnh người. Nó tính gì mà đâm thẳng vào chiến hạm? Anh cho ngưng máy và ra lệnh rọi đèn. Trên boong, dưới cơn mưa, ba người nằm la liệt. Người thứ tư ngồi vẫy hai tay, nói yếu ớt:

- Cứu! Cứu! Cứu chúng tôi. Tàu chết máy 10 ngày. Đói lắm. Cứu với.

Võ Bằng khựng lại. Có thật bị trôi giạt hay gài bẫy? Mà sóng gió thế này, làm sao cứu? Anh ra lệnh rọi đèn khắp tàu. Một chồng lưới giăng cá chất ở mũi. Ba thân người rời rã dưới mưa. Người đang ngồi chắp tay van lạy. Tim anh se thắt. Bỏ mặc thì không đành. Nhưng giúp bằng cách nào? Tàu anh cũng đang dọ dẫm đường đi...

CHƯƠNG 10

THUỞ ẤY CÓ EM...

Như Oanh và Ngọc Lan ngỡ mình đến sớm, nào ngờ thiên hạ còn sớm hơn. Các bàn ăn gần sân khấu đã đầy chỗ. Hai cô đành chọn một bàn khá xa nhưng vẫn nhìn thẳng lên sân khấu đúng ý Như Oanh. Trên sân khấu, dàn nhạc cụ đã bày biện đẹp mắt nhưng các nhạc công chưa xuất hiện. Từ loa phóng thanh, bản *"Summer Time"* trỗi lên da diết, điệu jazz nhẹ nhàng lan khắp gian phòng trang trí theo lối Tàu.

Nàng nhận lời đi với bạn chỉ vì muốn được xem tay trống Huỳnh Anh biểu diễn trong đêm khai trương nhà hàng Đông Phương.

Một chàng thanh niên tiến đến, dừng bước trước chiếc ghế đối diện Như Oanh. Nàng tưởng chàng ta sẽ ngồi xuống, nhưng anh lại tiếp tục vòng sang bên nàng, cất giọng lễ độ:

- Ghế này có người ngồi chưa, thưa cô?

- Chưa. Mời anh tự nhiên.

Anh chàng trông quen quen, dáng vẻ khiến tim Như Oanh bỗng rộn rã. Quần kaki xanh hải quân, áo sơ mi Hawaii hoa lá, mái tóc cắt ngắn gọn, nét mặt phảng phất hình bóng Võ Bằng. Anh chàng từ tốn ngồi xuống rồi quay ngang:

- Thiện, tên tôi.

Như Oanh cố giữ nét mặt bình thản, mỉm cười:

- Chào anh. Bạn tôi Ngọc Lan, và tôi, Như Oanh.

Thiện cười tươi:

- Một người quyền quý như hoa lan, một người thanh nhã như chim oanh. Hân hạnh được làm quen.

Nàng thầm nghĩ: "Lối nói có phần khách sáo nhưng không đến nỗi vô duyên. Ta cứ xử sự như... người Sài Gòn cho qua thì giờ. Xong ca nhạc là... đường ai nấy đi." Nàng tinh nghịch hỏi:

- Tên Thiện, chắc hẳn người cũng... thiện?

- Trăm phần trăm!

- Có gì chứng tỏ?

- Cô hứa không giận khi tôi nói điều tôi đang nghĩ...

Như Oanh nhìn Ngọc Lan. Cô bạn nháy mắt khích lệ. Như Oanh nói cứng cỏi:

- Tôi hứa!

Thiện làm bộ mặt nghiêm trang, ánh mắt nhìn sâu vào mắt Như Oanh, giọng trịnh trọng:

- Thưa cô Như Oanh, nếu cô chưa lập gia đình, tôi xin ngỏ lời cầu hôn ngay lúc này.

Như Oanh và Ngọc Lan đều sững sờ. Anh chàng này bạo miệng quá! Nhưng đã hứa không giận nên đành nhỏ nhẹ:

- Tôi không giận, có điều anh bước... quá nhanh.

- Nhà binh mà. Đánh nhanh thắng nhanh!

Như Oanh còn đang lựa lời thích đáng thì người

bồi đã lên tiếng:

- Thưa hai cô, dùng gì ạ?

Như Oanh nhớ lại ly nước dừa thật ngon bên Võ Bằng ở quán Sóng. Nàng định gọi thì Thiện đã nói:

- Tôi đề nghị chúng ta dùng champagne để mừng buổi gặp gỡ thân ái này.

Nàng thoáng bâng khuâng. Ở nhà, ba nàng thỉnh thoảng đãi tiệc và nàng từng thích thú nhấm nháp vị rượu ấy. Vả lại anh chàng mạnh miệng thì mình cũng nên... mạnh tay cho anh chàng tốn kém chơi. Nàng nhìn bạn. Ngọc Lan gật đầu. Nàng nói:

- Chúng tôi thích hương vị của Blanc de Blancs

Thiện quay sang người bồi:

- Cho một chai Blanc de Blancs.

***

Bàn ăn dần đầy tám người. Tình cờ, đúng bốn trai bốn gái, đều cùng trang lứa. Như Oanh thầm mừng khi thấy Ngọc Lan đã có người chuyện trò rôm rả.

Hai cô kết thân từ khi cùng học Đại học Sư phạm. Tuần trước, Ngọc Lan nhận giấy bổ nhiệm về Long An. Còn Như Oanh thì ở lại Sài Gòn. Từ tuần tới, cả hai sẽ bắt đầu đi dạy. Đêm nay là đêm tự do cuối cùng trước khi bước vào đời sống mô phạm...

Các nhạc công đã vào vị trí, mở màn bằng bản *Ly Rượu Mừng* rộn rã. Món đầu tiên - súp hải sâm - vừa mang ra, ai nấy đều thanh toán nhanh, có lẽ vì bụng đói.

Giữa lúc chờ món tiếp theo - salad hoàng đế - Thiện lại nghiêng sang Như Oanh:

- Tôi nóng lòng chờ câu trả lời.

Như Oanh bật cười:

- Anh đùa dai thật! Chọn đề tài khác đi.

- Chính cô bảo tôi phải chứng tỏ tôi là người thiện mà.

Nàng bắt đầu cảm thấy bực mình, định nói dối rằng đã có chồng, thì một chàng trai khác chạy đến:

- Ông Thầy! Không ngờ gặp ông Thầy ở đây. Qua nhậu với tụi em vài ly!

Thiện nhìn sang bàn bên. Đúng là toàn đệ tử của mình. Chẳng đặng đừng, anh quay sang Như Oanh:

- Xin lỗi cô vài phút.

Thiện bước theo chàng thanh niên. Như Oanh thở phào, hớp từng ngụm champagne, gắp thử món salad vừa được mang ra. Ngọc Lan vẫn ríu rít cười nói với người bên cạnh.

Ban nhạc chuyển sang "Đời tôi chỉ một người". Tiếng trống Huỳnh Anh quyện giọng hát Giao Linh nồng nàn: "*Đời tôi chỉ yêu một người. Mà một hình bóng đã ăn sâu lòng tôi...*"

Như Oanh nghe mà xao xuyến, mỉa mai. Nàng từng yêu Vinh, tưởng đời mình chỉ một người. Nhưng rồi hôm nay... "Lạ quá! Sao ở đâu cũng có bóng dáng Võ Bằng!" - nàng thầm thì.

Thiện trở lại, mặt đỏ gay, phân trần:

- Điều kiện để tôi được trở lại đây là phải uống với mỗi đứa một ly!

Nhớ lại chàng trai gọi Thiện bằng "ông Thầy", Như Oanh tò mò:

- Các học trò của anh hả? Anh dạy trường nào?

Thiện cười:

- Trường huấn luyện ngoài khơi!

- Lần đầu nghe tên! Ở đâu vậy?

- Đùa thôi. Chúng tôi cùng phục vụ trên một chiến hạm.

Như Oanh kêu lên:

- Anh là Hải Quân?

Thiện gật đầu, ánh mắt nghiêm trang:

- Phải. Và xin nhắc về lời cầu hôn...

Như Oanh khoát tay:

- Anh chưa biết gì về tôi, tôi cũng chưa biết gì về anh...

- Người ta gọi là tiếng sét ái tình.

Nàng chợt nhớ: "Mình cũng vậy thôi. Nào biết gì về Võ Bằng, ngoài cái chức Hạm trưởng vốn chẳng liên quan gì đến tình yêu." Nàng nổi máu tinh nghịch:

- Đồng ý là có tiếng sét ái tình. Tuy nhiên phải thỏa mãn một điều kiện.

- Đang nghe!

- Người đó phải là Hạm trưởng!

Thiện phá lên cười, át cả tiếng nhạc:

- Điều kiện cũng dễ thỏa mãn. Năm năm nữa tôi thành Hạm trưởng, chúng ta vẫn còn trẻ.

- Rất tiếc, anh đã chậm một bước.

Thiện mở to mắt:

- Lúc thì cô bảo tôi bước nhanh, lúc thì bảo tôi chậm một bước. Khéo từ chối thật!

Như Oanh nâng ly champagne nhấp thêm vài ngụm, mỉm cười:

- Không! Tôi nói thật. Hôm nay anh cầu hôn thì quá sớm, mà năm năm nữa thì quá muộn. Bởi vì hiện tại, tôi đang chờ một vị đương kim Hạm trưởng ngỏ lời!

- Tôi xin được phép hỏi thêm một câu.

- Anh hỏi bao nhiêu câu cũng được. Đồng nghiệp với vị Hạm trưởng của lòng tôi mà!

- Vị Hạm trưởng nào may mắn vậy?

Như Oanh nhăn mặt:

- Câu hỏi quá khó, không thể trả lời.

- Ông ấy chỉ huy tàu nào?

- Cùng ý câu hỏi như trước!

Thiện lặng lẽ gắp con tôm càng rang muối đặt vào đĩa nàng. Trên sân khấu Thái Châu cất giọng: "*Thuở ấy có em anh yêu cuộc đời. Yêu đôi môi hồng điểm nét son tươi. Yêu đôi tay ngà làn má thắm. Tóc xanh buông lả lơi. Nhớ em nhớ bao thuở ấy*". Như Oanh lặng người, tưởng như chính Võ Bằng đang hát cho mình.

Cuộc sống của nàng từ ngày gặp Võ Bằng như treo lơ lửng. Ngày nào cũng nhớ, ngay cả lúc Vinh đến thăm. Trái tim nghiêng hẳn về Võ Bằng nhưng ân tình với Vinh vẫn nặng nề. Những săn sóc, cả ân huệ - nhờ ba của Vinh mà nàng mới được nơi dạy học như ý. Một tiếng thở dài hòa theo tiếng nhạc.

Thiện cắt ngang:

- Cô học trường nào?

Như Oanh giật mình, mỉm cười:

- Trông tôi giống học trò lắm hả?

- Cô còn quá trẻ để nghĩ rằng cô đã đi làm.

- Cám ơn anh, nhưng anh nghĩ sai rồi.

- Vậy cô làm ở đâu?

Như Oanh nghĩ đến chỗ làm của Vinh:

- Bộ Tài Chánh.

- Thế mà tôi tưởng cô vẫn còn là sinh viên.

Như Oanh đổi giọng buồn buồn:

- Con nhà nghèo mà!

Thiện cười:

- Con nhà nghèo mà đi nghe ca nhạc và biết uống champagne?

Nàng nhìn qua Ngọc Lan:

- Bạn tôi đài thọ.

- Tôi không tin. Cô vừa xinh đẹp vừa cao sang...

- Anh quá lời. Ngay cả vị Hạm trưởng kia còn chê...

- Ông ta khùng!

Nàng bật cười thành tiếng. Ngọc Lan ngạc nhiên:

- Chuyện gì vui thế?

- Chuyện dài lắm, để kể sau.

Thiện nghiêng chai rượu vào ly của Như Oanh. Rượu đã ngấm. Mặt nóng bừng. Đầu chếnh choáng. Nàng nói:

- Đủ rồi anh Thiện, đừng rót nữa...

Thiện vội gọi trà nóng. Các món ăn tiếp tục dọn ra. Nàng chỉ gắp lấy lệ.

Đến món tráng miệng, tiếng nhạc lại vang lên. Điệu pasodoble dồn dập, thúc giục. Các thực khách lần lượt ra sàn nhảy. Thiện ngập ngừng:

- Cho phép tôi mời cô một bài.

Như Oanh đứng dậy, thầm nhủ: "Thì đêm vui cuối cùng mà. Cứ tưởng tượng đang khiêu vũ với Võ Bằng."

Thiện nhảy điệu nghệ, không thua kém gì Vinh. Những bước chân, vòng tay, nhún nhảy khiến nàng bất giác nhớ lại bốn năm yêu đương đã qua. Nàng từ chỗ không biết nhảy nay rành mọi thể điệu. Tuần trước, vừa về tới Sài Gòn, Vinh đã đến rủ đi Mỹ Phụng, vũ trường ưa thích nhất của nàng. Thế nhưng nàng từ chối, viện lý do còn mệt...

Điệu nhạc chậm dần, chuyển sang nhịp buồn. Thiện đưa Như Oanh trở về bàn. Ngọc Lan còn mải mê với bạn mới.

Khi Như Oanh và Thiện đã an vị, Thiện nói:

- Cô nhảy đẹp lắm. Tôi đã định giữ cô thêm ...

Lệ Thu đang thổn thức *Tình Khúc Thứ Nhất*. Nàng dứt khoát đứng lên:

- Chúng ta tiếp tục...

Thiện thoáng ngạc nhiên rồi mỉm cười đưa nàng vào điệu Boston. Lời nhạc như hớp hồn: "*Tình vui trong phút giây thôi, ý sầu nuôi suốt đời. Thì xin giữ lấy niềm tin dẫu mộng không thành. Dù trời đem cay đắng gieo thêm, cũng xin đón chờ bình yên. Vì còn đây câu nói yêu em, âm thầm soi lối vui tìm đến.*"

Như Oanh khiêu vũ như người mộng du. Bắt gặp ánh mắt chăm chú của Thiện, nàng buông lời:

- Xin đừng hiểu lầm. Chỉ vì tôi rất quý Hải Quân các anh.

Thiện cười, nheo mắt:

- Nhất là với Hạm trưởng.

- Anh Thiện nói đúng.

- Và càng đặc biệt hơn là với... Hạm trưởng Võ Bằng.

Như Oanh sững người, đứng khựng lại. Nàng mở to mắt nhìn xoáy vào Thiện, lắp bắp:

- Anh biết Võ Bằng? Sao... sao anh biết?

CHƯƠNG 11

ĐƯỜNG VỀ HÒN TRE

Cơn mưa đã bớt hạt nhưng lá cờ còn phần phật gió. Võ Bằng đăm chiêu nhìn chiếc ngư thuyền dập dềnh như một bóng ma giữa biển đêm. Trên sân trước, mấy thân người lờ mờ khi ánh chớp lóe lên. Anh nhìn quanh tìm chiếc không khám xét được. Nó đã mất dạng.

Anh hít một hơi dài. Điều hẳn nhiên: bằng mọi giá phải cứu họ. Nhưng cách nào? Nhờ cố vấn gửi trực thăng thì chiến hạm không sân đáp. Trời đang mưa, hẳn nhiên họ không cần nước. Chỉ cần thức ăn. Giải pháp tạm thời là tiếp tế thức ăn và dòng tàu họ vào bờ.

Anh hỏi Hạm phó:

- Anh Tiến, tàu mình còn bánh mì không?

- Thưa Hạm trưởng, tôi tin là còn.

- Vậy chuẩn bị bốn ổ, mỗi ổ rắc vài muỗng đường, bọc kín bằng bao nylon. Đồng thời bảo nhà bếp nấu nồi cháo thịt.

- Nhận rõ.

- Tàu mình có súng bắn dây?

- Thưa có.

- Sẵn sàng súng rồi soạn công điện: *"Một tàu đánh cá hư máy, trôi giạt mười ngày. Ba ngư dân bất tỉnh, một kiệt sức, cần cứu cấp. Xin chỉ thị."*
- Rõ.

Hạm phó rời đài chỉ huy. Võ Bằng nhìn đồng hồ, 23:05. Còn ít nhất sáu tiếng nữa trời mới sáng. Anh nói lớn với giám lộ giữ đèn pha đặt cao bên ngoài đài chỉ huy:

- Đạt, em đi thay quần áo, mặc áo mưa rồi trở lên đây.

- Cám ơn Hạm trưởng.

Võ Bằng đứng khoanh tay, nghe tiếng sóng vỗ mạn tàu mà nhớ tiếng sóng vỗ bờ An Thới. Như Oanh về Sài Gòn gặp lại Vinh, chắc đã quên anh, quên duyên hải. Nhưng sao giờ chót nàng xưng "em"?

Anh vô tuyến trao Võ Bằng công điện Vùng 4: *"Quý chiến hạm cứu cấp và đưa tàu đánh cá về Hòn Tre bàn giao cho Duyên Đoàn. Xong, trực chỉ Bà Lụa. Báo cáo nhận hành."*

Tiếng còi nhiệm sở vận chuyển nổi lên. Các nhân viên túa lên boong. Giám lộ viên bật đèn pha, luồng sáng đâm thủng màn mưa, soi rõ chiếc ngư thuyền vẫn với bốn người bất động. Võ Bằng nói với hạ sĩ quan đương phiên:

- Anh Vạn thủ khẩu đại liên, phản pháo tức khắc khi bị bắn.

- Nhận rõ.

Võ Bằng cho lệnh vận chuyển chiến hạm tiến gần tàu đánh cá. Anh cầm loa:

- Tàu đánh cá. Chúng tôi tiếp tế thức ăn. Sẵn sàng

tiếp nhận.

Một người lồm cồm ngồi dậy. Võ Bằng ra lệnh:

- Hạm phó cho bắn dây.

Sau tiếng nổ nhỏ, đầu dây và bọc bánh mì vụt qua ngư thuyền. Võ Bằng nói vào loa:

- Tàu đánh cá. Sau khi nhận thức ăn, hãy kéo dây nylon buộc chặt vào trụ. Chúng tôi sẽ dòng tàu các anh về Rạch Giá.

- Đội ơn các ông.

- Cố gắng ăn để lấy sức. Sáng mai tới Hòn Tre sẽ có thêm.

Khi được báo dây đã buộc chắc chắn và ngư thuyền lềnh bềnh sau lái chiến hạm, Võ Bằng cho tiến về hướng Đông. Anh thảo công điện: "*Trân trọng báo cáo. Bắt đầu kéo ngư thuyền về Hòn Tre.*"

Anh trở lại ghế ngồi. Từng cơn gió tạt qua, mang theo sương khuya và mùi biển. Anh nhắm mắt, hít thở thật sâu. Cơn mỏi mệt dịu đi phần nào. Anh nhìn quanh. Cố vấn Mỹ vẫn âm thầm đứng bên anh, mà vì bận rộn anh quên phứt. Cố vấn nói tiếng Việt pha Mỹ:

- Sir, tôi có tin thêm về fishing boat ngoài Hòn Thổ Châu.

Võ Bằng nghiêng đầu:

- Tôi đang nghe.

Cố vấn xổ một tràng tiếng Mỹ:

- Không tuần cho biết suốt tuần qua nó lẩn quẩn ngoài khơi lãnh hải quốc tế. Nghi ngờ nó chờ dịp thuận tiện để xâm nhập vùng Cà Mau, như chiếc vừa bị tiêu diệt ở Vàm Kim Quy. Đệ thất Hạm đội đã thông báo Vùng 4 Duyên hải. Được biết chiếc tuần dương hạm HQ 004 đang trên đường đến Thổ Châu. Hạm trưởng có nhận lệnh gì không?

Võ Bằng đáp chầm chậm tiếng Việt:

- Không. Theo tôi đoán, Bộ Tư Lệnh không muốn tôi bỏ trống vùng trách nhiệm. Họ tin một mình HQ 004 cũng đủ sức đối phó.

Cố vấn Mỹ gật đầu, không nói gì thêm. Võ Bằng dựa lưng vào ghế, nhắm mắt định thần. Anh cần một giấc ngủ ngắn nhưng giấc ngủ không đến. Ba ngư dân nằm sóng soải chập chờn trong tâm não. Anh hy vọng họ còn đủ sức về đến bờ, vào bệnh viện. Anh cũng hy vọng biển sớm lặng êm để có thể chuyển họ sang chiến hạm, đưa vào lòng tàu cho y tá săn sóc.

Ước vọng của anh dường như thấu đến Ngọc Hoàng, trời đột ngột ngưng mưa. Sóng gió dịu dần. Không gian sáng đủ trông thấy nửa vầng trăng. Nhưng mãi hai tiếng sau gió mới lặn và biển mới êm hẳn.

Nhiệm sở vớt người ban hành. Võ Bằng ra lệnh tháo dây kéo và các lệnh cần thiết đưa chiến hạm cập vào ngư thuyền. Giám lộ viên rọi đèn pha. Cả bốn ngư dân đều nằm trên sàn. Võ Bằng không hiểu vì sao họ phải nằm dưới mưa mà không ở trong lòng tàu. Tàu chìm, ở đâu, đằng nào cũng chết. Anh đoán chừng họ ở ngoài để kêu cứu đến kiệt sức. Không biết bên trong có còn ai khác?

Toán vớt người thả các trái độn dọc theo hữu hạm để giảm sức va chạm. Bốn nhân viên mang băng ca nhảy qua ngư thuyền chuyển ba ngư dân về chiến hạm. Xong xuôi, chiến hạm tách ra và tiếp tục kéo ngư thuyền. Võ Bằng ghi tóm tắt sự việc vào Nhật ký Hải hành rồi giao quyền chỉ huy cho sĩ quan đương phiên.

Anh rời đài chỉ huy cùng cố vấn xuống thăm hỏi ngư dân. Họ còn quá yếu để trả lời các câu hỏi. Một người cố nắm tay Võ Bằng, thì thào không thành lời. Anh thông báo là họ đang được đưa về đất liền. Cháo thịt sẽ cung cấp nếu họ có thể ăn. Ánh mắt họ lấp lánh như tỏ niềm biết ơn.

Anh về buồng riêng, tắm rửa, thay bộ quân phục rồi... ngả lên giường. Từ khi đảm nhận chức vụ Hạm trưởng, Võ Bằng không dám thay đồ ngủ. Khi bị đánh thức, có nghĩa là anh không đủ thì giờ mặc lại quân phục. Bắn chậm thì chết mà! Quá mỏi mệt, anh thiếp đi cùng hình bóng Huỳnh Như Oanh...

***

Cửa đổ bộ hải vận hạm mở ra. Trung đội địa phương quân túa lên đảo Hòn Lớn - Nam Du mở cuộc lục soát du kích Việt cộng. Anh và nàng tiếp bước. Rừng dừa xanh ngút ẩn hiện vài chục mái tranh. Nối với rừng dừa là rừng xanh phủ kín như ở An Thới. Hai đứa trẻ chơi cát đứng lên, khoanh tay cúi chào. Như Oanh xoa đầu, khen ngợi.

Hai người dừng trước gian nhà tỏa mùi nước mắm thơm lừng. Cụ già râu dài bạc phơ niềm nở mời vào. Nhà ba gian rộng rãi. Bàn thờ Phật trang nghiêm ở gian giữa. Họ được thết đãi nước dừa. Cũng lạ, dừa ven biển mà ngọt lịm.

Như Oanh nói:

- Thưa cụ, cụ ở đây chắc lâu lắm rồi?

- Từ cha sanh mẹ đẻ tới giờ.

- Thưa cụ, cháu thắc mắc về tên đảo Nam Du, do đâu mà có?

- Ông nội tôi kể, xưa Nguyễn Ánh bôn tẩu, từng ghé đây và khen: *"Nam du sơn thủy tuyệt mỹ"*. Từ đó đảo mang tên Nam Du. Có một truyền thuyết kể một nàng tiên từ trên thiên đình du hành trần gian rồi đem lòng yêu một chàng chài lưới đảo này. Họ hạnh phúc sống bên nhau...

Không hẹn, Võ Bằng và Như Oanh nhìn nhau, mỉm cười. Anh nói:

- Hay là chúng ta ở lại đây luôn. Không về tàu nữa?

Nàng nguýt anh rồi quay lại cụ già:

- Thưa cụ, có phải sau một thời gian, nàng tiên đưa chàng trai về thiên đình trình diện Ngọc Hoàng?

- Được vậy còn nói gì! Một ngày nọ một con rồng biển nổi lên quấy phá dân đảo. Nàng tiên hóa thành rồng đánh lại. Hai con rồng đánh nhau mấy ngày đêm, cuối cùng nàng tiên thua, hóa thành đá. Đến nay vẫn còn tảng đá mặt người nhìn ra biển.

Như Oanh thích thú uống cạn nửa ly nước dừa rồi hỏi thêm:

- Thưa cụ, ngoài Hòn Lớn, các đảo khác đều có tên kèm theo truyền thuyết hay huyền thoại như Hòn Lớn?

Cụ già vuốt râu cười vang:

- Lâu lắm mới gặp một người tò mò giống tôi thuở nhỏ. Đúng! Các đảo đều có tên. Dân gian có bài vè về tên các quần đảo Nam Du.

Rồi cụ cất giọng ngâm nga:

Hòn Mấu đâm thấu Đô Nai
Đô Nai quay sang Bờ Đập
Bờ Đập tấp lại Hòn Lò
Hòn Lò mò đến Hòn Ngang
Hòn Ngang tạt sang Hòn Đụng
Hòn Đụng cụng vào Hòn Dầu

Cụ dừng lại hớp trà. Như Oanh khen giọng cụ ấm. Cụ thích chí ngâm tiếp:

Hòn Dầu nằm chầu Bỏ Áo
Bỏ Áo tháo ngược Hòn Ông
Hòn Ông dông đến Hòn Dâm
Hòn Dâm đâm thẳng Hòn Tre
Hòn Tre te đến Hòn Mốc
Hòn Mốc xốc lại Hòn Nhàn
Hòn Nhàn tràn thẳng hòn Hàn
Hòn Hàn quàng cổ Hòn Nồm
Hòn Nồm chồm lên Hòn Khô
Hòn Khô nhào vô bãi Chệt
Bãi Chệt lết lên Hòn Lớn...

Cụ dừng lại vấn thuốc hút, uống ngụm trà. Như Oanh mắt long lanh:

- Xin cụ vui lòng ghi lại cho cháu bài vè này.

Cụ già nói "được" rồi từ tốn tiếp:

- Còn về giai thoại các đảo, nhiều quá nên tôi nhớ không hết. Cho nên biết gì nói nấy. Ngày xưa có một ông già nghèo dắt bốn đứa con ra Hòn Mấu lập nghiệp. Lớn lên các con lần lượt ra riêng ở trên bốn đảo vây quanh Hòn Mấu, như là con cháu quây quần. Vì vậy nhóm đảo có tên Đảo Con Cháu.

Võ Bằng lên tiếng:

- Tên nghe thật ý nghĩa.

- Truyện kể có một bà ôm con xuống ghe ra đảo trốn bọn cướp. Bọn cướp đuổi theo. Ghe bà đến Hòn Ngang thì va vào đá bị chìm. Ngư dân vớt được hai mẹ con nhưng đứa bé sống, bà thì chết. Dân chài lập miếu thờ cầu an, nhang khói không dứt.

Cụ rót trà vào tách, hớp vài hớp rồi tiếp:

- Hòn Lớn còn một tên khác là Hòn Củ Tròn đặt tên theo hình dạng. Đảo có huyền thoại Cổng Trời, nơi giao tiếp giữa người và tiên. Vào những đêm trăng sáng, ngư dân thấy những bóng dáng bước ra từ một vách đá nứt đôi đi thăm dân đảo. Tôi chỉ nhớ bao nhiêu đó. Tuy nhiên nếu cô cậu muốn nghe chuyện ma...

Như Oanh nhanh nhẩu:

- Cháu rất thích.

Võ Bằng gật đầu:

- Mời cụ kể

- Hòn Mấu là đảo hoang, không người ở, dân đánh cá vẫn đồn đại rằng đêm đêm vẫn thấy ánh đèn lập lòe. Họ tin rằng đó là hồn những thuyền viên bị đắm tàu về thắp đèn dẫn đường cho tàu thuyền. Ngư dân còn kể chuyện, có những chiếc "ghe âm phủ" sơn đen không số thường xuất hiện khi có sương mù chở linh hồn ngư dân mất tích...

Như Oanh kêu lên:

- Xin ngưng. Nghe ghê quá.

Cụ già lại vuốt râu:

- Sợ chuyện ma thì kể chuyện thần biển. Truyện Kiều có câu: "*Mụ nghe nàng nói hay tình. Bấy giờ mới nổi tam bành mụ lên*". "Tam Bành" của dân gian là Hỷ Bành: vui quá mức, Nộ Bành: giận mất lý trí, Ai Bành: u sầu mê muội. "Tam Bành" của ngư dân Nam Du là ba vị thần biển. Bành Cấm: nguyền rủa những ai đánh bắt cá vào mùa sinh sản; Bành Hại: trừng trị kẻ giết cá voi, rùa biển, phá rạn san hô; Bành Tận: ám hại người đánh bắt cá bằng mìn, thuốc độc. Nhờ ai nấy đều tin tưởng nên hải sản vùng này dồi dào.

Võ Bằng chắp tay:

- Cụ chắc đã trên 70 mà còn nhớ được vậy là đáng nể lắm. Sau này, cháu chỉ mong được như cụ.

Hai người từ giã nhưng ông cụ mời sang khu làm nước mắm. Gian nhà khá rộng, chứa bốn thùng gỗ thật lớn có dây thừng ràng chung quanh để ủ cá. Ngoài sân, cá cơm phơi khô trên các nong tre. Cụ kể tiến trình thực hiện gồm nhiều giai đoạn xem ra tốn quá nhiều công sức. Cụ còn vui vẻ tặng mỗi người một chai nước mắm nhỉ mang nhãn hãng sản xuất Nam Du của gia đình cụ.

Hai người cám ơn, hẹn trở lại lấy luôn bài vè. Họ bước dọc theo bãi. Cát ở đây không trắng bằng cát An Thới nhưng có nhiều mảnh vỏ ốc lóng lánh hơn. Vô số viên sỏi lạ và đẹp. Như Oanh chọn hai vỏ sò và hai viên sỏi đẹp nhất. Nàng thì thầm: "Em sẽ lộng kính để đầu giường." Võ Bằng định thưởng nàng nụ hôn lên má thì tiếng chuông reo vang.

Mãi đến đợt reo thứ ba, Võ Bằng mới nhận ra là từ điện thoại nội bộ. Anh bật dậy, chụp máy, tỉnh hẳn giấc mơ:

- Tôi nghe đây.

- Trình Hạm trưởng, phòng *radar* báo cáo chiếc tàu đánh cá đang xa dần chiến hạm.

- Tôi lên ngay....

Anh lao vào phòng tắm, mở nước xoa lên mặt cho tỉnh hẳn. Trên cầu thang dẫn lên đài chỉ huy, óc anh vụt sáng một ý nghĩ: không chừng đây là đòn nghi binh. Hai tàu đánh cá cùng xuất hiện. Một tàu giả vờ trôi giạt xin cứu giúp, trong khi tàu kia chạy thoát mang vũ khí vào bờ. Bây giờ lại "tuột dây" để chiến hạm bận rộn, không thể đuổi theo...

Võ Bằng nghe trái tim đập thình thịch, vừa tức giận, vừa lo âu...

Vừa lên đến đài chỉ huy, Võ Bằng ra lệnh dứt khoát:

- Hai máy ngưng.

Tiếng leng keng truyền lệnh vừa vang lên, tiếng rầm rì quen thuộc của máy tắt ngang. Chiến hạm khựng lại, thả trôi theo trớn.

Võ Bằng bước đến miệng loa dẫn xuống phòng chiến báo:

- *Radar*, khoảng cách với tàu đánh cá bao xa?

- Thưa, nửa hải lý.

- Có đối vật gì gần không?

- Hoàn toàn không, thưa Hạm trưởng.

- Báo cáo ngay khi có đối vật xuất hiện.

- Đáp nhận.

Anh dặn sĩ quan trực phiên:

- Cứ thả trôi. Quan sát kỹ. Giám lộ, rọi đèn sau lái.

Võ Bằng cùng hai nhân viên xuống sân lái. Họ thu hồi dây kéo về tàu. Anh cúi xem: dây không bị đứt, chỉ có thể là bị tháo hay bị tuột. Nếu bị tháo? Tại sao? Anh thoáng rùng mình.

Anh bước nhanh về phòng y tế. Ba người nằm im, mền len xám phủ kín, mắt nhắm nghiền, mặt trắng bệch như xác chết. Hai người tuổi trung niên, một thanh niên - trẻ nhất nhưng hôn mê nặng nhất. Cả ba đang được truyền nước biển.

Trung sĩ Y tá Lê Văn Ngọc trình báo:

- Thưa Hạm trưởng, lúc đưa qua, họ đã trong tình trạng hấp hối. Hạm phó cho phép truyền nước biển. Xin lỗi đã không kịp xin phép Hạm trưởng.

Võ Bằng cau mày:

- Có đúng là họ đói khát thực sự chớ không phải... đóng kịch?

Y tá Ngọc ngẩn ngơ:

- Ý của Hạm trưởng là...

Nhận ra mình nghi ngờ quá mức, Võ Bằng dịu giọng:

- Theo anh, nếu không cứu, họ chắc chắn không qua khỏi?

- Thưa chắc chắn, họ đã đến lằn ranh sinh tử. Ngay lúc này, tôi vẫn e họ khó thoát!

Võ Bằng gật đầu, nhưng lòng còn lởn vởn hồ

nghi. Liệu đây có phải là một kịch bản dàn dựng tinh vi đến mức không để lại sơ hở?

Anh lại nhìn ba ngư dân. Họ vẫn thiêm thiếp, lớp mền trên ngực lên xuống ngắn, không đều, thỉnh thoảng rên hừ hừ. Anh lắc đầu: không thể là đòn nghi binh. Từ mười ngày trước, làm sao họ biết được là sẽ gặp Rạch Gầm để bắt đầu nhịn đói? Rồi làm sao mà biết thời tiết lúc gặp Rạch Gầm trời sẽ mưa to sóng lớn cản trở việc bị khám xét? Không thể nào! Chỉ là một hội ngộ tình cờ!

- Khi họ khá hơn, xin Hạm trưởng cho phép truyền thêm dinh dưỡng.

- Chấp thuận. Bằng mọi cách, anh cứu sống họ.

- Xin hứa, thưa Hạm trưởng.

Võ Bằng thở phào nhẹ nhõm nhưng quyết chắc ăn: đích thân khám xét ngư thuyền. Anh phóng nhanh trở lên đài chỉ huy, cho chiến hạm cập vào ngư thuyền. Rồi cùng hai thủy thủ nhảy qua, mang theo tô cháo thịt. Chủ ngư thuyền chắp tay cám ơn, vừa run vừa húp lấy húp để.

Võ Bằng nhìn quanh. Lưới cá bung rộng rối ren, nhiều xác cá thối rữa. Sàn la liệt xương cá. Anh và thủy thủ hộ tống bước đến phòng lái. Chưa đến cửa mà mùi dầu mỡ, mùi ươn thối nồng nặc. Không ai có thể sống lâu trong đó. Anh đã hiểu lý do bốn ngư dân nằm ngoài mưa.

Võ Bằng đi về sân mũi. Thủy thủ đang trổ tài chuyên nghiệp, thắt nút “clove hitch” đầu dây nylon vào trụ, chắc chắn không tuột lần nữa.

Anh dặn chủ ngư thuyền:

- Ba người của anh đã tỉnh lại. Đừng lo. Chúng tôi kéo tàu anh vào Rạch Giá. Có đèn pin chứ?

- Dạ có.

- Vậy cần gì thì chớp đèn.

- Cám ơn mấy anh.

Võ Bằng trở về chiến hạm, khen Hạm phó đã tích cực rồi lên đài chỉ huy. Lệnh tiến máy. Chiếc ngư thuyền ngoan ngoãn theo sau. Nửa vầng trăng soi một vệt sáng bạc trên mặt biển âm u. Chỉ một ít vì sao bơ vơ trên bầu trời thăm thẳm. Anh nhắm mắt, tự trấn an: không, chắc chắn không thể là trò đánh lừa.

***

Ba giờ sáng. Trừ tiếng máy tàu, đài chỉ huy thật tĩnh lặng. Mỗi người một vị trí, bất động như các pho tượng. Anh lên tiếng:

- Thiếu úy Đức, cho biết vị trí chiến hạm mới nhất.

- Thưa Hạm trưởng, tàu sắp ngang qua đảo Tamassu, cách ba hải lý.

Tamassu! Cái tên gợi anh nhớ chuyện tình người bạn cùng khóa. Chuyện tình đó có đăng trên nguyệt san Lướt Sóng hai năm trước: Hạm trưởng một tuần duyên hạm, trong lần ghé đảo, được chúa đảo mời rượu. Người mang mồi nhậu là tiểu thư của chúa đảo. Sau năm tuần rượu, chàng đứng dõng dạc thưa: "Cháu muốn cưới con gái bác." Chúa đảo cười: "Đây là rượu nói hay đại úy nói?" Chàng lại dõng dạc: "Cháu nói bằng danh dự một Hải Quân". Ông hỏi ý con. Nàng e thẹn đáp: "Ai khác thì con từ chối, nhưng với hải quân thì con ưng!" Và đám cưới rực rỡ ba tháng sau đã làm sáng bừng cả đảo. Đàng trai đến bằng đường biển gồm chiến hạm, chiến đỉnh lẫn chiến thuyền. Người chủ hôn là Tư lệnh Vùng 4 Duyên hải!

Võ Bằng khẽ thở dài: bạn thiệt có phước. Cũng ông Tư lệnh đó, cũng tiệc nhậu tới bến, cũng gặp gỡ người nhà mà đời anh cứ nổi trôi. Phải chăng vì thiếu... rượu nói!

Anh siết chặt tay trên bệ sắt, nhìn khung trời mông lung. Lại hiện bóng hình Như Oanh với giọng nói nghịch ngợm, nụ cười cướp mất hồn. Từng đêm anh dỗ giấc ngủ, đếm đến số mười ngàn mà hình bóng nàng vẫn đeo đẳng.

Ngả lưng trên ghế tựa, mặc cho mùi khói tàu, mùi muối biển quyện sương đêm ngai ngái. Mỗi cơn gió mát lại như mang đến nhớ thương...

***

Sáu giờ, núi đảo Hòn Tre hiện ra cùng ánh bình minh. Đảo mang tên Hòn Tre vì có nhiều tre mọc nhưng hình dạng thì trông như con rùa. Những cánh hải âu chao lượn, hót vang như chào đón Rạch Gầm. Võ Bằng rời ghế chỉ huy, bước sang đứng tỳ tay lên bệ cánh hữu đón gió mát lành cuối thu. Cuộc hành trình qua đêm suôn sẻ, lòng anh cũng êm ả theo.

Bảy giờ, chiến hạm neo sát Hòn Tre. Chiếc ngư thuyền được kéo cập bên hông chiến hạm. Hạm phó cho nhân viên trực nhật xịt nước rửa sạch khắp sàn ngư thuyền. Ba nạn nhân đã tươi tỉnh, nhưng sức chưa hồi phục, được các nhân viên dìu trở về ngư thuyền. Võ Bằng chỉ thị cung cấp thêm cháo thịt.

Chỉ huy trưởng Duyên Đoàn 43 đích thân đến nhận bàn giao, tay bắt mặt mừng. Anh mời Võ Bằng cơm trưa Rạch Giá. Trung úy Tuấn nhắc lại lời mời đến nhà.

Võ Bằng chỉ thị Hạm phó trông coi tàu. Ban ẩm thực tháp tùng đi chợ, nhân viên không trực được phép đi bờ. Chiếc chiến thuyền Thiên Nga tuy nhỏ mà mã lực cao dư sức dòng ngư thuyền. Nhưng với số người đi bờ khá đông, Duyên đoàn trưởng cho tăng cường thêm hai ghe chủ lực.

***

Bến sông Cái Lớn nhộn nhịp. Chợ còn rộn rã dù đã trưa. Võ Bằng thuê xe lôi. Y tá và hai nhân viên đưa ba ngư dân vào bệnh viện. Anh chúc từng người chóng phục hồi. Những bàn tay chai sạn run run nắm tay Võ Bằng. Anh nghe lòng ấm áp.

Nhà ba má Tuấn tường vôi trắng, khang trang, nhìn ra cửa sông Cái Lớn. Giàn hoa giấy đỏ rực bên hiên. Ông cụ tóc bạc vồn vã chào đón. Tuấn giới thiệu. Ông hết nắm tay Duyên đoàn trưởng lại đến Võ Bằng:

- Quý hóa quá! Từ ngày thằng con tôi đi Hải Quân, nay mới được hân hạnh đón tiếp nhị vị chỉ huy!

Gian nhà rộng rãi, bày biện gọn gàng. Hương trà xanh thoảng nhẹ. Một bên vách, treo các bức ảnh gia đình. Trên vách đối diện là các bức tranh quê thật đẹp.

Mẹ và em gái Tuấn ra chào. Vừa thấy nàng, tim Võ Bằng bỗng xao xuyến lạc nhịp, không khác gì phút đầu gặp Như Oanh. Anh thông cảm cho con tim hai năm cô đơn, bây giờ gặp người đẹp là rung động đền bù. Ba Tuấn hối làm cơm thết đãi. Duyên đoàn trưởng cáo lỗi, nhưng ông nhất quyết không cho từ chối.

Ba Tuấn hút vài hơi thuốc vấn, khoan thai nói:

- Nhị vị chỉ huy thấy đó, ghe thương hồ đậu đầy bến sông. Mùa gió chướng, ghe bầu từ miền Trung ghé vô, chở đường, chở muối. Mùa gió nồm, ghe cá từ Hà Tiên, Nam Du đổ về cá tôm. Bến sông lúc nào cũng đông vui như hội. Nhờ vậy mà mắm cá lóc, mắm thái của nhà tôi sản xuất cũng đắt hàng...

Mắt mẹ Tuấn vui vẻ tiếp lời:

- Xin mời hai vị ở lại nếm thử. Con gái tôi làm đó.

Một niềm vui nhẹ nhàng chiếm hồn Võ Bằng. Ba mẹ anh cũng có sự vồn vã tương tự với khách tới nhà. Lời của ba mẹ anh bỗng đâu chợt đến: "Cưới vợ đi con, để ba má còn thấy mặt cháu chắt!" Anh nghĩ thầm: "Hay mình cưới cô này? Như Oanh đã xa rời duyên hải!"

Anh lại nhớ câu chuyện người bạn cùng khóa cưới vợ Tamassu. Không lẽ trời cũng run rủi mình đến đây gặp nàng? Chỉ sợ hôm nay rượu không vào lời không ra!

Ba Tuấn hỏi về công tác tuần tiễu vùng vịnh Thái Lan. Võ Bằng nói mới đến khu vực Nam Du, chưa chặn xét tàu nào thì gặp ngư thuyền trôi giạt...

Em gái Tuấn rụt rè mà giọng ngọt ngào:

- Tụi em nghe bạn bè kể nhiều chuyện ma ở các đảo Nam Du, Bà Lụa. Hai anh có gặp ma không?

Câu hỏi bất ngờ làm cả bàn lặng đi. Võ Bằng mỉm

cười nhìn Duyên đoàn trưởng:

- Đại diện vùng trả lời đi!

Duyên đoàn trưởng cười nói:

- Chúng tôi cũng có nghe. Nào là chuyện chiếc ghe câu không người mà có tiếng cô gái hát hò. Nào là có bóng người áo trắng hiện trong sương mù trên đỉnh Nam Du. Ngay trên chiến hạm, có một thủy thủ kể, một đêm anh đi tuần, thấy ở lái tàu có người đứng hút thuốc, anh lại gần người đó biến mất...

Em gái Tuấn la lên:

- Anh đừng kể nữa, sởn gai ốc rồi!

Tất cả bật cười. Võ Bằng không cười, lòng bâng khuâng: "Sao cô nàng sợ ma giống Như Oanh quá!"

Bữa cơm được dọn ra. Vài món đơn giản. Võ Bằng gắp mắm thái và với cơm. Anh khen:

- Xem chừng ngon hơn mắm thái Châu Đốc.

Mẹ Tuấn mỉm cười:

- Không dám! Được bằng đã là niềm vui lớn rồi! Đại úy quê Châu Đốc?

Anh gật. Bà cười:

- Thôi rồi! Múa rìu qua mắt thợ!

Tiếng cười rôm rả. Võ Bằng hỏi sao có địa danh Rạch Giá. Ba Tuấn cho biết ngày xưa vùng này có nhiều cây giá mọc ven bờ các con rạch. Anh định hỏi thêm về lịch sử nhưng thấy đã đến giờ hẹn trở về, nên đành cùng Duyên đoàn trưởng cảm tạ và giã từ. Ba Tuấn tiễn ra cửa, giọng ân cần:

- Cám ơn các cháu giữ biển, nhờ đó mà Rạch Giá được bình an.

Em gái Tuấn mang ra hai bọc trao cho Võ Bằng và Duyên đoàn trưởng. Cô e ấp, ngọt ngào:

- Mẹ em gửi, nói hai anh luôn an lành.

Võ Bằng buột miệng:

- Còn cô, nói sao?

Em gái Tuấn khẽ đáp:

- Nếu có dịp... xin ghé lại.

Võ Bằng bước ra đường. Gió sông mát nhưng tâm hồn đong đưa sóng gió...

CHƯƠNG 12

AI NHỚ CHĂNG AI?

Chiếc váy màu kem ôm lấy dáng người thanh mảnh, điểm bằng chiếc sơ-mi xanh nhạt ngắn tay. Mái tóc đen búi cao để lộ đôi gò má thanh tú; vài lọn tóc mai rơi nhẹ bên đuôi mắt. Một chút phấn hồng, chút son nhạt. Như Oanh soi mình trong gương lần cuối, sẵn sàng ra Khai Trí... mua ít sách cần cho việc giảng dạy tuần tới bắt đầu.

Tiếng chuông cửa vang lên đúng lúc nàng vừa xuống bậc cuối cùng. Mở cửa, nàng ngỡ ngàng. Vinh đứng đó, tay ôm chậu lan hồ điệp trắng tinh khôi, áo thể thao trắng ngà phẳng phiu, mùi nước hoa dìu dịu. Nàng theo thói quen, mở vòng tay. Lần này vẫn thân mật mà bỗng dưng thêm chút ngượng ngùng.

Nàng mỉm cười:

- Sao sáng nay anh không tới? Làm em chờ mãi...

Vinh trao nàng chậu lan, ánh mắt lấp lánh:

- Em đẹp quá! Anh phải mất cả buổi sáng để chọn cho được loài lan đẹp nhất mà vẫn thua em xa.

Trong phòng khách, nàng đặt chậu lan lên bàn ngay trước sofa Vinh vừa ngồi, lấy cho anh lon Budweiser và ly nước lọc cho mình. Quạt trần quay lặng lẽ chứng kiến cử chỉ nàng thiếu nhiệt tình. Tuy vậy nàng vẫn ngồi cạnh anh.

Vinh xoa tay, vui vẻ:

- Đi dạy thế nào, người đẹp?

Nàng cười, giọng hào hứng:

- Em phụ trách ba lớp đệ tứ, hai lớp đệ tam. Giảng văn, văn học sử...

- Trông em như học trò. Có cậu đệ tam nào tán tỉnh không?

Nàng khẽ cười:

- Quê một cục. Gia Long là trường nữ mà!

Vinh bẽn lẽn:

- Ờ, quê thiệt!

Nàng chậm rãi:

- Khi đứng trên bảng, em nhớ thuở đi học. Ngày ấy, mỗi lần bị kêu lên bảng là run. Giờ đâm ra thương học trò.

- Cho anh xin làm học trò của em.

Như Oanh háy mắt:

- Anh thăng bậc... yêu rồi còn gì nữa!

- Vậy thì để anh thưởng cô giáo một chầu ăn uống, rồi nghe ca nhạc tối nay. Phòng trà mới, rất hay.

- Cám ơn anh, để dịp khác. Em cần ra Khai Trí, rồi còn phải nghỉ ngơi, chuẩn bị cho tuần tới...

Vinh sầm mặt:

- Tuần rồi em nói mệt, tuần này cũng kiếm cách từ chối. Trước đâu có thế.

- Em nói thật mà.

- Anh lỡ đến đây rồi, về không thì quê một cục!

Để anh đưa em đi mua sách, rồi mình đi ăn, đi phòng trà *Đêm Màu Hồng.*

- Đêm Màu Hồng, nghe như tựa bản nhạc của Phạm Đình Chương.

- Thì chính nhạc sĩ ta làm chủ, lấy tựa bản nhạc đặt tên cho phòng trà.

Như Oanh soi mói nhìn Vinh:

- Chà, anh rành quá hén!

Anh cười, giả lả:

- Báo nào chẳng đăng tin. Em đi nghen?

Nàng nhớ tuần rồi nghe nhạc sống ban Huỳnh Anh quá hấp dẫn. Giờ được thưởng thức nhạc sống ban Thăng Long hẳn tuyệt vời hơn. Thì đi. Hơn nữa, đền bù cho Vinh tuần rồi... từ chối.

Chiếc Peugeot 404 lướt khỏi cổng biệt thự, quẹo vào đường Đoàn Thị Điểm. Xe đi chậm trong dòng phố đông chiều Chủ Nhật. Như Oanh ngả lưng ghế, nhắm mắt, nhớ ngày quen Vinh...

***

Bốn năm trước, một đêm Giáng Sinh. Gia đình nàng bày tiệc thiết đãi vợ chồng Bộ trưởng Bộ Thương Mại. Ông bà là đối tác làm ăn thân tín. Lần đó, tháp tùng họ là một chàng trai trẻ trung, đẹp người, lịch lãm.

Ngay cái nhìn đầu tiên, ánh mắt anh đã dành cho nàng sự chú ý. Lời chào càng làm nàng thêm cảm tình:
- Hân hạnh được gặp cô Như Oanh. Mẹ tôi bảo cô rất thông minh, mà lại quên thêm... rất xinh đẹp.

Trong bữa ăn, ba nàng hỏi chuyện: Vinh tốt nghiệp đại học Hoa Kỳ, đang giữ chức Thứ trưởng

Bộ Tài Chánh, một vị trí đáng ngưỡng mộ. Sau bữa tiệc, anh ở lại rất khuya. Tiếp đó, những cuộc gặp cuối tuần, buổi chiều xem phim đi ăn, buổi tối phòng trà, khiêu vũ. Cứ thế kéo dài bốn năm. Tình yêu đôi khi sóng gió vì quan điểm trái chiều nhưng Vinh lần nào cũng xin lỗi, làm lành nên vẫn êm đềm. Ba tháng trước, tốt nghiệp đại học sư phạm, nàng đã nôn nao chờ ngày nhận được sự vụ lệnh đi dạy. Rồi càng háo hức hơn khi được Vinh hứa lo cho nàng dạy gần nhà. Họ đã đồng ý rằng, ngay sau khi nàng đi dạy là lúc tính chuyện hôn nhân.

Thế rồi... chuyến đi nghỉ ngơi ở An Thới. Và sự xuất hiện của Võ Bằng. Chỉ một thời gian ngắn, không khí vùng biển và con người hải quân ấy đã khiến nàng nhìn lại cuộc sống đời mình, nhìn lại cuộc tình nàng và Vinh...

***

Vinh thả Như Oanh trước nhà sách Khai Trí và vì không chỗ đậu, anh hẹn nửa giờ quay lại. Khi ôm bọc sách bước ra, nàng gặp lại anh đúng hẹn. Xe men qua Pasteur, dọc Bạch Đằng, rồi dừng ở nhà hàng Mỹ Cảnh.

Vinh chọn chỗ ngồi nhìn ra dòng sông lấp lánh ánh đèn. Bàn ăn phủ khăn trắng muốt, muỗng nĩa bạc và ly pha lê trong vắt. Họ ngồi đối diện. Vinh nắm nhẹ bàn tay Như Oanh:

- Sài Gòn đêm trên sông... khó ai chê được. Hy vọng em thích.

- Em thích những quán ven ngoại ô hơn. Ở đó, có gió đồng nội và thanh tịnh.

- Anh biết, nhưng hôm nay còn đi nghe nhạc, sợ trở về trễ, hết chỗ.

Vinh mở bản thực đơn đưa cho nàng. Như Oanh lắc đầu:

- Anh chọn cho em đi. Em không quen ăn nhà hàng.

- Khó tin quá. Ba má em giàu quá mà!

Như Oanh lắc đầu:

- Em có đi ăn với ông bà vài lần nhưng không thích. Thường ngày, em là thân chủ của các hàng ăn lề đường khu nước mía Viễn Đông, Pasteur. Còn đi với anh, có bao giờ em không đòi về vùng quê.

Vinh vẫy tay gọi cô hầu bàn:

- Cho chúng tôi một chai Château Margaux 1961. Khai vị chạo tôm. Hai phần striploin và khoai tây nướng.

Người hầu bàn hân hoan ghi nhanh. Như Oanh lơ đãng nhìn xuôi về khu vực Hải Quân. Một chiếc thương thuyền cập cầu án ngữ tầm nhìn. "*Chừng nào anh về Sài Gòn? Có nên gặp lại không?*" Nàng nhớ trước khi rời Phú Quốc đã viết vội mấy dòng cho Võ Bằng. Nghĩ lại nàng thấy mình quá lãng mạn. Mới quen vài ngày đã vội hứa hẹn sẽ nhắn tin. Nàng quả có nhớ anh nhưng yêu thì chưa rõ. Nàng cũng thấy tình yêu vốn dành cho Vinh dường như vơi dần, không còn nhớ nhiều, không mong đợi gặp...

Giọng Vinh nhiệt thành:

- Tuần tới anh sẽ rất bận. Tổng Nha Thuế Vụ mở đại hội để duyệt lại các sắc thuế. Anh sẽ phải trình bày lý do cần tăng thuế, phải nghiên cứu sâu...

Bất kể hương vị thịt bò và rượu đắt tiền, Vinh say sưa khoe khoang nhiệm vụ quan trọng của mình, sự rành rẽ về nghề nghiệp. Nàng chầm chậm nhai, mắt nhìn Vinh, làm như đang lắng nghe, thỉnh thoảng gật đầu lấy lệ trước khi hớp rượu. Mỗi lời nói của Vinh nàng thấy sao nhạt nhẽo, rỗng tuếch. Nàng cứ mong chấm dứt bữa ăn, một bữa ăn xa hoa mà không ngon bằng tô hủ tiếu Thanh Xuân với ly cà phê đá.

***

Chín giờ, ven đường trước Đêm Màu Hồng đã đầy xe đậu. Vinh phải đậu khá xa. Hai người sánh bước dưới các đèn đủ màu dọc lề Tự Do như đôi nhân tình hạnh phúc nhất.

Ngay bậc thang đầu, mùi thuốc lá nồng nặc hòa mùi nước hoa đắt tiền. Gian phòng mờ ảo ánh đèn hồng: lãng mạn, nhưng ngột ngạt. Trên sân khấu, Phương Hoài Tâm đang hát *Huyền Sử Ca Một Người Mang Tên Quốc*.

Họ chọn bàn nhỏ gần sân khấu. Vinh gọi champagne Blanc de Blancs cho nàng, Budweiser cho anh. Đậu phộng, khô mực bày ra. Nàng hỏi:

- Anh đến đây thường à?

- Chỉ đôi lần, khi không thể từ chối. Cuối tuần luôn dành cho em mà.

Như Oanh nhìn dàn nhạc. Bốn nhạc công: tay trống, guitar lead, guitar bass, saxophone. Và nhạc sĩ thủ piano: Phạm Đình Chương. So với ban Huỳnh Anh nàng thưởng thức tuần rồi thì chỉ bằng nửa.

Giọng Phương Hoài Tâm thật ngọt mà cũng lắm ngậm ngùi: *"Chiều nao anh đi, anh về đất. Chiều nao anh đi, anh về nước."* Lời ca gợi nàng nhớ hai lần cùng anh rể và chị đi ủy lạo thương binh. Bệnh xá An Thới đơn sơ, còn nhiều thiếu thốn. Bác sĩ chỉ một. Y tá chỉ ba. Thân nhân thì xa xôi, phương tiện di chuyển hạn chế, hiếm khi đến thăm. Khi đến được thì chỉ còn viếng mộ.

Sự tương phản giữa Vinh và Bằng hiện lên rõ rệt: Một bên ồn ào, phô trương; một bên trầm lặng, chân thành. Một bên vũ trường, ca nhạc; một bên đầu sóng ngọn gió.

Nàng cố xét lại lòng mình. Tình yêu dành cho Vinh suốt bốn năm có thật là tình yêu hay chỉ là một thỏa mãn tình cảm của tuổi khát khao? Nàng đã từng hãnh diện với bạn bè có được một người yêu đẹp trai học giỏi, có chức quyền. Nhưng An Thới đã lột trần Vinh: một kẻ ba hoa, thích ăn chơi, không lý tưởng. Làm vợ Vinh chẳng khác nào sống trong biệt thự sang trọng mà không có cửa sổ. Nàng đã nghĩ cách rút lui nhưng xem ra chẳng dễ dàng gì!

Nàng nhấp một ngụm champagne. Ánh mắt dừng lại nơi Phương Dung đang hát *Ai Nhớ Chăng Ai*. Cái tựa lại gợi nhớ Võ Bằng. Giọng ca da diết như nói hộ lòng nàng: *"Những gì tha thiết nhất trong đời. Những gì không nói nên bằng lời. Mà tim ta thì chơi vơi. Ai nhớ chăng ai..."*

Vinh nghiêng người thì thầm:

- Em biết không, bên em, anh thấy thiên hạ đều thiếu may mắn!

Nàng im lặng. Chàng tiếp:

- Anh nghĩ, đời anh không em, chắc không sống

nổi.

Nàng ngăn lại:

- Hãy để em thưởng thức. Toàn bản nhạc em thích.

Vinh nhìn lên sân khấu nhưng cử chỉ bực bội. Anh uống cạn bia, gọi thêm.

Ngọc Minh xuất hiện, giọng tươi vui mà xoáy vào nỗi niềm của Như Oanh: *"Nếu anh về bên em, những năm sầu thương sẽ không còn..."*

Hoài Bắc giới thiệu tiếng hát Thái Thanh. Như Oanh nắm bàn tay Vinh:

- Thần tượng của anh. Vui hén!

Giọng Thái Thanh vút cao: *"Người đi qua đời tôi, không nhớ gì sao người..."* Vinh bóp tay nàng, giọng run run:

- Đó cũng là điều anh muốn nói.

- Em hiểu mà. Nghe đi.

Vinh miễn cưỡng nhìn sân khấu, miệng lại khe khẽ hát: *"Em đi qua đời anh, không nhớ gì sao em?"*

Anh khui lon mới, uống chầm chậm, rồi đặt lon xuống bàn. Anh lấy một hộp nhỏ từ túi quần, mở nắp đưa trước Như Oanh, giọng trịnh trọng:

- Như Oanh thương yêu. Em làm vợ anh nghen.

Chiếc nhẫn hột xoàn lấp lánh gọi mời. Nàng giật nẩy, sượng sùng cứng cả người. Nàng ôm mặt, lắp bắp:

- Bất ngờ quá, em không biết nói sao?

Vinh mỉm cười, khuyến khích:

- Chỉ cần nói "Ừ".

- Cho em thêm thời gian suy nghĩ.

- Em đã hứa sau ngày đi dạy.

- Nhưng... em cần thêm thời gian.

- Thời gian gì nữa? Em đã đi dạy một tuần rồi.

Giọng Vinh cao dần, vài người khách ngoái nhìn:

- Em có nghe anh nói không?

Như Oanh đứng dậy, nói khẽ:

- Ra ban công đi.

***

Ngoài trời, gió đêm Sài Gòn ùa tới, mát lạnh. Thành phố lấp lánh như tranh sơn dầu. Vinh khoanh tay, sốt ruột:

- Chuyện gì? Anh đang nghe.

Nàng hít sâu, tay bấu lan can, mắt nhìn thẳng vào mắt anh, giọng bình thản mà cương quyết:

- Hãy cho em thêm thời gian. Còn anh bắt em trả lời ngay...

- Rất dễ. Chỉ cần một tiếng: "Ừ".

Nàng lặng thinh ngỡ ngàng. Từ chối thì không nỡ mà ừ càng khó khăn. Nàng chợt nhớ lời của chị: 'Làm vợ lính biển lúc xa lúc gần, chia tay rồi tái hợp, tình yêu lúc nào cũng mới." Nàng cũng đã chứng kiến hạnh phúc tuyệt vời của anh chị.

Nàng buột miệng:

- Anh Vinh, em trân trọng tất cả những gì anh đã dành cho em bốn năm qua. Bốn năm hoàn toàn hạnh phúc. Nhưng... giờ nghĩ lại, em thấy rõ không thể làm vợ anh. Em thành thật xin lỗi.

Mặt Vinh biến sắc, giọng lạc đi:

- Em nói giỡn chăng?

- Em lặp lại. Em không thể làm vợ anh.

- Không thể? Vì sao? Chúng ta đã đồng ý...

- Em từng đồng ý, nhưng em nhận ra mình không thuộc về thế giới xô bồ này. Em khao khát cuộc sống bình yên, chân thành hơn. Em sẽ xin đi dạy ở vùng biển nào đó...

Vinh nhìn nàng, lắc đầu:

- Anh nghĩ là em quá nông nổi. Chỉ là một ý nghĩ nhất thời!

Nước mắt nàng ứa ra:

- Không! Không phải nhất thời. Nó là tiếng gọi sâu thẳm từ trái tim. Em xin lỗi.

Vinh gằn giọng, lớn tiếng:

- Có phải vì ai khác không? Một tên hải quân nào đó ở An Thới? Sau bốn năm, em vứt bỏ chỉ vì một kẻ không danh phận? Sao không nghĩ, một ngày nào đó, người ta gọi em "Bà Bộ trưởng"?

Nàng quay đi, nước mắt tuôn dài nhưng lòng nhẹ dần. Ba nàng chưa từng lớn tiếng với nàng. Câu nói của Vinh đủ cho thấy con người thật của anh.

Nàng bước nhanh đến cầu thang. Lời ca tiếng nhạc rộn rã vui tươi của bản *Tiếng Dân Chài* đưa nàng bước từng bậc chua xót xuống dần. Từng ô gạch vuông trên lề đường Tự Do lùi dưới chân nàng. Tiếng Vinh gọi với theo:

- Như Oanh! Như Oanh! Dừng lại!

Những ô vuông tiếp tục lùi, nhanh hơn.

CHƯƠNG 13

Bà Lụa Là Ai?

Ba giờ chiều. Hạm phó báo cáo thủy thủ đoàn đã về tàu đông đủ. Võ Bằng gật đầu, cho lệnh tập họp ở phòng ăn đoàn viên.

Năm phút sau, anh và Cố vấn bước vào. Căn phòng hình hộp chữ nhật, những bóng đèn huỳnh quang trắng sáng hắt xuống bảy dãy bàn ghế bọc formica màu nước biển. Mùi cà phê và thuốc lá còn phảng phất. Hạm phó hô dõng dạc, "Nghiêm!". Tất cả quân nhân đứng thẳng dậy. Võ Bằng ra hiệu ngồi.

Anh đưa mắt nhìn khắp lượt. Sáu hàng ghế hạ sĩ quan và đoàn viên đối diện hàng ghế sĩ quan. Không khí có phần nghiêm trang, nhưng trong ánh mắt nhiều người vẫn thấp thoáng sự tò mò và hứng khởi.

Võ Bằng cất cao giọng, rõ ràng và ấm áp:

- Chào anh em. Sau ngày nhận quyền chỉ huy, mãi đến hôm nay tôi mới có dịp gặp lại đông đủ. Điều rất vui là buổi sáng đi bờ Rạch Giá, tôi cứ đinh ninh sẽ có vài anh em... quên giờ về, nhưng tôi đã nghĩ sai.

Vài tiếng cười rộ phá tan bầu không khí khép kín. Võ Bằng tiếp lời:

- Cảm nghĩ của tôi sau hai tuần nhận Rạch Gầm là rất hài lòng. Hài lòng vì anh em giữ nghiêm kỷ luật.

Hài lòng vì anh em chuyên nghiệp trong công việc. Và hơn hết, hài lòng vì thấy anh em thương yêu nhau như ruột thịt. Tôi xin ngợi khen và cám ơn tất cả. Điều tôi mong là thành tích này phải được duy trì, không chỉ hôm nay mà trong suốt hải trình dài. Các anh em hứa với tôi chứ?

Nhiều tiếng đáp vang:

- Xin hứa. Xin hứa, thưa Hạm trưởng.

Võ Bằng mỉm cười, gật gù:

- Cám ơn anh em. Bây giờ là lúc... xả xú bắp. Anh em có điều gì buồn phiền, thắc mắc, cứ nói thẳng, nói hết cho nhẹ lòng.

Gian phòng bỗng lặng im. Chỉ nghe tiếng vù vù của hơi máy lạnh thoát ra. Võ Bằng khuyến khích:

- Đừng ngại gì cả. Tôi và các sĩ quan sẵn sàng giải quyết thỏa đáng.

Thượng sĩ Quản nội trưởng mở đầu:

- Thưa Hạm trưởng, tôi đại diện tất cả anh em đạo đạt lên Hạm trưởng nguyện vọng sau đây: Hiện tại cuộc sống chúng tôi, nhất là những người có gia đình rất chật vật vì vật giá leo thang. Nên xin được tăng lương.

- Nguyện vọng chính đáng. Ngay khi về Sài Gòn, tôi sẽ trình lên Bộ Tư Lệnh nguyện vọng của các anh, không chỉ một mà là hai: xin tăng lương và xin tăng phụ trội ẩm thực khi đi biển.

Nhiều tiếng ồ vui vẻ vang lên. Võ Bằng lại hỏi:

- Ai còn thắc mắc?

Không thấy ai giơ tay, Trung úy Tiến lên tiếng:

- Thưa Hạm trưởng, thời cựu Hạm trưởng, mỗi chuyến công tác đều có thực hiện công tác dân sự vụ. Công việc giản dị, là đến một lớp tiểu học dạy ca hát, kể chuyện cổ tích. Tôi đề nghị kỳ nghỉ bến tới, Hạm trưởng cho phép Ban Chiến tranh Chính trị đến trường tiểu học An Thới...

- Chấp thuận. Tôi sẽ tham gia cùng các anh. Thắc mắc kế tiếp?

Không ai lên tiếng. Võ Bằng quay sang Cố vấn tóm lược lại sự việc bằng tiếng Anh. Anh chàng lắng nghe, vẻ mặt nghiêm trang, rồi hỏi:

- Tôi có máy chiếu và nhiều phim hoạt họa. Nếu chiến hạm cần cho công tác dân sự vụ, tôi sẵn sàng cung cấp.

Trung úy Tiến nồng nhiệt:

- Rất cần. Cám ơn đại úy.

Võ Bằng hân hoan:

- Chuyến sau nhớ mang theo... Ai còn gì trình bày không?

Cả phòng lặng thinh, Võ Bằng chậm rãi tiếp:

- Trường hợp có gì không tiện nói ở đây, thì anh em gặp riêng tôi...

Anh quét ánh mắt lên mọi người lần nữa, trầm giọng:

- Bây giờ ta bàn công tác sắp tới. Sau buổi họp này, chúng ta sẽ nhổ neo rời Hòn Tre, trực chỉ quần đảo Bà Lụa. Đây là quần đảo có nhiều đảo hơn mọi quần đảo quanh vịnh Thái Lan: An Thới, Hải Tặc, Nam Du, Thổ Châu. Và cũng là quần đảo gần bờ nhất - chỉ cách Kiên Lương 20 cây số. Ngoại trừ Hòn Heo

- đảo lớn nhất lập thành xã và vài đảo khác lập ấp. Còn lại đều là đảo hoang. Chính vì vậy, Bà Lụa trở thành nơi tàng trữ vũ khí đạn dược từ miền Bắc đưa vào. Nhiệm vụ chúng ta là chận đứng nguồn tiếp tế.

Cả gian phòng im phăng phắc. Anh lược dịch cho Cố vấn rồi nhìn từng người, nghiêm giọng tiếp:

- Để tiếp tế, địch sử dụng hai phương tiện: một là tàu đánh cá có vận tốc nhanh, có trang bị *radar* lẫn vũ khí, đi từ miền Bắc. Chúng đổ hàng nhanh chóng ở nơi thuận tiện rồi rút nhanh ra hải phận quốc tế. Hai là các ghe nhỏ tại địa phương chuyển tiếp vào bờ. Ghe nhỏ vì dễ lẩn trốn *radar*, ít bị nghi ngờ và dễ phi tang.

Anh dừng lại hớp vài ngụm cà phê, như để lời anh thấm vào mọi người:

- Mặc dù chúng ta đã thiết lập bốn hàng rào ngăn chận: sát bờ biển có các chiến thuyền, gần bờ ba hải lý có các duyên tốc đỉnh, xa đến 12 hải lý có các chiến hạm, và xa hơn có Đệ Thất Hạm Đội, vậy mà địch vẫn liều mạng, bất chấp. Cho nên mỗi anh em phải hết sức cảnh giác từng phiên trực. Mọi nghi ngờ thấy được, mọi đối vật trên *radar*, cho tôi biết ngay để phản ứng kịp thời. Hãy tâm nguyện câu chúng ta từng học: “Thao trường đổ mồ hôi, chiến trường bớt đổ máu”.

Võ Bằng ngưng lại, hít sâu, rồi chuyển giọng nhẹ nhàng:

- Về phương diện hải hành, phải hết sức quan tâm đến các vùng nước cạn. Hãy sử dụng fathometer khi tuần tra quanh Bà Lụa, đặc biệt giữa hai đảo, có nơi, khi nước ròng có thể đi bộ được. Ghe địch khi bị phát giác thường chạy trốn qua các ngả này. Hãy nhớ: anh em mắc cạn, hạm trưởng bay chức!

Cả phòng bật cười, không khí dịu xuống. Anh tiếp:

- Nhưng ngoài các hiểm nguy, quần đảo Bà Lụa cũng nổi tiếng về thắng cảnh. Người ta gọi đó là Vịnh Hạ Long của miền Nam. Tôi chưa từng đến Vịnh Hạ Long nhưng đã mê cảnh đẹp Bà Lụa. Mỗi đảo có cảnh trí mang nét đẹp riêng. Có đảo thì rừng xanh phủ tận bờ. Có đảo viền quanh bằng đá trắng như cẩm thạch. Có đảo là hai khối đá dựng đứng mang tên Hòn Phụ Tử... Rồi anh em sẽ thấy nay mai.

Nhiều khuôn mặt đoàn viên bỗng sáng lên, Võ Bằng vui vẻ tiếp:

- Bà Lụa có 40 đảo, mỗi đảo đều có tên gắn với giai thoại. Tôi từng phục vụ trên hải vận hạm, từng đặt chân lên Hòn Heo, nghe nhiều chuyện thú vị. Hôm nay, sau năm năm, nhân dịp trở lại, tôi muốn nghe thêm. Ai biết gì thì kể cho mọi người cùng nghe. Biết chuyện lạ về vùng mình công tác cũng lý thú.

Nhiều cánh tay giơ lên. Võ Bằng chỉ Trung sĩ An. An đứng dậy. Võ Bằng khoát tay:

- Cứ ngồi kể chuyện.

Giọng An trầm và ấm, nghe như giọng ca sĩ Chế Linh:

- Thưa Hạm trưởng, quý vị sĩ quan và các bạn. Tôi xin kể chuyện vì sao gọi là Bà Lụa. Ngày xưa, có một người đàn bà buôn lụa từ Hà Tiên về Rạch Giá. Ghe chở đầy cuộn lụa, vải màu. Gặp bão, bà cho thả bớt hàng mà vẫn không thoát. Ghe ập vào rạn san hô. Bão tan, dân chài thấy từng cuộn lụa trôi giạt, mắc trên vách đá, trải dài trên bãi. Bà và người chèo ghe mất tăm. Từ đó, dân gọi vùng đảo ấy là Bà Lụa. Ngư dân còn truyền rằng, trong những đêm trăng, đôi khi vẫn thấy bóng người đàn bà áo dài trắng đi dọc bãi cát...

Không khí lắng xuống. Hạm phó mỉm cười, lắc đầu:

- Cũng có giai thoại khác. Rằng một bà tên Nguyễn Thị Lụa, vợ một quan người Pháp, hiền lành, không ưa chốn quan trường, bỏ ra quần đảo này nuôi tằm dệt lụa phát cho dân nghèo. Bà mất, dân nhớ ơn, đặt tên cả vùng là Bà Lụa, lập miếu thờ trên Hòn Heo.

Võ Bằng hỏi:

- Do đâu có tên Hòn Heo?

Hạ sĩ Duyệt giơ tay:

- Tôi nghe nói, cũng Bà Lụa này lập thêm trại nuôi heo ở hòn đảo lớn nhất. Sau khi bà mất, dân gọi đảo ấy là Hòn Heo. Cảnh trí đảo rất khác: Rừng sát biển, bãi nhỏ nhưng cát thô, lẫn nhiều sỏi đá, khó đi chân trần.

Hạ sĩ Thương - gốc Rạch Giá, nước da đen bóng, đôi mắt hẹp vì từng chịu sóng gió - góp thêm:

- Tôi cũng nghe, dân đảo chừng trăm người, rất hiếu khách. Ai đến đảo, vị đại diện mời nhậu cho bằng được. Món nhậu chỉ là mực, cá, cua nhưng ngon hết biết! Tôi mong chuyến này được lên đảo. Xin Hạm trưởng cho neo vài giờ...

Võ Bằng cười:

- Vị chúa đảo đó có con gái không?

Cả phòng cười rộ. Hạ sĩ Duyệt lắc đầu:

- Đâu biết!

Võ Bằng gật đầu:

- Vậy bữa nào tiện, tôi cho neo. Chúng ta lên đảo tìm hiểu. Còn sự tích nào khác? 40 đảo kia mà!

Trung úy Tuấn lên tiếng:

- Tôi có dịp đọc trong thư viện Rạch Giá một tài liệu nói về một cụm đảo trong quần đảo này. Đó là câu chuyện buồn. Ngày xưa có gia đình ông Nhum sống trên một hòn đảo. Một hôm, ông bà Nhum cùng hai chàng rể đi đám cưới trong đất liền, chẳng may lúc trở về, biển nổi sóng to, gió lớn, thuyền đắm, tất cả bị chết đuối, thi thể mỗi người trôi giạt vào mỗi đảo. Người ta tìm được và sẵn đó đặt thành tên: Hòn Nhum Ông, Hòn Nhum Bà, Hòn Rể Lớn, Hòn Rể Nhỏ.

Anh ngừng lại như để mọi người thương cảm, rồi tiếp:

- Lại còn một cụm đảo khác là Ba Hòn Đầm. Điểm đặc biệt là ba hòn đảo chụm với nhau thành hình tam giác, tạo một khu vực nước cạn như cái đầm ở giữa. Tuy nhiên mỗi đảo đều có tên riêng như Hòn Đầm Đước - có nhiều cây đước, Hòn Đầm Dương - có nhiều cây dương, và Hòn Đầm Giếng, không rõ sự tích, có thể vì có giếng nước ngọt.

Võ Bằng gật gù:

- Còn Hòn Trẹm, nghe đồn có kho châu báu của bọn hải tặc mà đến nay chưa ai tìm ra. Một ngày đẹp trời nào đó, biết đâu chúng ta chẳng tìm ra kho châu báu đó...

Tiếng cười rộ lên. Trung úy Tuấn nghiêm nét mặt:

- Tôi cũng có nghe lời đồn. Sở dĩ không ai tìm thấy là vì kho châu báu được canh giữ bởi những bóng ma thủy thủ chết chìm. Đêm khuya, ngư dân vẫn thấy các bóng trắng ẩn hiện trên đỉnh đảo. Thành ra không ai dám lên đảo.

Nhiều người rùng mình, le lưỡi. Võ Bằng nhìn đồng hồ:

- Thôi, kể hết 40 đảo chắc đến sáng. Cần nhổ neo ngay để kịp đến Bà Lụa lúc nửa đêm. Đó chính là thời điểm bọn vẹm tặc lộng hành.

Trong khi cùng đi lên đài chỉ huy, Võ Bằng tóm lược nội dung buổi họp cho Cố vấn.

***

Trời đã xế chiều. Biển xanh thẫm như tấm lụa nhung bị vuốt ngược. Võ Bằng đưa ống dòm chậm rãi quét một vòng chân trời. Biển êm, ghe thuyền đánh cá xuất hiện dày đặc. Lẽ ra thì nên bớt máy nhưng anh vẫn cho tiến nhanh. Lệnh của Bộ Tư lệnh Vùng là sau khi bàn giao, Rạch Gầm phải đi ngay đến Bà Lụa nhưng anh đã "ăn gian" cho đi chợ và đi bờ. Trong lòng, anh biết là sẽ phải viết tờ trình nhưng hy vọng mọi sự xuôi chèo mát mái.

Gió chướng chếch ngược nên khá mạnh và lành lạnh. Từ trên nóc đài chỉ huy, tiếng gió tuôn qua các dây cờ nghe như ai huýt gió. Một đàn chim bay thành hàng chéo, chấm chấm đen như những dấu mũ của một bản nhạc. Cố vấn không bỏ lỡ cơ hội, chụp lấy chụp để mấy tấm hình làm kỷ niệm.

Hai chiếc ghe câu vừa tách rời khi thấy chiến hạm

chạy đến. Nếu không, sóng dập có thể làm bể mạn ghe. Khi tàu đến gần, Võ Bằng hốt hoảng giảm máy. Trên một ghe, có cả đàn bà con nít. Hai chủ ghe vẫy tay chào. Võ Bằng vẫy đáp, nói to:

- Xin lỗi chúng tôi có chuyện gấp, phải chạy nhanh.

Một ông đối đáp:

- Không sao đâu. Việc binh là trọng. Tội nghiệp, mấy anh cực khổ cho chúng tôi yên ổn làm ăn.

Khi tàu chạy ngang, đứa bé bỗng khóc thét. Người đàn bà vội vạch vú cho con bú. Cố vấn lại chụp lia lịa, nét mặt hớn hở. Ở Mỹ, dễ gì có cơ hội ngắm hình ảnh nghệ thuật thế này. Võ Bằng chợt thoáng bồi hồi. Hình ảnh giản dị ấy làm anh thèm một mái gia đình.

Hình bóng Như Oanh hiện lên, rồi mơ hồ pha lẫn dáng em gái Trung úy Tuấn. Anh cân nhắc: "Như Oanh vẫn là ưu tiên. Nhưng nàng sắp lấy chồng, còn hy vọng gì!" Anh thở dài não nuột: "Giả sử nàng đồng ý làm vợ mình thì lại đụng hàng rào sắt của ba nàng." Nhớ đến người bạn cùng khóa cưới con gái chúa đảo, anh lại nuôi hy vọng: "Phải đánh nhanh đánh mạnh. Phải thuyết phục Như Oanh mở tiệc rượu để mình nhậu với ba nàng. Rồi nhờ... rượu nói!" Anh mỉm cười hài lòng: "Có lý lắm!"

Máy truyền tin của Cố vấn lên tiếng. Anh chàng bốc nghe và trao đổi. Rồi hỏi Võ Bằng, xin vị trí chiến hạm. Võ Bằng bước sang bật đèn bàn chỉ vòng tròn gạch chéo trên hải trình. Anh chàng lẩm nhẩm đọc trên hải đồ: 'Ba Lua Islands', "Hon Doi Moi Island",

"Hon De Island", "Hon Duoc Island", "Hon Dua Island", "Hon Trem Island". Võ Bằng bỗng tức cười với những cái tên xa lạ, vô hồn. Càng cười hơn, đã là Hòn rồi còn Island gì nữa!

Còi đổi phiên vang lên: 5 giờ 45. Võ Bằng đã thấy đói nhưng đành chờ thêm một tiếng nữa mới đúng bữa. Vả lại, ghe câu còn đông, anh không an tâm rời đài chỉ huy nên bước sang cánh tả nhìn biển mênh mông. Nắng chiều in dáng chiến hạm trên vùng nước xanh sẫm. Cái dáng đó lướt tới, rung rinh theo lượn sóng từ mũi tàu chẻ nước. Anh lại cho tăng máy...

Sĩ quan sắp mãn phiên đang định vị trí chiến hạm chuẩn bị bàn giao với động tác nhanh nhẹn, thành thạo. Các đoàn viên lần lượt thay thế. Trung úy Đặng Thành Tài, người nhận phiên sau, là sĩ quan hải hành. Với trung úy Tài, Võ Bằng thấy an tâm thưởng thức bữa cơm tối ngon lành, nhất là bữa cơm sau khi đi chợ nhiều thịt cá tươi.

Tiếng phát từ miệng loa:

- Đài chỉ huy. Có đối vật hướng 1 giờ, khoảng cách 9 hải lý.

Xa, mà *radar* bắt được, có nghĩa đối vật khá lớn. Anh cùng Cố vấn xuống phòng chiến báo. Màn hình hiện rõ, vết sáng di chuyển cho thấy hướng vào bờ. Anh ghi tọa độ. Mười phút sau, ghi lần nữa. Lấy khoảng cách chia thời gian, đối vật có tốc độ 19 gút - nhanh hơn tàu anh, khó thể đuổi kịp. Anh lập tức liên lạc với các khinh tốc đỉnh và chiến thuyền để nghinh đón. Cố vấn chưa thấy cần sự trợ giúp của Đệ thất Hạm đội.

Cả hai trở lên đài chỉ huy. Võ Bằng ngồi lên ghế. Cố vấn ôm la bàn đứng cạnh. Sương khói lan trên mặt biển nuốt dần ánh nắng cuối ngày. Một nửa mặt trời còn lơ lửng chân mây. Không gian như đặc lại, tối dần...

Bỗng tiếng loa dội lên lần nữa, dồn dập:

- Đài chỉ huy. Có đối vật hướng 10 giờ. Khoảng cách 2 hải lý.

Tim Võ Bằng thót lại. Hai hải lý - quá gần! Một đối vật nhỏ, nhưng chắc chở đầy vũ khí. Võ Bằng thấy cần phải bắt giữ hoặc tiêu diệt. Anh hối hả:

- Trung úy Tài. Hỏi *radar* hướng di chuyển của đối vật.

Một khoảng im lặng căng thẳng. Rồi tiếng đáp từ loa:

- Xin chờ...

CHƯƠNG 14

ĐÊM HAI LẦN HẢI PHÁO

Hoàng hôn phủ xuống biển, mặt nước nhuộm tím góc trời. Gió nhẹ mơn man da thịt. Đài chỉ huy chăm chú theo từng nhịp báo khô khốc từ *radar*:

- Đối vật di chuyển hướng 070, vận tốc 8 gút, cách một hải lý rưỡi.

Võ Bằng cau mày, tính nhanh trên bàn hải đồ. Theo vị trí và hướng đi, có thể chiếc ghe từ Hòn Nghệ vào Lình Huỳnh. Ghe câu không ai về bến giờ này. Chỉ có thể đây là chuyến chuyển hàng lén lút. Phải chặn xét.

Anh khẽ ra lệnh:

- Lái hướng bắc. Cho gọi pháo thủ đại liên và pháo đội 40 ly mũi vào vị trí.

Trung úy Tài bấm máy phóng thanh lặp lại lệnh trên. Ba phút sau, hai khẩu súng báo cáo sẵn sàng khai hỏa. Võ Bằng mặc áo giáp, đội nón sắt và ra dấu mọi người làm theo.

Mặt trời đã chìm hẳn, mặt biển như trải tấm lụa đen ngòm. Anh cho lệnh tắt hết đèn.

Tiếng từ phòng chiến báo dội lên:

- Đối vật cách một hải lý. Hướng 11 giờ.

Võ Bằng xem lại vị trí chiến hạm, vị trí đối vật, tính thời gian gặp nhau rồi ra lệnh:

- Hai máy tiến 2. Lái hướng 010. Giám lộ sẵn sàng rọi đèn pha.

Tiếng báo máy giảm. Một quan sát viên rời vị trí leo lên tháp đèn. Không khí như đông đặc khiến nhịp thở mọi người ngắn đi.

Radar đếm lùi khoảng cách: 1000 yards, 700 yards, 500 yards. Một quan sát viên la lên:

- Báo cáo, thấy đối vật hướng 10 giờ.

Võ Bằng giương ống dòm. Trong mịt mùng không gian, một bóng dài lướt tới. Anh gằn giọng:

- Hai máy ngưng.

Mọi hơi thở như ngưng theo. Đài chỉ huy chìm vào lặng thinh.

Chợt tiếng Hạm trưởng khẽ mà như rền vang:

- Chiếu đèn pha.

Một luồng sáng trắng xé ngang bóng tối. Chiếc ghe câu hiện rõ không xa mạn tả. Hai bóng người đang hối hả ném các kiện hàng xuống biển.

Giọng Võ Bằng vang lên đanh thép:

- Dừng tay lại. Ngưng ném. Tuân lệnh hay bị bắn.

Hai người tiếp tục hì hục. Rồi bất ngờ một tràng đạn nổ giòn. Những vệt lửa vụt sang chiến hạm, lốp bốp vào thành thép đài chỉ huy. Võ Bằng gầm lên:

- Tất cả phản pháo.

Đại liên 50 nổ rền. Đại bác 40 ly chát chúa. Trung sĩ Linh chụp đại liên trên đài chỉ huy nhả nguyên thùng đạn. Mùi khét xộc vào phổi khiến tim ai nấy đập thình thịch. Võ Bằng định thần nhìn theo lửa đạn. Hai bóng người ngã gục. Nước bắn tung tóe. Chiếc ghe vỡ tung. Ván bay tứ tán.

Giọng Võ Bằng dứt khoát:

- Ngưng bắn. Các nơi báo cáo thiệt hại.

Điện thoại viên lặp lời từ các ổ súng:

- Đại bác vô sự. Đại liên vô sự.

Đèn pha quét qua mặt biển. Nước đỏ loang loáng. Các mảnh ván trôi lềnh bềnh. Ba sinh mạng mất hút vào lòng biển sâu. Võ Bằng lẩm bẩm: *"Khó hiểu! Chỉ với một tiểu liên, họ dám chống lại cả chiến hạm! Sao lại chọn cái chết?"* Một vị chua chát dâng lên cổ họng. Anh nghĩ, một ngày nào đó, dòng máu đỏ thẫm kia có thể là của chính mình.

Võ Bằng nghe Cố vấn gọi máy về Toán Cố vấn Vùng. Anh ghi diễn tiến vào Nhật Ký Hải Hành rồi xuống phòng truyền tin gửi công điện về An Thới: *"TTBC*. Chiến hạm chặn xét ghe. Địch nổ tiểu liên. Ta phản pháo. Kết quả: địch 3 chết chìm theo ghe. Tiếp tục tuần tiễu."*

***

Võ Bằng về phòng, cơn mệt ập đến như sóng ngầm. Anh chỉ kịp ngả lên giường, ngủ thiếp. Khi tỉnh dậy, đã quá nửa đêm. Anh mừng không ai gọi, tức là mọi sự bình yên. Nhưng lo âu vẫn thôi thúc, anh hối hả lên đài chỉ huy.

Bầu trời sao giăng dày đặc. Vài cụm mây lặng lờ. Nửa mảnh trăng chếch sáng, ánh bạc trải lên biển phẳng lặng. Anh đứng im, thở một hơi dài. Âm vang tiếng súng như còn vọng trong tai. Anh nghĩ đến cha mẹ, vợ con của những kẻ chết chìm. Nỗi đau của họ bao giờ mới nguôi? Vì đâu mà phải vào Nam để chết?

Súng đạn đã chìm theo họ, đúng là phe ta bớt đổ máu. Nhưng trong anh vẫn dấy lên mặc cảm giết người. Và trớ trêu thay, chính "thành tích" ấy sẽ được ghi vào quân bạ, tính điểm thăng cấp. Võ Bằng thở dài. Giờ đây, anh thấm thía thế nào là gánh nặng của một cấp chỉ huy: một mất một còn, giết hay bị giết!

Anh lặng lẽ ngồi lên ghế. Vẫn tiếng sóng rì rào nhưng giờ nghe như tiếng thì thầm nhắc nhở: *"Không có lựa chọn nào khác đâu, Hạm trưởng Võ Bằng ơi!"*

***

Tiếng loa vang lên xé tan suy tưởng:

- Đài chỉ huy. Có đối vật hướng 10 giờ, khoảng cách 20 hải lý.

Hai mươi hải lý, xa thế mà *radar* bắt được? Chắc chắn phải là một con tàu lớn.

Võ Bằng hỏi lại cho chắc:

- *Radar*. Xác nhận đó là đảo hay đối vật di chuyển?

- Thưa, đối vật di chuyển, hướng đông, vận tốc 18 gút.

Một luồng rờn rợn chạy dọc sống lưng anh. Hướng đông chính là tiến đến Hòn Ngang, một đảo hoang. Thương thuyền nào lại đi hướng này? Không, đây chỉ có thể là tàu xâm nhập. Và vận tốc của nó lại nhanh hơn tàu mình!

Võ Bằng nhìn hải đồ. Chiến hạm cách Hòn Ngang về phía bắc hai hải lý. Tàu xâm nhập cách 20 hải lý về phía đông. Rút kinh nghiệm lần trước, chặn đường nó, nó bỏ chạy, lại đuổi không kịp. Anh quyết định chạy nhanh đến Hòn Ngang rồi tắt máy thả trôi. Biết đâu *radar* địch lầm tưởng tàu ta là đảo.

Anh nói vào ống loa:

- Phòng chiến báo. Có Hạm phó ở đó?

- Có tôi, thưa Hạm trưởng.

- Tốt. Hãy quan sát kỹ. Thường xuyên cho khoảng cách, hướng và tốc độ đối vât.

- Nhận rõ.

- Liên tục báo độ sâu.

- Nhận rõ.

Khi Hòn Ngang đã hiện lờ mờ, độ sâu 5 fathom, Võ Bằng cho tắt máy tàu. Điều anh lo là dù gió nhẹ nhưng chiều thổi vào Hòn Ngang. Anh hỏi:

- *Radar*. Cách bờ đảo bao xa?

- Thưa, 110 yards.

- Báo tôi biết khi còn 100 yards.

Võ Bằng quay sang sĩ quan đương phiên:

- Tắt hết đèn. Darken ship! Giám lộ, sẵn sàng đèn hiệu.

Rạch Gầm hòa mình vào bóng tối. Chỉ còn ánh đèn đỏ từ các bảng điều khiển trên đài chỉ huy hắt lên gương mặt các quan sát viên trông như ma biển.

***

Một giờ nặng nề trôi qua. Nửa vầng trăng chênh chếch. Biển tỏa màu bạc lóng lánh lân tinh. Một nhân viên la lên:

- Trình Hạm trưởng. Đã thấy đối vật mờ mờ hướng 9 giờ.

Võ Bằng nâng ống dòm. Rõ ràng là tàu lớn, có thượng tầng và phòng lái nhưng không đèn hải hành. Anh hít một hơi thật sâu, giọng dõng dạc, rành rọt, quyết đoán:

- Cho nhiệm sở tác chiến!

Tiếng còi kêu rền, tiếng chân rầm rập và tiếng nạp đạn, mở khóa an toàn. Điện thoại viên truyền lệnh Hạm trưởng đến các khẩu pháo:

- Nếu bị bắn, phản pháo tức khắc. Khẩu 76 ly ưu tiên triệt hạ đài chỉ huy và khẩu pháo trước mũi.

Tiếng từ phòng chiến báo:

- Đài chỉ huy. Khoảng cách đối vật: một hải lý.

Võ Bằng nói lớn:

- Giám lộ, đánh đèn hỏi nó là ai!

Ánh đèn mới chớp vài lần, lửa từ tàu địch lóe lên, rồi tiếng pháo gầm, đạn ào ào bay tới. Mọi loại súng đồng loạt phản pháo. Mặt biển rực lửa. Hai quả pháo địch rơi sát mạn trái Rạch Gầm, nước bắn túa lên sàn. Võ Bằng hét:

- Giám lộ. Leo xuống!

Nhiều đốm lửa vụt qua đài chỉ huy. Sĩ quan đương phiên kêu to:

- Ối, tôi trúng đạn...

Võ Bằng bước nhanh tới Thiếu úy Đức, thấy lờ mờ anh ôm bả vai, máu ướt áo, rên rỉ. Anh bảo một quan sát viên dìu Thiếu úy Đức xuống phòng y tế. Thủy thủ Đạt nhanh nhẹn thi hành.

Đúng lúc đó, một quả nổ ngay sau lái, hất tung sóng lên cao như mái vòm trắng. Một cầu lửa nổ bùng ở mũi. Lửa bắn tứ tung. Những tiếng la hét, hốt hoảng nhưng không ai bỏ chạy. Tiếng điện thoại viên run run:

- Trình Hạm trưởng, khẩu 76: 1 bị thương nặng, hai nhẹ. Đại liên 50 tả hạm: một nhẹ.

Đài chỉ huy rung rinh dữ dội. Tiếng súng phản pháo vẫn rền vang. Võ Bằng hét:

- Toán cứu thương đến ngay khẩu 76.

Ánh lửa bùng lên phía tàu địch. Một lỗ thủng toang hoác trên vách đài chỉ huy. Một ánh lửa khác ở mũi mang theo thân người tung cao. Những hình dáng ngã quỵ. Tàu địch đang quay đầu, trình diện nguyên hông phải. Một quả đạn 76 ly bay tới nổ banh mạn giữa, kế tiếp một quả ngay sau lái. Trong ánh sáng bập bùng, thân tàu địch chao nghiêng. Nhiều bóng đen chạy loạn xạ. Lái tàu chúc xuống rồi chìm dần...

Võ Bằng hét:

- Ngưng bắn!

Khói mù mịt phả vào mặt, mùi thuốc súng hăng hắc xộc vào lồng ngực khiến anh choáng váng. Anh nắm chặt thành đài, ra lệnh đổi hướng, tiến đến nơi tàu địch chìm.

Một sự im lặng lạ thường ập xuống, chỉ còn tiếng rên rỉ vẳng lại từ phía xa và tiếng tim đập thình thịch trong lồng ngực. Lại thêm một đối vật chìm sâu. Lại thêm những sinh mạng ra đi vĩnh viễn.

Võ Bằng gọi Phòng truyền tin gửi ngay công điện thượng khẩn về Vùng: *"TTBC*. Bị tấn công tại Hòn Ngang. Bị thương 2 nặng (1 sĩ quan, 1 nhân viên), 3* *nhẹ. Tàu địch đang chìm. Xin chỉ thị."*

Anh nói vào miệng loa:

- Hạm phó lên ngay đài chỉ huy.

Giọng Hạm phó vang lên:

- Nhận hành, thưa Hạm trưởng.

Cố vấn có mặt trên đài chỉ huy từ nhiệm sở tác chiến, e dè hỏi:

- Xin lỗi, thương binh được đưa về An Thới hay Rạch Giá? Nếu là Rạch Giá tôi sẽ cho xe cứu thương chờ sẵn tại bến đò.

- Tôi đã báo Vùng, đang chờ. Cám ơn nhiều.

Đèn pha quét sáng, Võ Bằng bắt gặp hàng chục phao dầu loang và bốn người còn sống sót bám lấy phao, yếu ớt vẫy tay. Anh ra lệnh:

- Nhận còi nhiệm sở vớt người!

Nhân viên thả thang dây cho họ leo lên. Chỉ một người ì ạch lên tới sàn tàu. Ba người còn lại, tiếp tục bám phao. Người được cứu thì thào:

- Họ bị thương, không leo được.

Hạm trưởng cho lệnh thả ca nô. Ba người được kéo lên. Cả bốn được đưa đến sân mũi. Một thủy thủ cầm súng canh gác.

Võ Bằng giao đài chỉ huy cho Hạm phó. Anh và Cố vấn đến phòng y tá thăm Thiếu úy Đức và bốn nhân viên bị thương. Tất cả đã được băng bó và săn sóc cẩn thận. Anh nói lời trấn an từng người rồi cả hai tiến về mũi tàu. Chóp mũi bị bắn vỡ nát, bay mất trụ cờ. Vẫn còn may, quả đạn chỉ cần chệch một chút là cả pháo đội 76 ly đi đong.

Anh vô tuyến đến trao công điện thượng khẩn: *"Ngợi khen quý chiến hạm đánh chìm tàu địch. Đưa 3 nhân viên bị thương nhẹ về An Thới. HQ 3803 tiếp nhận đưa hai nhân viên nặng về bến đò Rạch Giá. Xe cứu thương Mỹ chờ sẵn. Điểm hẹn: Hòn Sơn Tế 1. Giờ gặp 5:00 AM."*

Anh thảo công điện đưa vô tuyến viên: *"TTBC*. Nhận hành. Tin thêm: Mũi hư hại khá nặng. Vớt 4 địch trong đó 3 bị thương. Kính đề nghị giao chính quyền Rạch Giá."*

Võ Bằng và Cố vấn trở lên đài chỉ huy lúc 4 giờ 15, đủ thì giờ xuôi nam đến điểm hẹn, nếu không gặp biến cố mới...

* *Ghi chú: Trong công điện, những nhóm chữ tắt thường dùng:* TTBC *(Trân trọng báo cáo),* TTKT *(Trân trọng kính trình),* TTTB *(Trân trọng thông báo),* TTTC *(Trân trọng thỉnh cầu),* TTYC *(Trân trọng yêu cầu).*

CHƯƠNG 15

TÌNH CỜ

Chiến hạm HQ 266 *Rạch Gầm* chầm chậm tiến vào cầu An Thới lúc mười một giờ trưa. Ánh nắng đứng bóng trải xuống mặt biển, hắt lên ngàn tia lấp lánh như pha lê. Gió nồng vị muối, mang hơi ấm đất liền và mùi dầu máy quen thuộc. Khi tiếng động cơ ngưng, mặt nước im, chỉ còn tiếng chân người dồn dập trên boong tàu.

Xe cứu thương của Căn cứ Hải Quân An Thới đã chờ sẵn. Ba thương binh được cáng xuống, băng gạc trắng đẫm máu sậm đỏ. Mọi động tác đều cẩn trọng, lặng lẽ. Hạ sĩ Nghĩa - người điều trị đã lâu trong bệnh xá - nay được phép về lại tàu. Khuôn mặt anh xanh xao nhưng nụ cười vẫn tươi, và trong ánh mắt ánh lên niềm tự hào của người lính sống sót trở về.

Khi Nghĩa bước chân lên boong, tiếng vỗ tay vang rền. Người cặp cổ, người nắm tay, người huýt gió. Võ Bằng bước tới, siết chặt tay anh, giọng trầm ấm:

- Tốt lắm, Nghĩa. Mừng em trở về tàu.

Nửa giờ sau, Tư lệnh Vùng cùng Chỉ huy trưởng Căn cứ Yểm trợ đưa toán chuyên viên xuống chiến hạm giám định thiệt hại. Phần mũi cần hàn gắn lại, vết đạn lỗ chỗ bên hông và trên đài chỉ huy phải được vá lấp. Ước tính sửa chữa trong bốn ngày.

Rạch Gầm được dời sang cập cầu Căn Cứ Yểm Trợ, bên cạnh vài chiếc Duyên tốc đỉnh và Chiến thuyền khác. Võ Bằng trở về phòng họp, nơi xấp công văn, công điện đang chờ. Anh dừng lâu ở bản báo cáo từ bệnh viện Rạch Giá:

"Thiếu úy Dương Công Đức đã giải phẫu gắp viên đạn ở bả vai, sức khỏe tốt. Thủy thủ Lưu Văn Tạo đã giải phẫu lấy mảnh đạn khỏi cổ, tình trạng khả quan. Cả hai đã được chuyển về Bệnh viện Hải Quân Sài Gòn."

Anh khẽ thở phào, như trút một gánh nặng trên vai.

Khi chiêu đãi viên gõ cửa xin phép dọn cơm trưa, hình ảnh tô bún cá ngày nào ăn cùng Huỳnh Như Oanh chợt ùa về. Anh lắc đầu:

- Tôi sẽ ăn ở ngoài.

Hình như chỉ có vị mặn mẳn của nước súp và hương ngọt ngào của cà phê mới làm anh vơi được nỗi nhớ.

Vừa bước vào quán *Hải Âu*, Võ Bằng nghe tiếng gọi vang lên:

- Hạm trưởng! Mời Hạm trưởng đến chung vui!

Bàn sáu người - đa số nhân viên Ban Chiến tranh Chính trị. Hạm phó Tiến vội đứng dậy kéo thêm ghế:

- Mời Hạm trưởng ngồi đây.

Anh ngần ngừ, chủ định là ăn vội rồi sang quán *Sóng* hóng gió biển, mặc cho tâm hồn trôi về những kỷ niệm với Như Oanh. Nhưng thấy anh em ríu rít, anh đành ở lại.

Trung úy Tiến trình báo:

- Trước khi tới đây, tụi em ghé trường tiểu học. Cô hiệu trưởng mời chúng ta sáng mai đến, mười giờ.

Võ Bằng gật đầu:

- Vậy là nhất rồi. Mai, chín giờ bốn mươi lăm rời tàu.

Cô hầu bàn đến. Anh gọi bún cá và một lon Budweiser.

Trung sĩ Lâm cười tươi:

- Thưa Hạm trưởng, đêm qua chúng ta đánh chìm hai tàu bắc cộng, hôm nay rất đáng sương sương vài ly rượu mừng!

- Tôi kỵ rượu, bia là đủ.

Lâm nằn nì:

- Thưa Hạm trưởng, rượu nếp than An Thới danh bất hư truyền, ngọt và thơm, rất dễ uống!

Võ Bằng bật cười:

- Dễ uống nhưng cũng dễ say bí tỉ!

Hạm phó chen lời:

- Rượu nếp than uống một bổ hai, thưa Hạm trưởng. Một ly nhẹ thôi mà!

- Được, thử một ly cho biết.

Rượu quả thật ngon. Món ăn đưa cay cũng vừa miệng. Một ly rồi hai, cuối cùng là ba. Dự định ra biển sớm bỗng chậm mất hai tiếng.

***

Mặt trời đã chếch về tây khi Võ Bằng rời quán *Hải Âu*. Gió biển thổi mát rượi, xua bớt hơi men đang lan khắp thân. Đầu anh hơi choáng, nhưng chân vẫn vững. Quán *Sóng* vẫn đó - thưa khách. Anh gọi cà phê phin rồi tự mang ra tán dù với hai chiếc ghế tựa còn chờ

Ngồi xuống chiếc ghế xưa, tay anh khẽ vuốt lên tay vịn, nơi Như Oanh từng ngồi. Sóng vỗ nhịp vào bờ cát mịn, đưa anh trở lại buổi chia tay xưa. Anh đã nắm tay nàng, và nàng không rút lại. Anh đã hỏi:

- Có thật rồi mình sẽ không còn gặp nhau?

Giọng nàng còn văng vẳng:

- Em không biết. Em cần thời gian xét lại lòng mình. Khi anh mãn công tác, trước khi về Sài Gòn, anh hãy gặp chị em. Nếu chị chuyển lời... tức là em đã chọn.

Ngày ấy, anh đã vui như trẻ thơ. Nhưng giờ nghĩ lại, đó đâu phải lời hứa hẹn. Biết đâu, sau khi đắn đo, nàng nhờ chị chuyển: *"Nói với Võ Bằng... đi chỗ khác chơi!"* Anh mím môi, nghe lòng nhói buốt.

Võ Bằng thở dài. Hơi rượu tỏa ra đánh thức cơn nhức đầu. Anh nhấp vài ngụm cà phê. Chất đắng lan dần, đầu óc bớt đau. Anh uống đến nửa ly. Biển vẫn xanh bát ngát, trời vẫn cao thăm thẳm. Trước mặt anh, sóng vẫn xôn xao như những lời thủ thỉ cũ.

Một dáng người thon thả từ dưới nước bước lên. Nàng mặc áo tắm một mảnh màu thiên thanh, mái tóc ngắn bám cổ, đôi kính đen che nửa khuôn mặt mà vẫn toát vẻ diễm kiều. Nàng đi dọc mép nước, dường như không biết có người đang chiêm ngưỡng.

Sức mạnh của men rượu nếp than khiến anh đứng dậy, bước lại gần:

- Chào cô. Xin lỗi vì đường đột. Đây không phải

cách làm quen cũ kỹ đâu, chỉ là... quá tò mò: một người đẹp như cô sao lại xuất hiện ở chốn vắng thế này?

Nàng hơi giật mình, rồi cười trong trẻo:

- Chào đại úy. Lâu rồi không gặp, đại úy khỏe chứ?

Anh khựng lại. Cấp bậc hải quân đâu phải ai cũng biết. Hẳn nàng là thân nhân của hải quân, hoặc phu nhân của ai đó. Không khéo lại rắc rối. Anh nghiêng mình:

- Xin lỗi và xin phép chào cô.

Giọng nàng vẫn đùa cợt:

- Đâu có dễ đi như vậy! Đại úy tò mò chặn đường tôi, thì cho tôi tò mò hỏi lại: hễ là người đẹp thì không nên xuất hiện ở chốn vắng sao?

- Vì ở chốn vắng này toàn là cơ quan quân sự. Cô thật lạc lõng giữa ba quân.

- Tôi lại thấy, ở chốn này, nhiều người đẹp cũng mặc quân phục hải quân mà.

- Nhưng không ai mặc áo tắm trong giờ làm việc!

- Đại úy tinh ý lắm. Tôi không phải nữ quân nhân, nhưng đã từng lạc lõng giữa chốn ba quân.

- Vậy thân nhân hải quân của cô là ai?

Nàng bật cười:

- Võ Bằng.

Anh giật mình, rồi nhận ra nàng đọc từ bảng tên. Đáo để thật! Anh nghĩ thầm và toan rút lui thì nàng lại hỏi:

- Theo Đại úy, phải là thân nhân hải quân mới được đến đây sao?

- Bị cô gọi ngay là đại úy, nên tôi hơi tò mò.

- Đại úy nghĩ đúng. Có người dạy tôi về cấp bậc hải quân.

- Ai vậy?

- Đại úy thử đoán xem?

Anh lắc đầu:

- Có trời mới đoán nổi!

Nàng trầm giọng:

- Người ấy cho tôi cơ hội hiểu về biển... để rồi đâm yêu biển. Nhờ thế, ngay cả khi nghiệt ngã nhất, biển vẫn mang đến cho tôi sự an nhiên. Tôi vẫn thường nghĩ về người ấy, và vẫn thầm cám ơn.

Tự dưng anh bỗng thấy ưa thích nói chuyện với nàng. Bốn ngày sửa chữa tàu, có người cùng ngắm biển khơi, đỡ nhớ Như Oanh. Anh dò hỏi:

- Cô tắm biển mỗi ngày?

- Không hẳn, chỉ những buổi chiều đẹp trời.

- Nghĩa là muốn gặp cô, tôi phải chờ đến ngày đẹp trời rồi còn phải chờ đến chiều?

Nàng không cười trước câu đùa của anh mà lại cúi mặt, im lặng. Anh sốt ruột:

- Tôi coi sự im lặng của cô là đồng ý. Cho tôi biết tên được chứ?

Nàng ngẩng lên, ánh mắt xa xăm:

- Biết để làm gì... Bởi vì tôi... xin chào Đại úy.

Nói rồi nàng quay đi, dáng mảnh mai tiến dần đến tán dù phía xa. Anh đứng lặng, ngẩn ngơ nhìn theo...

***

Sáng hôm sau, nắng sớm chan hòa. Tiếng chuông nhà thờ An Thới ngân dài trên phố nhỏ. Đúng mười giờ, toán dân sự vụ của *Rạch Gầm* đến trường tiểu học.

Cô Hiệu trưởng đứng ở cửa, niềm nở đón chào. Sáu mươi học sinh đồng loạt đứng lên khi toán Hải Quân bước vào. Những đôi mắt tròn xoe, háo hức.

Võ Bằng mỉm cười:

- Các cháu ngồi đi.

Anh nhìn khắp lớp và khựng lại. Cô giáo đứng bên cửa sổ chính là người đẹp anh gặp hôm qua ở bãi biển. Vẫn đôi kính to che nửa khuôn mặt, vẫn mái tóc ngắn chấm cổ. Nàng thản nhiên như không thấy anh.

Cô Hiệu trưởng giới thiệu:

- Các em thương yêu, đây là các chú Hải Quân đến từ Sài Gòn, thủ đô nước Việt của chúng ta.

Cô quay sang Võ Bằng:

- Đây là chú Hạm trưởng chiếc tàu đang cập ngoài cầu. Hôm nào, xin chú cho các em xuống thăm tàu. Các em có thích không?

Tiếng trẻ vang lên:

- Dạ có ạ.

Võ Bằng ân cần:

- Hiện tàu chú đang sửa chữa, chừng nào thuận tiện chú sẽ cho hay.

- Các em nói gì nào?

- Chúng cháu cảm ơn Hạm trưởng!

Anh hân hoan đứng lên:

- Hôm nay các chú sẽ dạy các cháu hát một bài rất vui, tên là *Hát hay không bằng hay hát*. Các cháu thích hát không?

- Dạ thích ạ!

- Chú Tiến, bắt đầu đi.

Hạm phó Tiến ra hiệu cho Hạ sĩ Lâm dạo đàn. Giai điệu rộn ràng vang lên. Các thủy thủ phân tán, ngồi xen giữa học trò. Tiến hát to:

"Hát hay không bằng hay hát!
Hát hay không bằng hay hát!
Hát luôn luôn, hát luôn luôn!
Hát những lời xây dựng nông thôn!"

Tiếng hát trẻ thơ hòa với tiếng đàn, ban đầu rụt rè rồi vang lớn. Các thủy thủ vừa hát vừa múa tay, khiến bầu không khí rộn ràng hẳn. Tiếng cười, tiếng vỗ tay rộn khắp sân trường.

Trung úy Tiến hứng chí hát đoạn kế:

"Hát hay không bằng hay hát!
Hát hay không bằng hay hát!
Hát liên hoan, hát vang vang!
Hát đông đông, hát cộng đồng!"

Âm nhạc lại bừng lên. Những khuôn mặt bừng sáng, những đôi môi đỏ hồng hát hăng say.

Khi kết thúc, cô Hiệu trưởng xúc động nói:

- Trường tôi thỉnh thoảng dạy hát, nhưng chưa bao giờ vui thế này. Cảm ơn các anh đã mang đến một buổi sáng rộn ràng và ý nghĩa.

Khi toán dân sự vụ vẫy tay chào. Đám học trò ùa đến, hỏi đủ điều:

- Các chú ơi, chừng nào trở lại?

- Cháu lớn lên, cho cháu đi tàu với chú nghen?

- Ngoài biển có bị say sóng không chú?

Võ Bằng cúi xuống xoa đầu từng đứa, thấy lòng ấm lạ. Tiếng hát trẻ thơ như còn ngân trong tim anh.

Anh quay lại chào từ giã cô Hiệu trưởng và các cô giáo. Khi anh đến cửa, cô giáo đeo kính bước tới, giọng nhẹ như gió:

- Đại úy... thật sự không nhận ra em sao?

Nàng gỡ kính xuống. Ánh mắt ấy. Nụ cười ấy. Dù đã hơn hai năm, dù mái tóc ngắn đi và làn da rám nắng, anh vẫn nhận ra.

Anh khẽ thốt:

- Phan Kim Phượng?

Nàng mỉm cười, giọng buồn lắng:

- Phan Kim Phượng chết rồi. Giờ em là cô giáo Lê Hồng Hạnh.

Anh đứng lặng, nghe tim mình đập lạc nhịp.

- Phan Kim Phượng... Lê Hồng Hạnh...

Kỷ niệm một chuyến hải hành đẹp mà cay đắng chợt ùa về. Anh thấy mình đang ngồi trong phiên xử của Hội đồng Kỷ luật, nghe Chủ tịch Hội đồng tuyên hình phạt...

Anh cũng nghe tiếng nàng ngậm ngùi:

- Chuyện dài... Ngày mai, ở bãi biển, em sẽ kể.

"Có nên gặp lại nàng không?"

Câu hỏi ấy cứ váng vất trong đầu Võ Bằng suốt buổi tối. Một bên là nỗi tò mò, thương cảm; một bên là ám ảnh về tương lai hải nghiệp. Anh muốn biết nàng đã phải trải qua những gì sau khi bị an ninh bắt giữ: vì sao lại được khoan hồng, và có thể đổi nhân dạng, trở thành cô giáo. Nàng có bị tra hỏi, có khai hết, hay chỉ nói những điều cần nói?

Mà gặp lại để làm gì? Không chừng lại thêm một sai lầm. Và lần này như một tái phạm, tương lai thực sự mịt mù. Không gặp nữa là tốt nhất.

Khi ý nghĩ ấy hình thành rõ ràng, anh bỗng thấy lòng nhẹ đi, nhắm mắt và thiếp ngủ.

Cốc, cốc, cốc!

Tiếng gõ cửa vang lên, khẽ rồi mạnh dần. Võ Bằng choàng tỉnh:

- Tôi nghe.

- Trình Hạm trưởng, có Trung tá Chỉ huy trưởng Căn Cứ Yểm Trợ xuống tàu, đang ở trên boong.
- Tôi lên ngay!

Anh ngồi bật dậy, vội rửa mặt, thay quân phục.

Trên boong, Trung tá đứng ở mũi, hai chuyên viên kỹ thuật đang đo đạc phần hư hại. Võ Bằng đưa tay lên chào.

- Cho anh hay là Căn Cứ Yểm Trợ chỉ có thể sửa tạm. Khi tàu về Sài Gòn, Hải Quân Công Xưởng sẽ phục hồi nguyên trạng.

- Xin cám ơn Trung tá. Mời Trung tá dùng cà phê.

Trung tá mỉm cười:

- Cám ơn anh, tôi đang bận. Tôi chỉ muốn gặp anh để chắc rằng tàu không có yêu cầu sửa chữa nào khác. Máy chánh, máy điện vẫn chạy ngon lành?

- Dạ, rất tốt.

- Truyền tin, *Radar*?

- Dạ, vẫn tốt.

Trung tá nhìn dãy chiến đỉnh đậu cùng cầu:

- Những chiếc kia mới đi vài tuần đã quay về xin sửa. Còn tàu anh, hai tháng liên tục vẫn hoạt động - đúng là phép lạ!

Võ Bằng nói xuôi:

- Thật sự là phép lạ, thưa Trung tá.

Trung tá đưa tay:

- Thôi. Chúc Hạm trưởng luôn gặp mọi sự tốt đẹp.

Võ Bằng nắm lấy:

- Kính chào. Rất cám ơn Trung tá quan tâm.

Võ Bằng tươi cười tiễn Trung tá rời tàu. Anh quay sang Hạm phó vừa đi tới:

- Anh xúc tiến thảo văn thư xin Chiến Thương Bội Tinh cho sĩ quan và các nhân viên bị thương. Trình tôi chậm nhất là sáng ngày mốt. Ngoài ra, chuẩn bị quà để sáng mai toán chiến tranh chính trị cùng tôi đi ủy lạo họ.

- Rõ, thưa Hạm trưởng.

- Tàu ở bến bốn ngày, anh dự trù công việc ra sao? Trung úy Tiến đáp rành mạch:

- Tôi cho lấy đầy dầu, nước, bổ sung đạn đủ cấp số. Về nhân viên, tôi đề nghị cho một chi đội trực, hai chi đội đi bờ, luân phiên 3 ngày. Ngày thứ tư, tổng vệ sinh chiến hạm.

Võ Bằng gật đầu:

- Chấp thuận. Nhắc nhở anh em đi bờ không

được say sưa, phá phách. Bị quân cảnh nhốt là tôi không lãnh ra và tự tìm phương tiện về Sài Gòn.

- Rõ!

Võ Bằng vui vẻ:

- Còn anh, có định đi bờ không?

- Xong mọi việc sẽ tính sau, thưa Hạm trưởng.

- Ở đây trên hai tháng mà chưa quen cô nào sao?

- Ở đây, trai thừa, gái thiếu, đành chịu thua, thưa Hạm trưởng.

- Có ba cô giáo hôm qua đó, quen rồi mà.

- Giờ dạy học mà mò đến trông kỳ quá. Hai nữa, không chừng hai cô đã có chồng, còn một cô...

Hạm phó chúm chím môi, tiếp lời:

- Một cô hôm qua buông lời trách móc Hạm trưởng...

Võ Bằng bật cười mà tim nhói đau. *Cô giáo Lê Hồng Hạnh, nữ đặc công Phan Kim Phượng,* cái tên ấy vang lên như một tiếng chuông cảnh tỉnh. Nhưng miệng anh vẫn buột ra một câu bất ngờ:

- Có thể hôm nay tôi gặp...

Hạm phó chào, rồi bước về phía mũi. Võ Bằng nhìn theo, lòng đầy cảm mến. Anh đã may mắn có một phụ tá năng nổ, rành việc, cầu tiến. Nhớ lại thời gian hai năm làm Hạm phó lần lượt trên hai tàu Tuần duyên hạm và Hộ tống hạm, anh cũng đã phải đổ bao nhiêu là mồ hôi, cả nóng lẫn lạnh. Hạm trưởng chỉ mó tay vào các đại sự cần đến nhiều kinh nghiệm hải nghiệp, còn mọi nhật vụ lớn nhỏ đều do Hạm phó bao thầu. Phần việc nguy hiểm nhất cho chức vụ

Hạm phó là hướng dẫn toán võ trang qua tàu nghi ngờ khám xét, lục soát.

Anh chầm chậm bước vòng quanh chiến hạm. Lại thêm nỗi mừng; quản nội trưởng cũng rất xông xáo, biết điều khiển nhân viên. Đâu đâu cũng tươm tất, trật tự. Anh bỗng nghĩ về anh. Một vùng ngổn ngang chưa dọn được: những xáo động tâm tình vừa trỗi dậy.

Bữa cơm trưa cùng sĩ quan trực thật vui. Câu chuyện xoay quanh mối tình giữa hai nhân vật Vô Kỵ - Triệu Minh. Cả hai thử đưa ra kết cuộc. Cuộc bàn thảo gợi mối tình rối rắm hiện tại của anh. Phan Kim Phượng xem ra vẫn còn yêu anh. Hai năm trước, chính tình yêu đó góp phần ngăn nàng cho nổ quả bom, nhờ đó anh và nhiều người còn sống đến hôm nay. Vậy mà anh lại định lẩn tránh. Có bạc bẽo lắm không?

Hai năm qua, thỉnh thoảng anh vẫn nhớ nàng. Vẫn tự hỏi: nàng giờ ở đâu, ra sao. Nhưng giữa một bên là sự thỏa lòng hiếu kỳ và bên kia là tương lai hải nghiệp, anh đã chọn tương lai. Nay tình cờ gặp lại. Có gì mà phải trốn tránh?

Anh thấy rõ, trốn tránh không phải là cách xóa bỏ quá khứ. Gặp lại đâu phải là để bắt đầu lại, hoặc để hàn gắn. Mà để chôn vùi.

Anh thở dài, nhìn đồng hồ. Bốn giờ chiều. Trời trong, gió nhẹ. Thì coi như một cuộc đi dạo chơi - thế thôi. Nếu An Ninh có truy hỏi, thì tình thật giãi bày: chỉ là chuyện tình cờ...

Võ Bằng mặc thường phục, thong thả hướng ra

biển.

Bãi An Thới vẫn thế: sóng vẫn vỗ nhịp nhàng, những tán dù đổ bóng trên cát. Anh ghé quán *Sóng*, mắt lướt nhanh chung quanh, tìm bóng dáng đáng ngờ. Bãi vắng vẻ. Anh mua lon bia, tiến về chỗ dù cũ.

Nàng đang nằm trên ghế tựa, ghế của Oanh ngày trước. Anh đặt lon bia cạnh ly nước dừa trên bàn gỗ, thong thả ngồi xuống. Nàng nhổm dậy, giọng hân hoan:

- Chào anh Bằng. Hôm nay anh mặc thường phục, trông lạ hẳn.

- Đẹp hơn hay xấu hơn?

- Dễ thương hơn.

- Khó thương mới tốt.

Nàng cười, nụ cười gượng:

- Cho dù khó thương, em vẫn sợ anh không đến.

- Sao lại sợ?

- Anh biết rồi mà còn hỏi.

- Thật tình anh không hiểu.

- Em đã gây tai họa cho anh, tưởng chẳng bao giờ anh tha thứ.

Võ Bằng im vài giây, rồi nhẹ nhàng:

- Em đáng được tha thứ. Nếu em cho bom nổ, anh đâu còn ngồi đây.

- Em rất vui nghe anh nói vậy.

Anh mỉm cười, ánh mắt xa xôi:

- Giờ em kể cho anh nghe đi. Từ Phan Kim Phượng thành cô giáo Lê Hồng Hạnh - chuyện ấy diễn ra thế nào?

Giọng nàng đều đều, không vòng vo. Sở An Ninh Hải Quân tra hỏi, nàng khai hết. Rồi Cục An Ninh Quân đội thẩm vấn, nàng khai cả tổ trưởng, địa điểm liên lạc, mật khẩu, kho chế tạo chất nổ. Ngay đêm đó, Cục cho đột kích, toàn tổ bị bắt gọn. Nàng được hưởng chương trình bảo vệ người hồi chánh - có nhân dạng mới, căn cước mới, nghề nghiệp mới, địa chỉ mới.

- Còn ba má em?

- Một tháng sau, không thấy em đến ở trọ nhập học, người chủ nhà vội cho ba má em hay. Hai ông bà lên Sài Gòn đến cảnh sát khai em mất tích. Ba tháng sau, An Ninh bí mật đưa ba má em ra đây, để thấy em còn sống và đang được bảo vệ. Em chỉ được bên ba má ba ngày rồi biệt tin đến bây giờ.

Giọng nàng nghẹn lại:

- Cả tuần lễ em khóc suốt đêm. Không chỉ vì thương ba má, mà vì sự dại dột khiến cả nhà đau khổ, chia lìa.

- Em chọn ra đây ẩn thân?

- Không. An Ninh chỉ định. Nói rằng em phải ở đây ba năm cho an toàn.

Anh khui lon bia, uống vài ngụm:

- Còn một năm nữa. Em định sau đó sẽ đi đâu?

- Có thể ở lại đây luôn. Em thích nơi này. Mỗi khi nhìn biển, em nhớ hai ngày hải hành thật đẹp... dù biết đó chỉ còn là ảo ảnh.

- Quên đi là hơn.

- Không thể. Em luôn lo cho anh, sợ anh bị liên lụy.

Võ Bằng chỉ cười nhẹ:

- Anh không sao. Em thấy rồi đó, quên anh đi.

- Hôm đầu gặp lại, thấy anh vẫn trong quân phục, em mừng lắm.

- Anh cũng thầm cám ơn em đã không cho bom nổ.

- Em thật ngu dại, đi chọn cách giết người để tạo dựng tương lai hạnh phúc. Anh đã cứu đời em. Em thề sẽ mãi sống thanh bạch, chân thật.

Nàng nâng ly nước dừa, uống cạn nửa:

- Anh vẫn là Đại úy, vẫn Hạm phó Đống Đa 007?

- Không, đã chuyển qua tàu khác.

- Lớn hơn?

- Nhỏ hơn.

- Thế là bị phạt rồi!

- Không, ở đâu cũng làm bổn phận.

- Em có thể xuống thăm tàu không? Hay em đã làm anh quá sợ?

Anh chộp ngay lý do chính đáng, từ chối: - Không sợ nhưng không được. Tàu đang sửa ở công xưởng.

Nàng nhìn bàn tay anh, không nhẫn, khẽ hỏi:

- Anh vẫn chưa có vợ?

Anh cười buồn:

- Hai năm qua nào dám đụng tới ai!

- Nghĩa là anh chưa... chê em?

- Ở vùng đất đa số là đàn ông này, chắc chắn không ai chê em. Nhưng cưới em, nếu là quân nhân hay công chức, đều là chuyện bất khả. Em hiểu vì sao không?

- Không.

- Vì em là người An Ninh đặc biệt theo dõi.

- Nhưng em đã hối lỗi.

- Họ tin em nhưng tì vết còn đó. Quân nhân công chức không được phép đụng vào người mang tì vết.

Nàng nhìn sững anh. Anh thở dài, tiếp:

- Đó là về phần anh. Còn về phần em, nghiêm trọng hơn. Em thừa biết phía bên kia không từ một thủ đoạn tàn độc nào. Nếu biết em hồi chánh, họ sẽ buộc em trở lại hoạt động - hoặc giết em và cả ba má em.

Nàng kêu khẽ thảm thiết:

- Trời ơi...

- Đó là lý do em phải đến ở đây. Và cũng là lý do ba má chỉ được gặp em một lần.

- Vậy là chẳng bao giờ...

- Sau ba năm, nếu em khéo léo, vẫn có thể đoàn tụ với ba má.

Nàng cúi mặt, hai vai run nhẹ. Nước mắt rơi xuống cát, thấm mất như chưa từng tồn tại.

- Em đâu ngờ ra nông nỗi này!

- Em buồn rầu càng thêm đẹp. Ai mà chẳng mê. Biết đâu mai này một bác sĩ, kỹ sư ra đây nghỉ hè, hoặc một doanh nhân ghé đến giao thương, gặp được em rồi rước em về Sài Gòn, và đưa ba má em về ở chung.

- Thật lòng, hiện tại em thấy vui với bọn trẻ thơ. Mỗi tiếng đánh vần, mỗi ánh mắt ngây thơ giúp em sống lại. Cô hiệu trưởng, đồng nghiệp đều thương.

Cả sóng biển cũng thích vui đùa với em. Nhưng biết sao được số trời?

Giọng nàng chùng xuống:

- Em vẫn nhớ lời hứa khi chia tay ở hạm kiều Đống Đa 007. Em đã nói nếu sau này tình cờ gặp lại, sẽ cùng anh dạo núi Tao Phùng. Bây giờ gặp rồi, mà Vũng Tàu xa ngàn trùng. Không chỉ xa về khoảng cách... mà cả con người. Cô giáo Lê Hồng Hạnh với anh giờ chỉ là một người... hơn cả xa lạ.

Anh im lặng.

Ngoài kia, sóng vẫn vỗ đều. Anh nhớ Như Oanh - bàn tay mềm mại trong tay anh buổi chiều ngày nào. Anh biết mình đã yêu Như Oanh nhưng nàng còn xa hơn cả ngàn trùng. Một người đang ở gần, rất gần nhưng không thể rớ tới. Anh nhìn nàng. Hai giọt nước mắt tiếp tục lăn dài trên má.

Anh đưa ly nước dừa cho nàng, nâng lon bia của mình:

- Coi như rượu ly bôi. Hãy uống cạn. Mọi sự xuôi gió, sóng yên.

Họ cùng uống. Cùng nhìn nhau...

Võ Bằng dứt khoát đứng lên, bước đi chậm rãi. Cô giáo Lê Hồng Hạnh ngồi yên nhìn theo. Và nước mắt lại tuôn tràn...

CHƯƠNG 16

TIẾN VỀ QUẦN ĐẢO THỔ CHÂU

Trưa An Thới biển màu xanh ngọc.

Võ Bằng đứng trên boong tàu, dõi mắt theo những hòn đảo lớn nhỏ thành một hàng dài. Hòn Thơm nổi bật, cao nhất, lớn nhất. Anh có nghe bãi tắm Hòn Thơm cũng đẹp nhất, nước trong nhất. Đã có lúc anh định thả ca-nô ra đó tắm nhưng lúc nào cũng thiếu... người đẹp đi cùng!

Từ sau hôm chia tay cô giáo Lê Hồng Hạnh, Võ Bằng chỉ quanh quẩn trên tàu. Không hẳn vì sợ chạm mặt, mà muốn lợi dụng bốn ngày sửa chữa để tìm hiểu thêm về loại trợ chiến hạm. Trên giá sách trong phòng họp sĩ quan không thiếu quyển Cẩm Nang nào. Từ cẩm nang cho máy chánh, máy điện đến truyền tin, điện tử, tác chiến, đào thoát...

Những trang cẩm nang cho thấy hình ảnh về một loại chiến hạm được trang bị hỏa lực mạnh để yểm trợ các cuộc hành quân ven sông, ven biển. Đôi khi trở thành soái hạm cho bộ chỉ huy. Nhiệm vụ thứ yếu là tuần tiểu. Võ Bằng đã trải qua vài trận địch phục kích nhưng đọc lại những dòng cảnh báo cũng không khỏi chạnh lòng. Với chiều dài đáng kể, thường trực trình diện địch toàn bộ mạn tàu, vận tốc thấp và nhất là đơn độc trên sông, trợ chiến hạm luôn là mục tiêu ngon lành cho địch nhả đạn. Sự ra đời của súng B40, B41 càng gây thêm nhiều thiệt hại.

Từ sau Tết Mậu Thân 1968, nhằm tăng cường hữu hiệu công tác ngăn chặn và diệt địch, Hải Quân được trang bị thêm nhiều chiến đỉnh, giang đỉnh có tốc độ cao, hỏa lực mạnh, phản ứng nhanh. Trợ chiến hạm được điều động tuần dương, đáp ứng việc địch tăng cường xâm nhập đường biển.

Bốn ngày trôi qua, công tác hàn vá hoàn tất, tàu dời về cập cầu nổi. Anh định dùng ngày nghỉ bến cuối cùng khởi sự đọc *Tư Tưởng Hiện Đại* của Bùi Giáng mua khá lâu nhưng chưa hề rớ tới. Thế nhưng chữ nghĩa cứ bị bóng dáng Huỳnh Như Oanh xóa mờ. Anh không hiểu nổi con người của mình. Suốt hai năm dửng dưng với mọi người đẹp, rồi bỗng nhiên lại đam mê người chỉ gặp trong thoáng chốc. Phải chăng đó là vì hạp nhãn như thường nói?

Anh nhìn về phía đồi cao, nơi lần đầu gặp nàng. Trời xanh vời vợi, gió nhẹ mang theo hương biển khiến anh khao khát muốn ra quán *Sóng* nằm mơ màng có nàng bên cạnh. Rồi tưởng tượng ra cuộc đối thoại thú vị để nhớ giọng nói êm ái, ngọt ngào, tế nhị...

Võ Bằng trở xuống phòng họp sĩ quan, đọc hết công văn công điện để chắc chắn không còn việc gì cần giải quyết. Có hai công việc quan trọng trong một công điện từ Bộ Tư Lệnh Vùng 4 Duyên Hải: *"1. Do thành tích đánh chìm hai tàu chở súng đạn, quý chiến hạm được ân thưởng bốn Anh Dũng Bội Tinh gồm hai ngôi sao bạc, hai ngôi sao đồng. Gửi danh sách về nơi gửi trong thời hạn sớm nhất. 2. Hạm trưởng được mời tham dự thuyết trình hành quân sáng mai lúc 8 giờ. Khởi hành công tác ngay sau buổi thuyết trình."*

Một ngôi sao bạc xứng đáng dành cho Thiếu úy Đức, trưởng khẩu 76,2 ly bị thương nặng. Ba ngôi sao còn lại ủy quyền cho Hạm phó tập họp nhân viên bình chọn. Anh trút bỏ quân phục, thay đồ dân sự rồi cuốc bộ lên phố. Dừng lại quán *Ngự Bình*, xơi tô bún bò Huế rồi lững thững đến quán *Sóng*. Anh mua lon bia, cầm ra tán dù vẫn bỏ trống. Đồng hồ ở cổ tay vừa chỉ hơn một giờ trưa. Giờ này chắc cô giáo Lê Hồng Hạnh còn bận dạy. Cho dù nàng đã ra đây tắm, có đến chào, anh cũng sẽ làm lơ.

Anh khui lon bia, mắt dõi ra khơi, nhâm nhi từng ngụm nhỏ. Anh ngả người, nhắm mắt mơ tưởng đến Như Oanh. Nàng thật dễ thương, đứng bên mép biển trong chiếc quần jeans xanh và áo sơ mi xám nhạt. Tóc đen, dài, xõa ngang lưng. Khuôn mặt gần hình bầu dục, đôi mắt to, sáng, làn da ngọc ngà. Và nàng đang cười - nụ cười duyên dáng, giọng cười giòn giã...

Giấc mơ kéo anh và nàng vào cõi sống đầy hạnh phúc, không tiếng súng, không thị phi. Chỉ anh và nàng và biển trời...

Khi tỉnh giấc, nắng đã nghiêng. Vài người tắm biển. Dăm ba dạo trên cát. Võ Bằng uống cạn lon bia rồi bước dọc bờ. Ánh nắng phủ lên mặt nước màu xanh dịu. Anh dừng lại nơi từng đứng với Như Oanh. Sóng nhấp nhô như lời thì thầm: "Anh Bằng, về Sài Gòn gặp em ngay. Em nhớ anh."

Anh khẽ bật cười: "Võ Bằng ơi! Đừng mộng mơ nữa. Hãy tiếp tục xa lánh các giai nhân. Hãy hiến trọn tâm hồn cho đại dương. Chỉ có biển mới giữ đời thủy thủ thăng bằng. Dù sóng gió, bão tố, rồi cũng sẽ yên bình."

Mặc những lời tự nhủ, lòng khao khát gặp lại nàng vẫn bỏng cháy. Ngày mai bắt đầu chuyến tuần tiễu tám ngày cuối cùng của lịch trình biệt phái. Kể cả hai ngày hải hành từ An Thới, mười ngày nữa tàu anh sẽ cập bến Bạch Đằng. Liệu Giáng Sinh này anh và nàng có được sánh vai cùng thiên hạ dạo phố ngập ánh đèn màu?

Quay về tán dù, anh giật mình khi chiếc ghế tựa đã có người chiếm. Một cô gái trẻ, áo pullover trắng, quần jeans xanh, mái tóc ngắn, đôi mắt to. Khuôn mặt đẹp nhưng nhăn nhó khó chịu. Giọng khàn khàn:

- Tôi đành thất lễ: anh thật bất lịch sự! Nhìn gì như muốn nuốt sống người ta!

Anh mỉm cười:

- Xin lỗi, tôi không cố ý. Chỉ ngạc nhiên vì chiếc ghế tôi vừa ngồi bị chiếm mất.

Cô nàng hất mặt, khẽ gắt:

- Đừng kiếm chuyện làm quen. Tôi không chiếm ghế của ai hết. Chiếc ghế bỏ trống.

- Tôi chỉ mới ra mép nước một chút thôi.

Nàng nhổm lên, bực dọc dịch sang chiếc ghế bên, giọng lạnh:

- Vậy thì tôi trả ghế cho anh đấy.

Võ Bằng vẫn lịch sự:

- Tôi đâu có đòi. Ghế của quán *Sóng* chớ của tôi đâu. Chẳng qua...

Nàng bất ngờ nhoẻn miệng cười, ngắt lời:

- Tôi hiểu rồi và tôi cũng đã trả lại. Mời anh... hạ bàn tọa.

Anh thoáng phân vân. Bỏ đi thì thiếu bản lĩnh mà ngồi thì không còn hứng thú. Nàng lặp lại, giọng nhẹ hơn:

- Mời anh.

Võ Bằng đành ngồi xuống. Giọng nàng vui vẻ:

- Trông anh không giống dân địa phương.

- Cô nhận xét không sai. Tôi làm việc ở đây thôi.

- Cũng chẳng giống quân nhân hay công chức. Quân nhân, công chức không ai ngồi ở biển giờ này.

Võ Bằng trêu chọc:

- Cô luôn luôn nhận xét không sai. Tôi là... ngư dân.

Tưởng nàng sẽ quê mà câm miệng, nhưng lại tỉnh bơ:

- Ồ, thì ra anh là thợ lặn mò ngọc trai. Nghe nói Phú Quốc có nhiều ngọc trai ngũ sắc, đẹp nhất thế giới.

Anh trả lời cho qua chuyện:

- Cũng có thể.

- Vậy anh chắc giàu... nhất thế giới.

Võ Bằng bật cười:

- Ngọc trai không trôi giạt đầy dưới biển đâu. Tay làm hàm nhai thôi. Còn cô, là ai?

- Lan Như.

- Tôi muốn hỏi nghề nghiệp?

- Cũng như anh, làm việc ở đây.

Anh nhìn chiếc máy ảnh Canon xinh xắn nằm trên bụng nàng:

- Làm việc ở đây, không ai đủ tiền sắm máy ảnh quá đẹp.

Lan Như cười duyên:

- Nhận xét quá đúng. Tôi thuộc... khách qua đường.

- Ở đây mấy ngày rồi.

- Hai.

- Đã đi viếng những đảo nào rồi? Đã chụp hết mấy cuộn phim?

- Hỏi chi kỹ vậy? Có dám mời tôi về nhà, lo luôn cơm chiều không?

Võ Bằng lắc đầu:

- Không dám mời vì biết cô sẽ từ chối.

- Cái cách anh nói chuyện, chắc người Sài Gòn?

- Lần này thì cô đoán sai. Chính cô mới là dân Sài Gòn. Cô đến đây du lịch ư? Hết hè rồi...

Cô nàng mím môi một lúc, rồi hỏi lại:

- Anh biết tên tôi rồi, còn anh?

Võ Bằng nhắm mắt, thoáng xót xa. Đời anh đã vướng khá nhiều giai nhân. Thuở thiếu úy, ba người từng thương yêu, rốt cuộc đều chia tay. Lên trung úy, tu tâm dưỡng tánh. Lên đại úy, vớ phải cô đặc công suýt tiêu tùng sự nghiệp. Nay làm hạm trưởng chưa đầy một tháng đã gặp bốn người đẹp - một đang ngồi bên anh. Không biết cô nàng mang đến phúc hay lại thêm họa?

Anh cố hướng ý nghĩ về Như Oanh. Giờ này chắc nàng đang dạy học. Không biết nàng còn nhớ anh không. Anh chàng nào đó may mắn hơn anh nhiều.

Anh chợt nghe giọng ngọt ngào:

- An Thới có gì đặc biệt, hở anh... Anh không đáp. Có tiếng ghế cọt kẹt và tiếng càu nhàu:

- Người gì đâu mà bất lịch sự, phách lối...

Khi mở mắt, nàng đã bỏ đi, tà áo trắng phất nhẹ trong gió. Anh nhìn theo, nói nhỏ: - Cám ơn.

***

Sáng hôm sau, buổi thuyết trình hành quân kết thúc lúc 9 giờ. Khi Võ Bằng đứng lên chào từ giã, Tư lệnh Lương Đình Thám mỉm cười:

- Tôi gửi xuống tàu anh một người khách đặc biệt. Ưu tiên giúp đỡ.

Anh chờ nghe rõ hơn nhưng Tư lệnh chỉ bắt tay. Đành băn khoăn cùng Cố vấn Bill cuốc bộ về cầu tàu. Gần cuối cầu, ngang mũi chiếc Rạch Gầm, bóng dáng một thiếu nữ mặc bộ kaki xám, vai đeo túi xách, cổ đeo máy ảnh đang đứng trông ngóng. Khi đến gần, Võ Bằng và nàng cùng sững người.

Lan Như mỉm cười:

- Hoàn toàn bất ngờ. Lan Như xin chào Đại úy Võ Bằng.

Nàng chìa tay. Võ Bằng vui vẻ bắt lấy. Nàng quay sang Cố vấn:

- Hi! Nice to meet you. Lan Nhu, my name.

Cố vấn bắt tay nồng nhiệt:

- Nice to meet you, too. Call me Bill.

Lẽ ra Võ Bằng tra hỏi cặn kẽ trước khi cho lên tàu, nhưng nhớ lời Tư lệnh, anh mời Lan Như cùng lên hạm kiều. Sĩ quan trực khám túi xách thật kỹ. Trong lúc chờ, Võ Bằng nhận ra cách Lan Như quan sát: ánh mắt lia nhanh qua từng khẩu súng, từng vị trí - ánh nhìn rất đáng nghi ngờ đối với người quá giang.

Khi đến phòng họp, các sĩ quan đã có mặt đông đủ. Tất cả đứng lên chào. Hạm phó ra dấu mời Lan Như ngồi ghế của anh. Các sĩ quan cùng dãy nhích sang một ghế. Hạm phó ngồi kế Lan Như.

Võ Bằng hỏi nàng:

- Tư lệnh báo gửi người xuống tàu mà không nói rõ để làm gì?

Lan Như mỉm cười:

- Trước hết vô cùng xin lỗi anh Võ Bằng nếu hôm qua Lan Như có lời không phải. Lan Như là phóng viên chiến trường của nhật báo Ngôn Luận. Lan Như từng tham dự các cuộc hành quân của Hải Quân trong sông, hôm nay mong muốn thực hiện một phóng sự về hoạt động trên biển.

Võ Bằng nghiêm giọng:

- Mặc dù có lời gửi gắm, nhưng theo thủ tục, xin cô cho xem giấy tờ liên quan.

Nàng nhấc chiếc xách để cạnh ghế mở lấy xấp giấy tờ trao cho Võ Bằng. Anh chăm chú đọc từng tài liệu:

- Thẻ Căn Cước do Quận trưởng Quận 1 ấn ký.

- Thẻ Báo Chí do Bộ trưởng Bộ Thông Tin ấn ký.

- Giấy Công Tác Ký Giả do Nha Báo Chí ấn ký.

- Giấy phép nhập hạm do Bộ Tư Lệnh Hải Quân Hành Quân Biển ấn ký.

Võ Bằng chỉ thị Trung úy Tuấn tìm cho anh một văn thư có con dấu của Bộ Tư Lệnh Hành quân Biển. Sau khi so sánh tỉ mỉ, anh an tâm nói:

- Đừng lấy làm phiền, chẳng qua ngoài ý muốn.

Anh nhìn một lượt các sĩ quan, giới thiệu:

- Cô Lan Như là phóng viên chiến trường của tờ báo danh tiếng Ngôn Luận. *Welcome aboard!*

Tất cả vỗ tay, đồng hô: *"Welcome aboard!"* Võ Bằng nồng nhiệt tiếp:

- Chiến hạm Rạch Gầm chúc cô có dịp diễn đạt các trận đánh như trận Rạch Gầm thuở trước.

Lan Như mỉm cười, mắt long lanh. Có tiếng xì xào thán phục người đẹp chịu chơi. Phóng viên chiến trường đồng nghĩa coi cái chết tựa lông hồng.

Võ Bằng chỉ thị Hạm phó cấp cho Lan Như một phòng ở khu sĩ quan. Trung úy Đặng Thành Tài tạm thay Thiếu úy Dương Công Đức đang dưỡng thương, trách nhiệm về ẩm thực toàn thể thủy thủ đoàn.

Võ Bằng nói qua về công tác tám ngày tới:

- Nhiệm vụ như trước, nhưng trọng yếu hơn. Thổ Châu là tiền đồn ở Vịnh Thái Lan, cách Phú Quốc 100 cây số hướng tây nam, cách mũi Cà Mau 160 cây số hướng tây bắc. Đó là nơi địch tập trung trước khi xâm nhập dọc theo bờ biển hai tỉnh Kiên Giang và An Xuyên. Ngăn chặn và tiêu diệt từ xa là trách nhiệm của Trợ Chiến Hạm Rạch Gầm, ba khinh tốc đỉnh và toàn bộ Duyên Đoàn 42 phối hợp. Khu vực này nhiều hải sản nên đông đảo tàu đánh cá, địch dễ trà trộn. Riêng ngư dân đảo Thổ Châu đã có hàng chục tàu, thêm tàu các nước Mã Lai, Thái Lan. Việc phân biệt không dễ dàng.

Anh hướng về sĩ quan trực, tiếp:

- Cho nhận còi nhiệm sở vận chuyển, chúng ta lên đường.

Tiếng còi nhịp vang, thúc hối. Trên đường lên đài chỉ huy, Võ Bằng siết chặt tay vịn cầu thang, cảm giác bất an len lỏi. Bất chấp các giới chức thẩm quyền ký tên xác nhận, anh vẫn mong Lan Như không phải là một Phan Kim Phượng thứ hai.

***

Hải trình đến Thổ Châu khác xa mọi chuyến trước. Thay vì rẽ trái hướng vào bờ như khi đi Nam Du hay Hải Tặc, Trợ Chiến Hạm Rạch Gầm lao mũi chếch phải, bung hết tốc lực đường trường ra khơi. Với vận tốc mười hai gút, con tàu phăng phăng rẽ sóng đến vùng chỉ định. Trời trong, gió nhẹ, biển êm như lời mời gọi dịu dàng đầy hứa hẹn.

Vừa qua khỏi Hòn Móng Tay, ba hải lý phía nam Hòn Thơm, Võ Bằng xem lại hải trình, chỉnh độ giạt bù trừ hướng gió rồi giao lại trách nhiệm hải hành cho sĩ quan đương phiên. Anh trở về buồng riêng, bật băng nhạc. Tiếng hát Lệ Thu trong trẻo, ngọt ngào vang lên, xoa dịu mọi mỏi mệt, lo âu. Đó là thói quen, một cách giải tỏa sau những giờ căng thẳng trên đài chỉ huy. Giai điệu quen thuộc *Ngậm Ngùi, Mùa Thu Trong Mưa, Thuyền Viễn Xứ, Xin Còn Gọi*

Tên Nhau gợi nhớ những chiều cuối tuần ở Queen Bee, thuở còn làm thuyết trình viên Trung Tâm Hành Quân Hải Quân trại Bạch Đằng. Hình ảnh các giọng ca thần tượng hoàn toàn thay thế các bóng hồng...

Đúng mười hai giờ, Võ Bằng xuống phòng ăn sĩ quan. Tất cả đứng lên chào. Anh ra hiệu mọi người ngồi, rồi quay sang chiêu đãi viên: «Mời cô Lan Như.»

Nàng xuất hiện với vẻ e dè. Võ Bằng lên tiếng:

- Mỗi bữa, cô dùng cơm với chúng tôi.

Lan Như lắc đầu, nhỏ nhẹ:

- Xin cảm tạ. Tôi có mang theo lương khô.

- Cứ để dành. Ăn chung cho vui.

Lan Như ngập ngừng:

- Vậy... xin cho tôi được đóng góp.

Võ Bằng cười, lắc đầu:

- Chuyện nhỏ. Mời cô ngồi.

Hạm phó nhường chỗ. Sĩ quan xê dịch. Võ Bằng tiếp lời:

- Mọi người đều đeo bảng tên, cô làm quen dần vậy.

Chợt nhớ vị cựu Hạm trưởng Đống Đa thường mở lời thăm hỏi dành cho "khách quá giang" Phan Kim Phượng, anh hỏi Lan Như:

- Cứ nói thật, không có điều gì phiền lòng về tiếp đãi chứ?

Lan Như nở nụ cười tươi tắn:

- Thưa, hơn cả mong đợi.

- Về ẩm thực, tuy không bằng nhà hàng, nhưng chắc chắn không thua... lương khô. Mời cầm đũa.

Lan Như cúi nhìn mâm cơm, mắt sáng lên:

- Chà! Canh chua, cá kho, đậu xào thịt bò - toàn món ưa thích.

Không khí trở nên ấm cúng. Võ Bằng chan canh vào cơm. Cố vấn Mỹ cầm đũa thuần thục. Mọi người lặng lẽ ăn. Tiếng muỗng chạm vào tô, tiếng chén đặt lên bàn. Một lúc sau, Võ Bằng ngẩng lên:

- Với tư cách phóng viên, cảm tưởng đầu tiên của cô về Rạch Gầm?

Lan Như vừa nhai vừa suy nghĩ. Gọi "anh" như hôm qua có lẽ không ổn. Xưng "tôi" nghe xa cách. Cuối cùng nàng chọn:

- Thưa Hạm trưởng, Lan Như...

Võ Bằng lắc đầu ngắt lời:

- Cô gọi chúng tôi là anh được rồi.

Lan Như mỉm cười:

- Thưa anh. Lan Như thấy... súng mà phát sợ. Từ mũi đến lái, chỗ nào cũng súng với súng. Khẩu ở mũi thật đồ sộ.

Mọi người khẽ cười. Không khí dịu lại. Võ Bằng hỏi tiếp:

- Còn gì nữa?

- Thủy thủ sung sướng hơn bộ binh nhiều. Bộ binh hành quân vất vả. Súng vác, đạn đeo, hành trang lỉnh kỉnh. Còn thủy thủ được tàu chở đi, có người nấu nướng, có máy nước uống.

Thiếu úy Ngô Quang lên tiếng:

- Bộ binh vất vả thật, nhưng chúng tôi cũng có nỗi khổ riêng. Say sóng - nhiều người ta thán thà chết còn hơn!

Lan Như mỉm cười:

- Tôi có thấy sóng gió gì đâu! Êm ru mà!

Trung úy Tuấn nói:

- Do cô may mắn gặp ngày đẹp trời đó!

Hạm phó Tiến cười:

- Khi ra khơi, chúng tôi được tăng phụ cấp ăn uống, nhưng nghịch lý là sóng to gió lớn thì... ăn vô nhả ra!

Tiếng cười rộ lên. Võ Bằng dịch cho cố vấn.

Lan Như chớp mắt, tinh nghịch:

- Tôi hy vọng có dịp nếm thử... ăn vô nhả ra!

Mọi người lại cười. Giọng nàng dịu dàng:

- Lại phải so sánh: bộ binh ngủ bờ ngủ bụi, còn thủy thủ thì giường ấm nệm êm.

Võ Bằng nhún vai:

- Đó là cách bù đắp cho nhiều tháng xa nhà, và cũng để dưỡng sức đối phó sóng gió. Cô từng đi hành quân với bộ binh lâu nhất bao lâu?

- Nửa tháng. Nhân đây, xin cám ơn đã cho tôi một buồng đầy đủ tiện nghi, giường ấm nệm êm.

Võ Bằng đặt đũa, nhìn thẳng nàng:

- Hành quân sống chết trong gang tấc. Cô trẻ đẹp, sao chọn nghề nguy hiểm?

- Lan Như thích từ nhỏ. Thích phiêu lưu mạo hiểm.

- Thiếu gì cách phiêu lưu không nguy hiểm.

- Nhưng phiêu lưu nào cũng phải tốn kém, trừ tháp tùng hành quân. Phiêu lưu mà còn được trả lương!

Mọi người bật cười. Hạm phó xen vào:

- Cô làm phóng viên từ bao giờ?

- Năm 1965. Từ phóng viên thành phố thành phóng viên chiến trường. Của nào tiền nấy!

Hạm phó hỏi thêm:

- Vậy cô thành phóng viên chiến trường lâu chưa?

- Hai năm rồi.

Tiếng Hạm phó chân thành:

- Nên giải nghệ, lấy chồng đi.

Trung úy Tài chen vào:

- Như lấy tôi chẳng hạn!

Lan Như cười khúc khích, mắt long lanh:

- Nếu thích lập gia đình, Lan Như lấy chồng lâu rồi. Anh là người thứ một nghìn lẻ một ngỏ lời. Xin hứa, chừng nào hết thích bay nhảy mà anh chưa có vợ, Lan Như sẽ ưu tiên tìm anh

Cả bàn cười rộ. Võ Bằng gật đầu:

- Đúng là mỗi người một ý thích. Nhiều nhân viên của tôi có chuyên môn mà các hãng xưởng đều cần - cơ khí, điện tử, y tá, kế toán - nhưng họ lại thích phiêu lưu mạo hiểm với chiến hạm. Chuyến đi này đáp ứng đúng ý thích của cô.

Lan Như tròn mắt:

- Đại dương mênh mông, ngày nào cũng như ngày nào, có gì mà gọi là phiêu lưu mạo hiểm?

Võ Bằng nhìn nàng, nói chậm rãi:

- Cuộc chiến này, cộng sản gọi là chiến tranh tổng lực: tuyên truyền, khủng bố, ám sát, tấn công. Bằng mọi giá chúng phải đưa nhiều loại người và vũ khí vào Nam. Nhiệm vụ của chiến hạm là tìm và diệt. Đó chính là phiêu lưu mạo hiểm.

Lan Như ngừng đũa, nhìn Võ Bằng. Lời anh nói khiến nàng lặng đi. Một nhiệm vụ nặng nề nàng không hề nghĩ tới. Nàng nhìn anh bằng ánh mắt nể vì.

Võ Bằng trầm giọng tiếp:

- Chúng tôi không thụ động. Chúng tôi chủ động săn đuổi. Đó là phiêu lưu. Khi đụng trận, đó là mạo hiểm. Do chủ động, chúng tôi bình tâm nhắm mục tiêu tác xạ. Đó là niềm hứng khởi của thủy thủ đoàn.

Lan Như bật cười, cố xua cảm giác nặng nề:

- Rốt cuộc, giống như trò chơi săn đuổi?

Nói xong, nàng nhận ra sự bất kính của mình. Không khí chùng xuống. Võ Bằng nhíu mày, mạch cổ giật nhẹ nhưng giọng anh vẫn bình thản:

- Phải nói đầy đủ: *trò chơi chết người!* Tuần rồi, rạp Đại Nam có chiếu phim *Moby Dick*, cô có xem không?

- Có xem. Đó là cuộc săn cá voi, phiêu lưu và mạo hiểm.

Võ Bằng lại nhíu mày. Giọng anh lạnh:

- Không chỉ là săn cá voi. Đó còn là ẩn dụ về niềm tin mù quáng, như tin vào một chủ nghĩa không tưởng. Nhưng thôi, chúng ta nên ăn tiếp.

Không ai nói gì thêm. Sau cùng, anh quay sang Hạm phó:

- Có dịp, Hạm phó kể cho cô Lan Như nghe về những lần săn tàu Bắc Cộng. Chuyện đó sẽ giúp bài phóng sự thêm hấp dẫn.

Hạm phó Tiến liếc nhìn nàng. Ánh mắt chạm ánh mắt:

- Tôi không phải là người kể chuyện hay, nhưng tôi tin qua ngòi bút của cô nó sẽ vô cùng hấp dẫn.

- Cám ơn anh, tôi mong được nghe.

Chiêu đãi viên dọn bàn, mang lên món bánh kẹp sô-cô-la. Anh nói:

- Món điểm tâm này là của cố vấn.

Mọi người cám ơn Bill. Cố vấn hỏi Lan Như bằng tiếng Việt khá rành rọt:

- Lần đầu đi tàu, cô cảm thấy thế nào?

- Tôi thích lắm. Mọi thứ đều mới lạ.

- Sau tám ngày, cô sẽ thấy còn nhiều điều thú vị khác. Khi viết xong bài phóng sự, cho tôi một bản. Tôi sẽ dịch và đăng trên *Stars and Stripes*.

Lan Như lắc đầu:

- Một vinh dự lớn, tôi không dám nhận. Nhưng anh sẽ có một bản để tùy nghi.

Điều này nhắc nàng nhớ lời chủ bút: cần tin tức đầy đủ về sinh hoạt, chiến trận, kỹ thuật điều động và phản ứng của thủy thủ. Muốn vậy, nàng phải được tự do tìm hiểu.

Chuông điện thoại reo. Đài chỉ huy báo cáo: đã thấy đảo. Võ Bằng, Cố vấn và các sĩ quan đồng đứng dậy. Lan Như nhìn theo, muốn đi cùng, nhưng ngại ngỏ lời. Còn quá sớm để đòi hỏi.

Chiêu đãi viên mời nàng cà phê. Theo thói quen, nàng vừa nhâm nhi vừa suy nghĩ. Cả hai người quyền lực nhất trên tàu - Hạm trưởng, Hạm phó - xem chừng đều tỏ ra lạnh nhạt, giữ khoảng cách. Bất lợi thật. Nhưng dù khó khăn thế nào, nàng vẫn phải giữ nhiệt huyết.

Cạn ly, nàng rời phòng ăn, bước qua hành lang vắng lặng về buồng ngủ. Trên giường, chiếc áo lạnh dày có nón trùm đầu được xếp ngay ngắn. Bên cạnh là áo giáp, nón sắt. Thì ra Võ Bằng không hề vô tâm. Nàng chạm tay lần lượt ba món, nghe lòng ấm áp. Nhưng anh vẫn là một người kỳ dị, khó đoán. Nghề nghiệp thúc đẩy nàng tìm hiểu.

Nằm dài trên nệm, nàng cảm thấy mỏi mệt tan dần. Nhưng nỗi cô đơn ùa đến. Ngày đầu tiên mới qua vài giờ mà dài như vô tận. Nàng băn khoăn nghĩ về cuộc phiêu lưu mạo hiểm lần này. Nếu đụng trận, bộ binh còn có nhiều hầm hố ẩn nấp, còn trên tàu, chỉ một áo giáp? Thì đành cầu mong đạn biết tránh mình!

Nàng lắng nghe những âm thanh lạ: tiếng máy tàu gầm gừ, hệ thống thông gió o o. Nỗi khắc khoải khiến nàng thao thức. Căn buồng chật hẹp khiến nàng như nghẹt thở. Nàng nhớ bầu trời rộng, nhớ không khí trong lành nơi rừng sâu.

Không chịu nổi, nàng bật dậy, quyết định lên boong tàu. Qua phòng ăn sĩ quan, dọc theo hành lang dài, vào phòng ăn đoàn viên. Một thủy thủ hỏi nàng cần gì. Biết mục đích, anh đưa nàng đến cánh cửa gài chặt bằng nhiều cần quay. Bằng động tác nhanh nhẹn, anh vặn các cần quay xuôi chiều, cánh cửa nặng nề bật mở.

Ánh nắng chói chang xuyên vào mắt Lan Như.

Gió lạnh tạt vào mặt, thơm tho. Nàng bước ra ngoài. Biển mở rộng, những vệt sóng loang ánh bạc. Nàng đi vòng qua mạn trái, dưới gió. Mặt biển êm đềm, óng ánh, mênh mông. Xa xa, vài chiếc ghe câu bơ vơ. Nàng thấy mình cũng đâu khá gì, lạc lõng, bơ vơ. Ban ngày đã buồn tẻ, đêm xuống hẳn càng khủng khiếp. Chẳng lẽ suốt tám ngày chỉ quanh quẩn buồng ngủ và phòng ăn?

- Chào chị, xin lỗi tôi đến hơi chậm.

Nàng giật mình quay lại. Một thủy thủ trẻ gật đầu chào. Nàng hồi hộp hỏi:

- Chậm gì vậy anh?

- Đi tìm chị khắp nơi.

- Có chuyện gì?

- Hạm trưởng bảo tôi nhắn: chị có thể lên đài chỉ huy ngắm quần đảo Thổ Châu.

CHƯƠNG 17

CHIA TAY

Một tuần đã trôi qua kể từ đêm Như Oanh nói lời chia tay Vinh. Suốt bảy ngày, nàng vùi đầu vào việc soạn bài giảng dạy. Thỉnh thoảng hình ảnh Vinh, ký ức cũ thoáng hiện về, nhưng rồi câu nói "Bà Bộ trưởng" vang lên như tiếng chuông cảnh tỉnh, giúp nàng vững vàng hơn với lựa chọn của mình.

Sáng nay Chủ Nhật, ngày vốn thuộc về Vinh suốt bốn năm ròng. Ánh nắng cuối thu xuyên qua khung cửa sổ, rải những vệt vàng ấm áp lên sàn nhà, không làm tan nỗi hồi hộp đang dâng lên. Nếu Vinh đến, liệu nàng nên lánh mặt hay cứ đối mặt cho rõ ràng, dứt khoát?

Ba mẹ nàng đã ra công ty xuất nhập cảng từ sớm để tiếp nhận lô hàng mới. Căn nhà yên ắng lạ thường như chờ cuộc gặp gỡ chắc chắn là chẳng ai vui.

Đúng 9 giờ, tiếng chuông cửa vang lên. Tim nàng thắt lại. Chờ đến hồi chuông thứ ba, như để tỏ ra không hề ngóng trông, Như Oanh mới từ từ mở cánh cửa.

Vinh đứng đó, trong bộ vest chỉnh tề, bó hồng nhung đỏ thắm trên tay. Nhưng ánh mắt anh không còn vẻ tự tin ngày trước, mà tỏ vẻ ngại ngùng, lúng túng. Hai người nhìn nhau, một thoáng im lặng nặng nề. Như Oanh đón bó hoa để không mở rộng vòng tay như mọi khi. Nàng khẽ nói:

- Mời anh vào.

Vinh bước theo nàng vào phòng khách. Anh ngồi xuống chiếc sofa mà trước đây anh vẫn xem như một phần không gian dành riêng cho anh và nàng. Như Oanh cắm hoa vào bình đặt lên bàn, rồi ngồi đối diện, thay vì vẫn cạnh kề nhau. Giọng Vinh có phần hối hả:

- Cám ơn em đã tiếp anh. Anh... anh đã sợ là em không muốn gặp mặt nữa.

Như Oanh cúi mặt, im lặng. Vinh lại tiếp:

- Anh xin lỗi về chuyện hôm trước. Anh đã có phần thô lỗ. Mong em bỏ qua cho anh...

Như Oanh ngẩng lên, giữ giọng điệu bình thản:

- Anh không cần phải xin lỗi. Suốt bốn năm qua em đã yêu anh, và biết ơn anh cho em những ngày tháng hạnh phúc ấy. Nhưng chuyến đi An Thới vừa rồi giúp em hiểu rõ mình muốn sống thế nào. Ở đó, con người bình dị, thiên nhiên thanh tịnh. Em thấy hoàn toàn thích hợp với em không như lối sống sang trọng, phô trương, hời hợt. Nghĩa là em nhận ra anh không còn là người đàn ông em mơ tưởng.

Vinh vội đáp lời:

- Em muốn sống ở đâu, anh cũng chiều. An Thới, Nha Trang, hay bất cứ tỉnh nào anh đều đồng ý. Em muốn anh thay đổi thế nào, anh sẽ làm đúng như vậy.

Nàng thở dài, nhìn thẳng vào mắt anh:

- Nói thì dễ lắm. Nhưng bản tính đâu dễ thay đổi.

Anh là người của chức vị, của uy quyền và danh vọng. Một khi rời những thứ ấy, anh sẽ khổ, và người khổ cùng anh - là em. Thử tưởng tượng anh làm một công chức tỉnh lẻ. Chắc chắn chỉ ngày một ngày hai là anh bất mãn. Rồi anh sẽ cáu gắt hơn, và rồi chính anh sẽ là người đòi ly dị.

- Không! Không bao giờ có chuyện đó xảy ra. Anh hứa với em.

Giọng nàng vẫn nhẹ nhàng:

- Em không tin vào những lời hứa, kể cả của chính em!

- Nhưng ít nhất hãy cho anh một cơ hội...

Nàng bước đến lấy từ tủ lạnh ra một lon bia cho Vinh và một ly nước lạnh cho mình. Vừa ngồi lên ghế, nàng nâng ly uống vài ngụm. Khoảng lặng kéo dài. Ánh sáng ngoài cửa sổ hắt lên gương mặt nàng, u buồn, lạnh lẽo.

Vinh nhìn lon Budweiser nhưng không khui uống. Anh lặp lại:

- Như Oanh, hãy cho anh một cơ hội.

Nàng sửa thế ngồi, lên tiếng:

- Còn một điều nữa. Chính điều này khiến em dứt khoát...

Vinh ngạc nhiên, mắt mở to chờ đợi. Giọng nàng nghèn nghẹn:

- Trong *Đêm Màu Hồng,* anh nói thẳng với em: "Sao không nghĩ, một ngày nào đó, người ta sẽ gọi em là "Bà Bộ trưởng"?

Vinh vội xua tay:

- Anh chỉ muốn nói em xứng đáng có một cuộc sống sang giàu...

Như Oanh lắc đầu, giọng đầy chua chát:

- Tham vọng của anh, tự nó không có gì sai. Nhưng anh đem tham vọng ấy để gắn lên người em thì đó là sự xúc phạm. Em yêu con người của anh, chứ không phải vì tương lai thành "Bà Bộ trưởng".

- Anh... anh xin lỗi. Anh không có ý đó.

- Khi còn là người yêu mà anh đã nghĩ như thế, thì khi thành vợ chồng, anh sẽ còn buông những lời nặng nề nào nữa? Khi nhân sinh quan khác biệt, tốt nhất là đừng làm khổ nhau.

Vinh cúi mặt, dáng vẻ khốn khổ, bất lực. Rồi bất ngờ ngẩng mặt, ánh mắt sắc lạnh:

- Vậy là... em đã có người khác rồi, phải không? Cái người ở An Thới đó?

Như Oanh bình thản:

- Đây là chuyện giữa anh và em, không ăn nhằm gì đến ai khác.

Vinh đứng phắt dậy, mặt đỏ gay. Như Oanh thản nhiên ngước nhìn. Vinh cố kìm nén cơn thịnh nộ, giọng run lên:

- Được rồi! Em muốn chia tay thì chia tay!

Anh quay người, bước những bước dài nặng nề ra cửa. Tiếng động cơ xe nổ rền, khục khặc phóng vụt đi. Như Oanh bước đến tựa lưng vào cánh cửa nhìn theo. Một cảm giác trống rỗng mênh mông ùa về. Hai hàng nước mắt trào ra, không vì tiếc nuối mà vì nhẹ nhõm.

***

Sáng hôm sau, Như Oanh đang ngồi soạn bài giảng dạy tuần tới thì mẹ bước vào. Giọng mẹ nhẹ nhàng:

- Oanh, ba chờ con dưới nhà.

Tim nàng khẽ chựng lại, và đoán là chuyện của Vinh. Xuống phòng khách, nàng thấy ba đang ngồi nghiêm trên ghế. Mẹ ngồi xuống bên cạnh, nét mặt trầm tư. Không khí có phần căng thẳng.

Ba nàng hắng giọng:

- Con ngồi xuống đi.

Như Oanh e dè ngồi, cố giữ bình tĩnh. Nhưng khi chạm phải ánh mắt nghiêm nghị của ông, một làn sóng bối rối khẽ dâng lên...

Giọng ông Khải ôn tồn, nhưng đi thẳng vào vấn đề:

- Ba vừa nói chuyện với ba của Vinh. Ông ấy bảo con giận Vinh nên không chịu làm lễ hỏi nữa. Có đúng không?

Như Oanh khẽ gật đầu:

- Dạ, đúng. Nhưng con không giận, chỉ là thấy... không thể sống với anh ấy.

- Chuyện gì đã xảy ra? Bốn năm vui vẻ, sao tự dưng đổi ý?

- Tụi con khác nhau quá, thưa ba. Anh ấy nóng nảy, và... không tôn trọng con.

Ông Khải nhíu mày:

- Nóng nảy thì sửa được. Còn không tôn trọng là sao?

- Ảnh cho rằng con mê ảnh vì tương lai ảnh làm

bộ trưởng.

Ông Khải cau mày:

- Nó chỉ muốn con có cuộc sống khá hơn thôi. Bao cô mơ được như con.

- Nhưng con không muốn bị đo bằng tiền bạc hay chức vụ.

Nàng quay nhìn mẹ, tìm kiếm một sự đồng cảm:

- Thưa mẹ, nếu ngày xưa ba cũng phô trương như vậy, liệu mẹ có chịu làm vợ ba không?

Mẹ nàng nhẹ giọng:

- Con à, tình yêu bốn năm đâu dễ bỏ. Hãy cho nó một cơ hội.

- Nhưng con không muốn có một người chồng ba hoa, và thô lỗ. Ngay giữa chốn đông người, anh ấy cũng đã lớn tiếng với con.

- Bởi vậy nó mới hạ mình đến xin lỗi. Con còn muốn nó phải làm gì hơn nữa?

- Ba đối với mẹ lúc nào cũng dịu dàng, ân cần. Ba muốn con mình sau này bị chồng nạt nộ, rồi xin lỗi, rồi lại nạt nộ sao? Con không thể chấp nhận một cuộc sống như vậy.

Bà Khải dịu dàng:

- Con à, mẹ hiểu lòng con. Nhưng bỏ qua đi. Nó đã hạ mình xin lỗi rồi!

- Mẹ à, mẹ biết đó, "giang sơn dễ đổi, bản tính khó dời". Con không muốn cả đời phải bị ràng buộc với một người có tính tình như vậy.

Ông Khải thở dài. Quẹt lửa bật ba lần mới cháy, ông châm thuốc. Khói vờn quanh khuôn mặt u buồn:

- Con biết đó, việc làm ăn giữa ba và ba nó đang ở giai đoạn quan trọng. Nếu con rút lui, có thể hỏng hết.

Như Oanh nhìn thẳng vào ba, giọng kiên quyết:

- Chuyện làm ăn của ba không liên quan đến tụi con. Hai đứa mới gặp nhau sau này...

- Con đã hứa về lễ hỏi. Giờ con rút lui, người ta bảo gia đình mình thất tín.

- Lời hứa là của con. Con có quyền rút lại nếu thấy sự tình không đúng như lúc hứa.

Ông Khải trân trân nhìn con gái. Nó quá giống chị nó ngày nào: thẳng thắn, cương nghị, lý lẽ vững vàng. Ông đổi giọng nhẹ nhàng hơn:

- Con quên một mối ràng buộc. Đó là ân nghĩa giúp con được dạy học ở trường gần nhà.

- Con không hề nhờ anh ấy. Anh ấy tự nguyện giúp. Dù sao, con cũng đã nghĩ đến chuyện sẽ xin đi dạy ở một nơi khác, để tránh những lời dị nghị.

Bà Khải kêu lên, giọng lo lắng:

- Không được đâu con! Ba mẹ chỉ còn mỗi mình con ở bên cạnh. Mẹ không muốn con đi xa.

Như Oanh chồm tới, nắm lấy tay mẹ:

- Mẹ à, nếu con lấy anh Vinh, thì con cũng phải theo chồng về nhà khác.

Ông Khải hít một hơi thuốc thật sâu, từ từ nhả khói. Ông hỏi:

- Ba của Vinh còn nói... con đã để ý người khác. Có thật không?

Nàng cúi đầu. Mẹ nàng ngạc nhiên, kêu lên:

- Thật sao? Sao có thể được!

Nàng đắn đo, rồi dứt khoát thưa:

- Con xin nói rõ, chuyện này không phải là lý do con tuyệt giao với anh Vinh. Con chỉ mới quen, tình cờ trong bữa tiệc ở nhà anh Thám. Chưa có gì rõ ràng, thậm chí không chắc gì gặp lại nhau.

Ông Khải hỏi dò:

- Người đó là ai?

- Cùng nghề với anh Thám... Hải Quân. Nghe nói anh ấy là Hạm trưởng.

Ông Khải bật cười khô khốc:

- Hạm trưởng nghe thì oai, nhưng cũng chỉ là sĩ quan. Lương đâu đủ lo cho con?

- Chị con vẫn hạnh phúc dù đạm bạc.

- Con à, chị con đã sáu năm không có nổi căn nhà. Đời sống thì năm nay nơi này, năm tới nơi khác, y như tàu lênh đênh. Nhà này một hải quân là đủ rồi!

- Con cũng như chị, đó là cuộc sống con ước mơ. Còn hơn vạn lần, năm này qua năm khác, suốt ngày nghe lải nhải về hợp đồng, thuế má, thống kê...

Nàng nắm tay mẹ, giọng tha thiết:

- Ba mẹ đã cho chị của con quyền chọn chồng. Xin hãy cho con được như vậy. Con chọn - con chịu trách nhiệm.

Mẹ nàng đặt tay lên tay chồng, cười hiền hòa:

- Ngày xưa em cũng vậy thôi, anh nhớ chứ?

Khói thuốc bay lên, tan dần. Ông Khải nhìn vợ, rồi nhìn con. Trong ánh mắt ông chợt có nét dịu dàng, pha chút hoài niệm:

- Ba mẹ con sao giống nhau dữ. Ngày xưa, ba cũng chỉ là công chức nhỏ, nhưng mẹ con tin ba. Đúng là đồng vợ đồng chồng tát biển Đông cũng cạn...

Ông ngừng, giọng trầm xuống:

- Ba chỉ sợ con khổ. Chỉ sợ con tránh vỏ dưa, lại gặp vỏ dừa. Nếu người đó thật lòng, đủ bản lĩnh, hãy để ba mẹ gặp.

Giọng nàng buồn buồn:

- Con không biết có duyên gặp lại anh ấy không. Con cũng không biết ảnh có thương con không, có ước muốn cưới con không. Chỉ là linh cảm....

- Nếu có duyên gặp lại, con đối xử thế nào?

- Con sẽ tìm hiểu thêm về tư cách, tính tình. Nếu anh ấy độc thân, đàng hoàng và muốn tiến đến hôn nhân con sẽ đưa đến gặp ba mẹ.

Ông Khải trang nghiêm nhìn con gái:

- Vậy ba hỏi con điều cuối cùng. Nếu sau khi ba mẹ tìm hiểu và đi đến kết luận không đồng ý, con có nghe lời ba mẹ không?

Như Oanh nhìn sâu vào mắt ông, nụ cười tươi nở trên môi. Nàng gật đầu, giọng tôn kính nhưng kiên định:

- Dĩ nhiên con sẽ nghe lời ba mẹ, nếu thấy... thuyết phục.

CHƯƠNG 18

TIỀN ĐỒN BIỂN TÂY NAM

- Tôi tên Lan Như. Còn anh?

- Thủy thủ Hoàng Lâm.

Hai người men theo hành lang hẹp, rồi leo lên một chiếc thang sắt dựng đứng mười bậc dẫn lên boong trên. Gió mạnh hơn. Phía trước và phía sau sân thượng mỗi nơi một khẩu đại bác 40 ly nằm im như hai vị thần canh phòng. Lại bước lên một cầu thang nghiêng mười bậc nữa để vào đài chỉ huy sáng sủa, khoảng khoát.

Bảy người hiện diện: hạm trưởng đứng bên cánh phải cùng cố vấn; cánh trái là sĩ quan và hạ sĩ quan trực phiên; giữa đài chỉ huy, một thủy thủ ngồi trên ghế cao nắm chặt bánh lái; hai bên anh là quan sát viên và điện thoại viên. Lan Như đứng cạnh trụ la bàn thích thú mở tầm mắt lên biển mênh mông, rải rác hàng trăm ghe đánh cá im lìm phơi nắng.

Rạch Gầm đã giảm tốc độ, len lỏi theo khoảng trống giữa các dãy phao đen đánh dấu lưới cá. Sĩ quan trực phiên liên tục ra lệnh chuyển hướng trong khi vẫn quan sát tìm ngư thuyền có danh bộ lạ, những ngư thuyền không mang số mã các tỉnh miền Nam như KG tức Kiên Giang hoặc AX tức An Xuyên theo sau một dãy số. Bọn xâm nhập có thể giả danh bộ nhưng hình dáng tàu thì vẫn khác biệt.

Thấy Lan Như, Võ Bằng bước lại gần, giọng dịu êm:

- Đài chỉ huy Rạch Gầm hân hạnh tiếp đón phóng viên Lan Như.

Lan Như thoáng ngạc nhiên vì thái độ thân tình đột ngột. Nàng đáp bằng giọng giữ khoảng cách:

- Thưa anh. Tôi mới là người được hân hạnh.

Võ Bằng thân mật tiếp:

- Để khỏi mích lòng nhau, tôi lưu ý cô vài điểm. Thứ nhất, cô được phép tìm hiểu bất cứ nơi nào - lộ thiên hay trong lòng tàu - ngoại trừ những nơi có bảng "Khu vực giới hạn". Thứ hai, khi sóng to hoặc về đêm, cô không nên đi một mình bên ngoài. Khi thật cần thiết, hãy gặp hạm phó để cử người tháp tùng. Chúng tôi chỉ muốn phòng ngừa tai nạn trơn trợt, rơi xuống biển.

Anh đổi giọng chậm lại, như để nhấn mạnh:

- Điều nữa, dành cho phóng viên: quần đảo Thổ Châu là nơi tụ họp hàng trăm loại phiêu sinh vật nên tập trung nhiều loại hải sản kéo theo đủ loại ngư thuyền. Đây cũng là khu vực... đấu võ tự do. Luật hàng hải có, nhưng phân định ranh giới thì không nước nào chịu nhượng nhau. Cứ thế mà tranh giành.

Anh nhìn mặt biển thẫm xanh:

- Bởi đông khách vãng lai nên khách bắc cộng dễ trà trộn. Chúng đợi lúc ta sơ hở, liền phóng vào bờ, rồi rút lui thần tốc.

Quay sang nàng, anh bất ngờ hỏi:

- Cô mong đụng trận chứ?

Lan Như trầm ngâm. Anh chàng hỏi gì mà kỳ cục! Ai lại ước mong đụng trận! Ai lại mong thấy máu me và xác người. Nhưng nghề nghiệp là nghề nghiệp. Nàng đáp nhỏ:

- Ước mong thì không nhưng đó lại là lý do tôi xuống tàu này. Một phóng viên chiến trường phải chứng kiến và tường thuật trung thực, dù sự thật nghiệt ngã đến đâu.

- Hải Quân trong sông đã đưa cô đến những chiến trường nào rồi?

- Hố Lương, sông Hàm Luông, Măng Thít.

- Chúng tôi thường công tác xa bờ nên hiếm khi được đọc báo. Sắp tới đây, chắc phải nhờ cô gửi bài báo đến địa chỉ KBC.

- Rất sẵn sàng.

- Hôm qua không tuần phát hiện hai ngư thuyền khả nghi tiến vào Vịnh Thái Lan. Có thể chúng hướng về Thổ Châu. Hy vọng có diễn biến đáng tường thuật.

- Trong khi chờ đợi, tôi xin cám ơn về áo giáp và áo lạnh.

- Ở biển, cuối thu lạnh hơn Sài Gòn.

Lan Như thấy đến lúc vào thẳng nghề nghiệp:

- Thưa anh, tôi được phép tiếp xúc những ai để hiểu về chiến hạm?

Võ Bằng mỉm cười:

- Bất cứ ai.

- Còn chụp ảnh?

- Bất cứ nơi nào, trừ khu vực hạn chế.

- Còn với thủy thủ đoàn?

- Cô cần xin phép từng người.

Nàng nâng máy ảnh:

- Vậy trước tiên, xin phép... hạm trưởng.

Tiếng cười rộn lên khắp đài chỉ huy. Võ Bằng hài lòng với giọng miền Nam êm ngọt, khuôn mặt tươi vui và phong thái tự nhiên, năng động. Anh gật đầu, cợt đùa:

- Được. Nhưng nhớ chỉnh sửa cho tôi đẹp trai được chút nào hay chút nấy.

- Không cần đâu. Bộ mặt phong sương hiện tại là đủ... ăn tiền rồi!

Mọi người lại cùng cười rộ. Võ Bằng chỉ tay chếch phải hướng mũi tàu:

- Cô Lan Như! Đảo Thổ Châu trước mặt.

Nàng nâng máy lên mắt bấm hai hình. Con rùa khổng lồ nằm trên tấm thảm xanh miên man đến tận chân trời. Mai rùa là những khối đá tảng cẩm thạch trắng ngà. Võ Bằng xem hải đồ rồi giải thích:

- Quần đảo Thổ Châu có chín đảo. Chúng ta đã qua một số đảo mà vì thấp nên không thấy. Đó là các Hòn Đá Bàn, Hòn Đá Bắc, Hòn Đá Nam. Đảo Thổ Châu, lớn nhất, cao nhất, nên thấy từ xa. Gần đó là Hòn Cao và Hòn Từ. Tiếp đến là Hòn Kiến, Hòn Xanh, Hòn Nhạn.

Lan Như ghi chép nhanh. *Thổ Châu: hải đăng sừng sững như hỏa tiễn trên giàn phóng. Hòn Cao: dải cát trắng như lưỡi liềm. Hòn Từ: đen, rêu phủ mượt mà*. Nàng nói:

- Đẹp quá, thưa anh.

Võ Bằng gật đầu:

- Ngoài vẻ đẹp hình thức, quần đảo còn nét đẹp tâm hồn. Đó là điểm cuối cùng của lãnh hải Việt Nam.

Lan Như reo lên:

- A, tôi có tựa cho bài phóng sự rồi: "*Thổ Châu, tiền đồn giữa biển Tây Nam*".

- Tựa có hồn lắm.

Nàng hỏi về lai lịch các đảo. Võ Bằng lắc đầu:

- Ngày mai chúng ta đổ bộ, cô tha hồ hỏi người già thổ địa. Tôi chỉ biết quần đảo là một xã thuộc Duyên khu Phú Quốc, dân khoảng hai trăm. Một trung đội biệt hải bảo vệ an ninh.

Lan Như hỏi về tổ chức chiến hạm, về sinh hoạt, hành quân, kỹ thuật, nghề nghiệp...

Mãi một giờ sau, Rạch Gầm bắt gặp một ngư thuyền lạ, kiểu tàu và kiểu sơn đều khác. Võ Bằng truyền lệnh khám xét.

Khẩu đại liên trên đài chỉ huy sẵn sàng. Toán khám xét bốn người mang M16, hạm phó mang Colt 45. Lan Như nhảy theo qua ngư thuyền. Nàng bịt mũi khi mùi cá tanh tưởi xộc vào.

Giấy tờ cho thấy đây là tàu Thái Lan. Hạm phó dùng Anh ngữ đơn giản giải thích họ đang đánh cá trong vùng đặc quyền kinh tế Việt Nam. Họ lắc đầu cố cãi. Nhân viên báo cáo chỉ thấy hải sản, không thấy hàng bất hợp pháp. Hạm phó xin lệnh. Võ Bằng cho lệnh đuổi khỏi vùng kèm cảnh cáo.

Hai tiếng sau, thêm ba ngư thuyền mang danh bộ lạ xuất hiện. Một của Cam Bốt, hai của Mã Lai. Một chủ tàu Mã Lai cưỡng lệnh trục xuất, nhất quyết đây là vùng biển tự do. Giọng ông ta cứng, mắt đỏ ngầu. Rạch Gầm báo cáo Vùng 4. Một duyên tốc đỉnh được điều đến kéo ngư thuyền về An Thới.

Sau khi bàn giao, Võ Bằng cho chiến hạm hướng về mũi Cà Mau, tuần phòng trục Thổ Châu - Hòn Khoai. Máy giảm xuống 6 gút, chậm như dạo chơi mà người thì đều căng mắt quan sát, người thì chú tâm thi hành phần việc giao phó. Sĩ quan hải hành đo gió, tính độ giạt, tránh ghe, xét ghe...

Võ Bằng ghi nhật ký hải hành rồi chỉ thị hạm phó liên lạc mời các đơn vị trưởng dự buổi họp với hạm trưởng trên đảo Thổ Châu sáng mai lúc 10 giờ.

Lan Như có thời gian nhìn Võ Bằng kỹ hơn. Dù không cao bằng cố vấn nhưng tầm vóc gọn gàng, cử chỉ chững chạc khiến anh trông uy nghiêm. Tóc húi cua, cháy nắng. Đôi mắt đen sâu, dưới hàng mi rậm. Gương mặt khắc khổ nhưng đôi môi như lúc nào cũng mỉm cười, làm giảm đi nét xương xẩu. Ánh mắt lúc trầm ngâm thì lạnh lùng, lúc trò chuyện lại tinh nghịch. Và nàng thấy lòng thêm chút cảm tình.

***

Bữa cơm tối đầm ấm. Lan Như vui vẻ trả lời mọi câu hỏi của các sĩ quan. Nàng 26 tuổi. Tốt nghiệp Đại học Văn Khoa. Bốn năm làm phóng viên. Chưa có gia đình và cũng chưa nghĩ đến.

Cứ mỗi khi Lan Như trả lời là anh nghiêng mặt ngắm nàng. Vóc dáng không phải kiểu đẹp lộng lẫy nhưng khuôn mặt thanh tú với đôi mắt sáng toát lên vẻ thông minh và cương nghị. Cách nói chuyện có duyên, thẳng thắn, chuyên nghiệp, từng trải. Trong cuộc tuần phòng đơn độc giữa biển khơi, có được một người đồng hành như nàng thì coi như... trời ưu ái!

Trong lúc ăn tráng miệng và uống cà phê, Võ Bằng thân ái hỏi:

- Cô từng tháp tùng hành quân với nhiều đơn vị bộ binh, vậy khác với ngoài biển ra sao?

- Hoàn toàn khác lạ. Không gian lạ, nếp sống lạ. Bộ binh thì bụi đời, vất vả; hải quân thì lúc nào cũng tươm tất, nhàn hạ.

Cả bàn bật cười. Võ Bằng đấm nhẹ lên bàn, phản đối:

- Cô đưa nhận xét đó vào bài viết là thiếu công bằng. Như cô thấy đó, khi tàu rời bến, mọi người cũng đều vất vả, bụi đời.

Lan Như mỉm cười:

- Đồng ý mọi người vất vả nhưng ngoài biển... không có bụi.

Tiếng cười lại rộ lên. Võ Bằng lắc đầu:

- Tôi sợ lối ngụy biện của cô. Còn nhận xét nào... ác độc nữa không?

Lan Như cười tươi:

- Bây giờ thì vào chính đề. Thưa anh, cho biết tổng quát về lực lượng Hải Quân.

Võ Bằng nhìn quanh:

- Ai đáp lời cô Lan Như?

Trung úy Bùi Anh Tuấn ngồi cuối bàn:

- Theo tôi còn nhớ, năm 1955, Pháp bàn giao lực lượng Hải Quân cho chính phủ Ngô Đình Diệm. Lúc đó có 4 ngàn người và 200 tàu đủ loại. Hiện tại đã tăng lên 15 ngàn người và 900 tàu. Mười bốn năm, hải lực tăng khoảng bốn lần.

Thiếu úy Đỗ Văn Lũy giơ tay:

- Tôi từng phục vụ khối quân huấn nên có biết việc tăng trưởng của Hải Quân. Dự phóng từ nay đến ba năm tới, Hoa Kỳ sẽ lần lượt chuyển giao tất cả chiến hạm, chiến đỉnh và các căn cứ của họ đang tham chiến cho Hải Quân Việt Nam Cộng Hòa. Do đó Khối Quân Huấn phải đào tạo 27 ngàn thủy thủ. Các sĩ quan tương lai thì theo học ở ba trường Thủ Đức, Sinh viên Sĩ quan, và OCS ở Mỹ. Các hạ sĩ quan và thủy thủ thì có Trung tâm Huấn Luyện Nha Trang, Cam Ranh và ACTOV.

Lan Như hỏi:

- OCS và ACTOV là gì?

Thiếu úy Lũy:

- Xin lỗi quen miệng. OCS là viết tắt của chữ *Officer Candidate School*. Còn ACTOV là *Accelerated Turn Over*, chương trình chuyển giao cấp tốc đơn vị Hoa Kỳ cho Việt Nam. Chương trình này đã khởi sự thực hiện từ đầu năm nay.

- Xin cho biết về chiến thuật, chiến lược của Hải Quân.

Võ Bằng đáp gọn:

- Trả lời đầy đủ thì dài dòng. Tóm tắt là thế này. Về chiến lược: bảo vệ biển đảo, kiểm soát sông ngòi. Phối hợp liên quân. Về chiến thuật: tuần tiễu, chận xét, truy kích, tiêu diệt. Mỗi chủ đề có những chi tiết thực hành. Thí dụ về tuần tiễu: xác định loại mục tiêu, tốc độ, hướng đi. Giữ khoảng cách một hải lý. Tiếp cận chéo góc tránh bị tấn công bất ngờ. Dùng 76 ly bắn đài chỉ huy địch, các đại bác, đại liên quét triệt tiêu hỏa lực.

- Tại sao không bắn chìm?

- Đó là giải pháp cuối. Bắt sống trọn tàu có lợi hơn.

Lan Như nhìn quanh bàn, nhỏ nhẹ nói:

- Thưa quý anh, tháng rồi tôi có tham dự lễ khánh thành tượng Đức Thánh Trần ở công trường Mê Linh bến Bạch Đằng. Hôm đó tôi có thắc mắc nhưng nhiều việc nên quên. Xin cho biết hình ảnh Ngài chỉ tay xuống dòng sông mang ý nghĩa gì?

Võ Bằng hỏi:

- Ai trả lời câu hỏi này?

Trung úy Bùi Anh Tuấn đáp nhanh:

- Năm 1285, khi vua Trần Thánh Tông muốn hàng trước thế giặc mạnh, Đức Trần Hưng Đạo khẳng khái nói: "*Bệ hạ chém đầu thần rồi hãy hàng*". Ba năm sau, quân Nguyên lại xâm lược. Lúc khởi binh đánh trận Bạch Đằng, Ngài chỉ tay xuống dòng sông Hóa thốt lời thề khẳng khái: "*Không thắng giặc, thề không trở lại bến sông này.*"

Lan Như lặng đi. Tiếng máy tàu mà nàng tưởng như tiếng sóng đang gầm đâu đó, vọng về từ Bạch Đằng xa xưa. Nàng hỏi:

- Có phải Hải Quân tôn Ngài làm Thánh Tổ vì ba chiến thắng lớn?

- Đúng. Đó là ba trận Hàm Tử, Chương Dương, Bạch Đằng. Nhưng hơn thế nữa: Ngài rất hiểu biển, hiểu dân, hiểu sức mạnh đoàn kết.

- Vua nào sắc phong Ngài là Thánh?

- Không có vua nào sắc phong hết. Toàn dân tin Ngài là linh tướng trấn giữ đất nước, độ dân bình an. Tỉnh nào cũng lập ít nhất một bàn thờ thờ Ngài.

Lan Như trầm tư một lúc rồi thở dài:

- Ngày xưa học sử, tôi học như con vẹt. Không thấy ý nghĩa sâu xa! Cám ơn các anh.

Võ Bằng mỉm cười, giọng trầm ấm:

- Còn sâu xa hơn, Đức Thánh Trần không chỉ là một vị tướng tài ba lỗi lạc mà còn là một nhà tư tưởng, nhà chính trị xuất sắc.

Lan Như ngạc nhiên:

- Nhà tư tưởng?

- Cô chưa đọc *Hịch Tướng Sĩ* và *Binh Thư Yếu Lược*?

- Tôi chỉ học *Hịch Tướng Sĩ*.

- Đó là một thiếu sót lớn với một phóng viên.

Lan Như mím môi, nhăn mặt:

- Quyển ấy quá xưa rồi, giờ còn ích gì?

- Ngược lại, đó là một binh pháp cho mọi thời đại. Chiến trường đâu chỉ là súng đạn...

- Xin anh nói rõ ...

Võ Bằng đứng lên, dáng mạnh mẽ:

- Bữa cơm đã lâu, trời cũng đã tối. Tôi phải lên đài chỉ huy. Trưa mai tiếp tục...

Anh lững thững ra cửa. Đang háo hức muốn biết mà Võ Bằng tỉnh bơ bỏ đi, Lan Như ấm ức nhìn theo. Nàng lẩm bẩm: "Được rồi! Anh làm khó tôi. Ngày mai sẽ biết tay!"

CHƯƠNG 19

ĐỔ BỘ THỔ CHÂU

Rạch Gầm ngưng máy, thả trôi trong vịnh phía tây đảo Thổ Châu, cách bãi Ngự hai cây số. Tiếng xích khua, tiếng ầm của chiếc neo sầm sập đổ xuống chìm sâu 18 thước. Con tàu khựng lại báo hiệu neo đã bám. Đồng hồ chỉ 10 giờ 5 phút.

Gió nhẹ nhàng như hơi thở của đại dương. Ánh nắng dát vàng lên mặt vịnh, nước trong vắt để lộ một thế giới vô cùng kỳ ảo: những rạn san hô hình nấm màu tím ngát đến những rạn như cành cây màu đỏ rực, các bụi cỏ biển mềm mại uốn lượn, các đàn cá nhỏ thong dong và những bóng cá thu nháng bạc thoắt ẩn thoắt hiện như những chiến đấu cơ tí hon đang tuần phòng lãnh hải riêng của mình.

Từ chiến thuyền áp sát, Thiếu úy Lê Trung Cang bước lên boong Rạch Gầm với dáng vẻ dứt khoát. Đúng lúc ấy, Hạm trưởng Võ Bằng cùng cố vấn Mỹ và nữ phóng viên Lan Như từ đài chỉ huy bước xuống. Thiếu úy nghiêm chào rồi mời qua chiến thuyền.

Võ Bằng căn dặn Hạm phó Tiến:

- Cẩn thận canh chừng neo trốc. Cho nhân viên không trực lên đảo nhưng giờ chót về tàu là 2 giờ chiều.

- Rõ, thưa Hạm trưởng.

Võ Bằng hỏi Thiếu úy Cang:

- Anh giúp cho ghe đưa đón được chứ?

- Dạ được.

Bãi Ngự hiện ra như một dải lụa trắng mềm mại ôm lấy triền cát hình cánh cung. Những chiếc thuyền thúng đậu san sát cùng với vài đứa bé đang chạy nhảy trên bãi cát.

Những mái nhà tranh lẩn trong rừng dừa và những cây bàng cổ thụ, tạo thành bức tranh thủy mặc an nhiên, thư thái. Phía cuối đảo, những đợt sóng không ngừng vỗ vào ghềnh đá rong rêu, vẽ nên một đường viền trắng xóa. Xa khơi, nhiều ghe câu rải rác im lìm như còn chìm sâu trong giấc ngủ.

Nơi bãi ủi, một số người đang đứng lóng ngóng. Khi phái đoàn đã lên bờ, một trung niên vạm vỡ bước đến chào:

- Xã trưởng Phan Văn Tâm xin chào Hạm trưởng và phái đoàn.

Võ Bằng bắt tay:

- Rất vui được gặp xã trưởng.

Cố vấn nồng nhiệt bắt tay. Tiếp theo là Trung úy Trương Văn Hiền, trưởng toán Duyên tốc đỉnh và Chuẩn úy Cao Thanh, trưởng toán hải kích. Một số dân đảo tò mò nhìn. Năm đứa bé bám theo Lan Như vuốt ve chữ "Báo Chí" trên áo khoác và xin chụp hình. Lan Như chụp từng đứa. Đứa nào cũng tỏ vẻ vui thích dù không thấy hình ra sao.

Xã trưởng Tâm vồn vã mời về trụ sở. Đó là một

căn nhà mái tranh vách đất rộng lớn. Khói hương trầm từ bàn thờ quyện không gian tĩnh lặng. Bàn ghế kê thành hình chữ U. Mỗi chỗ ngồi để sẵn một ly nước dừa. Tấm hải đồ quần đảo Thổ Châu với chín đảo lớn nhỏ treo trang trọng trên tường thu hút mọi tia nhìn. Lan Như vội chụp vài ảnh rồi ghi tốc ký sự kiện vào sổ tay.

Khi tất cả an vị, Xã trưởng lên tiếng:

- Thưa Hạm trưởng và quý vị, đảo Thổ Châu rất hân hạnh được đón tiếp Hạm trưởng và quý vị. Với tư cách xã trưởng, tôi xin tiếp nhận mọi câu hỏi về hành chánh và trả lời theo hiểu biết. Về quân sự, có Trung úy Hiền.

Võ Bằng hỏi về tình hình an ninh và cách thức bảo vệ dân. Xã trưởng đáp:

- Thưa dân số là 495 người, phần lớn là ngư dân. Tình trạng an ninh tốt. Chưa từng xảy ra phá hoại, khủng bố, ám sát.

- Dân số phân phối trên toàn quần đảo ra sao?

- Trong chín đảo, chỉ có đảo này là có dân.

- Lý do?

- Các đảo khác quá khô cằn, không có nước ngọt. Ngay với đảo này, chỉ có Bãi Ngự là ở được. Ở bãi Dong, phía đông, cũng chỉ vài ngư dân tạm trú.

- Gần năm trăm dân, coi như khá đông. Anh cho bảo vệ an ninh ra sao?

- Đảo may mắn được biệt phái cho một trung đội hải kích.

Võ Bằng ngạc nhiên:

- Bảo vệ dân bằng hải kích? Tôi tưởng nghĩa quân

đúng hơn.

Chuẩn úy Thanh trình bày:

- Thưa Hạm trưởng, vì Thổ Châu là tiền đồn quan trọng, là đảo biên ải, có Thổ Châu là có chủ quyền phần lớn Vịnh Thái Lan nên các nước đều muốn chiếm, nhất là Cao Miên. Hải kích vừa bảo vệ dân vừa bảo vệ đảo.

Võ Bằng gật đầu hài lòng. Lan Như hỏi:

- Chỉ một trung đội, làm sao canh phòng hữu hiệu cho cả chín đảo?

Chuẩn úy Thanh:

- Như anh Xã trưởng trình bày, tám đảo kia khô cằn, họ có chiếm cũng không ở được. Tuy vậy chúng tôi vẫn thỉnh thoảng tung hải kích lên các đảo lục soát.

Lan Như hỏi tiếp:

- Trường hợp phát giác tàu địch mang vũ khí chôn giấu, các anh phản ứng thế nào?

- Hải kích báo cáo Trưởng toán. Chúng tôi phối hợp tung chiến đỉnh, chiến thuyền bao vây, kêu gọi đầu hàng hoặc tiêu diệt.

- Trường hợp chúng bỏ chạy?

- Duyên tốc đỉnh với vận tốc 50 cây số giờ và với hai đại liên dư sức truy đuổi và tiêu diệt.

Lan Như xông xáo tiếp:

- Trong năm qua, kết quả ra sao?

Trung úy Hiền nhíu mày rồi đáp:

- Chúng tôi khám phá nhiều tàu, bắt được bốn, giải giao cho Duyên khu Phú Quốc.

- Bao nhiêu tàu chạy thoát?

- Cũng nhiều. Sau khi được báo, chúng tôi tiến đến thì họ đã rút đi.

- Vậy họ có nội tuyến à?

- Tôi không nghĩ vậy. Có thể họ có ghe câu giả dạng canh chừng.

Lan Như hỏi tới:

- Tại sao ta không khám xét bắt ghe giả dạng?

Trung úy Hiền cười:

- Họ ma đầu lắm cô Lan Như ạ. Thấy chúng tôi chạy đến, chỉ việc ném bỏ máy truyền tin, là mọi sự hợp pháp!

Lan Như nghiêm giọng:

- Như vậy, biển là kẻ đồng lõa rồi!

Mọi người bật cười, phá vỡ bầu không khí căng thẳng. Võ Bằng bước đến trước tấm hải đồ, mắt lướt qua mọi người đang lắng nghe. Anh chầm chậm nói:

- Bây giờ chúng ta vào chủ đề buổi họp hôm nay. Tuần vừa qua Bắc cộng cho xâm nhập sáu ngư thuyền chở vũ khí. Khu vực phía đông đã đánh chìm hai chiếc và bắt sống hai. Hai chiếc còn lại chạy thoát ra khơi và không tuần cho biết đang tiến vào Vịnh Thái Lan.

Trung úy Hiền hăng hái:

- Các đơn vị bờ phía đông chặn được thì phía tây cũng chắc chắn làm được.

Võ Bằng lắc đầu, chỉ lên hải đồ:

- Phía tây của chúng ta không được ưu đãi như phía đông. Phía đông có tới ba đài kiểm báo. Kiểm báo hạm neo ở cửa Cửu Long, đài kiểm báo Côn Sơn và đài Hòn Khoai. Mọi di chuyển của tàu địch đều được thông báo kịp thời. Còn bờ tây, từ đảo Nam Du trở xuống mũi Cà Mau tuyệt không có đài nào. Thổ Châu cũng không.

Võ Bằng uống một hơi nửa ly nước dừa rồi tiếp, giọng dứt khoát:

- Để chặn hai chiếc còn lại, chúng ta phải lập một hàng rào chắn từ Thổ Châu đến Hòn Khoai. Và tôi phân công thế này: lực lượng ta chia thành ba toán. Toán một, gồm hai chiến thuyền thuộc Duyên đoàn 42 tuần tiễu quần đảo Thổ Châu. Toán hai, gồm hai duyên tốc đỉnh trách nhiệm trục Thổ Châu - Hòn Chuối. Toán ba, gồm Rạch Gầm và hai chiến thuyền thuộc Duyên đoàn 41 tuần tiễu trục Hòn Chuối - Hòn Khoai. Chúng ta tận dụng *radar* cơ hữu để phát giác tàu địch. Tầm quan sát hạn chế nhưng có còn hơn không. Chiến hạm Rạch Gầm tổng chỉ huy. Hiệu lực kể từ 8 giờ tối nay. Mời các anh góp ý.

Không ai lên tiếng, anh tiếp:

- Về chiến thuật khi gặp tàu địch, tôi tin là các anh đã biết, nhưng nghe thêm cho nhập tâm.

Võ Bằng tỉ mỉ mô tả các chiến thuật cần được áp dụng. Như cách tạo góc bắn tối ưu, cách ép địch vào thế bất lợi hoặc buộc địch phải ngưng máy chịu sự khám xét và kỹ thuật tê liệt hóa tàu địch. Mỗi lời của Võ Bằng như khắc vào tâm trí những người lính biển.

Lan Như chợt hiểu Võ Bằng không chỉ trình bày cho các sĩ quan mà còn cho bài phóng sự của nàng.

Nàng nhìn anh mỉm cười biết ơn. Không một biểu hiệu đáp nhận, anh nghiêm giọng tiếp:

- Trong trường hợp địch xuất hiện cùng lúc hai tàu, chúng ta cần tập trung lực lượng đối phó. Hơn nữa còn tùy địa thế và địa điểm. Lúc đó tôi sẽ xem xét áp dụng chiến thuật thích nghi. Tuyệt đối các anh không được tự tiện phản ứng.

Võ Bằng dừng lại nhìn từng người. Gian phòng vẫn lặng im. Anh tuyên bố:

- Nếu không ai có ý kiến, buổi họp chấm dứt.

Xã trưởng vội nói:

- Mấy thuở được quý vị ghé thăm, xã tôi xin được mời bữa cơm đạm bạc.

***

Bãi biển buổi trưa gió nhẹ man mát. Dưới các ngọn dừa nghiêng nghiêng, bốn bếp than hồng đang rực lửa, bốn bà nội trợ đang nướng các món ăn. Trên chiếc bàn tre dài, bữa tiệc đồ biển đã được bày biện: tôm, cá thu nướng vàng ươm, mực tươi nướng giòn, ghẹ hấp nước dừa, nhím biển và trứng nhạn.

Lan Như nghĩ thầm: "Thế này nhà giàu chưa chắc dám ăn chớ đạm bạc nỗi gì!"

Nàng hỏi một chị đang đứng gần:

- Chào chị. Thức ăn biển, món nào cũng hấp dẫn nhưng không thấy... thịt rừng?

- Dân trên đảo không ai thích thịt rừng dù đảo nhiều chim, nhiều khỉ.

- Có rắn không?

- Không chỉ rắn mà cả trăn. Nhưng chúng hiền

lắm, chưa bao giờ cắn ai.

- Còn cọp và gấu?

- Tuyệt nhiên không thấy.

Lan Như ăn thử trứng nhạn. Ngon không thua trứng gà.

- Thưa chị, trứng nhạn chị mua ở đâu? Sài Gòn không thấy bán.

Chị cười:

- Ở đây thiếu gì, ăn không hết. Suốt trọn nửa năm, bắt đầu từ tháng mười, hàng vạn con nhạn tụ họp về đẻ trứng trên một hòn đảo. Chính vì vậy hòn đảo mang luôn tên Hòn Nhạn, ở phía nam đảo này.

Chuẩn úy Thanh nghe được, góp lời:

- Nếu chị thích, tôi sẽ đi hốt trứng biếu chị một thùng.

Lan Như lắc đầu:

- Cám ơn anh, tôi còn công tác lâu ngày, trứng hư hết.

Ngoài trứng nhạn, Lan Như cũng chưa hề ăn nhím. Nàng bước đến bên chị đang nướng nhím. Con nhím đầy gai bao quanh, phải vất vả lắm mới có thể tách hai mà không bị lông nhím đâm đổ máu. Thịt nhím có màu hơi vàng trong chất dẻo như lòng trắng trứng. Nàng quyết định ăn thử nên múc một muỗng, nhắm mắt nuốt ực. Hóa ra hương thơm vị ngọt rất ngon. Và nàng ăn ngon lành hết sạch. Võ Bằng bước đến, cười đùa:

- Đi tàu lâu ngày mà cho ăn món này thì... ác hết biết!

Lan Như ngạc nhiên hỏi:

- Sao lại ác?

Võ Bằng nhăn mặt:

- Khó mà diễn giải.

- Lan Như rất muốn biết.

- Đông y cũng như Tây y đều công nhận thịt nhím chứa nhiều chất dinh dưỡng.

Thấy Võ Bằng ngưng lâu, nàng giục:

- Anh nói tiếp đi. Nhiều dinh dưỡng thì tốt chớ sao lại ác?

- Ác là thế này. Khi chồng ăn thì nhớ vợ, hoặc ngược lại.

Lan Như đập bàn tay vào vai Bằng:

- Quỷ sứ!

Ngay lúc đó, xã trưởng bước tới. Lan Như liền hỏi:

- Thưa anh xã trưởng, từ đâu mà có tên đảo Thổ Châu?

- Theo ông bà nói lại, thời Nguyễn Ánh, Nguyễn Huệ đánh nhau, Nguyễn Ánh yếu thế, bôn tẩu ra đây và đặt tên đảo Thổ Châu có nghĩa là đất quý. Còn cái bãi biển này là nơi ông thường họp bàn thế sự nên đặt là Bãi Ngự.

- Tôi đã biết lý do có tên Hòn Nhạn. Còn Hòn Xanh thì sao?

- Cũng cùng lối đặt tên. Hòn Xanh vì đảo phủ đầy cây xanh, không như các đảo còn lại phần lớn là đá tảng. Nếu cô có thì giờ tôi sẽ đưa cô đi một vòng viếng đảo, xem cột mốc chủ quyền Việt Nam Cộng

Hòa và lên hải đăng ngắm toàn cảnh quần đảo. Từ độ cao 140 thước, cô sẽ ngất ngây với trời mây nước, nhất là tám đảo nhỏ quanh đảo lớn, trông như đàn cá con bên cá kình mẹ. Cuối cùng xuống viếng Bãi Dong, đẹp không thua Bãi Ngự.

Lan Như mơ màng tưởng như đang chụp các phong cảnh tuyệt vời dù tiếng xã trưởng rót đều vào tai:

- Trên đường mòn xuyên rừng, nhiều loại cây lạ, bông lạ khiến say mê quên hết nhọc nhằn. Cô còn được nghe nhiều tiếng chim hòa quyện líu lo. Đó là tất cả lý do tôi không muốn rời bỏ nơi này.

Lan Như nhìn cây bàng cổ thụ cạnh nhà dân gần đó. Cây đồ sộ có dáng hình vuông, rễ thòng tận đất. Cành cong queo như trải qua bao năm tháng nhọc nhằn. Nàng thích quang cảnh ở đây. Hoang dã. Thanh bình. Man mát. Nàng nói:

- Gợi ý của anh hấp dẫn lắm. Để tôi hỏi hạm trưởng...

Nàng bước đến Võ Bằng đang nói chuyện với cố vấn. Anh nghiêng mặt tỏ dấu sẵn sàng nghe Lan Như. Nàng nhỏ nhẹ nói:

- Anh xã trưởng có nhã ý muốn đưa Lan Như viếng hải đăng và mốc chủ quyền. Liệu Lan Như đi được không?

Võ Bằng không trả lời, hỏi lại:

- Cô có biết đảo này còn có tên tiếng Mã Lai ghi trên hải đồ không?

Dù thấy anh vô duyên nhưng nàng vẫn vui vẻ trả lời:

- Thưa anh, không.

- Tên là Poulo Panjang. Poulo là đảo, panjang là dài. Nghĩa là tên được đặt theo hình dạng của đảo.

Anh cười chúm chím khiến nàng đổ quạu:

- Tôi chỉ muốn anh trả lời được hay không thôi.

Võ Bằng nhởn nhơ:

- Chi tiết tôi vừa nêu cũng cần cho bài phóng sự của cô.

- Cám ơn anh.

- Còn chi tiết này là cho riêng cô: đường từ đây đến hải đăng xa 2 cây số, phải leo núi băng rừng. Cô đã từng nếm mùi băng rừng lội suối. Vậy hãy thử tính xem phải cần bao nhiêu thời gian vừa đi vừa về?

Lan Như còn đang ngẩn ngơ thì Võ Bằng lắc đầu, lạnh lùng:

- Rất tiếc là không. Chúng ta sắp về tàu. Không thể bỏ tàu lâu được!

Lan Như ngoe nguẩy bước trở lại bàn ăn, lòng ấm ức. Nàng bốc con mực đưa lên miệng cắn thật mạnh. Mực thơm ngon, ngọt ngào mà sao vẫn thấy đắng ngắt...

CHƯƠNG 20

ĐƯỜNG QUA HÒN CHUỐI

Vẫn mặc áo khoác xanh với hai chữ Báo Chí trắng nổi bật, Lan Như đứng tựa dây an toàn sân trước, chú tâm theo dõi toán kéo neo. Theo lệnh từ đài chỉ huy, Hạm phó Tiến cho máy kéo quay từ từ. Dây neo căng cuộn dần vào trục, con tàu nhích tới đến khi dây neo thẳng đứng. Từng người, mỗi động tác thành thạo, phối hợp nhịp nhàng. Rồi chiếc neo đen sì trồi lên, nước chảy ròng ròng. Tiếng kim loại chạm nhau vang khô khốc.

Lan Như nghe nao nao. Lại thêm một ngày dấn thân, thêm một chương mới cho nghề nghiệp. Một chương chắc chắn nàng chưa từng trải qua.

Hạm phó báo vào điện thoại nội bộ:

- Đài chỉ huy, neo đã vào ổ.

- Giải tán!

Tiếng máy chánh khởi động, trầm và đều, thân tàu hơi rung. Nước sau lái sôi sùng sục. Rạch Gầm từ từ tiến ra khỏi vịnh Bãi Ngự, trực chỉ hướng đông nam. Lan Như bước theo hạm phó lên đài chỉ huy nhưng anh tạt qua phòng chiến báo.

Vẫn khung cảnh quen thuộc: Võ Bằng đứng bên cánh phải, cố vấn Mỹ tựa trụ la bàn. Hai quan sát viên đứng hai bên người giữ bánh lái, mắt dán vào mặt biển phía trước.

Lan Như đến đứng bên cánh trái, cạnh sĩ quan trực phiên. Biển xanh đục, từng đợt sóng bạc đầu vỗ nhẹ mạn tàu. Rạch Gầm thỉnh thoảng nhẹ lắc khiến đầu Lan Như nghe nằng nặng. Gió đã mạnh hơn buổi sáng mang theo hơi ấm biển khơi. Lan Như lắc đầu cho mái tóc xõa tung, có cảm giác dễ chịu như đầu mới được gội.

Võ Bằng chợt liếc sang, giữ tia nhìn hơi lâu. Hiếm có một cô gái trẻ tuổi, xinh đẹp đến vậy lại ngang nhiên chọn một nghề nguy hiểm. Hẳn phải có một nguyên cớ sâu xa. Thông thường chỉ khi tuyệt vọng hay tổn thương, người ta mới dám đứng gần cái chết đến thế.

Anh nhìn kỹ hơn, như sẽ nhìn thấy nguyên nhân hiện ra đâu đó. Gương mặt trái xoan, mắt to, sáng long lanh; sống mũi thon, đôi môi đầy đặn, mái tóc mướt đen chấm vai. Nguyên nhân không thấy nhưng lại thấy những đường nét ở nàng anh từng thuộc nằm lòng nơi một người con gái khác. Hình ảnh Huỳnh Như Oanh: cũng khuôn mặt ấy, nhưng thêm một đồng tiền ở má trái, thêm một nụ cười mà mỗi lần nhớ đến, tim anh dao động.

Hai vẻ đẹp gần giống nhau, một đang bên anh, một ở tận Sài Gòn. Ai đã khiến hồn anh xao xuyến?

Tiếng nói qua ống loa từ phòng chiến báo kéo anh khỏi dòng suy tư:

- Báo cáo đài chỉ huy, phong vũ biểu đang xuống thấp.

Võ Bằng hỏi:

- Hiện áp suất bao nhiêu?

- Thưa đúng 1000 hPa.

Anh ngước nhìn bầu trời. Mới đó mà mây đã kéo phủ đầy, gió mạnh hơn, sóng bạc đầu cao hơn. Mùi dầu diesel trộn vào không khí oi bức, ngột ngạt.

Lan Như bước tới cúi nhìn hải đồ, hỏi sĩ quan đương phiên:

- Chừng nào mình mới tới Hòn Khoai, trung úy?

Trung úy Bùi Anh Tuấn đo đạc nhanh, trả lời:

- Nếu không có gì xảy ra, khoảng 9 giờ tối. Nhưng mình đến Hòn Chuối trước. Đến đó độ 7 giờ.

Lan Như nhớ buổi họp ban trưa: Võ Bằng đã ấn định **tám giờ tối** là giờ khởi sự kế hoạch ngăn chặn. Đó là lý do anh cho tàu nhổ neo sớm, để kịp tuần tiễu trục trách nhiệm Hòn Chuối - Hòn Khoai. Quân lệnh phải nghiêm minh. Nàng không viếng được hải đăng là đúng. Nàng hướng mặt về anh, tặng một ánh nhìn cảm thông thân mến. Nhưng Võ Bằng đang dõi mắt ra khơi...

Anh hỏi mà mắt không rời đường chân trời:

- Cô Lan Như chịu được say sóng chứ?

Nàng cười:

- Hiện tại thì... chưa thấy gì.

Tiếng anh êm và ấm:

- Ở ngoài biển, kẻ thù không chỉ là súng đạn, mà còn là sóng gió.

Như tán đồng lời hạm trưởng, Rạch Gầm khẽ rùng mình, lắc lư.

Nhân viên vô tuyến trao Võ Bằng công điện khẩn. Anh đọc lướt rồi nói:

- Tin báo có bão. Cô phóng viên sắp có dịp trổ tài tường thuật trận bão ngoài khơi.

Lan Như xoa tay:

- À, hay tuyệt. Bài phóng sự sẽ thêm phần hấp dẫn: vừa hải chiến với quân địch, vừa hải chiến với bão bùng.

Anh quay nhìn nàng. Câu nói tưởng là đùa ấy lại mang một tâm trạng bình thản lạ lùng. Hai trận chiến - trận nào cũng có thể lấy mạng người - mà nàng nói như sẵn sàng đón đợi.

Trung úy Tuấn vừa xong đo đạc xác định vị trí chiến hạm, Võ Bằng bước đến xem qua rồi hỏi cố vấn:

- How about coffee?

- No, sir. Thank you.

Anh hỏi Lan Như:

- Cô uống cà phê chứ?

- Uống ghiền, sáng một trưa một.

- Vậy thì mời cô.

Võ Bằng bước đến cầu thang. Trung úy Tuấn hô "nghiêm". Lan Như và cố vấn theo sau. Tất cả vào phòng ăn. Tiếng quân cờ domino kêu lộp cộp trên mặt bàn nỉ xanh im bặt. Hai sĩ quan ngẩng lên chào.

Cố vấn lấy ly nước đá rồi về buồng riêng. Võ Bằng rót hai ly cà phê, Lan Như cầm dĩa đựng các gói đường đem ra bàn. Cả hai im lặng khuấy đường, tiếng muỗng chạm ly vang nghe vui tai.

Võ Bằng lên tiếng:

- Tối hôm qua tôi còn nợ cô về nội dung quyển *Binh Thư Yếu Lược*. Bây giờ, mời cô cứ hỏi tự nhiên.

Lan Như chợt nhớ, vội xin lỗi rồi về buồng lấy máy ghi âm để lên bàn. Nàng nói khi bấm nút:

- Phải thú thật, đêm qua Lan Như mất ngủ vì *Binh Thư Yếu Lược*. Nhất là câu anh nói Đức Trần Hưng Đạo không chỉ là một vị tướng tài ba lỗi lạc mà còn là một nhà tư tưởng, nhà chính trị xuất sắc. Những tác phẩm chính trị, quân sự kinh điển của Ngài như *Binh Thư Yếu Lược* và *Hịch tướng sĩ* có giá trị muôn đời. Xin anh nói rõ hơn...

Võ Bằng mỉm cười, chậm rãi:

- Ở chương mở đầu, Ngài dạy: "Người làm tướng trước hết phải tu thân, giữ tín, trọng nghĩa, khiến quân như con, dân như nước. Có như vậy, thiên hạ mới yên." Rồi tiếp: "Khoan thư sức dân làm kế bền gốc sâu rễ" và "lấy nhân nghĩa mà giữ nước". Tóm lại, làm tướng, trước hết phải thắng mình, kế đến là chăm lo đời sống cho dân, phải biết thương và không áp bức dân, tạo sự vững mạnh từ gốc rễ thì mới mong thắng giặc. Nguyễn Trãi trong Bình Ngô Đại Cáo cũng nói: "Việc nhân nghĩa cốt ở yên dân".

Lan Như chống cằm, mắt sáng ánh tinh nghịch:

- Những điều Ngài dạy, Hạm trưởng Võ Bằng đã làm được bao nhiêu?

Anh bật cười:

- Nhiệm vụ của chúng tôi là bảo vệ biển đảo, bảo vệ dân khỏi xâm nhập, giữ ngư trường không bị nước khác chiếm. Làm được bao nhiêu thì không biết, chỉ biết đã làm hết sức mình.

Giọng nàng mềm hơn:

- Anh có tin vào sự linh ứng của Đức Thánh?

- Tin chứ. Nhưng không theo nghĩa siêu nhiên. Thánh không vì phép lạ. Thánh là đạo lý, là sức mạnh tinh thần. Tôi tin vào điều đó.

- Quyển *Binh Thư* đã hơn sáu trăm năm rồi, có còn giá trị thời nay, khi chiến tranh có hàng không mẫu hạm, phi cơ phản lực, hỏa tiễn?

- Vũ khí thay đổi, con người thì không. Ý chí - kỷ luật - lòng tự trọng - trách nhiệm với quốc gia... không bao giờ cũ.

Lan Như dường bừng tỉnh:

- Ngày xưa học *Hịch Tướng Sĩ*, Lan Như nhớ mãi đoạn Ngài nói về nỗi đau nỗi hận trước hiếp đáp của quân thù: "Ta thường tới bữa quên ăn, nửa đêm vỗ gối, ruột đau như cắt, nước mắt đầm đìa...." Bây giờ nhắc lại còn nổi gai ốc.

- Đó là tiếng lòng của người gánh trọng trách với đất nước, dám nói với vua: "Muốn hàng, hãy chém đầu thần trước."

- Bây giờ Lan Như đã hiểu vì sao Ngài thắng cả ba trận Hàm Tử, Chương Dương, Bạch Đằng, giữ vẹn toàn đất nước. Tinh thần yêu dân yêu nước, tinh thần quyết tử mạnh hơn sức mạnh quân sự.

Võ Bằng gật đầu:

- Cô đã thấu đạt nghĩa lý.

Lan Như đăm đăm nhìn anh, khẽ gọi:

- Anh Bằng này... Phải nói Lan Như vừa có được một đề tài hẳn là hay nhất trong đời phóng viên. Lan Như vững tin đất Việt mãi là của người Việt, dù sống bên gã khổng lồ ma giáo.

- Còn *Hịch Tướng Sĩ*, còn *Binh Thư Yếu Lược*, còn *Bình Ngô Đại Cáo* là còn Việt Nam.

Cả hai im lặng một lúc, nhìn hai sĩ quan mải mê chơi domino.

Võ Bằng lên tiếng trước:

- Này cô Lan Như ...

- Gì anh?

- Tôi vẫn thắc mắc sao cô chọn nghề nguy hiểm thế này? Lẽ ra cô nên có một gia đình êm ấm.

- Ba Lan Như làm quận trưởng, bị Việt cộng sát hại năm 60. Mẹ bệnh mất vài năm sau. Lan Như tuyệt vọng, muốn tự tử. May có đứa bạn thân khuyên lơn, đưa vào làm nghề báo. Hai năm phóng viên đô thành vẫn buồn, Lan Như xin học khóa phóng viên chiến trường. Đối diện với cái chết và chết... dễ hơn!

Võ Bằng ngạc nhiên:

- Có khóa huấn luyện thật sao? Tôi chưa từng nghe nói. Ai tổ chức?

- Nha Báo Chí, Bộ Thông Tin. Thí sinh phải tốt nghiệp Văn khoa hoặc Học viện Quốc gia Hành chánh. Lại thêm phải hội đủ điều kiện khỏe về thể chất, mạnh về tinh thần.

Võ Bằng nghiêng mặt ngắm Lan Như, cách ngắm nghía khiến hai sĩ quan phì cười. Thấy nàng tỉnh bơ, Võ Bằng gật gù:

- Cô đúng là hội đủ hai điều kiện đó. Còn gì nữa?

- Khóa học một năm, rất khắt khe.

- Họ dạy những gì?

- Ba tháng đầu, học lý thuyết về an toàn sinh mạng, về cứu thương. Ba tháng kế, thực tập sức chịu đựng trong điều kiện khắc nghiệt giữa môi trường thù địch, rồi học phương thức đào thoát.

- Cô học về an toàn sinh mạng mà sao không thấy mang theo áo giáp nón sắt?

Lan Như cười:

- Ông chủ nhiệm bảo khỏi cần mang, trên tàu có sẵn.

- Vậy là phần nào... liều mạng rồi! Còn gì nữa?

- Nếu qua được sáu tháng đầu, sáu tháng sau được gửi thẳng ra sa trường.

Võ Bằng lắc đầu:

- Đến nay, theo cô nói, cô bước vào chiến trường năm thứ ba.

Lan Như hãnh diện đáp:

- Đúng.

- Chưa từng thấy cô nào... chì như cô.

Nàng mỉm cười, mắt long lanh nhìn Võ Bằng không bằng lối tò mò của phóng viên mà bằng tia trìu mến. Nàng nghiêm giọng:

- Bây giờ đến lượt Lan Như hỏi. Anh được mấy cháu rồi?

Võ Bằng cười nhạt:

- Biển mênh mông quá nên ai cũng xa rời. Cũng như cô vậy thôi, chúng ta sống bằng những chuyến đi không nghĩ ngày về.

Câu nói khiến Lan Như bất giác xúc động. Nàng tắt máy ghi âm. Từ giờ phút này nàng chỉ muốn ghi lại bằng trí nhớ và trái tim...

Tiếng điện thoại reo vang. Một sĩ quan bước vội lại nhấc máy nghe rồi trao Võ Bằng:

- Thưa Hạm trưởng, đài chỉ huy muốn gặp.

Võ Bằng áp máy:

- Tôi nghe đây.

Mọi người nhìn anh chờ đợi. Anh gác máy, giọng dứt khoát:

- *Radar* phát hiện hai mục tiêu di chuyển nhanh.

Anh bước vội ra cửa, nói vói lại:

- Báo cố vấn biết.

Hai sĩ quan đứng lên. Lan Như lật đật chạy theo Võ Bằng.

***

Biển tây nam Cà Mau chiều xuống rất nhanh.

Mới sáu giờ, mặt trời hướng Hòn Khoai chỉ còn dải đỏ mong manh bị nuốt dần vào đám mây đen. Gió đổi hướng, không mạnh nhưng mang theo mùi sình lầy vùng tận cùng đất nước. Sóng bạc đầu dồn dập, mặt nước sẫm dần màu mực tàu.

Ngọn hải đăng Hòn Chuối chớp đều một luồng sáng trắng, mười giây một vòng, như cảnh báo những ai đang qua vùng bất trắc...

Võ Bằng nói nhỏ với Lan Như:

- Biển động là thời điểm địch hay lợi dụng xâm nhập. Hai mục tiêu kia, rất có thể là hai ngư thuyền giả dạng. Thế nào cũng đụng độ. Cô nên chuẩn bị hành nghề...

Lan Như đi vội về phòng. Nàng mặc áo giáp, đội

mũ sắt, tay cầm chiếc máy ảnh. Một cảm giác bất an nổi lên. Nếu đụng trận thật, Võ Bằng là người đứng đầu sóng ngọn gió...

CHƯƠNG 21

LẠI HẢI CHIẾN...

Khi Lan Như trở lên đài chỉ huy, Võ Bằng không còn đó. Không ai mặc áo giáp hay đội nón sắt. Nàng ngượng ngùng, cởi cả hai treo lên móc sắt trên vách. Giọng Võ Bằng khô khốc vang lên từ ống loa:

- Sĩ quan trực. Liên lạc hai duyên tốc đỉnh, hai chiến thuyền. Hẹn gặp nhau ở Hòn Chuối trong thời hạn sớm nhất.

- Nhận rõ, thưa Hạm trưởng.

- Có phóng viên Lan Như trên đó?

- Thưa có.

- Nói cô ấy xuống phòng chiến báo.

- Rõ!

Trung úy Tuấn chỉ đường. Nàng xuống tầng kế, gõ cánh cửa mang bảng "Khu Vực Hạn Chế". Chính Võ Bằng mở cửa. Hạm phó và ba nhân viên hiện diện chào nàng.

Vừa bước vào, Lan Như thấy choáng ngợp. Căn phòng nhỏ hẹp, máy đủ cỡ chiếm kín bốn vách. Giữa phòng đặt một chiếc bàn rộng, phủ tấm mica trong suốt. Ánh sáng xanh lục từ màn hình *radar* hắt ra, khiến mọi vật chìm trong không gian lạnh lẽo, kỳ bí như đáy đại dương.

Võ Bằng giới thiệu, giọng trầm ấm:

- Đây là Trung tâm chiến báo, *Combat Information Center* - CIC, bộ óc tác chiến của chiến hạm. Mọi dữ kiện từ *radar,* vị trí ta-địch, địa hình - được phân tích ở đây, trước khi tôi ra quyết định.

Anh đưa nàng lại gần màn hình *radar*. Cây kim phát quang đang quay vòng đều đặn, để lại các vết trắng lớn nhỏ. Anh chỉ từng mục tiêu giải thích:

- Vệt dài là bờ biển Cà Mau. Đốm sáng lớn là Hòn Chuối. Rải rác là ghe câu. Hai đốm ở rìa màn hình là hai mục tiêu di động nghi ngờ.

Anh dừng lại, chờ thắc mắc. Thấy Lan Như tỏ vẻ nhận hiểu, anh tiếp:

- Chúng ta sẽ thả trôi ở Hòn Chuối, theo dõi và chờ chúng đến gần rồi bất ngờ đánh úp.

Lan Như cau mày:

- Nhưng trên *radar* chỉ là hai đốm sáng. Làm sao biết hướng đi, tốc độ của chúng để... đánh úp?

- Cách tính dễ dàng. Nhưng trước hết cô cần biết qua về các hải cụ liên quan.

Võ Bằng đưa nàng trở lại giữa phòng. Anh chỉ lên mặt bàn mà mới đầu nàng tưởng chỉ là tấm mica, nói chậm:

- Tấm mica kẻ độ này là bản trận đồ, nơi ghi dấu mọi đường đi nước bước của ta và địch.

Anh kéo cần máy chia độ có gắn thước đo bên trên bản trận đồ:

- Máy này gọi là DRT - *Dead Reckoning Tracer*.

- Cách tính thế này. *Radar* cho vị trí mục tiêu. Ta đánh dấu trên trận đồ điểm thứ nhất. Vài phút sau, đánh dấu điểm thứ hai. Dùng DRT nối hai điểm đó, ta có hướng đi. Đo khoảng cách, chia cho thời gian, ra tốc độ.

Đợi Lan Như nhận diện kỹ trận đồ, anh tiếp:

- Cô thấy đó, bọn chúng đang đi về hướng bắc với tốc độ 16 gút. Khoảng một tiếng nữa, những vị khách không mời này sẽ ngang qua chúng ta nếu chúng định tiếp tế cho bọn nằm vùng Cà Mau.

Lan Như hít sâu, cố ghi nhớ nhưng hàng loạt danh từ chuyên môn lạ hoắc lạ huơ khiến nàng lại mở sổ tay ghi chép. Nàng hoàn toàn không ngờ có ngày mình đặt chân vào một nơi không giống bất cứ nơi nào. Không gian om tối, không khí lạnh lẽo, chỉ có ánh sáng xanh lục của màn hình *radar* quét vòng, quét vòng... Một sự tĩnh lặng đầy áp lực, đến... nghẹt thở. Nàng siết chặt cuốn sổ, bàn tay và cả cơ thể khẽ run lên. Có phải nàng đang sợ? Chắc là không. Chỉ là con tàu đang rung, đang lắc...

Con tàu lắc lư từ lúc nào, Lan Như không để ý. Bên ngoài, gió rít qua những dây cột cờ, tạo nên âm thanh ù ù não nề, như một lời dọa nạt vô hình. Nàng chợt cảm nhận thân phận mình quá mong manh giữa biển đêm bao la tăm tối.

Nửa giờ sau Rạch Gầm thả trôi phía tây Hòn Chuối. Biển êm dưới gió. Hai chiến thuyền cập áp mạn. Chuẩn úy Bình từ Delta 5 bước vào CIC trình diện. Võ Bằng thông báo tình hình và hoạt động phối hợp: Một mục tiêu do hai duyên tốc đỉnh trách nhiệm. Mục tiêu còn lại do Rạch Gầm và hai chiến thuyền.

Anh căn dặn Chuẩn úy Bình:

- Đội hình truy kích hàng ngang: Rạch Gầm ở giữa, hai chiến thuyền hai bên, cách nhau năm mươi mét. Tuyệt đối không được tự tiện nổ súng hoặc khám xét khi chưa có lệnh.

- Nhận rõ, thưa Hạm trưởng.

- Chỉ huy trưởng Delta 5 là ai vậy?

- Thưa, Đại úy Tôn Thất Minh.

- Cùng khóa tôi. Nói với Đại úy Minh, tôi sẽ ghé Hòn Khoai nay mai.

- Tôi sẽ chuyển lời.

Chuẩn úy Bình chào rồi rời tàu.

Võ Bằng chỉ thị các nơi im lặng vô tuyến, tắt toàn bộ đèn lộ thiên. Anh khoanh tay nhìn màn ảnh. Hai đốm sáng vẫn chậm rãi nhích lên từng chút. Hai tàu xâm nhập cùng lúc. Chúng diễn trò gì đây? Một cầm chân, một xâm nhập tiếp tế? Cả hai cùng bỏ chạy hay quyết liệt chống trả? Võ Bằng nói vào loa:

- Đài chỉ huy. Hỏi hai duyên tốc đỉnh còn cách Hòn Chuối bao xa?

- Xin chờ.

Một lát, Trung úy Tuấn báo:

- Thưa Hạm trưởng, còn cách hai mươi lăm hải lý.

Võ Bằng thấy vững tâm hơn. Hai đánh một chẳng chột cũng què, huống chi bên anh năm đánh hai.

Nhưng giờ phút đợi chờ vẫn trĩu nặng.

Chợt tiếng hạ sĩ quan CIC vang lên:

- Trình Hạm trưởng. Hai mục tiêu còn cách tám hải lý, đang tách ra. Một hướng ra khơi về đảo Thổ Châu, một hướng vào cửa sông Ông Đốc.

Võ Bằng nhìn nhanh bản trận đồ, rồi phát lệnh:

- Trung úy Tuấn. Báo cho Hải Dương 3: mục tiêu 1 ở tọa độ 8.8082 Bắc, 104.5330 Đông đang hướng về Thổ Châu. Yêu cầu ngăn chận.

- Hải Dương 3 nhận rõ.

Võ Bằng giao CIC cho Hạm phó rồi lên đài chỉ huy. Cố vấn và Lan Như theo sát.

Anh đưa ống dòm lên mắt. Phía nam, trời đen đặc, không một ánh đèn. Phía bờ Cà Mau, vài đốm đèn vàng của ngư thuyền chập chờn theo sóng.

- Đài chỉ huy. *Radar* báo cáo: mục tiêu 1 vẫn hướng về Thổ Châu. Mục tiêu 2 cách sáu hải lý, đang tiếp cận bờ.

Anh đặt loa khuếch đại ngoài thành đài:

- Delta 5, yêu cầu tách khỏi chiến hạm và áp dụng đội hình hàng ngang.

- Nhận rõ.

Anh đặt loa vào bệ, nói với sĩ quan trực:

- Cho máy tiến 1.

Con tàu rùng mình tiến tới. Khi cho máy tiến 3, Võ Bằng ban lệnh tác chiến.

Tiếng còi báo động dồn dập rền vang. Chẳng mấy chốc, các ổ súng đầy người trong áo giáp, nón sắt. Võ Bằng hỏi:

- CIC, cho biết hướng và tốc độ mục tiêu 2.

- Hướng 050, tốc độ 16 gút.

- Cho biết hướng và tốc độ cần chặn đầu.

Một khoảng im lặng căng thẳng rồi tiếng nói phát lên:

- Hướng 110, tốc độ 14 gút.

Võ Bằng nói "cám ơn" rồi ra lệnh:

- Lái hướng 110. Hai máy tiến 4.

Những âm thanh quen thuộc - tiếng máy, tiếng nước rẽ - hòa vào nhịp tim mọi người.

Lan Như thắc mắc:

- Khó hiểu quá! Làm sao biết được hướng đi và tốc độ tàu mình cần có để đón đầu tàu địch?

- Nếu thật sự cô cần hiểu cặn kẽ, tôi sẽ giải thích lúc khác. Vắn tắt, cũng nhờ máy DRT, cách tính như trên.

Tiếng PRC-46 vang theo gió:

- Bắc Bình, đây Hải Dương 3. Đã thấy mục tiêu 1. Bắt đầu truy kích.

Võ Bằng nghiêm giọng:

- Hải Dương 3. Hết sức cẩn thận. Chúc may mắn. Nếu cần yểm trợ, báo tôi ngay.

- Nhận rõ, thẩm quyền.

Võ Bằng đưa ống dòm lên. Phía trước, vẫn chỉ bóng tối mịt mùng.

Lan Như bắt đầu thấy khó chịu. Nàng ôm bụng. Nước miếng ứa ra, cổ họng nhờn nhợn. Nàng thầm cầu mong đừng ói, đừng để Võ Bằng cười. Mà ói ra đâu? Chẳng lẽ cho tưới lên sàn. Thấy nàng lúng túng cúi nhìn quanh, một thủy thủ hiểu ý, lặng lẽ kéo chiếc xô ở góc đến cạnh chân nàng. Sợ mở miệng sẽ ói, nàng chỉ gật nhẹ, biết ơn.

- Đài chỉ huy. Mục tiêu 2 cách ba hải lý.

- Súng cối 81. Chuẩn bị hỏa châu. Hướng 1 giờ.

- Nhận rõ.

- Tất cả ổ súng sẵn sàng.

- Đã sẵn sàng!

Không khí như đông đặc. Bắn hỏa châu đồng nghĩa với lộ vị trí - cho cả địch lẫn ta. Nhưng địch có lợi thế hơn. Chúng biết là gặp tàu tuần, sẽ không do dự bắn phủ đầu trong khi ta còn nghi ngờ. Võ Bằng nói với nhân viên âm thoại chuyển lệnh:

- Tất cả ổ súng chú ý. Khi có hỏa châu, nếu địch khai hỏa, phản pháo tức khắc. Riêng khẩu 76 trực xạ hai quả vào đài chỉ huy.

- Nhận rõ.

Thời gian trôi chậm trong im lặng nặng nề. Tiếng từ miệng loa bừng tỉnh mọi người:

- Đài chỉ huy. Khoảng cách 1000 yards. Hướng 1 giờ.

- Bắn hỏa châu!

Một tiếng "bùm" trầm đục vang lên. Quả pháo lao vút, vạch một vết lửa trắng, rồi bung dù, treo lơ lửng như mặt trời đêm. Ánh sáng đổ xuống mặt biển, phơi bày một chiếc tàu đang tiến tới.

Đó không phải ngư thuyền miền Tây. Thân tàu dài, mũi nhọn, sơn màu xám bẩn. Trên boong sau, dưới tấm bạt, là những khối vuông xếp chỉnh tề.

Không cột buồm, không lưới cá, không bóng người thong thả, chỉ có những cái bóng đen nhanh nhẹn di chuyển. Võ Bằng lẩm bẩm: "Đúng là tàu xâm nhập".

Ánh hỏa châu bắt đầu mờ. Anh ra lệnh bắn tiếp quả thứ hai. Không gian lại bừng sáng.

- Đài chỉ huy. Cách 700 yards.

Anh cầm loa khuếch đại, giọng mạnh, dứt khoát:

- Tàu lạ chú ý! Đây là chiến hạm Hải Quân Việt Nam Cộng Hòa. Các anh đang ở trong hải phận Việt Nam. Yêu cầu tắt máy, tất cả lên boong. Bất tuân lệnh sẽ nổ súng!

Giọng nói của anh vang vọng trên mặt biển nhưng tàu lạ vẫn im lặng. Võ Bằng đưa loa cho cố vấn. Người bạn đồng minh tuôn một tràng tiếng Mỹ. Tàu lạ quay đầu bỏ chạy.

Võ Bằng lại cầm loa, gằn từng tiếng:

- Tàu kia. Muốn sống, ngưng máy lập tức. Có chạy cũng không thoát.

Anh nói với hai chiến thuyền:

- Delta 5, theo tôi, truy kích.

Tất cả tăng máy hết tốc lực. Ngay lúc đó, một dãy lửa lóe sáng từ tàu địch. Nhiều tràng đạn xé gió lao tới. Một số rơi trước mũi Rạch Gầm, một số vút ngang đài chỉ huy. Lan Như ló đầu ra ngoài chụp ảnh, Võ Bằng định quát "muốn chết hả" thì các khẩu 76, 40, 20 đã đồng loạt rền vang đinh tai điếc óc.

Dù bị đáp trả dữ dội, hỏa lực địch vẫn ào ạt bắn sang. Hỏa châu đã tắt, khiến những đường đạn lửa trong đêm càng thêm ghê rợn. Đạn va vào vách sắt, vách đài chỉ huy, vào lá chắn an toàn các khẩu pháo, tóe lửa.

- Đài chỉ huy. 20 ly tả hạm báo cáo. Một thủy thủ bị thương

Võ Bằng nói vào loa nội bộ:

- Toán y tế đến ngay tả hạm.

- Khoảng cách mục tiêu 500 yards.

- Bắn tiếp hỏa châu.

Lửa đạn địch vẫn vãi tới tấp. Võ Bằng ra lệnh:

- 76 ly. Trực xạ hai quả vào đuôi tàu địch.

Hai tiếng nổ nối tiếp, quả đầu rơi gần lái, khối nước bung cao trắng xóa. Quả thứ hai trúng đuôi tàu, lửa phụt lên, khói đen cuồn cuộn. Tàu địch chậm hẳn lại. Nhiều bóng đen nhốn nháo, vài người nhảy ùm xuống biển.

Võ Bằng hét lớn:

- Tất cả ngưng bắn!

Im lặng đột ngột phủ xuống. Chỉ còn tiếng sóng và tiếng máy tàu. Giọng Võ Bằng lại vang lên:

- Hai máy tiến 1. Chuẩn bị rọi đèn.

Anh cầm vi âm PRC-46:

- Delta 5. Báo cáo tổn thất.

- Delta 5 vô sự.

- Cẩn thận tiến lên mạn tả, tôi tiếp cận mạn hữu. Cố gắng cứu vớt những người nhảy xuống biển.

Tàu địch đã ngừng hẳn, cách Rạch Gầm 200 mét. Võ Bằng ban lệnh:

- Giám lộ, rọi đèn.

Đèn chưa kịp rọi, một tiếng nổ long trời lở đất

rung chuyển đại dương, kéo theo hàng loạt tiếng nổ dồn dập. Một khối cầu lửa khổng lồ bùng lên, khói đen ngùn ngụt cuốn cao. Hơi nóng hắt tới tận Rạch Gầm. Võ Bằng cho lệnh lùi tàu. Hai chiến thuyền cũng tản ra.

Lan Như hào hứng bấm máy liên tục, ghi trọn quang cảnh trận hải chiến, cảnh ngọn lửa bùng lên trên tàu địch, từ từ co cụm, chỉ còn một đám nhỏ trên mặt biển. Bỗng dưng nàng nghe lòng se lại. Những bóng người nhảy xuống biển lúc nãy giờ ra sao? Bao nhiêu người đã chết theo tàu chìm? Niềm hào hứng nghề nghiệp vụt tắt. Lần nào cũng vậy, sau trận chiến là nỗi xót xa tràn về...

Võ Bằng lại cho tàu tiến tới. Đèn rọi qua lại tới lui. Tàu địch biến mất. Có một đầu người nổi trên mặt biển và một cánh tay quơ quơ cầu cứu. Một chiến thuyền tiến tới.

Như phụ họa tình hình, tiếng máy PRC-46 vang lên:

- Hải Dương 3 báo cáo: Mục tiêu 1 đã bị khống chế, thu nhiều súng đạn, bắt giữ tàu và 5 người gồm hai bị thương nặng. Ta hai bị thương nhẹ. Xin cho chỉ thị.

- Chờ. Tôi đến gặp anh.

Sau mười lăm phút, Delta 5 báo cáo vớt được 2. Một người bị thương nặng. Cả hai được chuyển qua Rạch Gầm. Chiến hạm tiến máy hướng về Thổ Châu gặp Hải Dương 3. Hai chiến thuyền tiếp tục tuần tiễu trục Hòn Khoai - Hòn Chuối.

Anh cho lệnh giải tán nhiệm sở tác chiến rồi vào phòng truyền tin gửi công điện cho Vùng 4:

"TTBC. Rạch Gầm, hai duyên tốc đỉnh, hai chiến thuyền đã phối hợp ngăn chặn 2 tàu địch. Hai cuộc chạm súng xảy ra. Ta: 3 bị thương. Địch: Chết không rõ. Bị thương và bị bắt 7. Một tàu xâm nhập chìm, một bị bắt giữ với nhiều súng đạn. Xin cho chỉ thị".

Lan Như quay lui, định khoe đã chụp được những hình ảnh hải chiến quý giá nhưng không thấy bóng dáng Võ Bằng. Nàng hụt hẫng băn khoăn: Anh đi đâu? Không thể về buồng lúc này. Chỉ có thể là anh xuống thăm thủy thủ bị thương. Nàng vội xuống sân chính vào phòng y tá.

Nàng đoán đúng. Võ Bằng đang thăm hỏi thủy thủ Hòa, đạn xuyên hông máu ra nhiều nhưng không trầm trọng. Anh còn rất tỉnh táo trả lời mọi câu hỏi. Thấy nàng, Võ Bằng xoay qua mỉm cười:

- Đã đụng trận, hài lòng rồi phải không? Bài phóng sự hải chiến hẳn sẽ lôi cuốn độc giả.

- Chưa bao giờ hài lòng như lần này.

- Nên chụp hình các tù binh cho đầy đủ. Đi với tôi.

Trên đường đi, Lan Như chầm chậm nói:

- Đây là lần đầu ra trận... em thấy sợ.

Nàng cúi mặt ngượng ngùng khi nghe mình bất ngờ xưng em. Võ Bằng thản nhiên bước, giọng dịu dàng:

- Tôi cũng sợ.

Lan Như ngước lên:

- Nhưng... không phải sợ cho em.

Võ Bằng mỉm cười nhìn nàng:

- Anh cũng vậy.

CHƯƠNG 22

HÃY VỀ BÊN NHAU...

Sau hai tuần chập chững vào nghề... gõ đầu trẻ, sau những đêm cặm cụi soạn bài giảng, những ngày phải nhớ, phải nói liên miên, Như Oanh cảm thấy rã rời. Tối thứ Bảy, nàng lên giường sớm, tự nhủ sẽ ngủ một giấc dài thẳng cánh.

Ánh nắng sớm của sáng Chủ Nhật len qua khe cửa, thắp sáng căn phòng nhỏ yên tĩnh. Những hạt bụi lấp lánh, chậm rãi trôi trong không gian, như đang khiêu vũ trên hình dáng còn chìm trong giấc ngủ say nồng.

Tiếng gõ cửa bất ngờ vang lên, dồn dập và khẩn thiết, xé toạc sự tĩnh lặng mong manh. Như Oanh giật mình tỉnh giấc, mắt còn nặng trĩu nhìn về phía chiếc đồng hồ báo thức: chín giờ. *Giờ này, ngày này... thường là Vinh đến.*

Một nỗi mệt mỏi lẫn chán chường lan tỏa khắp người nàng. Có nên tiếp không? Nàng chỉ muốn được yên.

Còn đang phân vân, chưa kịp quyết định, tiếng gõ lại vang lên lần nữa, và một giọng nói quen thuộc, rành rọt cất lên:

- Dậy đi. Ngọc Lan đây. Tao vô nghe.

Giọng nói ấy như một luồng gió mát thổi tan mọi uể oải. Như Oanh mừng rỡ kêu to:

- Vô đi!

Nàng tỉnh ngủ hẳn, ngồi bật dậy đúng lúc cánh cửa bật mở. Ngọc Lan, với mái tóc dài buông lơi và áo dài xanh thanh nhã, bước nhanh vào. Chẳng khách sáo, nàng nhẹ nhàng đóng cửa rồi ngồi phịch xuống chiếc ghế cạnh bàn học, thở ra một hơi dài.

Như Oanh vồn vã, giọng còn ngái ngủ:

- Về hồi nào vậy?

- Tối hôm qua. Về trễ, không đến mày ngay được nên hôm nay đến sớm.

- Dạy học ở Long An sao rồi?

Ngọc Lan đáp, vuốt mái tóc còn lòa xòa:

- Học trò hiền lành lắm. Ở trọ chung với mấy cô giáo, ăn cơm tháng. Cũng tạm yên thân.

Như Oanh hạ giọng, cười nói:

- Thế... đã có người mới của chốn mộng mơ mới chưa?

Ngọc Lan mỉm cười, lắc đầu:

- Chưa! Thầy giáo già thì quá già, thầy trẻ thì quá trẻ!

Từ ngày vào Đại học Sư Phạm, Ngọc Lan đã trải qua vài mối tình. Khi không còn đồng cảm, nàng thẳng thừng rút lui, không níu kéo. Như Oanh vẫn thầm ngưỡng mộ sự minh bạch ấy của bạn. Chính vì vậy, nàng đang mong gặp bạn để nhờ gỡ mớ rối bời trong lòng mình.

Nàng thở dài, nói:

- Đang mong gặp mày để nhờ gỡ rối tơ lòng đây!

Ngọc Lan tròn mắt:

- Sao? Mày với anh chàng Vinh duyên tình trục trặc à? Tưởng định xong ngày đám hỏi rồi chứ?

Như Oanh cười buồn:

- Chuyện dài, để tao rửa mặt cái đã.

Như Oanh rời giường. Ngọc Lan đưa mắt nhìn quanh gian buồng quen thuộc của bốn năm hai đứa từng ngồi học chung, từng tâm sự đến tận khuya. Những bức tranh trên tường vẫn như ngày nào. *Mona Lisa* với nụ cười bí ẩn, *Cô gái với đôi khuyên tai bằng ngọc trai* lấp lánh ánh mắt xuyên thấu tâm can và *Thiếu nữ bên hoa huệ* của Tô Ngọc Vân mang vẻ đẹp dịu dàng thuần khiết. Những kỷ niệm của thời sinh viên bỗng ùa về, đẹp, lặng lẽ...

Như Oanh trở lại, giọng trầm buồn:

- Tao và Vinh tuyệt giao rồi!

Ngọc Lan ngồi thẳng dậy:

- Hả? Mày nói chơi chắc?

- Không. Trăm phần trăm!

Ngọc Lan trố mắt nghiêng người về phía trước, hỏi dồn:

- Chuyện gì đã xảy ra đến nông nỗi ấy? Anh ta có bồ khác à?

Như Oanh lắc đầu, giọng chán nản:

- Được như vậy, tao càng mừng. Đàng này...

Như Oanh kể lại chi tiết cuộc cãi vã lần cuối, Ngọc Lan nghe mà lòng trĩu nặng, ngao ngán lắc đầu:

- Không ngờ anh chàng có ý tưởng tầm thường

và hẹp hòi đến vậy. Mày đã quyết định đúng. Nhưng liệu anh ta sẽ chịu buông tha?

Như Oanh cắn môi:

- Không chịu cũng phải chịu.

- Nếu tuần sau anh ta đến, mày có tiếp không?

- Không.

- Dù là... lịch sự mời một ly nước?

- Cũng không!

Ngọc Lan hài lòng với thái độ kiên quyết của bạn, cười hỏi:

- Mọi sự chỉ vì anh chàng Thiện?

Như Oanh ngơ ngác:

- Thiện nào?

- Anh chàng Thiện của đêm nghe ca nhạc chứ Thiện nào! Đừng giả mù sa mưa.

Như Oanh bật cười:

- Tưởng gì! Chỉ là một khuôn mặt trong đám đông.

Ngọc Lan chớp mắt tinh nghịch:

- Không Thiện thì là hạm trưởng. Hạm trưởng gì quên rồi?

Như Oanh nghe xao xuyến. Ngọc Lan đã nhắc đến đúng người nàng đang cần thổ lộ. Nàng nhìn bạn, nói nhỏ:

- Chính vì người đó mà tao cần mày làm cố vấn.

- Rắc rối đến vậy mà sao tao chả biết gì về anh chàng đó?

- Có thì giờ đâu mà kể. Đã tính kể khi nghe ca nhạc, nhưng rồi bận... nhảy đầm. Ngày hôm sau thì mày đã đi Long An rồi!

Ngọc Lan hào hứng dịch ghế lại gần:

- Thì giờ đang có thừa. Kể đi!

Như Oanh dông dài cho hai buổi gặp gỡ ngắn: buổi tối dạ tiệc ở nhà người chị, và buổi xế chiều trên bãi biển. Đó là một người không hào nhoáng nhưng rắn rỏi, điềm đạm, nói năng thẳng thắn và sâu sắc. Rồi, trong phút bốc đồng khi chia tay, một lời hứa buột miệng thốt ra.

Thấy Ngọc Lan chăm chú lắng nghe, đôi mắt mở to đầy hứng thú, Như Oanh hăng hái tiếp tục:

- Tao tưởng sau khi về Sài Gòn, bên cạnh Vinh, cơn rung động nhỏ nhoi ngoài bãi biển sẽ tự tan. Nhưng không ngờ... chính Vinh lại tạo điều kiện cho tao nhớ Võ Bằng thêm hơn. Một hình bóng mới đến, một cuộc tình vừa tan, khiến tao ngơ ngẩn. Nếu giữ lời hứa với Võ Bằng, tao thấy có một cái gì đó không ổn...

Ngọc Lan vươn tay nắm lấy tay bạn, siết nhẹ:

- Hỏi thật lòng, mày nhớ anh chàng nhiều không?

Như Oanh nhìn ra cửa sổ, giọng trầm xuống:

- Lúc nào rảnh rỗi là nhớ. Càng rảnh càng nhớ. Nhất là những lúc yên tĩnh, trước khi chợp mắt, hay vừa thức giấc. Hình ảnh cứ hiện ra cùng giọng nói, nụ cười.

Ngọc Lan reo lên:

- Vậy là "tiếng sét ái tình" rồi còn gì nữa!

Như Oanh nhăn nhó:

- Không! Chỉ nhớ nhiều sau khi chia tay với

Vinh. Và chính vì cuộc chia ly làm tao sợ. Sợ yêu quá vội vàng để rồi lại vướng phải không đúng người. Nhưng cũng sợ vì đáp ứng quá chậm chạp mà vuột mất người có thể là... người trong mộng.

Ngọc Lan lắc đầu, giọng đầy kinh nghiệm:

- Sợ toàn những chuyện vớ vẩn. Nên bắt chước tao đi. Cứ thuận theo thời thế - gặp thời thế thế thời phải thế. Thấy thích, thấy hợp thì nhào vô cái rụp. Thấy không thích, không còn hứng thú nữa thì cái rụp rút lui. Như mày vừa dũng cảm bỏ Vinh đấy thôi. Giờ thì hãy mạnh dạn tiến tới. Hãy viết thư cho chàng ta, hò hẹn gặp mặt đi.

Như Oanh vẫn còn do dự, ngón tay vân vê cây viết:

- Đã hứa thì chắc chắn phải viết rồi. Nhưng... sợ nếu ngỏ ý mong gặp lại, thì nghe có vẻ như tao... tự hạ giá mình quá thấp!

Ngọc Lan bật cười giòn tan, vỗ nhẹ lên đùi:

- Bạn ơi là bạn! Tình cảm xuất phát từ trái tim, từ cảm xúc chứ đâu phải từ cái bàn cân hay thước đo! Có yêu, có nhớ, có muốn gặp thì cứ nói thật. Giả tạo mới là tự hạ thấp mình.

Như Oanh thở dài:

- Đành là vậy... Nhưng tao muốn nhờ mày giúp ý kiến về lá thư gửi cho Võ Bằng. Tao đắn đo, viết đi xé lại cả tuần rồi mà không biết viết sao cho không tỏ ra quá hối hả, cũng không quá hững hờ.

Ngọc Lan lại lắc đầu, nhưng lần này với vẻ dịu dàng, nghiêm túc hơn:

- Oanh này, quan trọng nhất vẫn là lòng mình

thật sự muốn gì. Hãy viết theo trái tim của mày.

Ngọc Lan đứng bật dậy, mặt rạng rỡ, hối thúc:

- Lại ngồi đây... và viết...

Như Oanh bước lại bàn học, rút tập giấy trắng tinh từ hộc kéo. Nàng cầm cây viết mà nỗi lo lắng mơ hồ lại trào dâng. Nàng ngước nhìn bạn, giọng đầy bất an:

- Viết thế nào đây? Bắt đầu từ đâu?

Ngọc Lan khoanh tay, ra dáng suy tư một lúc, rồi chậm rãi nói:

- Chúng mình đều là giáo sư Việt văn, nghĩa là văn chương chữ nghĩa bề bề, nhưng tao là người ngoại cuộc, biết gì mà cố vấn. Chính mày phải viết bằng cảm xúc thật của riêng mày.

Như Oanh nhìn tập giấy, nghĩ suy. Ngọc Lan khuyến khích:

- Cứ viết đi, lời ra ý cũng tuôn theo.

Như Oanh áp ngòi viết xuống trang giấy. Hơi thở chậm lại. Rồi từng con chữ hiện ra, chậm rãi, cẩn trọng, thấm đẫm những rung cảm từ con tim.

Sài Gòn, sáng Chủ Nhật...

Anh Võ Bằng thân mến,

Hy vọng lá thư này tìm đến anh, bất kể anh đang ở nơi nào, giữa biển khơi hay vùng đảo xa xôi. Mong anh luôn giữ vững tay lái, bình an vượt qua mọi con sóng dữ.

Anh còn nhớ lời Như Oanh hứa trước khi chúng ta chia tay vào buổi chiều duyên hải? Từ ngày về Sài Gòn, Như Oanh đã cân nhắc kỹ càng, nghiêm túc về con đường tình cảm của chính mình. Và giờ đây, Như Oanh muốn thông báo với anh một cách chân thành nhất: lễ hỏi dự trù với người yêu bốn năm đã vĩnh viễn hủy bỏ.

Xin anh đừng vội nghĩ rằng anh là nguyên nhân khiến Như Oanh bị coi là kẻ bất nhất. Không, không phải vậy. Thật lòng, Như Oanh vẫn từng ước mong mình có thể tiếp tục gần gũi và yêu thương anh ấy nhiều hơn. Nhưng một sự việc bất ngờ đã xảy đến, như một tấm gương, giúp Như Oanh có dịp nhìn lại lòng mình một cách rõ ràng. Và Như Oanh nhận thấy, thật khó để có thể tiến tới một kết cuộc hạnh phúc trọn vẹn. Không phải vì không thiết tha, mà bởi không thể nào kéo dài cả cuộc đời bên cạnh người có quan niệm sống hoàn toàn trái ngược với mình.

Giờ đây, khi gánh nặng tinh thần ấy đã được trút bỏ, Như Oanh thấy cả thể xác lẫn tâm hồn đều nhẹ nhõm lạ thường. Và cũng chính trong sự nhẹ nhõm này, Như Oanh nhận ra đã đến lúc cần giữ trọn lời hứa với anh...

Khi nào công việc nơi đảo xa của anh hoàn tất, trở về Sài Gòn, nếu anh thấy thuận tiện và... cũng muốn có một buổi gặp mặt, chúng ta có thể cùng ngồi lại bên nhau. Sẽ vẫn có ly cà phê phin đậm đà cho anh và ly nước dừa mát lành cho Như Oanh như lần chúng ta cùng ngồi nơi quán Sóng ven biển. Và chúng ta sẽ có nhiều thời gian hơn để tiếp tục câu chuyện "tình duyên hải" còn đang dang dở.

Như Oanh mong rằng, cuộc gặp gỡ - nếu có - sẽ giúp tình cảm của chúng ta tìm được đúng vị trí của nó: hoặc là mở ra một chân trời hạnh phúc thật sự, hoặc là dứt khoát, thanh thản khép lại như lần Như Oanh vừa khép lại.

Nghe nói Phú Quốc sắp trải qua cơn bão cuối mùa. Cầu mong cho Rạch Gầm và thủy thủ đoàn của anh luôn an toàn, sớm về cập bến căn cứ.

Thân mến,

Huỳnh Như Oanh

(Địa chỉ: ...)

Viết xong, Như Oanh lặng lẽ đọc lại một lần rồi trao cho bạn. Ngọc Lan cầm lá thư, chăm chú đọc từng dòng, đôi mày đôi khi nhíu lại, đôi môi đôi khi mỉm cười. Trái tim Như Oanh đập thình thịch đợi chờ.

Cuối cùng, Ngọc Lan ngẩng lên, gật đầu kiểu cô giáo hài lòng:

- Chân thành, tế nhị, rõ ràng, không cần thêm gì nữa.

Như Oanh nhắm mắt lại, thở ra một hơi nhẹ nhõm. Một cảm giác êm đềm, ấm áp kỳ lạ lan tỏa trong lồng ngực. Trong khoảnh khắc ấy, nàng như thấy hình ảnh Võ Bằng hiện ra trước mắt với nụ cười hiền hòa. Nhưng ngay sau đó, một cảm giác bất an chợt đến, như ngọn gió đại dương bất ngờ tạt qua. Nàng mở mắt, hỏi khẽ:

- Giả sử thư bị thất lạc?

- Không đâu. Gửi KBC cho chị mày, chỉ sớm hay muộn.

- Giả sử anh ấy nhận được thư, mà không đến... thì sao?

Ngọc Lan cười giòn:

- Thì cũng chẳng sao cả. Mày đã sống thật lòng! Nếu không có duyên hải, thì chờ... duyên thiên.

Như Oanh như không nghe câu cợt đùa của bạn. Nàng trông ra cửa sổ, nơi bầu trời Sài Gòn sáng Chủ Nhật trong xanh. Một dáng mây trôi chầm chậm như con tàu đang hải hành. Nhưng đang ra khơi hay về bến? Nàng không rõ...

CHƯƠNG 23

CUỒNG PHONG

Khi Võ Bằng và Lan Như trở lên đài chỉ huy, đồng hồ chỉ đúng 9 giờ 15. Trận đụng độ kéo dài chỉ hơn một tiếng, nhưng trong cảm giác của Lan Như, nó như kéo lê cả ngày lẫn đêm. Tiếng súng, tiếng hét, mùi khét của khói súng, khói dầu và sự rung rần của con tàu như máy đấm vào thân thể nàng. Nàng mệt rã, hai chân run run. Nhưng nàng thầm nhủ: Gắng lên, Lan Như! Đừng để Võ Bằng thêm lo lắng.

Đứng gần chiếc ghế độc nhất, Võ Bằng nghiêng qua nàng, nói nhỏ:

- Theo phép lịch sự thì tôi nên nhường cho Lan Như ngồi nhưng tập tục hải quân lại không cho phép. Vì đó là chiếc ghế dành riêng cho hạm trưởng.

Nàng gật đầu, giữ giọng bình thường:

- Lan Như hiểu. Anh cứ ngồi tự nhiên.

Nhưng Võ Bằng bước đến đứng bên cánh phải. Đó là điểm tựa mỗi khi anh cảm thấy cần tỉnh táo tuyệt đối. Với không khí oi bức thế này, biển đang trầm tích cơn thịnh nộ. Không gian im lắng đến mức từng tiếng động cơ như nhịp tim con tàu vọng lên nghe rõ mồn một.

Gió lồng lộng, giật mạnh. Mây đen từ chân trời ùn ùn kéo đến nuốt chửng những vì sao cuối cùng. Từng mảng dày, lướt sát ngọn ăng-ten. Mặt biển nổi sóng. Từng đợt đập vào mạn Rạch Gầm như đánh trống trận, khiến con tàu rên rỉ, tròng trành dữ dội hơn.

Lan Như cảm thấy bụng quặn lại, mồ hôi rịn trên mặt, trên lưng. Nước miếng ứa đầy miệng. Cơn buồn ói ập đến. Nàng lảo đảo bước tìm chiếc xô. Nước mắt tràn ra nhưng kịp nhận thấy nó nằm sát sàn cánh trái. Vừa cúi gập người, thức ăn tuôn xối xả. Tiếng ói mửa bị nuốt chửng bởi tiếng sóng, nhưng mùi tanh chua thì lan nhanh khắp nơi. Con tàu như bất mãn, nghiêng một góc thật sâu. Suýt nữa Lan Như đã bật ngửa.

Võ Bằng liếc sang, không nói gì. Trên biển, lời an ủi cho người ói mửa chỉ làm đương sự... thêm phiền lòng!

Vô tuyến viên trình công điện. Võ Bằng bước lại bàn hải đồ, bật đèn, mắt lướt nhanh: *"Hai duyên tốc đĩnh thuộc Hải Dương 3 trách nhiệm đưa tàu và tù binh về An Thới. Rạch Gầm đảm trách tuần tiễu trục Thổ Châu - Hòn Khoai. Ghi nhận nhiều tàu lạ ngoài khơi Hòn Khoai. Hết sức cảnh giác. Gửi danh sách đề nghị tưởng thưởng. Nhận hành."*

Võ Bằng chỉ thị hạm phó, "đáp nhận hành".

Vào một giờ sáng, Rạch Gầm hoàn tất việc chuyển giao, rẽ sóng hướng về Hòn Khoai.

Nhân viên trình công điện thứ hai:

"Cơn bão đã đổ bộ Thừa Thiên, đang tan dần. Trận

cuồng phong đang thành hình trong Vịnh Thái Lan. Các đơn vị thận trọng hải hành.”

Võ Bằng khẽ thở dài. Cuồng phong tuy chỉ xảy ra ngắn ngủi, nhưng có khi còn nguy hiểm hơn bão tố. Gặp bão, con tàu có thể nương theo thế sóng, tách dần khỏi tâm bão. Nhưng cuồng phong thì khác. Nó là cơn cuồng nộ bất thường. Gió đẩy sóng dựng đứng, đuôi tàu trên đỉnh sóng, cả bánh lái lẫn chân vịt quay trong không khí. Dòng hải lưu xoáy mạnh, khiến tàu bị cuốn theo và có thể bị nhận chìm.

Đành rằng khi thiết kế con tàu, các kỹ sư đã tính toán sức bền vật liệu và sự thăng bằng trong mọi tình huống có thể, nhưng không phải là toàn năng. Chính Hạm trưởng là người phải nhận định tình thế để có phản ứng thích đáng. Như khi gặp cuồng phong cực mạnh, phải giữ con tàu chếch sóng để tránh gió và sóng cộng hưởng đẩy con tàu lật úp. Như phải ban lệnh máy tiến máy lùi để tiếp sức bánh lái giữ con tàu theo hướng đi. Lệch đường do gió và dòng hải lưu đã là quá nguy hiểm, huống hồ đi hẳn ngoài đường. Cho dù máy ước định vị trí DRT và máy đo chiều sâu vẫn bền bỉ hoạt động, nhưng trong cuồng phong, không có gì bảo đảm để con tàu không mắc cạn hoặc va vào đá ngầm.

Anh quay sang cô phóng viên:

- Lan Như nên xuống nghỉ đi.

Lan Như cố gắng nở nụ cười:

- Mấy thuở được lên chiến hạm. Lan Như muốn trải nghiệm cuồng phong, muốn biết các anh đối mặt với nó... như thế nào!

Võ Bằng xúc động nhìn nàng với lòng ngưỡng mộ. Người thì mảnh mai mà nghị lực phi thường. Phóng viên chiến trường có khác!

Tiếng Thiếu úy Lũy:

- Hạm trưởng cẩn thận. Sóng rất to.

Võ Bằng nhìn phía trước. Không phải một, mà là một chuỗi ba cơn sóng khổng lồ liên tiếp, cao như dãy núi, ập thẳng vào mũi và thân tàu. *Rạch Gầm* bị hất bổng lên, rồi rơi tự do xuống một hố sâu. Mọi người cảm giác hụt hẫng, thót tim. Thân tàu kêu răng rắc như thể sắp vỡ toang ra từng mảnh.

Đài chỉ huy nghiêng 45 độ. Lan Như bị hất văng, hét lên, đầu đập vào vách. Anh hạ sĩ quan quay lui, một tay bám vào thành đài, một tay kéo Lan Như lên. Nàng gượng gạo đứng nhưng rồi đổ gục xuống. Sàn tàu trở thành điểm tựa duy nhất cho nàng. Và cái xô trở thành bạn thân thiết. Nàng há miệng, gục đầu lên miệng xô, lại ụa mửa. Võ Bằng đưa nàng khăn giấy và hai tay cố nâng nàng lên. Nàng lại mửa tiếp như biểu lộ lý do từ chối đứng dậy.

Rồi một con sóng thật cao, vượt hẳn các đợt trước, dựng đứng mũi tàu rồi quật xuống. Đài chỉ huy rung lắc dữ dội. Thân tàu nghiêng sâu, sâu hơn nữa. Con tàu rùng mình, run rẩy như người bị sốt rét. Âm thanh ùng ục từ lườn tàu khiến mọi người lạnh sống lưng.

Con tàu còn đang chênh vênh giữa bờ vực, lại một đợt sóng khác ập tới. Hai chân vịt quay trong không khí, gầm rú ghê rợn trước khi rơi trở lại nước. Rồi đợt khác nữa, ào ạt phủ trắng. Thân tàu biến mất, chỉ còn bọt sôi sùng sục. Vừa ló dạng thì cơn gió lốc tràn tới, cuốn con tàu xoay 90 độ. Võ Bằng hét to ban các lệnh, át mọi tiếng xô bồ.

Trong bóng tối đen ngòm và dài cả giờ, *Rạch Gầm* phải chịu đựng mọi cuộc tấn công: nó chồm lên, lắc lư, rên siết rồi đón nhận cú va đập của sóng ngầm làm chấn động từ mũi đến lái. Nó hết rung bần bật như người lên cơn sốt rét rồi lao xuống những hố sâu. Nó hứng trọn hàng tấn nước đổ sập như thác mùa mưa lũ, đoạn trồi lên chậm rãi đến tuyệt vọng. Nó tiếp tục gồng mình đẩy khối nước ra và chuẩn bị chờ đòn kế tiếp. Nó như đoàn thủy thủ: kiệt sức nhưng nhất định không đầu hàng.

Riêng Võ Bằng, anh cảm nhận từng cú va đập như thể đánh thẳng vào ngực mình. Anh cũng cảm nhận được nỗi nhức nhối của cái khoảnh khắc con tàu từ đáy vực gắng sức vươn lên dưới sức nặng khủng khiếp của khối nước đại dương. Những lúc đó, anh luôn bám vào nỗi nghi ngờ ghê rợn: liệu Rạch Gầm có còn trồi lên được nữa không? Hay có thể chính anh và tất cả thủy thủ đoàn cùng con tàu chìm sâu dưới đáy biển mà không để lại một dấu vết gì!

Trong niềm ưu tư, Võ Bằng vẫn cố đứng vững. Anh phải lờ đi nỗi sợ, tập trung vào từng mệnh lệnh cứu con tàu. Khối óc mệt mỏi của anh buộc phải cảnh giác mọi tình thế và vẫn tính toán cho được đâu ra đó, kể cả thầm khẩn cầu Phật Trời hộ trì bình an.

Sĩ quan, hạ sĩ quan và các thủy thủ đương phiên mặt mày xanh mét cùng hướng về Hạm trưởng Võ Bằng. Anh làm mặt tươi tỉnh kèm với nụ cười méo mó:

- Cứ yên trí. Rạch Gầm tuy nhỏ mà lỳ đòn. Biển cả cũng sẽ phải chào thua!

Nói vậy để yên lòng mọi người, nhưng chính anh hiểu rõ: Rạch Gầm đã về già. Từ thời đệ nhị thế chiến, hơn 30 năm chịu đòn bão tố, cuồng phong. Nó có thể không chìm nhưng rất có thể bị... gãy đôi.

Cũng may, không có cơn bão hoặc cuồng phong nào dữ dội đến mức kéo dài mãi mãi. Cơn giận điên khùng của chúng chỉ một vài giờ, cùng lắm là vài ngày rồi cũng hạ nhiệt. Trận cuồng phong hiện tại đã tung hoành suốt một giờ, tuy còn hậm hực nhưng đã giảm sức tấn công. Con tàu vẫn lắc lư, loạng choạng nhưng đã hải hành theo hướng ấn định.

Gió thổi những hạt mưa tung bay như tạt nước, không chỗ nào trên đài chỉ huy không ẩm ướt, buốt lạnh. Từng đi biển liên tục năm năm, Võ Bằng đã quen với những trận cuồng phong, nhưng hai năm liền "ngồi bờ" khiến anh càng đuối sức.

***

Vào ba giờ sáng, không chỉ Lan Như mà cả một số thủy thủ không còn gì để mửa thì Võ Bằng mới bắt đầu nôn ọe. Không vì sóng mà vì mùi tanh hôi bám chặt đài chỉ huy. Anh phải chường mặt thở ngoài mưa gió.

Khi thấy khỏe, anh nhìn hải đồ. Chiến hạm đã cách xa hòn Thổ Châu, nhưng phải chờ đến bình minh mới có thể thấy Hòn Khoai. Anh bảo sĩ quan trực:

- Thiếu úy Lũy. Nói Phòng chiến báo cho biết mỗi khi có thay đổi độ sâu.

Lũy chuyển tiếp lệnh. Có tiếng đáp: “Phòng Chiến báo đáp nhận.”

Vào lúc 4 giờ kém 10, Hạm phó xuất hiện tiếp nhận phiên hải hành. Bình thường, Hạm phó được miễn đi phiên. Anh tạm thay thế Thiếu úy Dương Công Đức bị thương trận Bà Lụa.

Hạm phó chào Võ Bằng, nói to:

“Thưa Hạm trưởng, Hạm phó nhận phiên.”

Giọng Võ Bằng sắc lạnh:

- Chấp thuận.

Thiếu úy Lũy đứng nghiêm đưa tay chào:

- Xin phép rời phiên trực.

Giọng Võ Bằng trầm ấm:

- Hoàn thành phiên trực rất tốt. Cám ơn em và chúc ngủ ngon.

Anh nhìn ra ngoài bóng đêm đông đặc. Theo kinh nghiệm, từ giờ đến sáng khó có biến động. Các tàu lạ đang lảng vảng không dại gì xâm nhập ban ngày. Hạm phó lại đang đi phiên, bảo đảm yên trí.

Anh nói với Lan Như còn ngồi bẹp trên sàn, tựa lưng vào trụ la bàn:

- Còn hai tiếng nữa là sáng, có lẽ đêm mai mới có chuyện hấp dẫn cho cô.

Lan Như ngước lên, đôi mắt mệt mỏi nhưng lóe sáng, hỏi dồn:

- Đêm mai còn đụng độ nữa hở anh?

- Có thể lắm! Để tôi đưa Lan Như xuống nghỉ, dưỡng sức cho trận tới.

Nàng không kềm được thắc mắc, hỏi nhỏ:

- Còn anh?

- Tôi cũng nghỉ ngơi đôi chút.

Anh ghi đặc lệnh tuần đêm rồi đỡ nàng đứng dậy và rời đài chỉ huy. Lan Như lặng lẽ theo sau. Phải qua bao vất vả nàng mới đến được khung cửa vào khu phòng ngủ sĩ quan. Võ Bằng đứng lại, nhìn theo dáng mảnh mai chập chững bước dọc hành lang, xa dần rồi khuất sau bức rèm.

Anh quay bước. Trên lối về phòng riêng, bóng dáng nàng như còn in trong không gian. Rồi lạ lùng thay, hình bóng đó biến thành... Như Oanh.

***

Phòng riêng của Võ Bằng, sách vở, hồ sơ, khung ảnh văng tung tóe trên sàn, nhưng anh mặc kệ, nằm lên giường. Anh cố dỗ giấc ngủ mà không sao ngủ được, thân anh lúc nghiêng qua, lúc nghiêng lại, có lúc bị đẩy va vào thanh giường an toàn. Bên tai, tiếng gió hú gào hòa tiếng sóng bập bùng va đập mạn tàu. Tiếng sấm vẳng đưa. Bỗng anh đâm lo. Liệu thân tàu có bị... nứt nẻ gì không?

Phải khó khăn lắm mới ngồi dậy được. Bước vài bước, anh chợt nhớ từ trước cả cơm chiều, cố vấn Mỹ cáo lỗi về phòng và từ đó không thấy mặt. Xem ra, chàng ta không chịu nổi sóng gió. Còn Lan Như, mệnh hệ ra sao khi ói mửa không ngưng nghỉ? Anh lần đến cửa buồng cố vấn, hỏi vọng:

- Hello Bill. Anh khỏe chứ?

Giọng nhè nhẹ trả lời:

- Cũng được. Cám ơn Hạm trưởng.

Anh đi vào sâu hơn, gõ vào vách căn phòng cuối

cùng. Có tiếng uể oải:

- Ai đó?

- Chỉ thăm hỏi. Cố gắng ngủ đi!

Võ Bằng bám lấy tay vịn dọc theo vách, loạng choạng đi về phía lái. Anh vừa nhìn sàn tàu vừa quan sát vách tàu. Trong phòng ăn đoàn viên, nhân viên nhà bếp đang dọn dẹp đống chén dĩa rơi bể nát. Hai thủy thủ đang gồng mình giữ ly nước để không bay khỏi mặt bàn. Một người một tay ôm ngực, một tay bụm miệng, mặt xanh xao.

Trên hai dãy ba giường chồng lên nhau, mọi người nằm yên như ngủ say. Quản nội trưởng còn thức, chào kính. Võ Bằng hỏi:

- Tất cả anh em ra sao?

- Thưa, vài thủy thủ ói quá nhiều, đuối sức nhưng không sao. Một nhân viên phòng tai đi tuần té bị thương đang được băng bó.

Võ Bằng vào phòng cứu cấp. Một người mang băng quanh ngực, mặt trắng bệch. Y tá nói hai xương sườn bị gãy. Võ Bằng an ủi thương binh và cám ơn đã tích cực trong nhiệm vụ.

Anh nói với Quản nội trưởng và Y tá:

- Lần sau, cho tôi biết ngay khi có người bị thương, bất kể nặng nhẹ.

Anh lần dò xuống phòng máy. Một hạ sĩ quan cơ khí, một thủy thủ điện khí hiện diện trong tình trạng tỉnh táo. Anh hỏi Trung sĩ Hạ:

- Không có gì bất thường chứ?

- Thưa Hạm trưởng, tôi vừa kiểm tra các vách, không thấy rỉ nước.

Anh vỗ vai Hạ:

- Tốt lắm! Tiếp tục.

Trở lên đài chỉ huy, Võ Bằng ngồi ngay vào ghế của mình. Trừ sĩ quan trực và hai nhân viên đương nhiệm, ba người túc trực nằm dài trên sàn. Không ai quan tâm sự hiện diện của anh. Anh như hòa vào con tàu. Phải, anh là Rạch Gầm. Rạch Gầm là anh. Khi sóng đập vào sườn tàu, tim anh đau như bị đấm. Khi động cơ rít lên, ngực anh nhói buốt. Thủy thủ đoàn đặt trọn niềm tin vào anh. Bằng mọi giá, anh phải giữ vững niềm tin ấy.

Hạm phó là người phát giác ra sự hiện diện của Võ Bằng. Trong bộ quần áo ướt sũng, mặt tái xanh, Tiến bước sang cạnh Võ Bằng, lên tiếng:

- Xin lỗi Hạm trưởng, chúng tôi không hay biết...

Võ Bằng cắt ngang:

- Không sao! Tôi mừng thấy các anh vẫn vững vàng...

Càng gần sáng, sóng gió càng dịu đi. Rồi, đột ngột, bầu trời xám lợt tách ra một đường nhỏ. Một cánh quạt tia sáng xé toạc màn đêm. Võ Bằng thấy tỉnh hẳn. Anh mừng rỡ lẩm bẩm: "Thủy thủ đoàn vẫn sống! Con tàu vẫn sống!"

Hạm phó nhìn Võ Bằng. Anh xúc động thấy mắt vị Hạm trưởng đỏ hoe, rơm rớm.

Mặt trời rẽ mây, sưởi ấm Rạch Gầm, hơ khô các bộ quân phục ẩm ướt trọn đêm.

Võ Bằng nâng ống dòm. Phía trước, cả một vùng biển dao động, khi thì xôn xao nhịp nhàng, khi thì tràn tới những đợt sóng hung dữ. Mặt biển xám ánh lên màu bạc lấp lánh.

Hòn Khoai đã hiện xa xa. Anh hít sâu, chuẩn bị cho hành trình đến địa điểm khả dĩ thả neo.

Anh dự trù sẽ neo nghỉ đến chiều. Nhưng thủy đạo dẫn đến điểm neo lại là thử thách cuối cùng. Hai hải lý quanh đảo là vùng đáy cạn đầy san hô. Không khéo nghỉ một ngày, hóa ra Hạm trưởng nghỉ... trọn đời!

CHƯƠNG 24

QUẦN ĐẢO GIÁNG TIÊN

Gần 8 giờ sáng, Lan Như tỉnh dậy. Người còn mệt mỏi, bụng đói cồn cào. Đêm qua nàng bỏ bữa cơm tối, lại bị ói mửa. Nàng vào nhà tắm, rửa mặt cho tỉnh táo, thay bộ kaki xanh cuối cùng may riêng cho chuyến đi này. Nàng không định mang áo có chữ *Báo Chí* nhưng rốt cuộc cũng khoác vào như thói quen đòi hỏi.

Theo lịch trình, còn bốn ngày nữa Rạch Gầm chấm dứt công tác. Nàng sẽ về lại An Thới, rồi bay về Sài Gòn. Bài phóng sự chiến trường lần này quá đặc biệt, chắc chắn nhật báo Ngôn Luận sẽ có thêm nhiều độc giả.

Vào phòng ăn, ba sĩ quan đang dùng bữa sáng. Võ Bằng không có mặt. Dù cố gạt đi, nàng vẫn thấy tâm tư mơ hồ một khoảng trống. Nàng thầm giận chính mình. Bao năm rèn luyện để phớt lờ mọi bóng dáng đàn ông, vậy mà giờ đây hình ảnh Võ Bằng cứ bám riết tâm trí.

Anh chiêu đãi viên mang cho nàng cháo cá nóng. Nàng húp từng muỗng một cách ngon lành, thậm chí còn muốn ăn thêm nhưng ngại hỏi. May thay, anh mang thêm cho nàng một trái chuối.

Một lát sau, anh đặt trước nàng ly trà gừng:

- Mời chị uống trà gừng. Sau cơn say sóng, uống cà phê dễ làm ói mửa thêm. Uống trà gừng cho ấm bụng.

Nàng nhấp vài ngụm, ánh mắt thoáng ngạc nhiên. Nàng hỏi:

- Trà gừng thơm quá. Anh mua ở đâu vậy?

Anh cười hiền:

- Của mẹ tôi chế ra.

- Mẹ anh khỏe chứ?

- Còn khỏe.

Lan Như bỗng nhớ đến mẹ. Nàng uống cạn ly trà, giọng chùng xuống:

- Mẹ tôi mất mấy năm rồi. Khi còn sinh tiền, bà cũng hay uống trà gừng mỗi lúc đau bụng.

- Xin chia buồn với chị.

Anh lặng lẽ quay đi, rồi mang cho nàng ly cà phê.

- Cám ơn anh. Cho tôi gửi lời thăm bà.

- Tôi sẽ chuyển.

Thường ngày, Lan Như uống cà phê thư thả, vừa nhâm nhi vừa viết bài. Nhưng sáng nay thì khác. Những gì nàng trải nghiệm trong mấy ngày qua vượt xa mọi khuôn mẫu của một bản tường trình. Sự kiện quá mới, quá dữ dội. Nàng cảm thấy bất lực trong diễn đạt giống như đêm qua bất lực trước cơn cuồng phong.

Một phần, nàng nôn nóng muốn lên boong, muốn biết Rạch Gầm đang ở đâu, chủ nhân của nó đang làm gì. Nàng tự nhủ: thôi thì chờ về Sài Gòn, tĩnh tâm ghi lại trung thực, đầy đủ.

Lan Như lên boong, chống tay vào dây an toàn mạn phải. Rạch Gầm tiến chậm dưới ánh nắng vừa hé bên trên đám mây đen bám sát chân trời. Sóng còn mang dư âm của trận cuồng phong đêm qua, nhịp vỗ vào mạn tàu như hơi thở còn mệt nhọc. Gió đã hiền hơn, phảng phất mùi phù sa miệt Cà Mau.

Hòn Khoai dần hiện ra. Những tảng đá lớn dựng đứng như những con quái vật rình rập giữa biển. Tán cây xanh rì đan xen dây leo chằng chịt, tạo nên một khung cảnh hoang vu, kỳ bí.

Lan Như trèo từng bước qua thang đứng, rồi từng bước lên thang nghiêng dẫn vào đài chỉ huy. Võ Bằng đang đứng cánh phải ra các lệnh ngắn gọn. Nàng lặng lẽ đứng sang cánh trái, cạnh sĩ quan đương phiên.

Quanh đảo, mặt nước chia thành ba vành tròn đồng tâm: vành ngoài xanh thẫm, vành giữa xám bạc và vành trong ôm sát đảo đục ngầu phù sa.

Bãi Lớn hiện ra như bãi Nha Trang thu nhỏ. Cát trắng mịn, thoai thoải. Tàu đánh cá nhấp nhô theo sóng gợn. Hàng chục mái nhà ẩn dưới rừng dừa, nghiêng nghiêng trong nắng sớm, hoang sơ, yên bình.

Võ Bằng bước sang bàn hải đồ. Những ghi chú độ sâu, những đường vòng đồng chiều sâu so sánh với con số fathometer giúp anh giữ Rạch Gầm trên hải trình an toàn. Anh hiểu rất rõ: chỉ cần lệch tay lái một chút, hoặc một quyết định vội vàng, neo nghỉ có thể biến thành vĩnh viễn nghỉ!

Một chiến thuyền từ phía bờ lướt sóng tiến ra. Đến gần, chiến thuyền quay mũi. Vị đại úy đứng trên mui đưa tay vẫy chào và ra hiệu theo sau. Võ Bằng mỉm cười hài lòng. Đó là người bạn cùng khóa, tiếp đón quá điệu nghệ. Theo sau, có nghĩa là theo thủy trình an toàn, là nhẹ bớt nỗi lo.

Còn cách bãi biển một hải lý, Đại úy Minh ra hiệu thả neo.

Võ Bằng ra lệnh ngắn, rõ:

- Hai máy ngưng. Nhận còi nhiệm sở thả neo.

Lan Như gương mặt còn tái xanh nhưng đôi mắt tỉnh táo lanh lợi, đang say sưa ngắm bãi biển trước mặt. Hình dáng cũng tựa Bãi Ngự của Thổ Châu, cũng sau rừng dừa là rừng xanh nhưng cảnh quang trầm mặc hơn, như đang chiêm nghiệm vận đời người sắp lên đảo.

Lệnh của Võ Bằng vang lên:

- Hai máy lùi 1.

Khi con tàu bắt đầu lùi, giọng anh dứt khoát:

- Hai máy ngưng. Thả neo.

Trục neo rền lên một tiếng trầm. Sợi xích thép trườn đi, rồi neo sầm sập rơi xuống biển.

Tiếng báo cáo độ dài dây neo xuống nước của Hạm phó:

- Hai mươi mét... hai mươi lăm... ba mươi mét.

- Ngưng thả neo.

Con tàu khựng lại báo hiệu neo đã cắn.

- Nhận còi tập họp.

Tiếng còi vang lên. Tất cả thủy thủ đoàn nhanh

chóng tập trung ở sân sau. Võ Bằng rời đài chỉ huy, đến đứng trước hàng quân. Giọng anh trầm ấm:

- Đêm qua chúng ta đã trải qua một trận cuồng phong kinh hồn. Nhờ anh em đồng tâm hiệp lực, con tàu bình yên vô sự. Tôi thành thật ngợi khen và cám ơn tất cả.

Anh dừng lại, ánh mắt lướt qua hàng quân:

- Hôm nay chúng ta neo dưỡng sức. Sáu giờ chiều tiếp nối công tác. Trừ anh em trực, mọi người có thể lên đảo. Chuyến chót về tàu là 5 giờ 30.

***

Chiếc Thiên Nga của Chỉ huy trưởng Duyên Đoàn 42 cập vào. Võ Bằng vội rời đài chỉ huy đến ôm người bạn cùng khóa. Khi buông bạn ra, Đại úy Minh chìa tay cho Lan Như, cười đùa:

- Nào ngờ trên tàu có người đẹp đến thế này!

Lan Như bắt tay vui vẻ:

- Hân hạnh được gặp Đại úy Duyên đoàn trưởng.

Anh xoay qua bắt tay cố vấn:

- *How are you? You will see my advisor, soon.*

Võ Bằng nhờ bạn cho phương tiện đưa rước nhân viên rồi cùng Cố vấn và Lan Như lên chiến thuyền vào bờ.

Con đường lát đá nhỏ dẫn đến ngôi nhà lớn nằm dưới chân đồi, giữa rừng dừa. Đó là trụ sở Duyên Đoàn 42. Ngôi nhà khang trang, tường và mái lợp *fibrociment*. Dù là cơ sở quân sự, không khí lại yên ả thanh bình.

Phòng họp rộng. Bục thuyết trình trước tấm bản

đồ quần đảo Giáng Tiên treo trên vách. Đại úy Minh giới thiệu cố vấn, các sĩ quan rồi mời tất cả ngồi. Chỉ huy trưởng Duyên đoàn đứng đối diện mọi người:

- Duyên đoàn 42 hân hoan chào mừng quý bạn đến Hòn Khoai. Tên gọi này có hai nguồn gốc. Một là hình dạng của nó giống củ khoai. Hai là từ truyền thuyết, rằng ngư dân mang theo một giống khoai ra đây trồng.

Lan Như giơ tay xin hỏi:

- Thưa đại úy, như vậy cái tên Hòn Chuối cũng xuất phát từ hình dáng giống trái chuối hoặc từ truyền thuyết ngư dân mang chuối ra trồng?

Đại úy Minh lắc đầu:

- Cả hai đều không đúng. Đảo mang tên Hòn Chuối vì có nhiều chuối mọc hoang.

Mọi người cùng cười. Thấy cố vấn có vẻ không hiểu, Võ Bằng nghiêng qua Bill dịch ra tiếng Mỹ. Một nụ cười muộn.

Đại úy Minh chỉ vào hòn đảo lớn nhất:

- Đây là Hòn Khoai. Nó còn có tên Hòn Giáng Tiên. Tên Giáng Tiên do ngư dân đặt từ nét đẹp hoang sơ, huyền ảo, cây lá xanh tươi cùng hai ngọn suối róc rách ngày đêm, chẳng khác chốn bồng lai tiên cảnh, nơi tiên giáng trần.

Thấy Lan Như chăm chú nghe, anh hứng chí tiếp:

- Quần đảo Giáng Tiên gồm năm đảo: Hòn Giáng Tiên, Hòn Tượng, Hòn Sao, Hòn Đồi Mồi và Hòn Đá Lẻ.

Lan Như hỏi:

- Thưa đại úy, Hòn Tượng có phải vì nó giống con

voi, Hòn Đồi Mồi vì nó giống con đồi mồi?

Đại úy Minh gật đầu:

- Đúng trăm phần trăm. Nhưng với Hòn Sao thì khác. Không phải vì nó giống ngôi sao mà vì đáy biển quanh đảo có nhiều sao biển. Còn Hòn Đá Lẻ, tự tên nó đã giải thích.

- Cám ơn đại úy.

Đại úy Minh vui vẻ đề nghị:

- Để thấy tận mắt vị trí các hòn đảo và quang cảnh tuyệt vời của quần đảo Giáng Tiên, cô nên lên viếng ngọn hải đăng.

Lan Như nhìn Võ Bằng, chưa kịp hỏi xin thì Đại úy Minh hăng hái tiếp:

- Dù Hòn Khoai không lớn bằng Thổ Châu nhưng lại có vị trí chiến lược đặc biệt quan trọng không thua kém. Nó là tiền đồn của vùng biển phía nam. Ngọn hải đăng sừng sững trên đỉnh đảo, vừa hướng dẫn an toàn tàu bè đồng thời cũng vừa là đài cảnh báo các tàu chiến của đối phương. Đó là lý do toàn bộ Duyên đoàn chúng tôi và một số nhân viên tình báo có mặt ở đây. Và đó cũng là lý do không ngừng diễn ra trận hải chiến trong vùng biển này.

Anh mỉm cười nhìn Võ Bằng:

- Biết chừng đâu anh bạn cùng khóa của tôi đêm nay có dịp trổ tài hải chiến.

Võ Bằng cao giọng:

- Đâu có ngán.

Đại úy Minh hỏi Lan Như:

- Cô "Báo Chí" còn thắc mắc gì không?

Lan Như ngập ngừng:

- Đêm qua thấy hai chiến thuyền của đại úy tham gia hải chiến Hòn Chuối, vậy xin phép hỏi Hòn Chuối có vai trò gì đặc biệt?

Đại úy Minh mỉm cười, giọng thân mật:

- Về phương diện quân sự, Hòn Chuối là đảo tiền tiêu tỉnh An Xuyên, rất quan trọng về mặt an ninh và chủ quyền quốc gia. Nhưng trách nhiệm phòng thủ lại thuộc về chúng tôi. Đảo có rừng rậm như Hòn Khoai nhưng không có dân cư vì không có nước ngọt.

- Xin đại úy cho biết thành tích hoạt động trong năm nay.

- Chưa hết năm nên chưa làm báo cáo chính thức. Tôi chỉ có thể nêu con số tôi nhớ. Tổng kết từ đầu năm, Duyên Đoàn khám xét hàng trăm ngư thuyền. Bắt và giải giao cho chính quyền Cà Mau chín chiếc chở đầy súng đạn cùng nhiều người.

- Đánh chìm bao nhiêu chiếc?

Đại úy Minh lắc đầu:

- Chúng tôi không có súng lớn và cũng không chủ trương đánh chìm.

- Đại úy có thể cho biết có bao nhiêu chiếc chạy thoát?

- Khoảng chục chiếc.

Lan Như ngập ngừng hỏi:

- Sao lại để chúng chạy thoát?

- Khi bị phát giác, chúng bỏ chạy ra khơi. Vận tốc tàu của chúng nhanh hơn chiến thuyền. Chúng tôi bắn theo nhưng không rõ kết quả.

- Duyên đoàn của đại úy có bao nhiêu chiến thuyền?

- 23 chiếc.

- Có bao nhiêu nhân số trên một chiếc?

- Tùy loại. Lớn thì 9 người. Nhỏ thì 5.

- Khu vực trách nhiệm của Duyên đoàn 42?

- Duyên hải tỉnh An Xuyên.

- Ở đây có trại gia binh?

- Đường đi xa xôi vất vả. Trên đảo thiếu thốn mọi bề nên không ai muốn đem gia đình ra đây.

- Cám ơn đại úy rất nhiều.

Đại úy Minh mời dùng cơm trưa. Nói là cơm nhưng toàn thức ăn biển: tôm nướng, cua, ghẹ hấp.

Sau bữa ăn đồ biển thỏa thuê, Lan Như và một số nhân viên chiến hạm xin Võ Bằng cho đi thăm hải đăng Hòn Khoai. Võ Bằng định từ chối, nhưng chợt nhớ hôm qua đã từ chối không cho nàng thăm hải đăng Thổ Châu, lại thấy đôi mắt nàng nhìn anh tha thiết, nên đành nói khéo:

- Cũng như ở Thổ Châu, đường đến hải đăng rất xa và trắc trở, nhắm đi nổi thì cứ đi. Nhưng nhớ về trước 5 giờ rưỡi. Tôi không thể bỏ tàu quá lâu và cũng cần tâm sự với bạn...

Trung úy Tín, Chỉ huy phó Duyên đoàn tình nguyện hướng dẫn. Toán sáu người bắt đầu leo núi lên đỉnh Hòn Khoai. Con đường rừng quanh co, hiểm trở, dài hơn hai cây số. Có đoạn phải băng ngang qua suối nhỏ, nước trong veo. Có đoạn đá tảng, đá trứng lổn nhổn. Có đoạn đất đỏ pha cát vàng cam, có đoạn dốc đứng, dốc nghiêng leo trèo vất vả.

Rừng cây rậm rạp, xanh thẳm. Những cổ thụ trăm năm sừng sững, sáu bảy người ôm không xuể. Nhiều loại cây Lan Như chỉ nghe danh, nay nhờ Trung úy Tín chỉ cho mới thấy tận mắt: bằng lăng, sao, dầu, gỗ lim.

Lan Như thỉnh thoảng dừng lại, lắng nghe tiếng chim ríu rít, hít sâu mùi hương ngọc lan, bàng bạc mùi các loại hoa nhiều sắc màu.

Theo lời Trung úy Tín, chỉ cần nhìn rừng là biết mùa. Mùa Xuân hoa mai nở rực. Mùa hè màu tím bằng lăng. Mùa thu lá nhuộm vàng rừng. Mùa đông, màu trắng hoa cỏ lau.

Gần hai tiếng sau, họ lên tới đỉnh cao ba trăm mười tám mét. Ngọn hải đăng Hòn Khoai hiện ra, khối vuông vững chãi bằng đá hộc và xi-măng, cao mười bảy mét do Pháp xây dựng từ năm 1920. Ánh đèn pha trên đỉnh có thể chiếu xa ba mươi lăm hải lý.

Lan Như gắng leo thang xoắn lên tới đỉnh hải đăng. Hơi thở gấp gáp, chân tay rã rời. Nhưng khi nhìn quanh, nàng chợt có cảm giác như đang lơ lửng giữa trời.

Toàn cảnh Hòn Khoai mở ra hoang dã, thơ mộng. Sóng bạc đầu cuốn nhanh trên mặt biển, chia thành ba màu rõ rệt: màu xanh thẫm, màu xám nhạt, màu phù sa đục ngầu. Xa phía bắc là mũi Cà Mau. Phía đông là Hòn Sao, Hòn Đồi Mồi như con rùa biển đang bơi. Hòn Tượng phía nam trông như con voi khổng lồ đang tắm nước phù sa. Xa hơn nữa, Hòn

Đá Lẻ trơ trọi thi gan cùng tuế nguyệt.

Những chiếc ghe câu vẽ lên mặt biển như những nét chấm phá mong manh.

Lan Như bỗng thấy lòng mình chùng xuống. Lần đầu tiên, không phải súng đạn, mà chính thiên nhiên khiến nàng cảm thấy nhỏ bé và dễ tổn thương đến vậy.

Giọng của Trung úy Tín vang lên giữa lúc mọi người còn mải mê ngắm cảnh:

- Đã đến lúc quay về. Để lỡ có lạc đường, còn đủ thì giờ mò về hậu cứ trước khi trời tối.

Lan Như nghe lạnh sống lưng. *Lạc giữa khu rừng rậm thế này khi đêm xuống... chắc chết!*

CHƯƠNG 25

TỪ NAY MÃI MÃI KHÔNG THẤY NHAU?

Ánh sáng hồng của hoàng hôn kéo một vệt dài trên mặt biển, lao xao như dải lụa mềm tan vào sóng nước. Gió lồng lộng vụt qua dây cờ kêu phành phạch, từng đợt mát rượi phả vào đài chỉ huy mang theo cảm giác an ủi mong manh của buổi chiều sắp tàn.

Rạch Gầm rời điểm neo tiến hành tuần tiễu trục Hòn Khoai - Thổ Châu. Đây là trục kiểm soát mọi tàu bè nhập vào lãnh hải phía tây Miền Nam, một trục then chốt nhưng thầm lặng và thường xuyên tiềm ẩn hiểm nguy. Tuy tầm xa *radar* mỗi chiến hạm là 30 hải lý, đủ thời gian chuẩn bị ứng phó xâm nhập, nhưng trở ngại lớn là thời tiết và không đủ chiến hạm bao vùng cho một trục dài 140 hải lý. Trong tương lai, hy vọng có thêm nhiều phương tiện...

Khi Rạch Gầm ra khỏi vùng san hô nguy hiểm, Võ Bằng viết tiêu lệnh tuần đêm, giao trách nhiệm tuần hành cho Trung úy Đặng Thành Tài rồi rời đài chỉ huy. Theo sau vẫn là Cố vấn và Lan Như, một loài hoa biển lạc vào không gian sắt thép.

Tất cả vào phòng ăn. Bốn sĩ quan hiện diện đứng lên chào. Võ Bằng ra dấu mời ngồi, ánh mắt anh mỏi mệt sau một đêm dài căng thẳng và mất ngủ. Chiêu đãi viên mang đến từng món ăn. Trên bàn, khăn trải trắng tinh phẳng phiu, muỗng đũa inox lấp lánh dưới ánh đèn. Những ly nước đá đọng mồ hôi lạnh.

Hôm nay Lan Như mới có thời giờ nhìn quanh phòng ăn. Không rộng, nhưng trang trọng và ngăn nắp. Trên một vách treo ba bức chân dung: Tổng thống, Tổng Tham mưu trưởng Quân đội và Tư lệnh Hải Quân. Trên vách đối diện là huy hiệu Trợ Chiến Hạm Rạch Gầm, hai bên là các Bằng Tưởng Lục, Giấy khen. Vách phía trước là hai kệ sách kỹ thuật dày cộm, xếp ngay ngắn.

Mùi thơm các món ăn khiến Lan Như thấy đói cồn cào. Cái bụng trống trơn sau ói mửa đã sớm thanh toán gọn ba món buổi trưa: tôm, cua, ghẹ. Đó là ba món ăn chơi nàng ưa thích. Nàng ngạc nhiên khi thấy ba món tối nay cũng là ba món ruột cho các bữa cơm ở quán ăn gần tòa soạn: tô canh chua cá ngừ hấp dẫn với sắc đỏ của ớt, xanh của ngò gai; đĩa thịt kho tàu với trứng, nước dừa óng ánh; và đĩa rau muống xào tỏi xanh mướt, thơm lừng. Chẳng lẽ Võ Bằng có thứ năng lực thần giao cách cảm nào đó, biết ý thích của nàng?

Võ Bằng nhìn quanh từng người, cất giọng thân mật:

- Hôm nay chúng ta có một bữa cơm khá hơn mọi ngày, coi như ăn mừng chiến thắng... địch thủ cuồng phong. Mời nâng ly, chúc sức khỏe mọi người, chúc Rạch Gầm luôn vững vàng trên sóng nước.

Các ly thủy tinh chạm vào nhau. Tiếng leng keng lẫn lời chúc tạo bầu không khí cởi mở vui tươi sau những ngày gian nan, vất vả.

Ngay sau khi Võ Bằng mời cầm đũa, Lan Như khen ngợi:

- Đi biển mà được ăn thế này thì các anh nhất thiên hạ rồi!

Võ Bằng cười, nụ cười xóa đi nét nghiêm nghị của giờ phút chỉ huy:

- Cũng thuộc loại... nghìn năm một thuở thôi. Bù cho những chuyến công tác kéo dài, không ghé được bến, chỉ có cơm với nước mắm.

Lan Như nhìn sang chiêu đãi viên, nói lớn:

- Nhờ anh chuyển lời tôi cám ơn anh em nhà bếp. Ba món đều là món ruột của tôi.

- Tôi sẽ chuyển, thưa chị.

Bữa ăn trôi qua trong những câu chuyện vui, các giai thoại sướng khổ đời đi biển, tạo tiếng cười không dứt. Sự khác biệt về cấp bậc, tuổi tác, đời lính chiến hay đời dân thường như tan biến trong không khí chân tình, cởi mở.

***

Rời bàn ăn, thấy Lan Như bước bên cạnh, Võ Bằng nói:

- Lan Như nên nghỉ ngơi. Nếu có đụng trận thì cũng phải vài tiếng nữa. Khi nghe tiếng còi dồn dập thì gom đồ nghề lên đài chỉ huy.

- Lan Như khỏe rồi, muốn lên boong ngắm hoàng hôn trên biển. Nghe nói đẹp tuyệt vời.

Võ Bằng nâng cổ tay xem đồng hồ:

- Bảy giờ rưỡi rồi. Giờ này trời đã tối thui, còn

hoàng hôn gì nữa!

- Giờ này còn nhá nhem mà!

- Hoàng hôn phụ thuộc mùa và vị trí người quan sát. Mùa hè vùng này, có thể còn nhá nhem, nhưng chúng ta đang vào mùa đông, mặt trời... ngủ sớm, nhường bầu trời cho trăng sao.

Lan Như vẫn mơ ước có giây phút riêng tư với Võ Bằng nên nói như một lời mời:

- Vậy thì Lan Như lên ngắm trăng sao.

Võ Bằng nhìn nàng thật lâu:

- Một đêm ói mửa, nửa ngày leo đèo, cơ thể cô cần hồi phục. Đi nghỉ đi. Ngày mai hãy ngắm hoàng hôn.

Nàng nuôi chút hy vọng:

- Anh đi đâu?

- Tôi cũng về buồng nghỉ.

Lan Như lặng thinh, quay đi nhanh hơn cần thiết, như muốn trốn khỏi chính cảm xúc của mình. Võ Bằng đứng yên nhìn theo đến khi nàng khuất sau khung cửa. Trong khoảnh khắc ấy, hình bóng Huỳnh Như Oanh chợt hiện ra rõ ràng. Anh lắc đầu, không sao hiểu!

Về phòng riêng, anh tắm rửa qua loa rồi lăn ra ngủ. Chỉ được hai tiếng thì nhân viên truyền tin gõ cửa, trao anh công điện Kín/Thượng Khẩn từ Bộ Tư Lệnh Hải Quân Vùng 4:

Hai chiếc tàu đáng ngờ xuất hiện phía tây nam Hòn Khoai, tọa độ 8°36.57'B - 104°69.27'Đ. Yêu cầu quý chiến hạm theo dõi ngăn chặn xâm nhập. Báo cáo diễn tiến."

Võ Bằng gọi Hạm phó lên phòng chiến báo. Đọc công điện, Hạm phó cười:

- Hy vọng kiếm thêm vài huy chương nữa.

Võ Bằng nghiêm giọng:

- Trước hết là đáp "nhận hành". Đừng để lãnh khiển trách thay vì huy chương.

Hạm phó đánh dấu tọa độ lên hải đồ. Hai mục tiêu vẫn còn ngoài hải phận quốc tế. Phải chờ chúng vượt qua ranh giới 24 hải lý mới có thể hành động. Nhưng ý đồ của chúng là gì? Một chiếc vào Thổ Châu, một chiếc về cửa sông Ông Đốc như lần trước? Hay lần này cả hai cùng hướng về một điểm đổ hàng?

Võ Bằng hỏi:

- Hạm phó dám chơi trò một đánh hai không?

Hạm phó ngập ngừng góp ý:

- Thưa Hạm trưởng, một đánh hai chẳng khác gì hai đánh một. Nghĩa là một thì lúc nào cũng ở thế yếu. Theo tôi, nên giữ hai duyên tốc đỉnh ở vùng Thổ Châu, phòng trường hợp tàu địch tách đôi. Tuy nhiên để đối phó trường hợp hai tàu địch cùng lúc tiến vào bờ, mà duyên tốc đỉnh ở xa không hỗ trợ kịp, tôi đề nghị xin tăng cường thường trực ba chiến thuyền. Như thế ta vẫn ở thế thượng phong hai đánh một.

- Đúng ý tôi.

Võ Bằng liên lạc máy với Duyên đoàn trưởng 42. Đại úy Minh chấp thuận. Anh giao CIC cho Hạm phó, rồi lên đài chỉ huy. Tiếng hô nghiêm từ cánh trái. Thấy sĩ quan trực, hạ sĩ quan, tài công, quan sát viên đều chú tâm trong nhiệm vụ, anh yên trí ngồi vào ghế chỉ huy. Gió khuya thổi mát rượi, mang hương thơm muối biển, khiến anh thiếp đi lúc nào không hay.

- Hạm trưởng... Hạm trưởng....

Tiếng gọi mơ hồ đánh thức anh dậy.

- Máy điện bị sập. Tay lái bất khiển dụng.

Võ Bằng mở mắt. Đài chỉ huy chìm trong ánh sáng đỏ từ các đèn pin dự phòng trên vách. Anh rà soát biện pháp ứng phó. Mất điện, việc đầu tiên là cho lái tay để giữ con tàu trên đường đi và cũng để tránh con tàu quay ngang gió, bị sóng tròng trành có thể lật úp. Anh hài lòng nghe Hạm phó báo cáo đang ở buồng máy đôn đốc việc phục hồi nguồn điện.

Anh ra lệnh Thiếu úy Lũy đưa nhân viên thành thạo xuống hầm lái tay và chỉ thị Trung úy Tuấn cho ban vận chuyển sẵn sàng thả neo. Võ Bằng bật đèn dự phòng xem hải đồ. Anh yên trí thấy tàu trong vùng độ sâu 20 mét.

Trong CIC, Trung úy Tài bám chặt bàn trận đồ. Hai nhân viên giữ máy DRT và các vật dụng lỏng lẻo. Các điều hành viên ưu tư chờ đợi. Lúc này mà hai tàu địch xuất hiện thì vất vả lắm đây.

Không còn hệ thống điều hòa, lòng tàu bắt đầu nóng lên. Một số thủy thủ lên boong, càu nhàu vì mất giấc ngủ.

Khi hầm lái tay báo cáo sẵn sàng nhận lệnh, bất ngờ, đèn bật sáng. Nhiều tiếng reo vỡ òa. Sóng vỗ mạn tàu như chung niềm nhẹ nhõm.

Thiếu úy cơ khí Ngô Quang xuất hiện, người lem dầu mỡ, vừa thở vừa trình bày:

- Thưa Hạm trưởng, máy điện sập là do cảm ứng điện bị hư, đã thay cái mới.

Võ Bằng đặt tay lên vai anh:

- Giỏi lắm. Cám ơn em.

Mắt Quang sáng lên, lấp lánh niềm tự hào.

Sự kiện mất điện không hề quấy rối giấc ngủ của Lan Như.

***

Đêm kéo dài như không dứt. Ba giờ sáng, cặp Duyên tốc đỉnh và *Rạch Gầm* gặp nhau trên trục Hòn Khoai - Thổ Châu rồi trở hướng ngược lại. Hai chiếc tàu nghi vấn vẫn ở yên tại chỗ. Có thể là tàu đánh cá Thái Lan, cũng có thể tàu địch chờ ta sơ hở. Biển lao xao như cùng chia sẻ sự nôn nóng, băn khoăn.

Võ Bằng ghi biến cố sập máy điện, nguyên nhân, thời gian sửa chữa vào Nhật ký Chiến hạm rồi trở về buồng riêng. Anh hoàn toàn kiệt sức...

Nhưng chỉ vừa chìm vào giấc ngủ thì tiếng chuông vang lên. Trong khoảnh khắc, Võ Bằng không thể tin nổi là có tiếng đang reo. Anh tưởng mình nằm mơ. Nhưng, khi tiếng reo tiếp tục, khoan sâu vào não, anh choàng tỉnh. Trong cảm giác ngán ngẩm, anh ráng ngồi bật dậy chụp ống nghe:

- Hạm trưởng nghe đây.

- Thưa Hạm trưởng, đây Trung úy Tuấn. Tôi vừa thấy ba trái sáng màu đỏ liên tục được bắn lên.

Võ Bằng lẩm nhẩm: Ba trái sáng màu đỏ. Ba trái sáng màu đỏ. Pháo hiệu kêu cứu. Đâu lẽ một tàu nào đó sắp chìm kêu gọi cấp cứu? Anh hỏi phòng truyền tin:

- Phòng truyền tin, có nhận được tín hiệu SOS?

- Thưa không.

- Rà soát tần số cấp cứu quốc tế 7903 kHz thật kỹ xem.

Một phút sau, phòng truyền tin đáp:

- Đã rà tần số 7903, không thấy tín hiệu SOS!

- CIC, cho biết *echo* phía nam cách bao xa?

- Hai *echo* vẫn cách 30 hải lý.

- Xem kỹ đi. Để ý một *echo*, có thể là điểm mờ.

- Thưa 16 hải lý.

Như vậy cũng không xa lắm, chừng một tiếng là tới nơi - Võ Bằng ngẫm nghĩ - nhưng nếu đó là trò đánh lừa, mình bỏ trống vùng trách nhiệm để địch xâm nhập, đi tù là cái chắc. Anh quyết định gửi công điện báo về Bộ Tư Lệnh Vùng:

"TTKT. Chiến hạm ghi nhận ba trái sáng đỏ báo hiệu cần cứu cấp ở tọa độ 8°24.73'B - 104°57.69'Đ. Xin cho chỉ thị."

Mười phút sau, công điện trả lời:

"Xác nhận một tàu chở dầu đang chìm tại tọa độ ghi nhận. Y/C khẩn đến cứu vớt thủy thủ đoàn."

Võ Bằng đáp nhận hành rồi kẻ hải trình mới. Anh lệnh cho ba chiến thuyền bao vùng rồi quay mũi về hướng nam, chạy hết tốc độ. Tàu xuôi sóng gió, lướt êm. Một giờ sau, chiếc tàu dầu hiện ra dưới ánh hỏa châu. Qua ống dòm, thân tàu trông già nua, sơn trắng bong tróc, loang lổ rỉ sét. Nó chúc mũi lên trời, phần lái gần chìm hẳn. Một số người mặc áo phao màu cam đứng trên boong mũi, hớn hở vẫy tay. Võ Bằng ra lệnh:

- Nhận còi nhiệm sở cứu người.

Tiếng còi, tiếng chân chạy rầm rập đánh thức Lan Như. Nàng vội thay quần áo, chụp máy ảnh chạy lên đài chỉ huy. Nhưng khi bước ra boong, thấy nhiều người lăng xăng bên mạn trái, nàng thắc mắc đứng quan sát.

Trên đài chỉ huy, Võ Bằng cân nhắc sức gió, độ sóng và quyết định áp sát tàu dầu. Anh ban lệnh rọi đèn pha. Hàng chục vỏ xe thả dọc theo hông. Tàu dầu thả năm trái đôn trắng hình trụ.

Khi hai chiếc cặp kè, thay vì nhảy qua, bảy người lần lượt ném xách tay và chuyển từng thùng hàng. Cuối cùng, không còn gì trên boong, họ mới chịu bỏ tàu.

Võ Bằng nhíu mày: tại sao họ coi hàng hóa quan trọng hơn mạng sống? Ký ức về trái bom thời chỉnh của Phan Kim Phượng thoáng hiện. Chỉ một trái bom suýt làm anh tàn đời, nay có đến hai mươi thùng! Dù chứng kiến tận mắt chiếc tàu dầu đang chìm, anh cũng sẽ cho an ninh cẩn thận khám xét.

Lan Như lòng mừng khấp khởi. Diễn tiến việc cứu vớt đã được lưu lại đầy đủ trong máy ảnh của nàng. Đây mới thật là... nghìn năm một thuở.

Rạch Gầm rời tàu dầu, hướng về An Thới. Công điện báo cáo cứu được toàn bộ thủy thủ đoàn bảy người và xin chỉ thị.

Võ Bằng xuống boong, bắt tay từng nạn nhân, cho cấp thức ăn nước uống. Riêng thuyền trưởng được mời vào phòng họp sĩ quan. Lan Như nhường ghế, xuống ngồi cuối bàn. Võ Bằng mời Thuyền trưởng hoặc cà phê hoặc nước lạnh. Thức ăn đến sau. Ông chọn nước lạnh.

Thuyền trưởng người Thái Lan, lớn tuổi nhưng rắn rỏi. Bằng tiếng Anh trôi chảy, ông ngỏ lời cảm tạ được cứu mạng. Ông trình bày chở dầu từ Mã Lai đi Bangkok. Thân tàu bị nứt sau lái, nước tràn vào. Đã dùng mọi phương tiện để lấp kín nhưng không hoàn toàn thành công. Máy điện ngập nước hư hỏng. Chỉ gọi cấp cứu được vài lần. Đánh đèn SOS cũng không thấy đáp ứng.

Ông uống cạn ly nước, ngập ngừng tiếp:

- Thưa Hạm trưởng và quý anh, hai mươi thùng hàng là rượu XO, xin biếu chiến hạm.

Võ Bằng từ chối. Ông thuyền trưởng gần như van xin. Lan Như nhẹ giọng:

- Thưa Hạm trưởng và quý anh, ông ấy đã có lòng.

Võ Bằng còn ngần ngừ thì công điện của Vùng 4 gửi đến: *"Quý chiến hạm đưa bảy thủy thủ tàu dầu về thẳng Sài Gòn. Tòa Đại sứ Thái Lan sẽ tiếp nhận tại cầu C. Đáp nhận hành."*

Võ Bằng đọc lớn cho mọi người nghe. Cả phòng vỗ tay, mừng được về Sài Gòn sớm hơn bốn ngày. Anh đọc riêng cho anh một lần nữa, lòng se thắt. Về thẳng Sài Gòn tức là không trở lại An Thới, là không nhận được lời nhắn của Huỳnh Như Oanh. Từ nay nàng là bóng chim tăm cá, biết đâu tìm. *Từ nay mãi mãi không thấy nhau?*

CHƯƠNG 26

CHỢT ĐẾN CHỢT ĐI

Rạch Gầm đổi hướng, tiến về Sài Gòn lúc sáu giờ sáng. Dự trù đúng tám giờ sáng hôm sau tàu sẽ về đến bến.

Khi Hạm phó và Quản nội trưởng sắp xếp xong chỗ tạm trú cho bảy người tàu dầu, trời cũng vừa hửng sáng. Vùng ửng hồng đầu tiên không đến từ mặt trời, mà từ những tia cam nhạt xuyên qua không gian còn u tối. Lan Như đứng trước sân mũi, nâng chiếc Nikon lên chụp liên tiếp, từ lúc mặt trời đỏ au từ từ ló dạng cho đến khi nhô hẳn khỏi mặt nước, rực rỡ như chớm nở tình đầu.

Nàng hít một hơi thật sâu. Gió sớm lành lạnh, phảng phất mùi đại dương thanh khiết lẫn khói dầu khen khét.

Một giọng nói trầm ấm vang lên sau lưng:

- Chào cô Lan Như. Cô làm việc sớm quá.

Lan Như quay lại. Trung úy Tuấn gật đầu chào. Nàng thoáng buồn, đáp:

- Chỉ vì muốn ghi bình minh của ngày chót trên biển.

Tuấn cười:

- Còn với Rạch Gầm thì sao? Đã có gì để lưu niệm chưa?

- Vô số. Nhưng với anh thì chưa. Xin cho một bức ảnh Trung úy Tuấn và bình minh, nghen?

Tuấn lặng thinh, hướng mắt về đốm sáng trắng đang loang dần trong nền cam dọc chân trời. Mặt biển hiền hòa mênh mông. Bên trên là những vệt mây hồng thưa thớt. Qua khung ngắm, Lan Như thấy khuôn mặt hằn nét mỏi mệt của Tuấn nổi bật trên nền sắc trời lộng lẫy.

Tuấn quay lại, bước gần nàng hơn:

- Tôi đã đi biển liên tiếp năm năm, đã nhiều lần ngắm bình minh, hoàng hôn. Điều khiến tôi yêu thích là không ngày nào giống ngày nào.

Lan Như nhỏ nhẹ:

- Tôi tiếc là chỉ tới hôm nay mới thưởng thức được. Đẹp thật. Tôi đang mong chờ hoàng hôn.

- Những ngày ở biển cô có cảm tưởng ra sao?

Nàng hít hơi, thở nhẹ:

- Biển hiền hòa mà cũng rất bạo tàn.

- Còn riêng với Rạch Gầm?

Lan Như cười như mếu:

- Là một mớ hỗn độn. Ngạc nhiên, thán phục, thích thú... và một nỗi buồn mơ hồ. Nếu không xuống chiến hạm, tôi không bao giờ nghĩ các anh sống vất vả và nguy nan đến vậy. Vừa chống chọi sóng gió, vừa đối diện kẻ thù...

- Hôm trước cô nói cô chưa lập gia đình?

- Chưa anh ạ. Nhưng sau chuyến đi này, tôi bắt

đầu nghĩ đến chuyện đó.

- Chẳng lẽ cô cũng chưa từng yêu ai?

Lan Như lặng thinh. Một tình cảm vừa chớm nở có được gọi là "từng" không? Nàng khẽ lắc đầu:

- Chưa, anh Tuấn ạ. Tôi quá bận rộn với các chiến trường.

Tuấn cười mím chi:

- Tôi nghĩ là cô đang... mở cánh cửa lòng.

Lan Như quay mặt ra biển. Sóng vẫn lao xao. Tuấn nhận xét quá đúng. Rạch Gầm không chỉ xuôi về bến. Con tàu mang theo cả tâm trạng của nàng.

Tuấn chào từ biệt:

- Tôi đùa thôi. Miễn thứ. Rất vui được trò chuyện với cô.

Lan Như thả máy ảnh xuống ngực, hai tay nắm sợi dây an toàn. Gió vờn chiếc áo pullover màu chàm. Biển đã rực sáng, loang loáng xanh. Nàng nghĩ, nếu được tòa soạn cử công tác thường trực trên các chiến hạm, nàng sẽ không từ chối. Nhất là trên Rạch Gầm. Nàng biết, đó là hy vọng mong manh.

***

Mặt trời nhô lên rất chậm, như cố nán lại.

Bất giác Lan Như ngẩng nhìn đài chỉ huy. Nàng chợt rung động. Võ Bằng đang nhìn xuống. Anh vẫy tay, ra dấu sẽ xuống gặp nàng.

Nàng nhớ đêm qua, sau bữa cơm. Nhớ cái nhìn của anh khi từ chối lên boong. Một thẳng thừng né tránh. Khi ấy nàng vô cùng hụt hẫng. Giờ đây nàng hiểu: đó là sự rút lui cần thiết của một người chỉ huy.

Thủy thủ đoàn sẽ nghĩ gì nếu thấy hai người bên nhau trong đêm?

Võ Bằng đang đến. Phút giây nàng ao ước. Bao nhiêu buồn phiền tan biến. Nàng nhìn ra khơi, không muốn anh thấy gương mặt mình quá hớn hở.

Võ Bằng mang theo hai ly cà phê. Giọng anh vang lên trước khi dừng bước:

- Chào Lan Như. Thức cả đêm mà giờ này vẫn dậy sớm?

- Chào Hạm trưởng. Câu đó phải để Lan Như nói mới đúng. Cô ấy còn ngủ được vài tiếng, anh thì không!

Anh đưa nàng ly cà phê:

- Sáng đã chụp bình minh, chiều chụp hoàng hôn là đủ bộ.

Nàng đón lấy ly cà phê. Ngón tay họ chạm nhau trong khoảnh khắc. Một chạm điện nhẹ.

- Cảm ơn anh.

Ánh nắng dìu dịu làm lộ rõ nét mệt mỏi trên gương mặt Võ Bằng không khác Trung úy Tuấn. Nàng nâng máy ảnh:

- Xin phép cho Lan Như giữ một kỷ niệm.

Võ Bằng nhìn xa. Kỷ niệm để làm gì, chỉ thêm đa mang. Nhưng từ chối thì không nỡ. Lan Như bấm máy:

- Cảm ơn anh. Rất độc đáo. Chỉ anh và biển.

Anh nói chầm chậm:

- Anh phải nói lần nữa. Lan Như nên đi nghỉ.

- Lan Như không mệt.

Lời thốt ra nhẹ như hơi thở. Cả hai im lặng. Nhấp cà phê. Võ Bằng nhận hiểu ánh mắt ấy - thương yêu, không đòi hỏi. Anh chuyển hướng:

- Sài Gòn chắc nóng lắm. Chưa về mà đã thấy như bước vào thế giới khác.

- Lan Như cũng có cảm tưởng như vậy.

- Nhưng với anh... tệ hơn là không biết về đâu.

- Không biết về đâu? Lạ, người như anh ...

Anh lắc đầu:

- Xem vậy mà không phải vậy.

Lan Như không hỏi thêm. Họ lặng lẽ nhìn ra khơi. Rồi Võ Bằng lên tiếng:

- Bài phóng sự, Lan Như viết đến đâu rồi?

- Chỉ mới viết... trong đầu!

- Anh rất nôn nóng muốn đọc.

- Báo in ra, Lan Như sẽ mang xuống tàu.

- Không cần. Anh tự tìm đọc được.

- Lan Như muốn đích thân mang đến. Anh đọc ưu tiên.

Võ Bằng lắc đầu:

- Tàu phải vào Công xưởng sửa chữa. Khó tìm và khó vào.

Nàng nhìn anh, ánh mắt tinh ranh:

- Anh quên Lan Như là nhà báo sao? Thẻ Báo Chí như Sổ Thông Hành.

Cả hai cùng cười, nụ cười không hứa hẹn. Giọng Lan Như trở nên sôi động:

- Lan Như sống với nghề hết mình. Đi. Thấy. Viết. Ngoài ra không có gì ràng buộc.

Nàng ngừng lại, mắt nhìn thẳng mắt anh, giọng êm ái:

- Cho đến khi... gặp anh.

Võ Bằng thoáng chới với trước thổ lộ bất ngờ, còn đang tìm lời hóa giải thì nàng tiếp:

- Lan Như không có ý chiếm lấy tình cảm của anh. Chỉ muốn nói rằng, Lan Như lúc rời tàu không còn là Lan Như lúc lên tàu. Từ lâu, Lan Như tưởng mình đã hóa đá nhưng nào ngờ tình yêu mạnh hơn chủ nhân của nó.

Anh chọn từng chữ:

- Anh trân trọng điều đó. Nhưng...

Lan Như chớp mắt, đợi chờ. Võ Bằng thở hắt, giọng đều đều:

- Phải chi Lan Như đến An Thới sớm hơn. Chỉ mới đây thôi, chính xác là ba tuần, cũng tại nơi này, anh gặp một người giống giống Lan Như. Tình cảm của anh, cũng tưởng đã hóa đá, nào ngờ từ phút gặp gỡ, hình ảnh đó cứ theo anh đến tận cả phút giây sinh tử.

Lan Như thở dài, im lặng. Võ Bằng tiếp:

- Thôi thì chúng ta hãy coi chuyến đi như một bức hình độc đáo và giữ riêng như một kỷ niệm. Đẹp và không buồn.

Lan Như nhìn anh thật lâu, như nhìn lần cuối:

- Mối tình nào không toại nguyện mà không buồn.

Giọng nàng lạc đi:

- Nhưng Lan Như được chút an ủi. Ít nhất nó

được anh trân trọng.

Xa xa, một chiến hạm chạy ngược chiều, một vệt khói vắt ngang không gian. Nàng nghĩ đến biển, mùi dầu, những đêm hải chiến, cuồng phong, những ánh mắt vội vàng giữa ranh giới sống chết. Và nàng cũng thấy rõ, chuyến đi không giản dị chỉ như là một bức hình độc đáo để giữ làm kỷ niệm. Chuyến đi chuyên chở cả một tình yêu đầu đời...

***

Đúng tám giờ, họ cùng nhau xuống phòng ăn sáng. Các sĩ quan hiện diện gần đông đủ. Anh cho mời thuyền trưởng tàu dầu tham dự. Trong lúc ăn, Võ Bằng nêu ra vấn đề 20 thùng quà của tàu dầu tặng. Anh hỏi Trung úy Tuấn kết quả khám xét. Tuấn nói:

- Thưa Hạm trưởng. Đúng là rượu XO, không có gì nghi ngờ. Tổng cộng có 120 chai.

Võ Bằng quay qua Thuyền trưởng:

- Thuyền trưởng Jongrak. Đại diện chiến hạm, xin cám ơn các ông tặng quà.

Thuyền trưởng vui vẻ nói, "Không có chi". Võ Bằng hướng về các sĩ quan:

- Tôi từng có dịp uống loại rượu này. Rất ngon và khá đắt tiền, là món quà đúng dịp Tết sắp đến. Nhưng nên phân phối thế nào cho hợp lý, ai cũng nhận quà vui vẻ.

Hạm phó Tiến lên tiếng:

- Tôi đề nghị trên căn bản là mỗi người một chai. Còn lại chia theo cấp bậc. Tôi cũng đề nghị tặng cho cố vấn và cô phóng viên mỗi người một.

Các sĩ quan hoan hô. Hạm phó lấy bút giấy tính

toán, rồi nói:

- Nếu chia theo cách đó, tổng số là 109 chai, còn dư 11.

Võ Bằng nhíu mày:

- Để công bằng, nên chia thêm một cho mỗi người tiếp chuyển thùng quà qua chiến hạm.

Hạm phó nói:

- Rất công bằng. Vậy thì còn 4 chai. Tôi đề nghị mình giữ trên tàu, uống mừng ba ngày Tết.

Võ Bằng lắc đầu:

- Tuyệt đối không uống rượu trên tàu. Dù có vẻ nghịch lý nhưng nên dành cho hai chiến hữu bị thương còn nằm bệnh viện.

Hạm phó ngập ngừng:

- Nhưng thưa Hạm trưởng...

Võ Bằng cắt lời:

- Tôi sẽ đổi thành tiền theo giá thị trường rồi mua quà thích hợp cho người bệnh.

Tất cả vui vẻ tán thành. Võ Bằng tiếp:

- Xong vụ quà. Hạm phó tập họp nhân viên trong ngày hôm nay nêu quyết định phân phối. Mọi việc phải xong trước khi về đến Sài Gòn. Ngay bây giờ, lấy cho tôi hai chai.

Hạm phó mang đến trao Hạm trưởng. Võ Bằng tặng Cố vấn và Lan Như:

- Happy New Year 1970!

Mọi người rời bàn ăn. Lan Như về phòng riêng. Nàng ngủ say như đã uống cạn chai rượu.

***

Sông Sài Gòn sáng sớm mở ra trước mũi tàu như một dải lụa xám, chảy chậm, mang theo mùi bùn ngai ngái và hơi nóng ngột ngạt của thành phố. Rạch Gầm giảm tốc khi ngang thương cảng. Thương thuyền chiếc cập, chiếc neo. Trên bờ, các kho hàng quét vôi trắng xếp thành dãy. Một khung cảnh quen mà vẫn lạ sau những ngày dài ở biển.

Từ đài chỉ huy, Lan Như say mê ngắm mọi vật liên tục lùi về phía sau. Cái nhìn của nàng lúc này không dành cho nghề nghiệp. Nó hoàn toàn thuộc về khoảnh khắc chia ly.

Tiếng còi tập họp vang lên. Thủy thủ đoàn xuất hiện trong tiểu lễ trắng đứng dọc theo tả hạm. Thành phố đã hiện ra trước mắt, nhộn nhịp mà thờ ơ. Rạch Gầm chầm chậm ngang qua cột cờ Thủ Ngữ, khách sạn Majestic, đường Tự Do.

Sau hồi còi của anh giám lộ, mọi người đưa tay chào Đức Thánh Trần Hưng Đạo, chào Thủ đô Sài Gòn, chào Tư Lệnh Hải Quân. Tiếng còi giải tán khi qua khỏi Bộ Tư Lệnh.

Trong quân phục trắng chỉnh tề, Võ Bằng bình thản ban các lệnh điều khiển con tàu quay mũi hướng hạ dòng tiến vào cầu C.

Con tàu từ từ cập vào, êm ái, nhịp nhàng. Khi dây đã buộc xong, thủy thủ đoàn rời nhiệm sở. Đường Bạch Đằng vắng vẻ. Đường Cường Để lưa thưa xe cộ. Không gian hững hờ, trống trải.

Cầu C không bóng người, không như công điện

Vùng 4 thông báo có các giới chức tòa đại sứ Thái Lan hiện diện tiếp nhận bảy nhân viên tàu chìm.

Từ đài chỉ huy, Võ Bằng xuống thẳng phòng ăn. Điểm tâm giản dị: bánh mì, trứng chiên. Anh nhấp vài ngụm cà phê, nhìn Lan Như. Nàng gượng nở nụ cười:

- Đã đến lúc chia tay! Xin cám ơn Hạm trưởng và thủy thủ đoàn đã tiếp đãi nồng hậu. Lan Như sẽ không bao giờ quên. Xin chúc tất cả luôn vui khỏe, thêm nhiều thành tích và an toàn về bến. Mong có dịp gặp lại.

Trung úy Tài cười nói:

- Nhớ đừng quên lời hứa!

Lan Như ngạc nhiên:

- Lời hứa? Tôi đã hứa gì?

- Cô hứa rằng chừng nào hết thích bay nhảy mà tôi chưa có vợ, cô sẽ ưu tiên chọn tôi.

Lan Như cười tươi:

- À, tôi nhớ rồi! Vậy thì chúc anh sớm có vợ.

Những tiếng cười giòn giã. Võ Bằng cho biết tiếp theo là họp nội bộ. Cố vấn và phóng viên có thể rời tàu.

Cố vấn ra đi trước. Vài phút sau, Lan Như cổ đeo máy ảnh, hai tay hai túi xách bước qua phòng ăn. Võ Bằng chỉ thị chiêu đãi viên hỗ trợ đưa nàng lên hạm kiều.

Các sĩ quan vẫy tay từ biệt. Giọng Võ Bằng trầm ấm:

- Chia ly bao giờ cũng buồn nên chúc Lan Như

luôn được vui. Nhớ là chiến hạm nôn nóng chờ đọc các bài phóng sự.

Lan Như quay đi, bước vào hành lang. Nàng bước đều, không ngoái lại...

CHƯƠNG 27

BIẾT ĐẾN BAO GIỜ...

Tiếng chuông báo giờ giải lao vang lên. Trong khoảnh khắc, sân trường rộn ràng các tà áo trắng, tiếng cười tiếng gọi rôm rả bốn hướng.

Huỳnh Như Oanh bước chậm vào phòng giáo sư, rót ly nước lạnh, ngồi vào ghế trống giữa bàn dài. Nàng nghĩ, nếu không có mươi phút xả hơi này, *có lẽ nàng đã ngất đi ngay trên bục giảng*". Đêm qua, tự dưng nàng mất ngủ, có thể do soạn bài quá khuya rồi quá giấc. Và từ lúc đó, nàng cứ nghĩ ngợi miên man. Muốn xin dạy trường khác mà trường nào? Lấy lý do gì? Võ Bằng đã nhận được thư của nàng chưa? Chừng nào anh về? Khi về có đến nàng không? Cũng may hôm nay chỉ dạy nửa buổi, nàng chỉ cần cố gắng thêm hai tiếng nữa thôi...

Như Oanh khép mắt, thở đều, cố gạt ra ngoài tai những câu chuyện rì rầm quanh bàn: chuyện người yêu, chuyện chồng con, chuyện gia đình. Nhưng đoạn đối thoại của hai cô giáo ngồi đối diện khiến nàng mở mắt.

- Báo hôm nay có bài phóng sự về chuyến công tác của một chiến hạm ở vùng đảo Thổ Châu, Phú Quốc. Tác giả ký tên Lan Như. Lan Như thì hẳn là đàn bà. Đàn bà đi trên tàu chiến! Khó tin quá. Dám ông nào lấy bút danh đàn bà cho thêm phần hấp dẫn!

Như Oanh nhìn sang. Cô bạn đồng nghiệp còn đang đọc. Nàng nôn nóng chờ đợi. Bài viết về chiến hạm hoạt động vùng Phú Quốc, biết đâu... biết đâu có nhắc đến chiến hạm của Võ Bằng. Nhưng mãi đến khi chuông báo hết giờ giải lao, cô bạn mới bỏ tờ báo xuống.

Như Oanh nấn ná chờ cô bạn ra khỏi cửa, vội vàng cầm tờ báo lên. Dòng tựa hiện ra rõ ràng đến nhói tim: ***"Chiến hạm Rạch Gầm: Pháo đài di động giữa trùng khơi Thổ Châu"***.

Mắt nàng dán chặt vào bức ảnh nhỏ chiếm một góc trên trang nhất, chụp Võ Bằng đang nghiêng người chỉ tay về hòn đảo hiện giữa biển mênh mông.

Nàng định đọc tiếp nhưng bài khá dài, vội uống ly nước rồi đi nhanh về lớp. Một cảm giác lẫn lộn tràn ngập: vui mừng, nhung nhớ, lo âu... Nàng ra đề cho học sinh làm bài, rồi ngồi thừ người...

Đúng mười hai giờ trưa nàng rời trường. Trên đường về, nàng ghé sạp báo mua tờ Ngôn Luận.

***

Vào phòng riêng, nàng mở tờ báo đọc không sót một chữ:

"Phóng sự chiến trường đặc biệt của Lan Như.

Ngày 3 tháng 12 năm 1969, tôi đến An Thới sau nửa ngày xe đò từ Sài Gòn và bốn tiếng trên một chiến đỉnh từ Rạch Giá. Tôi được Căn cứ Hải Quân An Thới cấp cho một phòng tạm trú và sáng hôm sau được Đại tá Lương Đình Thám Tư lệnh Hải Quân Vùng 4

Duyên hải tiếp kiến.

Ông nói qua về lực lượng và vùng trách nhiệm của ông. Với mười lăm ngày công tác của tôi, ông chỉ định tôi tháp tùng Trợ Chiến Hạm Rạch Gầm HQ 266 trong tám ngày đầu. Sau đó tôi sẽ chuyển sang một chiến hạm khác...

Người tôi gặp ở bãi biển một ngày trước đó cho tôi cái cảm tưởng là một tên phất phơ, hóa ra là hạm trưởng chiếc Rạch Gầm. Ông tiếp tôi bằng thái độ dè dặt nhưng tử tế. Tôi được ăn ở trong khu vực sĩ quan, được tự do tiếp xúc thủy thủ đoàn và tìm hiểu chiến hạm.

Chín giờ sáng ngày 5 tháng 12, Rạch Gầm rời quân cảng An Thới. Khi con tàu ra khỏi cửa vịnh, đất liền biến mất rất nhanh. Quanh tàu, mặt nước phẳng lặng, mênh mông, trải dài đến tận đường chân trời. Thỉnh thoảng, một đàn hải âu vụt ngang mũi tàu, lượn vài vòng rồi mất hút.

Gió nhẹ từ hướng đông bắc, biển êm, thuận lợi cho hải trình dài bốn tiếng đến quần đảo Thổ Châu - một vị trí tiền tiêu quan trọng ở cực Tây Nam lãnh hải.

Rạch Gầm là loại trợ chiến hạm thiết kế gọn nhưng trang bị súng lớn nhỏ đủ loại, thích ứng chiến đấu mọi tình huống và hoạt động dài ngày không cần tiếp tế.

Màu nước biển thay đổi rõ rệt. Càng xa đất liền màu càng đậm hơn. Từ xanh nhạt chuyển dần sang xanh thẫm, báo hiệu tàu đã đi vào vùng nước sâu hơn. Sóng và gió tương ứng với độ di chuyển mặt trời. Càng trưa và về chiều, gió mạnh dần, sóng thêm cao.

Từ đài chỉ huy, mệnh lệnh được ban ra ngắn gọn, chính xác. Các ca trực nối tiếp nhau. Tiếng máy tàu phát âm đều đều, kiên trì như tiếng thở của chiến hạm.

Các sĩ quan thường xuyên theo dõi vị trí, điều chỉnh hướng đi phù hợp với dòng chảy, độ giạt.

Tôi bắt đầu cảm phục sự phối hợp nhịp nhàng chặt chẽ, đòi hỏi mức chính xác và kỷ luật cao. Với người lính biển, đó là công việc thường ngày. Nhưng với tôi, đó là hình ảnh hoàn toàn khác biệt với đời sống trên đất liền: xô bồ, bon chen, ồn ào, hời hợt.

Sau hành trình hơn ba tiếng, hình dáng vài đảo nhấp nhô hiện ra. Rồi một đảo lớn với tháp hải đăng vút lên nền trời: Đảo Thổ Châu.

Khi chiến hạm chạy vòng quanh đảo, tôi có cảm tưởng như đang đi quanh một viên ngọc khổng lồ. Chín đảo nhỏ vây quanh như chín đóa hoa khoe sắc giữa biển khơi...

...

- Ngày mai: Trận hải chiến kinh hồn ở Hòn Chuối".

***

Như Oanh đọc mà quên cả thở. Dù không một lần nhắc đến tên Võ Bằng, mỗi chữ gợi bao nỗi nhớ, bâng khuâng. Đã bao lâu rồi, kể từ lần cuối cùng đứng bên anh nơi bãi biển? Chỉ chưa đầy một tháng mà như lâu lắm rồi.

Nàng đứng dậy, nôn nao, bần thần.

Trận hải chiến kinh hồn?

Ác liệt, khủng khiếp đến mức nào?

Võ Bằng có mệnh hệ gì không?

Nàng ngồi thẫn thờ, ý nghĩ chồng chéo. Cuối cùng, Như Oanh quyết định: nàng phải gặp phóng viên Lan Như. Chỉ qua Lan Như, nàng mới có thể biết rõ thêm về hiện trạng của Võ Bằng, mới hy vọng gặp lại. Nhưng nếu Lan Như là đàn ông và tòa soạn không muốn cho gặp...

***

Chiếc xích lô dừng trước Tòa soạn báo Ngôn Luận trên đường Phạm Ngũ Lão. Như Oanh bước vào, hơi ngập ngừng trước không khí bận rộn của tòa soạn. Khi nàng trình bày lý do, cô thư ký chỉ vào chiếc bàn phía trong.

Một thiếu nữ trẻ đang chăm chú đánh máy. Ánh đèn bàn tỏa sáng khuôn mặt trái xoan thanh tú, mái tóc cắt ngắn ôm bờ vai.

Như Oanh nhỏ nhẹ:

- Xin lỗi, chị là phóng viên Lan Như?

Thiếu nữ ngẩng lên. Đôi mắt sáng, thẳng thắn, hơi ngạc nhiên:

- Tôi đây. Có việc gì, hả chị?

Như Oanh hít sâu, rồi thở ra mọi lo lắng, hồi hộp:

- Tôi là Huỳnh Như Oanh. Tôi vừa đọc bài phóng sự của chị. Tôi... tôi muốn hỏi thăm... một người trên chiến hạm Rạch Gầm.

Lan Như ngưng đánh máy. Ánh mắt như xuyên thấu từ từ dịu lại. Linh cảm cho biết người đối diện là ai, nàng nhẹ giọng:

- Chị muốn hỏi thăm về Hạm trưởng Võ Bằng, đúng không?

Như Oanh sững sờ:

- Sao... Sao chị biết?"

Lan Như đứng dậy, giọng êm ái:

- Ở đây ồn ào. Chúng ta đến nơi khác nói chuyện, tiện hơn.

Quán cà phê gần tòa soạn, vắng khách. Nhạc tiền chiến nhẹ vang, êm và ấm.

Hai người ngồi đối diện, lặng lẽ quan sát nhau. Lan Như ngắm kỹ hơn người con gái được Võ Bằng để mắt đến. Gương mặt hiền hậu, đôi mày cong trên đôi mắt to đen. Tóc phủ bờ vai. Vẻ âu lo không che giấu. Một người con gái đủ dịu dàng để Võ Bằng thương yêu.

Như Oanh cũng ngắm Lan Như: mảnh mai, năng nổ, ánh nhìn thẳng thắn, đôi môi gợi cảm. Nếu Võ Bằng có rung động trước người con gái này cũng không có gì là lạ. Đã đến lúc rút lui như đã rút lui với Vinh chăng?

Khuấy đường cho ly cà phê, Như Oanh lên tiếng:

- Sao chị biết tôi muốn hỏi về Hạm trưởng Võ Bằng?

Lan Như mỉm cười:

- Có lần anh ấy nhắc đến chị.

Như Oanh nghe rung động. Lan Như mỉm cười tiếp:

- Không chỉ nhắc mà còn thú nhận là... yêu chị.

Như Oanh giật mình:

- Xin đừng nói chơi...

Lan Như khẽ lắc đầu:

- Tôi nói thiệt.

Như Oanh đi thẳng vào mục đích:

- Chị có biết anh ấy chừng nào về Sài Gòn?

Lan Như lại mỉm cười:

- Về rồi!

Như Oanh cúi đầu, cổ như nghẹn lại:

- Xin chị đừng đùa cợt nữa. Tôi rất cần biết tin tức về anh ấy.

- Tôi nói đứng đắn mà. Anh ấy đã về và đã thú nhận với tôi anh ấy yêu chị.

Như Oanh mắt mở lớn, lắc đầu:

- Chúng tôi chỉ mới quen biết.

Lan Như thẳng thừng nói:

- Anh ấy thú nhận vì muốn ngăn tôi yêu anh ấy!

Như Oanh ngạc nhiên trước một thổ lộ quá mức chân thành đến khó tin. Nàng cúi đầu không biết nói gì thêm.

Giọng Lan Như êm đềm:

- Tôi nghĩ anh ấy chọn... đúng người.

Như Oanh trầm giọng:

- Cám ơn chị dành cho lời tốt đẹp. Nhưng thực tế có thể không được như vậy. Chúng tôi chỉ gặp gỡ gần như là thoáng qua. Còn chị, chị sống bên anh bao nhiêu ngày đêm, nơi mà tôi chưa từng được hân hạnh đặt chân lên.

Một nụ cười nhẹ, mơ hồ trên môi Lan Như:

- Đó cũng chính là niềm chua xót cho tôi. Tôi đã từ chối mọi chàng trai ve vãn cho đến khi gặp Võ Bằng. Mỗi ngày một ít, tôi hiểu anh hơn. Và rồi có cảm tình lúc nào không biết.

Như Oanh lặng nghe, lòng xôn xao. Những điều Lan Như kể, nàng đều có thể hình dung. Xét ra, nàng còn tệ hơn, chỉ sau hai lần gặp gỡ ngắn ngủi. Sự việc xem ra rối rắm, mơ hồ. Nàng vẫn thấy trong giọng Lan Như một điều gì chưa thể buông dù đã nghe Võ Bằng thú nhận yêu nàng. Còn với Võ Bằng, biết đâu anh chẳng nghĩ nàng đã có hôn phu mà ngả qua Lan Như. Dù thế nào cũng nên gặp Võ Bằng cho rõ trắng đen. Rồi chia tay không thắc mắc.

Như Oanh hỏi dò:

- Về đây, chắc chị đã có dịp gặp lại anh ấy?

- Chưa. Chưa được gặp.

Nàng hấp tấp hỏi:

- Chưa gặp? Sao chưa gặp? Có phải anh ấy bị thương?

Lan Như xua tay:

- Không. Anh ấy bình an. Tôi nói chưa gặp vì tôi đã tìm nhưng... không thể gặp.

- Sao vậy chị?

- Sáng hôm nay, sau khi báo phát hành, tôi mang xuống tàu tặng anh ấy nhưng họ không cho phép. Họ viện cớ tàu đang được giám định sửa chữa và sau đó vào Hải Quân Công Xưởng. Khu vực cấm dân chính.

Như Oanh vẫn ngờ vực:

- Xin chị kể cho nghe trận hải chiến.

- Tôi đang viết, và cần viết gấp. Muốn biết rõ, chị đón đọc báo ngày mai. Cả báo ngày mốt, kể về trận cuồng phong cũng kinh hồn.

Họ nói chuyện thêm một lúc. Lan Như kể vài chuyện vui trên tàu, về tính cách của những thủy thủ trẻ, về những bữa cơm đạm bạc nhưng đầm ấm như trong gia đình. Như Oanh lắng nghe, như được sống trong không khí ấy, như được gần Võ Bằng hơn.

Nàng nói:

- Chị may mắn hơn tôi, có được những kỷ niệm sâu đậm với Võ Bằng. Còn tôi, rất hời hợt, chưa biết gì nhiều về anh ấy.

Lan Như thấy chút an ủi. Quả là nàng hơn Như Oanh về mặt gần gụi Võ Bằng. Chỉ có nàng là được thấy những gì anh thực hiện, được nghe những lệnh anh ban ra khiến cả một khối sắt cũng biết nghe lời.

Lúc hai thiếu nữ ra khỏi quán, chuẩn bị chia tay, Lan Như nghiêm giọng:

- Hãy tin tôi. Đời Võ Bằng thuộc về biển, nhưng trái tim thuộc về chị. Hãy vui lên. Nay mai chị sẽ gặp mà!

Như Oanh gật đầu, mắt sáng lên. Hai người vòng tay ôm nhau. Bàn tay của phóng viên hơi chai sạn, của cô giáo mềm mại, nhưng cùng truyền cho nhau cảm giác ấm áp lạ thường.

Lan Như hướng về tòa soạn. Như Oanh bước trên lề phố đông người. Lần đầu tiên, từ sau ngày đi dạy, nàng không còn thấy mình đơn độc trong nỗi mong chờ dù chưa biết đến bao giờ...

CHƯƠNG 28

HỢP TAN LÀ LẼ VÔ THƯỜNG

Mười giờ sáng chủ nhật, Như Oanh đang chăm chú chấm luận văn thì chuông cửa reo vang. Thường ngày mẹ nàng mở cửa, nhưng hôm nay ông bà đã đi lễ chùa từ sớm. Nàng gác bút, ngạc nhiên. Ai lại đến vào giờ này. *Vinh ư?* Không. Nàng không tin người cũ còn trở lại. Có lẽ là khách của ba mẹ.

Nàng vừa xuống cầu thang vừa băn khoăn. Khi cánh cửa hé mở, tim nàng đập thùm thụp. Tay đưa lên bụm miệng, nhưng tiếng vẫn bật ra:

- Anh Bằng!

Nàng mở rộng cửa, giọng run nhẹ:

- Mời anh vào.

Võ Bằng bước qua ngưỡng cửa, mỉm cười:

- Rất vui Như Oanh còn nhớ tên.

Nàng dẫn anh đến phòng khách. Trong lúc đi, anh nhìn bộ pyjama xanh nhạt điểm hoa mai trắng, dáng người thon gọn, mái tóc mềm mại ôm nhẹ bờ vai. Vẫn là nàng, dịu dàng như sóng nước.

Giọng nàng thật êm:

- Anh ngồi đây, cho em xin phép một chút.

Nàng lên lầu.

Võ Bằng ngồi xuống, nhìn quanh. Căn biệt thự hai tầng rộng và tĩnh lặng. Bộ sô-pha da màu ngà. Một cây đàn piano lớn để mở, gỗ nâu sậm nổi vân. Hàng chữ Yamaha ánh vàng vắt ngang bên trên bàn phím đen trắng. Tranh sơn dầu treo dọc tường, toàn là hoa trang nhã. Cuối phòng là chiếc truyền hình màn ảnh rộng, phía dưới là dàn âm thanh hiện đại.

Anh hơi ngỡ ngàng. Không phải vì choáng ngợp, mà vì có cảm tưởng như lạc vào một thế giới khác. Một đời sống khác.

Như Oanh trở xuống, áo dài màu ngà. Môi cười, mắt sáng.

Võ Bằng đứng lên trao món quà mang theo.

Nàng mở ngay: quyển *Gone With The Wind* và gói trà Đỗ Hữu. Nàng cười, nụ cười rạng rỡ:

- Em vừa xem phim *Cuốn Theo Chiều Gió*. Đang muốn đọc sách thì được tặng. Cả trà nữa... để đọc suốt đêm. Cám ơn anh.

- Thay vì cám ơn, Như Oanh xem lại phim đó. Cho anh đi cùng.

Nàng nghiêng mặt, mỉm cười:

- Em muốn xem lại.

Nói xong, má nàng ửng hồng, giọng bẽn lẽn:

- Anh dùng bia hay cà phê?

- Tùy Như Oanh. Gì cũng thích.

Như Oanh vào bếp, cố ý pha chậm cà phê và trà. Nàng cần vài phút cho cảm xúc lắng xuống. Khi đặt ly cà phê trước mặt Võ Bằng, nàng mỉm cười:

- Hy vọng hương vị giống quán *Sóng*. Còn nước dừa... tạm thay bằng trà.

Võ Bằng nghe tim se lại. Tưởng nàng đã quên, không ngờ nàng nhớ đến từng chi tiết.

- Nhận được thư Như Oanh, anh mừng quá nên đến ngay.

- Chị em có nhắn gì không?

- Không. Anh không gặp chị. Từ vùng công tác đi thẳng về đây.

- Vậy sao anh nhận được thư?

Anh mỉm cười, đọc lại đúng câu chữ nàng viết:

- Hy vọng lá thư này tìm đến anh, bất kể anh đang ở nơi nào, giữa biển khơi hay vùng đảo xa xôi.

Nàng làm bộ mặt giận:

- Chọc quê. Không nói chuyện nữa.

- Chị em chuyển tiếp thư qua khu bưu chính. Hai ngày trước, vừa cập cầu là anh nhận được. Muốn đến liền, nhưng còn bận vài việc quan trọng.

- Anh bận sao? Em tưởng về bến là anh được nghỉ ngơi.

- Anh cần giải quyết các "dư âm" của chuyến công tác. Nhất là đến ủy lạo một gia đình tử sĩ, thăm một sĩ quan và một anh lính bị thương. Hôm nay dành trọn cho em.

Như Oanh thè lưỡi:

- Có chết và bị thương à? Sợ quá! Hôm qua, em chỉ mới đọc bài tường trình chuyến hải hành từ An Thới đến Thổ Châu. Hôm nay báo mới đăng trận hải chiến... nhưng chưa có báo.

Võ Bằng uống vài ngụm cà phê, nghĩ tới lời hứa của Lan Như: khi đăng bài sẽ mang báo đến tặng. Anh tin là Lan Như có đến nhưng Hải Quân Công Xưởng không cho vào! Cũng mừng. Gặp chỉ gây phiền cho cả hai. Anh đặt ly xuống, đúng lúc Như Oanh cất giọng nhẹ êm nhưng lại như tiếng còi tàu báo động:

- Hôm qua... em gặp chị Lan Như.

Võ Bằng trân mắt nhìn nàng:

- Gặp Lan Như? Em biết cô ấy?

Nàng bình thản đáp:

- Bài tường thuật cho biết chị ấy đi trên tàu anh.

Võ Bằng thầm kêu khổ. Anh hiểu ngay sự nhạy cảm của khoảnh khắc. Cần tránh một lời không khéo gây hiểu lầm khó gỡ.

Như Oanh tiếp tục:

- Chị ấy dễ thương ghê.

Võ Bằng mỉm cười:

- Anh chỉ thấy cô ấy gan lỳ và chuyên nghiệp.

Nàng nhìn anh, giọng dịu dàng nhưng thẳng thắn:

- Chỉ vậy thôi?

Võ Bằng đáp chậm rãi:

- Anh quý trọng tài năng và tư cách của cô ấy. Điềm tĩnh, lịch lãm, và yêu nghề.

Như Oanh gật đầu:

- Em cũng cảm nhận như vậy.

Một khoảng lặng. Rồi nàng nói rất nhỏ:

- Em tìm chị ấy vì nôn nóng muốn biết tin tức về anh. Khi gặp, em lại muốn biết mình đang đứng ở đâu... trong lòng anh.

Võ Bằng mỉm cười, âu yếm nhìn nàng:

- Em đứng trong đời anh. Trọn đời.

Nàng không cười, chỉ cúi mặt. Khi ngẩng lên, khóe mắt long lanh:

- Khó tin quá. Có một câu vè em mới được nghe: tượng nào cao bằng tượng Trần Hưng Đạo, lính nào xạo bằng lính hải quân.

Võ Bằng vờ thở dài:

- Nhưng câu này không xạo: tưởng rằng mọi cảm xúc đã bế quan tỏa cảng, nào ngờ em đến như một trận cuồng phong.

Oanh nhìn anh, dịu giọng:

- Vậy câu vè là... xạo!

Võ Bằng nâng ly cà phê nhâm nhi. Một lúc, anh nói chậm:

- Em biết không, anh sợ nhất là khi gặp lại, em xem anh như người lạ.

- Em cũng sợ. Sợ anh... thiếu thành thật.

Võ Bằng mỉm cười:

- Từ nhỏ, thành thật đã là đức tính của anh.

Như Oanh lặng thinh. Anh nghiêm nét mặt:

- Để anh chứng tỏ. Trong những ngày xa em, biết anh ao ước điều gì không?

Như Oanh hồi hộp chờ. Anh tiếp:

- Rất thành thật, nghĩ sao nói vậy: ao ước được nắm tay em.

Lời nói như có sức mạnh kéo bàn tay nàng về phía anh. Anh ân cần nắm lấy bàn tay thon thả, mềm mại. Trong khoảnh khắc, mọi mệt nhọc tan biến. Nàng thấy ấm áp, an toàn.

Khi anh buông tay, nàng chợt băn khoăn: nếu anh đòi hỏi một chiếc hôn? Điều đó thì... lạm dụng thành thật. Nàng quyết sẽ từ chối...

Nhưng anh vẫn ngồi yên, mắt nhìn quanh phòng:

- Nhà em đẹp quá.

Như Oanh dè dặt:

- Không phải nhà của em. Em không ham nhà đẹp. Chỉ thích một nơi ấm cúng.

Võ Bằng lặng đi. Rồi nói chậm rãi:

- Anh từng nghĩ đến lập gia đình, nhưng cứ e ngại. Đời anh lấy biển làm nhà. Lúc ở, lúc đi. Chỉ khổ người chờ đợi.

Nàng nhìn sâu vào mắt anh:

- Đức Phật nói đời là bể khổ, trong đó có khổ vì thương mà phải xa. Nhưng bên nhau cũng đâu hẳn hạnh phúc, có khi lại căm ghét nhau như kẻ thù. Cho nên lúc đi, lúc ở... chỉ là lẽ vô thường.

Võ Bằng chăm chú nhìn nàng, tim đập mạnh. Nàng khuyến khích hay chỉ vô tình? Anh tin là khuyến khích nhưng vội vàng tỏ tình lại có thể là biểu lộ thiếu chân thành.

Ngoài cửa sổ, gió lay nhẹ hàng cây. Tiếng còi xe vọng đến mơ hồ, như thuộc về một thế giới khác.

Võ Bằng uống thêm ngụm cà phê. Anh thấy đời anh đi đi, về về. Đi thì lâu mà về thì quá ngắn. Thời gian không nhiều để chần chừ. Không thổ lộ bây giờ thì bao giờ! Anh nghiêm giọng:

- Hôm nay anh đến, như trong thư em nói, là để tiếp tục chuyện tình duyên hải cho đến hồi kết.

Nàng nghiêng mặt, mỉm cười:

- Cho dù kết cuộc có thế nào?

- Hy vọng một kết cuộc có hậu.

Nàng uống vài ngụm trà rồi nói chầm chậm:

- Em hiểu cuộc đời anh gắn liền với biển. Em không khuyên anh rời biển. Em chỉ mong... khi anh trở về, anh biết mình chỉ có một bến đỗ.

Võ Bằng hớn hở, định chính thức mở lời cầu hôn thì cánh cửa bật mở. Không khí ấm áp trong phòng như đóng băng lại.

Ba nàng bước vào trước. Dáng cao, gầy. Áo sơ mi trắng cài nút kín cổ. Gương mặt nghiêm nghị đến lạnh lùng. Mẹ nàng theo sau, dáng người phúc hậu, ánh mắt bình lặng.

Giọng ông vang vang:

- Có khách à?

Như Oanh và Võ Bằng cùng đứng lên. Nàng nhanh nhảu:

- Thưa ba, đây là anh Võ Bằng.

Võ Bằng cúi chào. Ông đưa mắt soi xét bộ đồ dân sự giản dị của anh, không đưa tay bắt:

- Mời Hạm trưởng ngồi.

Như Oanh nghe lạnh người.

Ông bà ngồi đối diện, cùng ngắm nghía Võ Bằng. Một lúc ông lên tiếng, giọng khô khốc:

- Cậu quê quán ở đâu?

- Dạ, Tân An.

- Long An?

- Thưa không. Tân An Châu Đốc.

- Ba má làm gì?

Võ Bằng nhìn thẳng, không né ánh mắt sắc bén của ông:

- Dạ, ba cháu làm công chức, còn má cháu buôn bán tạp hóa.

Căn phòng im phăng phắc, như thu hẹp lại. Mẹ nàng rót thêm trà:

- Bán tạp hóa thì vất vả mà lợi tức có được bao nhiêu.

Võ Bằng dè dặt đáp:

- Dạ.

Ba nàng tiếp tục hỏi:

- Cả thảy mấy anh chị em?

- Dạ, một anh, một chị, đều đã có gia đình.

- Còn cậu?

- Dạ chưa.

- Làm hạm trưởng thì thiếu gì cô để ý!

- Thưa bác, thực tế... ngược lại.

- Tôi có rể cũng hải quân. Cấp bậc cao hơn cậu.

- Dạ, cháu biết. Cao hơn nhiều.

Không khí không phải thăm hỏi. Đó là cuộc thẩm định. Anh mong kết quả tốt đẹp.

Ông nhấp trà, rồi đặt tách xuống tạo thành tiếng khua lớn:

- Tôi nêu sự việc có phần quá sớm nhưng sớm còn hơn muộn. Tôi giả sử cậu làm quen con gái tôi với ý định tốt. Nhưng...

Ông lại nâng tách trà nhấp vài hớp:

- Khi gả con gái đầu lòng cho hải quân, chúng tôi dứt khoát không muốn chuyện ấy tái diễn cho con gái út. Hải quân nay bến này mai bến nọ, muốn đi thăm là cả vấn đề. Lại thêm đời sống không được sung túc.

Võ Bằng cúi đầu, lặng thinh. Ông tiếp:

- Như Oanh lớn lên trong môi trường hoàn toàn khác với gia đình cậu.

Mẹ nàng tiếp lời, giọng nhỏ nhẹ:

- Không phải chúng tôi chê bai gì cậu. Chỉ sợ con mình... không quen với lối sống không thuộc về nó.

Như Oanh tái mặt, kêu khẽ:

- Mẹ...

Bà giơ tay ngăn lại:

- Thà mất lòng trước...

Như Oanh lại kêu lên tha thiết:

- Mẹ...

Bà làm lơ, quay sang Võ Bằng:

- Tôi nói vậy, chắc đủ để cậu hiểu.

Anh nhủ lòng giữ bình tĩnh. Nhưng trả lời thế nào đây?

Ba Như Oanh lạnh lùng tiếp:

- Tốt hơn hết, mọi chuyện nên dừng lại.

Như Oanh ngẩn ngơ quay sang Võ Bằng. Anh nhìn nàng, mỉm cười trấn an. Anh thấy nên rút lui như một thiện chí rồi tìm cách tiến tới. Anh đứng lên, giọng chững chạc, chậm rãi:

- Thưa hai bác, hôm nay cháu đến trong tư cách một người bạn mới quen Như Oanh. Cháu không nghĩ việc đó là thất lễ với hai bác.

Ông gật đầu:

- Cậu không sai. Và tôi cũng chỉ nói nên dừng lại, không có gì nặng lời.

Như Oanh đứng lên, giọng nghẹn lại:

- Ba mẹ sao nỡ...

Ba nàng nghiêm khắc chặn lời:

- Hiểu cho ba mẹ. Cậu ấy đàng hoàng, nhưng không phải là người đi cùng con suốt đời.

Như Oanh cắn môi:

- Nhưng đó là đời con, như đời của chị con.

Ông bỏ vào phòng đọc sách. Mẹ nàng ôm nàng:

- Chỉ vì ba mẹ thương con.

Nàng gỡ tay mẹ:

- Để con đưa anh Bằng ra cửa.

Mẹ nàng nhìn theo, lắc đầu thở dài.

Ngoài ngưỡng cửa, anh ngoái lại vẫy tay. Nàng nói rất khẽ trước khi khép cửa:

- Năm giờ chiều mai. Đợi em ở cổng trường.

CHƯƠNG 29

HỒN VẪN MƠ HOÀI...

Đúng ba giờ, Võ Bằng rời tàu, gọi taxi, nói địa chỉ về căn nhà ở Phú Nhuận. Bầu trời Sài Gòn về chiều bớt oi ả. Bước xuống xe, ánh mắt anh chạm phải cảnh tượng quen thuộc mà mỗi lần trông thấy, lòng lại chùng xuống: những chậu hoa trên bao lơn đã héo khô, những cánh hồng nhung rũ xuống buồn thảm. Dù giữ giùm chìa khóa nhà, bà hàng xóm vẫn chỉ giữ nhà chứ không giữ hoa.

Anh gõ cửa nhà bà. Cửa mở, khuôn mặt nhăn nheo bỗng bừng sáng:

- Dữ hôn! Lần đầu mới thấy cậu về sớm thế này.
Bà đưa chìa khóa. Anh rối rít cám ơn, rồi lấy từ xách tay một chai nước mắm Phú Quốc đặc biệt tặng làm quà. Bà cười, nếp nhăn quanh đuôi mắt tỏ vẻ hài lòng.

Anh mở cửa nhà mình. Hơi nóng hầm hập ùa ra nhưng không mang mùi ẩm mốc như những lần trước. Có lẽ nhờ anh vắng mặt không lâu. Mọi thứ vẫn y nguyên như ngày Tuyết ra đi năm năm trước. Từ chiếc gối tựa trên ghế sofa, đến những bức tranh cảnh biển Nha Trang trên vách. Tất cả im lìm như buồn phiền bị bỏ quên.

Anh lên lầu, nằm vật ra giường, để hơi thở xóa tan những ngày sóng gió. Một tiếng sau, anh bước vào phòng tắm, dòng nước mát lạnh xối lên người gột đi cơn uể oải thiếu ngủ. Anh lau người, đứng trước tủ quần áo. Anh chọn chiếc quần tây màu sô-cô-la và áo sơ mi kẻ xanh lạt mà anh đoán sẽ hợp với bộ đồ của Như Oanh hay ít nhất cũng đúng ý nàng: không chải chuốt, không cầu kỳ.

Anh đẩy chiếc Vespa ra đường. Chiếc xe cũ kỹ, mua lại từ người bạn từng cùng tàu, khó nhọc nổ máy sau vài lần đạp cần. Tiếng máy bình bịch vang lên trong con hẻm nhỏ. Anh hướng về trường Gia Long với một cảm giác bồi hồi khác lạ, như khi con tàu không định hướng tìm thấy hải đăng.

Anh đến đúng giờ, dựng xe bên kia đường, mắt dán vào cổng trường. Các áo dài trắng ùa ra như những cánh bướm, rồi bay xa. Đúng năm giờ mười lăm, bóng dáng Như Oanh xuất hiện. Nàng bước ra, ánh mắt tìm kiếm rồi bắt gặp anh. Một nụ cười nở trên môi, tươi như đóa hoa hồng. Nàng băng qua đường, dáng uyển chuyển trong tà áo dài màu thiên thanh.

Thấy nàng lúng túng, anh chỉ nàng cách ngồi:

- Em ngồi một bên, vòng tay qua ngực anh. Như vậy vững hơn.

Hơi ấm từ vòng tay e ấp của nàng lan qua lớp vải áo. Chiếc xe chao đảo nhẹ rồi từ từ tiến. Gió chiều lất phất tóc nàng.

Anh ngoái lại:

- Em muốn đi đâu?

Giọng nàng nhỏ nhẹ, gần như chìm vào tiếng ồn:

- Ra ngoại ô, đến một nơi nào đó yên tĩnh.

Anh gật đầu, hướng về phía Phú Lâm. Như Oanh khẽ tựa má vào lưng anh. Tiếng máy xe đều đều hòa với nhịp tim của nàng. Nàng nghĩ đến phim *Roman Holiday*. Nàng công chúa Audrey Hepburn trốn khỏi cung điện gặp chàng ký giả nghèo Gregory Peck. Chàng chở nàng trên chiếc Vespa chạy quanh phố, đi khiêu vũ... Mối tình của họ thật đẹp...

Ra đến quốc lộ 4, chiếc xe rẽ vào một con đường nhỏ, hai bên là những luống hoa đồng nội đủ sắc màu mùa đông: cúc vàng, trạng nguyên, hướng dương, hoa hồng... Bên kia đường là một khu vườn rau thơm xanh mướt: húng quế, tía tô, kinh giới, ngò gai. Một làn hương thơm mộc mạc, dịu nhẹ thoảng qua.

"Đồng Quê Quán" hiện ra như một bức tranh thủy mặc. Đó là một ngôi nhà rộng, sàn và vách bằng gỗ, bao quanh là một vành tròn toàn hoa sen trắng, hồng, chen nhau nở rộ.

Chủ quán, một người đàn ông trung niên phúc hậu, niềm nở dẫn họ tới chiếc bàn nhỏ sát lan can. Ánh nắng chiều chuyển sắc trên hồ sen: từ màu cam rực rỡ sang xanh biếc rồi tím nhạt. Quán đã khá đông khách, nhưng không khí vẫn tĩnh lặng. Chỉ có tiếng thì thầm trò chuyện và những giai điệu nhạc xưa êm ái vẳng đưa.

Vừa an vị, Như Oanh nhìn quanh rồi đưa mắt về phía anh, ánh mắt tò mò lấp lánh: - Anh chọn đúng chỗ em thích. Mà sao anh biết quán này?

- Đi ngang qua nhiều lần, trên đường về thăm ba mẹ anh.

- Em không đoán được quê anh ở đâu. Chỉ biết... giọng anh không phải người Trung, cũng không phải Bắc.

Võ Bằng khẽ cười:

- Em đoán đúng. Anh người miền Nam.

Nàng làm mặt bất bình:

- Vô duyên!

Anh cười:

- Quê Châu Đốc.

Nàng dịu dàng nói:

- Em nghe danh nhiều mà chưa từng đến. Ở trường, có vài giáo sư cũng quê Châu Đốc. Họ đều hiền... như anh.

Người bồi bàn mang bản thực đơn đến. Nàng cầm lấy rồi để lên bàn. Anh nói:

- Em chọn đi. Cho hợp khẩu vị.

Như Oanh cúi xuống, mái tóc dài đen mượt buông xuống, che một phần gò má trắng ngần. Nàng ngẩng lên, tia nhìn ấm áp:

- Không, anh chọn. Anh biết ở đây món nào ngon mà!

Câu nói nhẹ nhưng mang ý dò xét tinh tế. Võ Bằng cười thầm, lắc đầu:

- Anh cũng mới đến lần đầu.

Anh quay sang người bồi:

- Món gì trứ danh của quán?

- Dạ, nếu hai người dùng cơm gia đình, ở đây nổi

tiếng canh chua cá lóc, cá kho tộ, tôm nướng, rau muống luộc chấm mắm nêm.

Như Oanh hào hứng xen vào:

- Canh chua cá lóc nấu với bông điên điển. Tôi mê món này.

- Dạ, xin cáo lỗi, bông điên điển vừa hết mùa. Canh chua với bạc hà, me và đậu bắp, ngon không thua.

- Ồ, tiếc quá. Thôi, cũng được.

- Quý khách dùng thức uống gì ạ?

Võ Bằng đáp:

- Một lon Budweiser, một ly nước dừa.

Khi người bồi đi khuất, một giai điệu quen thuộc vang lên. Như Oanh khẽ reo:

- Ôi! Bài hát này... Ca sĩ này... Chủ quán như đọc được ý thích của em.

Võ Bằng gật đầu, ánh mắt ấm áp:

- *Hương Xưa*, Duy Trác. Anh cũng thích bài này.

Giọng nàng chợt trầm ấm:

- Em thích nhất hai câu này: "*Ôi, những đêm dài hồn vẫn mơ hoài một kiếp xa xôi. Ôi, những đêm dài hồn vẫn mơ hoài một giấc ai mơ.*"

Nàng dừng lại, đổi giọng âu yếm:

- Mỗi lần nghe, em lại nghĩ... đến anh.

Họ cùng lặng im lắng nghe. Trong khoảnh khắc ấy, tiếng nhạc như một nhịp cầu vô hình, kết nối hai tâm hồn cô đơn. Khi bản nhạc kết thúc, Như Oanh nhìn anh chăm chú. Khuôn mặt với những đường nét góc cạnh, không điển trai nhưng toát lên vẻ cương nghị, đáng tin cậy. Chiếc cằm vuông vức như nói lên tính cách kiên định. Trong giây phút ấy, anh mang dáng hình Đại tá Lương Đình Thám, người mà chị nàng từng kiên trì thương yêu bất chấp can ngăn của cha mẹ, và đã bên nhau năm năm hạnh phúc. Nàng bỗng muốn giơ tay lên, xoa gò má rám nắng của Võ Bằng, nhưng hai má chợt nóng bừng ngăn cản.

Thức uống được mang ra. Tiếng "xèo" nhẹ khi anh mở lon bia xóa tan bầu không khí ngập cảm xúc. Anh nhẹ giọng:

- Dạy học ra sao, em?

Nàng đáp, chút do dự:

- Êm xuôi. Nhưng em vẫn muốn xin chuyển đi nơi khác...

- Tại sao?

Nàng vừa lỡ lời, đôi mắt thoáng nét khó xử. Đâu cần phải kể việc Vinh chạy chọt giúp nàng dạy trường Gia Long. Nàng nhìn mặt trời còn nằm trên cánh đồng, nói một câu bất chợt hiện ra:

- Gió đồng nội thơm và mát quá. Nhờ có anh, em mới biết đến một nơi bình yên thế này. Lòng em thấy vô cùng thanh thản.

Võ Bằng cười nhẹ, nói đùa:

- Vậy là anh có chút công lao với em rồi.

Tiếng cười trong trẻo của nàng khẽ vang lên, như một làn suối mát chảy qua tâm hồn anh. Nàng bình thản hỏi:

- Vậy anh muốn em trả công thế nào?

Anh hỏi ngược lại, giọng trầm ấm:

- Em muốn trả thế nào?

Nàng không đáp, chỉ nghiêng đầu, ánh mắt đắm chìm vào mặt hồ sen, nơi những tia nắng cuối ngày đang đùa giỡn trên những chiếc lá. Ý nghĩ chợt lóe lên khiến tim nàng đập nhanh hơn: *"Không lẽ lại nói thẳng ra rằng em muốn được làm vợ anh? Không... không thể. Tự anh phải biết".*

Võ Bằng xoay xoay lon bia trong tay, mắt vô tình nhìn lên những chai rượu đủ màu trên các kệ ở quầy. Hình ảnh quầy rượu "Hollywood Snackbar" ở đường Tự Do hiện về, với cô chủ quán người Việt tên Mỹ Linda. Rồi hình ảnh Tuyết, mối tình đầu, ùa đến. Năm năm rồi, nàng không một lần trở lại. Giờ chắc con đùm con đề nơi quê người...

Anh quay lại, say đắm ngắm khuôn mặt tuyệt vời của Như Oanh. Một cảm xúc ấm áp trào dâng. *"Quá khứ đã là quá khứ. Hãy dành trọn tình cho Như Oanh".* Anh tự nhủ. Nàng đã can đảm vượt qua lệnh cấm của gia đình để đến với anh. Đó không phải là bồng bột. Đó là niềm tin nàng đặt vào anh.

Nàng cũng đang ngắm anh, nói nhỏ:

- Trông anh gầy hơn ngày em gặp.

- Còn em thì đẹp thêm nhiều.

Nàng cười, e thẹn:

- Đừng có nịnh!

Thức ăn được bưng ra, mang theo một hương thơm quyến rũ. Tô canh chua bốc khói nghi ngút, nước trong veo lộ rõ những miếng cá lóc trắng ngần, tô điểm với sắc đỏ của ớt, sắc xanh của đậu bắp và bạc hà. Đĩa cá kho tộ vàng ươm, thơm lừng.

Võ Bằng gắp cho nàng miếng cá ngon nhất. Như Oanh nếm thử, đôi mắt khép hờ, nở nụ cười hạnh phúc. Nàng nhận xét, giọng đầy thích thú:

- Vị ngọt thanh từ nước dừa, vị mặn đậm đà từ nước mắm, thơm nồng từ tiêu và tỏi. Tất cả hòa quyện thật hoàn hảo.

Họ ăn trong im lặng một lúc, hương vị món ăn như xóa tan mọi khoảng cách. Rồi câu chuyện tự nhiên quay về chủ đề chính của cuộc gặp này.

Như Oanh lên tiếng, giọng trầm xuống:

- Anh biết không, đêm qua em buồn quá, thức trắng. Em nhớ lại bộ phim *A Time to Love and a Time to Die* xem mấy tháng trước. Câu chuyện tình lãng mạn mà kết thúc buồn đến nao lòng. Anh có xem phim đó không?
- Có xem thời còn đi học, chỉ thấy buồn, chứ không muốn khóc. Bây giờ, sau bao trận chiến, nghĩ lại, thời chiến mà. Khoác áo lính là chấp nhận cái chết...

Nàng cắt ngang, giọng nghẹn ngào:

- Nhưng... người ở lại thì sao?

Anh cười buồn:

- Lấy chồng lính, đồng nghĩa với chấp nhận.

Nàng ngập ngừng:

- Nếu... nếu em chấp nhận số phận ấy, cùng anh..."

Võ Bằng đặt đũa xuống, nhai chậm miếng cơm cuối cùng. Uống nửa lon bia, anh nói chậm rãi, nghiêm túc:

- Đêm qua, anh cũng thao thức gần như suốt đêm. Vấn đề quan trọng không phải từ anh, mà từ em. Em phải xét thật kỹ lòng mình.

Nàng nói, giọng kiên định:

- Em đã xét kỹ rồi. Em yêu anh.

Nàng cúi mặt, đổi giọng băn khoăn:

- Chỉ còn một điều thắc mắc. Anh... Anh thật sự chưa... có vợ?

Anh lắc đầu:

- Nói chưa, em cũng khó lòng tin. Anh sẽ chứng minh bằng thực tế. Khi nào ba mẹ em đồng ý, anh sẽ đưa em thăm ba mẹ nuôi của anh ở Sài Gòn, rồi về Châu Đốc ra mắt ba mẹ ruột.

Như Oanh thở dài, vẻ lo lắng hiện rõ:

- Thật sự, em không biết làm thế nào cho ba mẹ em bằng lòng. Hồi đó, chị em cũng trầy da tróc vẩy...

- Thì cứ làm giống như chị em.

Nàng lắc đầu, vẻ bất lực:

- Hồi đó chị em dọa tự tử. Nhưng chị là tình đầu. Còn em, em đã từng bốn năm với Vinh. Dọa tự tử thì chắc cũng chỉ nhận được câu nói: cho đáng đời!

Chàng suy tư rồi gợi ý:

- Theo anh nhận xét, ba em nghiêm khắc, nhưng mẹ em thì tình cảm hơn. Thử cách này xem sao. Em vẫn giữ lễ phép như mọi ngày, nhưng tỏ ra buồn rầu, đôi khi bỏ ăn, ít nói và xa lánh. Cần nhất, chỉ trả lời khi được hỏi. Anh tin, trong vòng một hai tuần, mẹ em chắc chắn sẽ để ý và hỏi han, an ủi em. Lúc đó, em hãy khóc. Hãy năn nỉ, giãi bày với mẹ. Chắc chắn là mẹ sẽ mủi lòng, sẽ năn nỉ ba em...

Nàng mỉm cười, gật đầu:

- Anh nói như chuyên gia tư vấn tình cảm. Cách

đó... hay đấy. Để em thử.

Ngẫm nghĩ một lúc, nàng lại nói:

- Nhưng nếu... ba mẹ đều phớt lờ... thì sao?

- Thì em cứ tiếp tục... thi gan.

Nàng buồn bã lắc đầu:

- Anh biết không, sau khi nhượng bộ cho chị em lấy hải quân, ông hay than phiền với mẹ: "Tôi đã bảo bà, gả cho hải quân là nó đi biền biệt". Chắc chắn ông sẽ... rút kinh nghiệm.

Giọng anh trầm xuống:

- Thật ra, anh bày kế mà cũng không tin ăn chắc. Chỉ biết một điều: nếu không thử, thì càng ăn chắc mất em!

Giọng nàng như muốn khóc:

- Mà thử cho đến bao giờ?

- Hãy đặt niềm tin vào thành công. Dù sóng gió thế nào, chúng ta sẽ cùng vượt qua.

Nàng buồn rầu:

- Chẳng lẽ như chị em, kiên trì tranh đấu đến hai năm?

Giọng anh quyết đoán:

- Không. Phải gấp rút. Anh cũng đã hai mươi bảy, già rồi. Cho nên thời hạn thử tối đa là một tháng. Sau một tháng, anh sẽ trực tiếp đến gặp ba mẹ em. Anh sẽ ca bài... con cá sống nhờ nước!

Như Oanh bật cười, khuôn mặt bừng sáng:

- Nghe được đấy!

- Trong khi chờ đợi, chiều chiều mình ra quán này ăn cơm.

Nàng cười, cắt ngang:

- Không được đâu. Ba mẹ sẽ... giết em!

Anh nắm tay nàng, khích lệ:

- Em lớn rồi, đã là giáo sư rồi, không còn là công chúa nhỏ bị nhốt trong tháp ngà. Hãy cho ba mẹ thấy em cần có cuộc sống độc lập. Và tập cho ông bà quen dần với việc... ít thấy em ở nhà.

Nàng bất chợt nhìn đồng hồ, giật mình:

- Trời, trễ quá rồi! Đã tám giờ. Em phải về gấp.

Thấy nàng hốt hoảng, anh biết là khó rứt nàng ra khỏi nỗi sợ quen thuộc. Phải cần thời gian:

- Ừ, thì về. Nhưng ngày mai, mấy giờ gặp?

- Đúng sau một tuần. Tức năm giờ chiều thứ hai tuần tới, trước cổng trường.

Anh kêu khẽ, giọng đau khổ:

- Một *tuần*? Anh sẽ chết vì nhớ em.

- Không nên chọc ba giận. Hơn nữa, em cũng không muốn nói dối mãi. Như hôm nay, em phải nói là đi chơi phố với Ngọc Lan.

Anh cố vớt vát:

- Vậy thì... chiều mốt?

- Không. Cần nhũn nhặn để ba em... cảm thông.

Họ cùng cười, tiếng cười xóa tan chút căng thẳng. Anh gọi tính tiền, rồi hai người rời quán trong ánh đèn vàng hắt ra từ những chiếc đèn lồng màu.

Trên đường về, Như Oanh miên man nghĩ đến kế hoạch của Võ Bằng. Ít nhất nó chứng minh được tình yêu anh dành cho nàng. Không chỉ là lời nói, mà bằng hành động cụ thể và ý thức trách nhiệm. Nàng tin, rốt cuộc mình sẽ được hạnh phúc như chị.

Võ Bằng dừng xe ngay trước nhà. Nàng xuống xe, bóp nhẹ cánh tay anh, rồi bước nhanh trên lối đi, băng qua chiếc Renault, lên các bậc tam cấp. Khi đứng trên thềm nhà, nàng quay lại. Anh còn đứng đó nhìn theo. Nàng vẫy tay, nghe lòng bình yên. Nàng đã tìm được người như ý và một kế hoạch khả thi.

Võ Bằng ngồi lên xe, rồ ga. Chiếc Vespa vọt đi, mang theo một niềm vui sâu đậm. Sau nhiều năm, anh biết mình đang yêu và được yêu...

CHƯƠNG 30

THÁCH CƯỚI

Một tuần sau ngày yêu cầu Võ Bằng chấm dứt liên lạc với Như Oanh, ông bà Huỳnh Quang Khải bắt đầu thấy căn biệt thự chìm vào bầu không khí lạnh lẽo. Như Oanh vẫn đều đặn đến trường dạy học nhưng khi về đến nhà nàng ẩn mình trong phòng riêng. Nụ cười tươi tắn thường ngày biến mất, thay vào đó là vẻ mặt trầm tư, u buồn.

Nàng vẫn chào hỏi lễ phép, ăn cơm chung nhưng không còn quẩn quanh trong bếp cùng mẹ như trước. Nàng gần như câm nín, không còn ríu rít kể về bạn bè, về lớp học, về những bài văn hay của học trò. Sự vắng bóng của những âm thanh ấy khiến phòng ăn rộng thêm ra, lạnh thêm đi.

Có hôm lại bỏ cơm, cáo lỗi rằng mệt. Như hôm nay, bà Khải mang cháo lên tận phòng, thấy con gái nằm co quắp quay mặt vào tường. Bà ngồi xuống giường, đặt tay nhẹ lên vai con:

- Con ăn chút đi, kẻo hại sức.

Như Oanh chỉ lắc đầu, giọng khàn đặc:

- Con không đói, mẹ ạ. Cám ơn mẹ.

Hai ông bà quen hình ảnh cô con gái như điểm sáng lung linh, như niềm vui bất tận trong ngôi nhà, nhất là sau khi chị nàng lấy chồng. Sự vắng lặng này khiến ông khó chịu, như một bản nhạc ưa thích bỗng tắt đi giai điệu nhịp nhàng. Tất nhiên hai ông bà đều để ý và biết lý do thay đổi thái độ của con gái. Nhưng đều tin thời gian sẽ làm nàng nguôi ngoai.

Một tuần nữa trôi qua. Căn biệt thự trở nên lạnh lẽo hơn khi vắng đi tiếng đàn piano nàng thường chơi mỗi chiều, vắng đi mùi bánh ngọt thơm lừng mỗi khi nàng trổ tài làm bánh. Sự im lặng của Như Oanh như trở thành lời than thở, trách móc. Nó như dòng nước chảy âm ỉ đủ làm xói mòn niềm tin của ông bà.

Một buổi tối, thấy con ngồi đọc sách ở salon, ông bà ngồi xuống bên nàng. Bà cất giọng có phần gượng gạo:

- Dạo này con có chuyện gì buồn ở trường mà trông ủ rũ quá vậy?

Nàng im lặng thật lâu. Rồi nước mắt trào ra, không kìm được. Nàng không thốt lên tiếng nức nở, chỉ khóc trong im lặng, nhưng chính sự im lặng ấy lại càng làm cho ông bà thấy nỗi khổ đau tột cùng của con.

Giọng nàng run rẩy:

- Con... con không thiết sống nữa.

Bà giật mình kéo con vào lòng, vuốt tóc, giọng âu yếm:

- Con đừng nói vậy. Nhưng con ạ, đời người dài lắm, đừng vì một chút tình cảm nhất thời mà...

Nàng òa khóc, nức nở, bật tiếng:

- Không phải nhất thời!

Bà ôm siết con, vỗ về:

- Ba con không có ác ý. Ông ấy chỉ lo lắng cho tương lai của con thôi.

Ông Khải nhìn cảnh tượng ấy, khuôn mặt lạnh lùng của ông dịu đi. Ông đứng dậy, bước đến bên cửa sổ, nhìn ra màn đêm Sài Gòn với những ánh đèn vàng. Trong lòng ông, một cuộc chiến âm thầm diễn ra. Hình ảnh đứa con gái đầu lòng, hình ảnh người con rể đại tá, hình ảnh chàng đại úy Hải Quân, hình ảnh đứa con út cưng chiều... Tất cả ẩn hiện, lúc tỏ lúc mờ.

Ông quay lại, giọng trầm hẳn xuống, nhưng vẫn giữ vẻ uy nghiêm:

- Như Oanh, ba luôn muốn điều tốt nhất cho con. Có lẽ... có lẽ lần này ba đã sai. Có lẽ ba mẹ quá ích kỷ, chỉ nghĩ đến mình mà quên mất con thực sự muốn gì.

Như Oanh ngẩng mặt lên, đôi mắt đẫm nước mắt mở to, tia hy vọng mong manh lóe như ánh lửa tàn. Tim nàng đập thình thịch. Phải chăng bức tường thành kiên cố đang rạn nứt?

Ông Khải thở một hơi dài, như buông bỏ một gánh nặng:

- Theo ba mẹ biết, con đem lòng thương yêu Võ Bằng chỉ sau gặp gỡ vài lần. Mẹ con nói đúng: tình cảm nhất thời. Ba mẹ gặp Võ Bằng còn ít hơn. Hãy cho ba mẹ thêm thời gian tìm hiểu thằng rể tương lai. Nếu xét thấy nó xứng đáng, ba mẹ không còn cấm cản.

Như Oanh chăm chăm nhìn ông, không hy vọng

có tia sáng cuối đường hầm. Nàng nhớ chị nàng đã phải làm mình làm mẩy cả năm trời, rồi phải qua cả năm cho ông bà tìm hiểu. Sao bỗng dưng với nàng ông đổi ý nhanh quá! Nàng còn băn khoăn thì ông tiếp:

- Con hãy mời Võ Bằng đến nhà cho ba mẹ hỏi chuyện.

Bốn từ "mời Võ Bằng đến nhà" vang lên trong căn phòng yên tĩnh, như đoạn mở đầu êm ái của bản nhạc tình. Niềm vui bất ngờ khiến giọng nàng nghẹn ngào:

- Con cám ơn ba mẹ.

***

Cùng thời gian đó, Võ Bằng cũng trải qua những ngày dài bồn chồn, lo lắng, dù công việc cần làm cũng đã chiếm nhiều thì giờ. Anh xin phép nghỉ vài ngày về thăm ba mẹ nuôi và ba mẹ ruột. Món quà anh mang về - hai chai rượu XO cho hai ba, hai chai nước mắm Phú Quốc cho hai mẹ được hân hoan tiếp nhận. Rồi tiếp theo là những nụ cười rạng rỡ khi nghe tin anh được thăng chức hạm trưởng. Nhưng sau những lời chúc mừng, là những câu hỏi khiến anh day dứt:

- Bao giờ thì có cháu bồng hả con? Làm hạm trưởng rồi, phải lo lập gia đình đi chứ?

Mỗi lần nghe là mỗi lần nhớ Như Oanh da diết. Rồi nhớ đến gương mặt buồn bã của nàng trong lần gặp cuối, đến vở kịch nàng đang đóng vai chính. Liệu nó có đủ sức thuyết phục ba mẹ nàng hay không? Nỗi lo ấy cứ bám riết lấy anh, ngay cả trong giấc ngủ.

Khi trở về Sài Gòn, việc chiến hạm vào nằm ụ sửa

chữa không đòi hỏi hạm trưởng thường xuyên hiện diện khiến Võ Bằng thấy ngày càng dài hơn.

Rồi cũng đến chiều thứ bảy. Gặp Như Oanh, anh vừa mừng vừa lo. Nàng báo tin ba mẹ nàng cần gặp anh gấp. Kế hoạch của anh đã có kết quả nhưng không rõ sẽ về đâu! Nhưng triệu hồi đến gặp, đồng nghĩa nhiều hy vọng.

Chín giờ sáng chủ nhật, Như Oanh là người mở cửa khi anh nhận chuông. Chiếc áo dài màu tím càng tô thêm vẻ u buồn trên gương mặt nàng. Nàng thoáng ngạc nhiên lần đầu thấy Võ Bằng trong bộ quân phục.

Thật ra, anh đã định mặc thường phục, nhưng nghĩ lại, mặc quân phục trông tề chỉnh hơn, tỏ rõ một Võ Bằng trọn vẹn hơn. Đây là con người thật của anh - một sĩ quan Hải Quân. Tuy nhiên khi nhớ đến khuôn mặt sắt lạnh của ông Khải, tim anh đập mạnh. Đối diện với ông như đối diện một cuộc chiến. Nhưng là một cuộc chiến không dùng súng đạn mà dùng lời lẽ để giành lấy hạnh phúc. Đó là trận địa anh chưa từng trải qua...

Sau khi nhận bó hoa hồng, nàng đưa anh đến bộ salon nơi ba mẹ nàng chờ sẵn.

Khi anh cúi chào, bà Khải tỏ vui tươi nhưng ông Khải vẫn vẻ mặt lạnh lùng buông lời khách sáo:

- Mời đại úy hạm trưởng ngồi.

Anh ngồi xuống chiếc ghế đơn, gần đó là Như Oanh. Tim nàng đập loạn nhịp như đánh lô tô. Ông Khải nhìn thẳng vào bộ quân phục, giọng điềm tĩnh:

- Trông cậu khác hẳn lần trước. Bộ quân phục gợi

tôi nhớ đến thằng rể đại tá...

Câu nói như một quả đạn pháo đầu tiên bắn thăm dò. Võ Bằng cảm nhận rõ ý đồ so sánh và hạ thấp. Anh giữ vững tư thế, đáp lại bằng giọng điềm tĩnh và tôn trọng:

- Thưa bác, Đại tá Thám là bậc đàn anh đáng kính, trước cháu sáu khóa.

Bà Khải lên tiếng, giọng dịu dàng:

- Dù là cấp bậc cao, nhưng công việc vẫn là đối mặt với biển cả mênh mông, sóng gió bất trắc. Là cha mẹ, ngày nào chúng tôi cũng không khỏi lo lắng...

Võ Bằng gật đầu, lấy thế chủ động:

- Thưa hai bác, cháu xin thất lễ để trình bày thẳng thắn suy nghĩ của cháu. Người ta thường nói sống chết có số. Sự an nguy của một người không hoàn toàn phụ thuộc vào nghề nghiệp. Ở đâu cũng có những cái chết bất ngờ. Trong thành phố vẫn có những tai nạn, dịch bệnh... Cháu quan niệm: điều quan trọng không phải là tránh né mọi hiểm nguy, mà là sống thật trọn vẹn với lựa chọn của mình.

Anh hít một hơi thật sâu, hướng sang Như Oanh. Nàng đang nhìn anh chăm chú, đôi mắt như nguyện cầu. Sức mạnh từ ánh mắt ấy truyền sang anh. Không thể chần chừ thêm nữa. Anh quay lại, nhìn thẳng vào mắt ông Khải, giọng nói trang trọng, chậm rãi và đầy xúc động:

- Thưa hai bác, cháu hiểu hôm nay có thể vẫn còn quá sớm. Nhưng thời gian của một người lính biển chúng cháu thường không được dài và đầy đủ. Cháu đã suy xét rất kỹ lòng mình. Tình cảm cháu dành cho

Như Oanh là chân thật và nồng đậm. Vì vậy, cháu mạn phép được trân trọng ngỏ lời: xin hai bác cho phép cháu được cưới Như Oanh. Lấy tư cách một sĩ quan Hải Quân, cháu hứa sẽ chăm sóc, bảo vệ và thương yêu Như Oanh suốt đời.

Một khoảng lặng nặng nề bao trùm căn phòng. Tiếng tích tắc của chiếc đồng hồ quả lắc trên tường bỗng trở nên vang dội. Ông Khải không ngờ chàng trai trẻ lại trực ngôn và dũng cảm đến vậy. Gặp lần đầu, bị đuổi khỏi nhà. Gặp lần hai, lại đặt thẳng vấn đề hôn nhân, điều mà ngay cả người con rể đại tá trước kia cũng phải qua hai năm mới dám đề cập.

Ông Khải nghiêm mặt lại, giọng lạnh như tiền:

- Cậu có phần bộp chộp. Chúng tôi hầu như chưa biết cậu là ai, và cậu cũng chưa thể hiểu cuộc sống của con gái chúng tôi. Nhưng cậu đã nói thẳng, tôi cũng nói thẳng.

Ông ngừng lại, như cố tình để Võ Bằng thấm thía lời ông:

- Như Oanh được nuôi dưỡng để trở thành một quý cô, có một cuộc sống an bình, đầy đủ và thanh lịch.

Võ Bằng cảm thấy máu dồn lên mặt, nhưng cố kìm nén, giữ giọng điệu lễ độ:

- Thưa bác, chúng cháu thương yêu nhau, không quan tâm giàu nghèo, sang hèn. Người xưa có câu: *yêu nhau mấy núi cũng trèo, mấy sông cũng lội, mấy đèo cũng qua.* Cháu quan niệm, hạnh phúc thật sự không nằm ở biệt thự rộng hay trương mục dày, mà nằm ở sự chân thành, thấu hiểu và gắn bó giữa hai tâm hồn.

Ông Khải lắc đầu, vẻ khó chịu lộ rõ:

- Sự lãng mạn ấy chỉ dành cho tuổi trẻ chưa va chạm cuộc đời. Đại úy phải hiểu: Hôn nhân không chỉ là hai người, mà là dựng xây một gia đình. Phải nghĩ đến con cái, đến tương lai của chúng. Đứa trẻ sẽ lớn lên ra sao khi người cha thường xuyên vắng nhà, thậm chí... có ngày không trở về?

Giọng ông chùng xuống:

- Chúng tôi có hai đứa con gái. Một đứa đã lấy chồng lính. Tôi nghĩ thế là đủ. Đứa thứ hai phải được sống một cuộc đời bình yên, được hưởng những gì nó xứng đáng.

Võ Bằng cảm thấy mồ hôi lạnh thấm trên sống lưng. Những lý lẽ của ông Khải quá thực tế, đánh trúng vào những điểm yếu lớn nhất của anh. Anh nắm chặt hai bàn tay như để nâng cao tinh thần. Anh từ tốn nói:

- Thưa hai bác, cháu biết mình không có địa vị cao và một tài sản lớn. Nhưng cháu có nghị lực xây dựng cuộc sống tốt đẹp. Và cháu biết chắc Như Oanh cũng mang nghị lực mạnh mẽ của hai bác...

Ông nhìn con gái nước mắt rưng rưng ngồi bất động. Ông dịu giọng, lời nhẹ nhàng hơn:

- Như Oanh là con cưng của chúng tôi. Nó mỏng manh như cánh hoa. Tôi không tin nó có thể chịu đựng được sự nhọc nhằn khi một mình chăm lo cho con cái cũng như gánh vác gia đình trong những tháng ngày dài cậu không có nhà.

Như Oanh đứng bật dậy, đôi mắt đỏ hoe, giọng

cương quyết:

- Thưa ba mẹ, con có thể! Con đã nghĩ rất nhiều về tương lai, về những khó khăn. Con biết là con vượt qua được hết. Cũng như chị con đã vượt qua được hết. Chính cuộc sống của con thiếu anh ấy mới không thể chịu đựng.

Nước mắt nàng tuôn trào. Bà Khải vội kéo con gái ngồi xuống, ôm vào lòng. Lòng bà cũng rối bời.

Ông Khải nhìn con gái khóc, nhìn vợ đau lòng, và nhìn chàng trai trẻ đang ngồi thẳng lưng dù bị dồn vào thế khó. Ông công nhận anh ăn nói khảng khái, quyết đoán. Anh không hề nao núng, không hề xin xỏ, đầy bản lĩnh. Nhưng tất cả vẫn chưa đủ.

Ông thong thả nói, như một người thầy giảng giải:

- Bao giờ bậc mẹ cha cũng muốn điều tốt đẹp nhất cho con mình. Chừng nào cậu có con, cậu mới hiểu hết được lòng cha mẹ. Không có gì vui hơn thấy con mình có cuộc sống sang giàu.

Võ Bằng hơi cúi đầu, tỏ sự tôn trọng tình phụ tử, nhưng giọng nói vẫn vững vàng:

- Thưa bác, cháu tin rằng điều tốt đẹp nhất của đời người, chính là được sống trọn vẹn với người mình yêu.

Ông Khải nhếch môi, một nụ cười lạt:

- Đó chỉ là sáo ngữ. Tình cảm ban đầu có thể nồng nàn, nhưng ai dám đảm bảo nó sẽ không phai nhạt theo năm tháng? Cậu có dám đoan chắc rằng, mười năm, hai mươi năm nữa, cậu vẫn yêu con gái tôi như bây giờ? Và con bé có chắc sẽ không hối hận vì đã chọn cuộc sống bấp bênh với cậu?

Những câu hỏi như búa tạ giáng xuống. Võ Bằng biết mình không thể đưa ra lời thề suông. Như Oanh không im tiếng được nữa, nàng kêu khẽ:

- Ba. Con xin ba....

Cuộc đối thoại đi vào bế tắc. Ông Khải nhận ra, dùng lý lẽ thuần túy khó có thể khuất phục được ý chí sắt đá của hai trái tim trẻ. Ông thấy không còn cách nào hơn là dùng đến phương thức cuối cùng ông nghĩ đến tuần rồi: vừa có thể khiến Võ Bằng tự rút lui, và quan trọng nhất, không để con gái oán hận mình.

Ông từ từ đặt tách trà xuống, hai tay chắp lại đặt lên đùi, tư thế của một vị thẩm phán sắp tuyên án. Giọng ông đột ngột trở nên ôn hòa:

- Được rồi. Vì tình yêu tha thiết của con gái tôi dành cho cậu, và vì sự chân thành mà tôi nhìn thấy ở cậu hôm nay... tôi đồng ý cho hai đứa kết hôn.

Mọi người sửng sốt, ngỡ ngàng. Như Oanh nín thở, mắt mở to không tin. Bà Khải nhìn chồng đầy nghi hoặc. Ngay cả Võ Bằng cũng cảm thấy tim mình đập sai nhịp. Nhưng bản năng của người lính mách bảo anh, đằng sau sự thuận tình đột ngột ấy, ắt phải kèm điều kiện.

Và quả thực, ông Khải mỉm cười, một nụ cười đầy thách thức:

- Tuy nhiên, Như Oanh là con cưng của chúng tôi. Chúng tôi muốn đám cưới của nó phải thật đặc biệt, xứng tầm và... linh đình hơn cả đám cưới của chị nó.

Ánh mắt ông chuyển sang Võ Bằng, sắc lạnh trở lại:

- Vì vậy, tôi đặt ra ba điều kiện. Thứ nhất: Buổi sáng, phải có một lễ cưới đầy đủ theo gia lễ truyền thống, tổ chức tại tư gia của chúng tôi ở Sài Gòn này.

Điều này hợp lý và trong tầm với. Võ Bằng gật đầu:

- Xin bác điều thứ hai.

- Thứ hai: Buổi tối, phải có một tiệc cưới theo nghi thức hải quân, tổ chức tại Câu Lạc Bộ Hải Quân, để chứng tỏ danh phận và chức vụ của chú rể.

Võ Bằng không thấy khó khăn. Một năm ở Trung tâm Hành quân, anh có dịp quen biết các nơi liên hệ, sẽ nhờ giúp nghi thức lễ cưới và ban nhạc. Chàng đáp:

- Thưa bác, cháu sẽ chuẩn bị kỹ lưỡng theo đúng nghi thức.

Ông Khải hít sâu, giọng nói nặng trịch:

- Và điều kiện cuối cùng: Buổi tiệc cưới Hải Quân đó... phải được chính Đô Đốc Tư Lệnh Hải Quân đích thân chủ hôn.

Điều kiện cuối cùng vừa buông ra như một quả bom nổ. Không khí trong phòng đông cứng lại. Tâm não Võ Bằng cũng đông cứng. Anh hiểu ý đồ của ông Khải. Đời nào anh mời được vị Tư lệnh Hải Quân, một nhân vật cấp tướng, đứng ra chủ hôn cho đám cưới của một sĩ quan trung cấp, dù là hạm trưởng. Đó là chuyện gần như không tưởng. Đây không còn là điều kiện nữa, mà là một thách thức bất khả thi, một cách từ chối khéo léo và tàn nhẫn.

Như Oanh mặt trắng bệch, nàng hiểu ngay ba mình đang làm gì. Nàng muốn kêu lên, nhưng cổ họng nghẹn đắng. Nàng nhìn sang Võ Bằng, trong mắt là nỗi tuyệt vọng và áy náy.

Võ Bằng ngồi đó, đầu óc trống rỗng trong giây lát. Sáu tiếng "Đô Đốc Tư Lệnh Hải Quân" vang vọng trong tai anh. Anh càng biết rõ hơn, cấp trên trực tiếp của anh là Chỉ huy trưởng Hải Đội, cao hơn là Tư Lệnh Hạm Đội, rồi mới đến Tư Lệnh Hải Quân. Khoảng cách giữa anh và vị Tư lệnh ấy là một hố sâu về cấp bậc và địa vị. Mời được ông Tư lệnh Hạm Đội đã khó, làm sao chạm tới Tư lệnh Hải Quân. Lại còn đòi hỏi phải đứng chủ hôn? Rõ ràng một nhiệm vụ bất khả thi.

Anh ngẩng lên. Đôi mắt đẫm lệ đầy lo lắng của Như Oanh. Ánh nhìn thách thức và chờ đợi sự đầu hàng của ông Khải. Một làn sóng quyết tâm cuồn cuộn trong lòng anh. *Không. Không được lùi bước. Đây là cửa ải cuối cùng dẫn đến Như Oanh, dù chỉ có một phần vạn cơ hội, cũng phải thử.*

Võ Bằng từ từ đứng dậy. Bộ quân phục xanh trên người anh như đại dương tỏa ra hào quang của hy vọng. Anh đứng thẳng, vai ngang, tư thế của một biệt kích sẵn sàng nhận nhiệm vụ bất khả thi. Giọng anh trầm ấm, chậm rãi, rõ ràng từng chữ, vang lên trong căn phòng tĩnh lặng:

- Thưa hai bác, hai bác đã đưa ra một thách thức... nằm ngoài tầm với của một sĩ quan trung cấp như cháu. Nhưng nhờ khích lệ được hai bác cho phép cưới Như Oanh, cháu không còn chọn lựa nào khác hơn là... liều mạng xin gặp Tư lệnh.

Lời nói của Võ Bằng như một tiếng sét giữa trời quang. Ông Khải hoàn toàn kinh ngạc. Ông đã dự tính là anh sẽ bối rối, sẽ từ chối, hoặc ít nhất là van xin bỏ điều kiện cuối cùng. Nhưng không, chàng trai này lại mạnh dạn chấp nhận thử thách. Trong giây phút, ông không khỏi dấy lên một cảm giác e ngại. Ông ngờ rằng ông đã đánh giá thấp chàng trai này. Không chừng... chính ông đang tự đào hố cho mình.

Như Oanh nhìn Võ Bằng, nước mắt lại ứa ra, nhưng lần này là vì cảm động và tự hào. Trái tim nàng tràn ngập một niềm tin mới. Niềm tin chắc chắn được mãi mãi bên anh.

Ông Khải đành nói buông xuôi:

- Chúc cậu thành công.

Võ Bằng nghiêm trang cúi chào ông bà Khải. Rồi anh nhìn sang Như Oanh, mỉm cười. Một nụ cười đầy an ủi và hứa hẹn. Anh quay người, bước những bước chậm rãi rời phòng khách.

Như Oanh đứng dậy, tiễn anh ra cổng. Dưới tán cây phượng, họ đứng đối diện nhau. Anh nắm lấy đôi bàn tay lạnh ngắt của nàng:

- Con đường tương lai của chúng ta đã hé mở. Anh hy vọng không bao lâu, chúng mình cùng bước vào.

Nàng siết chặt tay anh, trái tim không còn mang nỗi tuyệt vọng. Họ âu yếm nhìn nhau, ánh mắt trao nhau tất cả niềm tin và sức mạnh.

CHƯƠNG 31

VƯỢT QUA SÓNG GIÓ

Đêm qua, Võ Bằng trằn trọc. Điều kiện của ông Huỳnh Quang Khải không chỉ là một lời thách cưới. Nó như một cơn cuồng phong ập xuống, quật ngã tất cả những dự định anh đã âm thầm xây dựng. Ánh mắt nghi ngờ của ông, giọng nói lạnh và tỉnh, nụ cười buồn của Như Oanh... cứ xoay vòng trong tâm trí anh như những đợt sóng không dứt.

Phải gặp ngay Tư lệnh, không thể chần chừ. Được hay không dứt khoát sớm cho khỏe.

Anh mở tủ, chọn bộ quân phục đẹp nhất, đôi giày đen bóng lộn. Anh gắn cặp lon vào cầu vai; bảng tên, hàng huy chương, huy hiệu hạm trưởng được đặt trên hai túi áo.

Anh ngắm nghía mình trong gương và thấy hài lòng. Tư lệnh rất để ý đến quân phục các cấp, cần gây cảm tình ngay phút đầu. Anh chậm rãi vuốt lại từng nếp gấp trên quân phục, ngắm mình trong gương. Gương mặt hơi căng cứng, đôi mắt thoáng chút bất an. Anh hít một hơi thật sâu, tự nhủ: "Bình tĩnh, Võ Bằng, còn nước còn tát."

***

Tòa nhà Bộ Tư lệnh Hải Quân cao sáu tầng, lúc

nào cũng mang vẻ uy nghi. Cổng có bảng màu nước biển mang hai mỏ neo gác chéo nằm trên hàng chữ lớn "Trại Bạch Đằng" cùng màu trắng. Anh từng phục vụ ở đây một năm, mới xa một tháng mà khi trở lại, vẫn cảm thấy lòng se thắt.

Mới tháng trước, Tư lệnh gọi anh đến giao nhiệm vụ. Lần này anh tự đến xin đặc ân.

Phòng chờ yên tĩnh. Một trung úy tùy viên đứng lên chào hỏi:

- Đại úy có hẹn trước?

- Không, tôi cần gặp Tư lệnh có việc riêng, bất ngờ.

Trung úy tùy viên nhấc điện thoại. Sau vài phút trao đổi qua máy, người tùy viên nói:

- Đại úy lên lầu gặp Trung tá Chánh văn phòng.

Vẫn khuôn mặt gặp lần trước, vẫn ánh mắt thân thiện sau cặp kính, vẫn chiếc bàn đầy hồ sơ. Võ Bằng chào kính:

- Thưa Trung tá, tôi xin được gặp Tư lệnh.

Ông đứng dậy, gõ cửa. Vào trong ít phút rồi trở ra:

- Tư lệnh thuận tiếp.

Võ Bằng bước vào, chào đúng quân cách. Đô đốc ngồi sau bàn lớn, nhìn anh bằng ánh mắt điềm nhiên của người đã quen với những cuộc gặp bất ngờ. Ông đưa tay, Võ Bằng hơi khom mình, bắt lấy. Ông mỉm cười:

- Ngồi đi.

Anh ngồi thẳng, để nón trên gối.

Ông vui vẻ tiếp:

- Rất vui gặp lại anh. Mỗi ngày tôi vẫn theo dõi hoạt động của Rạch Gầm. Tích cực và hiệu quả. Anh không phụ lòng kỳ vọng của tôi. Thành thật ngợi khen. Các huy chương đã được Bộ Tổng Tham Mưu chấp thuận. Khi tàu sửa chữa xong, Hạm Đội sẽ tổ chức một lễ gắn.

Ông nhồi thuốc Half and Half vào ống vố, bật lửa, hút một hơi dài rồi từ từ nhả khói. Ông sảng khoái tiếp:

- Tôi cũng đang theo dõi loạt bài phóng sự chiến trường vùng biển Tây Nam Phú Quốc của Lan Như. Các bài viết rất hấp dẫn. Nhờ đó mà Hải Quân được thêm tiếng tăm. Anh có đọc chứ?

- Dạ chưa!

- Phải đọc. Phóng sự về hải hành, hải đảo, hải chiến, cuồng phong của Rạch Gầm mà Hạm trưởng Rạch Gầm lại bỏ qua. Tệ quá. Xuống Phòng Tâm Lý Chiến lấy báo đọc đi! Tôi cũng đã chỉ thị điện thoại về tòa soạn cám ơn cô ấy.

Võ Bằng thấy vui nhưng vẫn nặng lòng. Anh nói xuôi:

- Thưa Đô đốc, tàu mới về, bận rộn nhiều việc. Tôi sẽ đọc.

Tư lệnh đổi giọng thân tình:

- Cô phóng viên còn khoe là được thủy thủ đoàn đối đãi ân cần. Riêng Hạm trưởng có... quá ân cần không?

- Thưa không.

- Báo có đăng hình cô phóng viên và hình hạm

trưởng Rạch Gầm. Cô phóng viên xinh đẹp thế mà hạm trưởng độc thân không cảm mến, cũng lạ!

- Thưa, đó là lý do hôm nay tôi xin gặp Đô đốc.

Đô đốc hất hàm:

- Nào! Chuyện gì?

- Thưa Đô đốc, một việc cá nhân...

- Nói.

- Thưa, tôi dự định cưới vợ...

Tư lệnh mỉm cười, khuyến khích:

- Tốt. Anh cần gì?

Võ Bằng ngập ngừng, khoảnh khắc còn khó hơn ra lệnh tác xạ:

- Thưa Đô đốc, ông già vợ tương lai ra điều kiện quá khó: hôn lễ phải theo nghi thức Hải Quân... và người chủ hôn phải là Tư lệnh Hải Quân.

Đô đốc nhíu mày:

- Cái kiểu ra điều kiện cho thấy ông ấy đâu có muốn gả con cho anh.

- Thưa chính vì vậy, tôi mới đến cầu xin Đô đốc giúp đỡ.

Giọng ông nặng nề:

- Anh có thấy người ta lợi dụng tôi để thắng một canh bạc tình cảm?

Câu hỏi như tiếng súng bắn gần:

- Thưa Đô đốc... quả là vậy. Nhưng tôi không còn cách nào khác.

- Nếu tôi từ chối?

- Thưa, Đô đốc biết kết quả mà! Thì đành đổ thừa cho số mạng!

- Anh có cho rằng tôi là người gieo số mạng?

- Thưa, tôi không dám nghĩ vậy.

Đô đốc nhìn anh thật lâu:

- Tôi thông cảm anh, ai thông cảm tôi? Hãy tưởng tượng, nếu tôi nhận lời anh, từ nay, các sĩ quan đều mời tôi dự cưới. Thì giờ đâu tôi nhận hết! Nếu nhận người này, từ chối người kia, tôi mang tiếng thiên vị...

- Thưa chính Đô đốc dự đám cưới Đại tá Thám.

- Tôi dự với tư cách bà con chớ không phải tư cách hải quân.

Võ Bằng lặng người, hết đường thuyết phục. Anh thấy lưng ghế lạnh đi, tay bấu nhẹ vào cạnh bàn. Như vậy có nghĩa Như Oanh sẽ mãi rời khỏi đời anh, như Hiền, như Hồng, như Tuyết. Anh có cảm tưởng cả bầu trời sụp đổ. Chỉ một lời từ chối, và tình yêu của anh chìm nghỉm nơi đáy biển.

Đô đốc đứng dậy, bước đến cửa sổ. Lá cờ vàng ba sọc đỏ phần phật trước gió. Một chiến hạm lặng lờ hướng ra khơi. Một đôi nhân tình thong dong ngang qua hai ổ súng thần công dưới chân kỳ đài. Ông chợt nhớ về thuở trai trẻ, cũng từng liều vì tình yêu. Cũng từng bị thử thách.

Ông quay lại, nói lớn:

- Cả hai còn trẻ mà. Rồi mỗi người lại tìm thấy người khác.

- Nếu dễ dàng như vậy... tôi đã không mong cầu ở Đô đốc.

Im lặng rất lâu. Cuối cùng, Đô đốc trở về ghế ngồi:

- Tôi không hứa gì hôm nay. Nhưng tôi cho anh

một cơ hội. Trước tiên, hãy làm đúng thủ tục xin cưới vợ. Qua điều tra an ninh, nếu kết quả tốt... anh trở lại gặp tôi.

Ánh mắt ông sắc bén:

- Anh từng suýt để mất tàu vì một cô gái. Hy vọng lần này anh... may mắn hơn.

Võ Bằng đứng dậy chào:

- Xin đa tạ Đô đốc.

Khi bước ra khỏi Bộ Tư Lệnh, anh thấy lá cờ bay thư thả như cảm thông niềm hy vọng mong manh của anh. Tuy không thắng, nhưng cũng chưa thua.

***

Hai tháng không trôi êm. Đó là hai tháng của những đêm lo âu, mất ngủ. Chiến hạm đã sửa chữa xong, đã ra ụ, chờ lệnh công tác. Khi được báo hồ sơ điều tra an ninh kết quả tốt đẹp, không bỏ mất phút giây, anh đến ngay nhà ba mẹ Như Oanh.

Cửa mở, bà Huỳnh Quang Khải nhìn anh, ánh mắt pha chút ngạc nhiên:

- Cậu lại đến?

Không chút bối rối, ngại ngùng, Võ Bằng lễ phép đáp:

- Thưa bác, cháu xin được gặp hai bác.

Bà Khải mở rộng cửa:

- Vào nhà đi.

Ông Khải từ thư phòng bước ra. Ánh mắt vẫn sắc:

- Có việc gì?

- Thưa... cháu đến báo tin.

- Tin gì?

- Cháu đã gặp Tư lệnh Hải Quân.

Ông Khải khựng lại:

- Ông ấy tiếp cậu?

- Dạ.

- Rồi sao?

Võ Bằng hân hoan nhìn ông rồi bà:

- Tư lệnh đã nhận lời đứng chủ hôn.

Cả ba ngồi vào bộ salon. Căn biệt thự lặng ngắt như tờ. Ông Khải sững người. Bà Khải vào trong pha trà. Thời gian cứ trôi cho tới khi bà trở ra rót trà vào tách. Ông Khải run tay nâng tách trà lên miệng, vừa thổi vừa uống. Mắt ông mở to, nhìn Võ Bằng như thể không tin nổi. Một thoáng thất thế hiện lên trên gương mặt vốn luôn lạnh lùng. Sau phút im lặng nặng nề. Ông Khải đặt tách trà xuống, lắc đầu:

- Tôi không tin.

- Chuyện hệ trọng, cháu đâu dám nói dối.

Ông nghiêm giọng:

- Cậu nghĩ, chỉ vì Tư lệnh hứa làm chủ hôn mà cậu thành rể nhà này?

- Thưa, chính bác nói vậy.

Không khí đông đặc. Ông Khải chuyển hướng:

- Cưới rồi, anh cho vợ ở đâu? Mướn nhà à?

Như Oanh nghe tiếng ồn, đi xuống lầu. Nàng ngồi ghế cạnh Võ Bằng. Anh nhìn nàng, rồi nói nhỏ nhẹ với ông Khải:

- Dạ, cháu có nhà.

Tia nhìn của ông như muốn đốt cháy Võ Bằng:

- Thật không đó? Gia đình không dư dả, cậu thì lương lính...

Võ Bằng ngập ngừng. Anh chưa từng nói dối. Mà nói thật thì mất vợ:

- Thưa... nhà do hải quân cấp.

Câu nói thốt ra, anh thấy mặt mình nóng lên. Hải quân không cấp nhà cho sĩ quan độc thân. Hy vọng ông không hỏi lại con rể Đại tá Thám.

Giọng ông Khải lạnh lùng:

- Dù vậy, tôi vẫn không muốn gả con cho cậu.

Như Oanh ngẩng cao đầu, đôi mắt sáng rực nhìn thẳng vào cha:

- Ba. Ba đã thách, anh ấy đã nhận, và Tư lệnh Hải Quân đã nhận lời...

Ông Khải chòng chọc nhìn con:

- Con ngồi yên. Đừng chen vào.

- Nhưng con là người sống với kết quả.

Ông to tiếng:

- Nhưng ba không nhận kết quả đó.

Nàng siết chặt tay, kềm giọng bình thường:

- Nếu ba không giữ lời, con sẽ không bao giờ lấy chồng nữa.

Võ Bằng quyết liệt:

- Thưa bác, nếu hủy hôn nhân, danh dự của hai bác không còn nguyên vẹn. Một là với người con rể. Hai là với Tư lệnh Hải Quân.

- Có ăn nhằm gì với con rể của tôi?

- Thưa có, ông Tư lệnh từng dự đám cưới trưởng nữ của hai bác.

Ông Khải ngạc nhiên:

- Do đâu cậu biết Tư Lệnh Hải Quân có dự đám cưới?

- Thưa bác, do chính Tư lệnh nói. Ông ấy coi hồ sơ xin cưới vợ của cháu, thấy người cháu cưới là em vợ Đại tá Lương Đình Thám, vì vậy ông miễn cưỡng nhận lời.

Ông Khải nghe lòng chùng lại. Ván bài do ông giăng ra, giờ khép lại chính ông. Ông cứ tưởng Tư lệnh Hải Quân không đời nào dự đám cưới sĩ quan trung cấp, nhất là đứng chủ hôn. Đúng là... tận số. Ông thở dài, giọng trầm hẳn xuống:

- Thôi được. Coi như cậu đáp ứng các điều kiện. Nhưng còn vài yêu cầu cần phải tuân theo.

Anh vội nói:

- Dạ, cháu xin nghe.

- Sau sáu tháng mới có lễ hỏi. Sau một năm mới có lễ cưới.

Võ Bằng không kềm được ý nghĩ:

- Thưa bác, một năm... lâu quá!

Ông nghiêm giọng:

- Hôn nhân không chỉ là ngày cưới. Sáu tháng để thử lòng, để hiểu nhau. Một năm là để tránh tiếng đời dị nghị. Với thằng rể Lương Đình Thám hay thằng rể hụt Tạ Quang Vinh cũng vậy.

Võ Bằng nhìn Như Oanh. Nàng nhìn anh, không biểu lộ ý kiến. Anh nói:

- Thưa hai bác, cháu đã khá lớn tuổi, lại thêm thường công tác lâu ngày, xin bác rút ngắn thời hạn...

Ông Khải nhìn bà. Bà gật đầu. Ông nói:

- Thôi được. Chúng tôi đồng ý giảm một nửa. Nghĩa là sau ba tháng làm đám hỏi, sau sáu tháng đám cưới.

- Dạ, cháu sẽ theo đúng.

- Yêu cầu thứ hai, chúng tôi bắt rể. Nghĩa là cậu và vợ cậu phải ở đây với chúng tôi.

Võ Bằng mừng thầm. Tưởng gì chớ điều kiện này... vượt mong ước của anh:

- Dạ, cháu sẽ tuân lời.

Ông đứng dậy, đưa tay:

- Chúc mừng cậu.

Võ Bằng đứng lên cúi đầu, cung kính. Hai bàn tay siết nhau.

- Xin cảm tạ hai bác.

Như Oanh chắp tay:

- Con cám ơn ba mẹ.

Võ Bằng trịnh trọng thưa:

- Thưa hai bác, con kính mời hai bác dùng bữa cơm trưa.

Ông Khải lắc đầu:

- Trưa tôi bận. Cám ơn.

- Vậy xin hai bác vào buổi tối.

Bà Khải xua tay:

- Cám ơn nhiều. Để bữa khác.

- Vậy xin phép hai bác cho cháu mời Như Oanh.

Bà Khải mỉm cười:

- Cháu hỏi nó.

Võ Bằng và Như Oanh bước ra cổng. Nàng nói khẽ:

- Anh tài thật. Em gần đứng tim.

Anh âu yếm nhìn nàng:

- Thật ra, do em đóng kịch quá hay.

Hai người lên Vespa. Tiếng máy nổ giòn và nhỏ dần.

Bên trong nhà, bà Khải khẽ nói:

- Ông à, tôi thấy thằng đó cũng tốt.

Ông Khải âu yếm nhìn bà. Ông nhớ lại tuổi trẻ của mình. Cũng từng có những tháng ngày long đong với bên nhà vợ. Ông nắm tay bà:

- Ừ. Cũng tốt... như tui vậy. Nhưng đừng quên. Nó với thằng Vinh gắn bó nhau bốn năm còn đổ vỡ, huống hồ hai đứa này chỉ vài tháng quen nhau...

CHƯƠNG 32

ĐÊM BIỂN BẮC

Rạch Gầm rời bến Sài Gòn lúc tám giờ sáng ngày mồng Bảy Tết năm Canh Tuất - ngày 12 tháng 2 năm 1970. Võ Bằng não lòng nhưng an ủi là trong những ngày Tết vừa qua, anh và Như Oanh được bên nhau trọn vẹn.

Đúng bốn mươi tám giờ sau khi khởi hành, con tàu cập cầu Căn cứ Hải Quân Tiên Sa, Đà Nẵng, mang theo mối tình nồng nàn của người hạm trưởng vừa lên hai mươi tám tuổi. Như Oanh đã muốn tổ chức sinh nhật sớm nhưng anh không đồng ý. Nàng đành tặng vài chiếc hôn môi...

Võ Bằng trình diện Tư lệnh Hải Quân Vùng 1 và nhận được quyết định: từ ngày mai, Rạch Gầm tạm thời biệt phái cho Sở Phòng Vệ Duyên Hải.

Chỉ nghe tên gọi, anh đã thấy một nỗi e dè lạ lùng len lỏi tâm hồn. Cái cảm giác ấy đến từ bốn năm trước, năm 1966, khi tình cờ đọc được một văn thư của Sở này kêu gọi hải quân các cấp tình nguyện gia nhập hai lực lượng mới thành lập: Biệt Hải và Hải Tuần.

Với Lực lượng Biệt Hải, những dòng chữ trên trang giấy ngày ấy vẫn còn in đậm trong trí nhớ: *thể chất cường tráng; tinh thần can đảm; phản ứng bén nhạy trong mọi tình huống*. Rồi phải qua hai mươi bốn tuần huấn luyện như một điệp viên chiến tranh: nhảy dù, nhảy trực thăng; sử dụng mọi loại vũ khí, mọi loại chất nổ của ta và địch; chịu đựng những khắc nghiệt của độ nóng, độ lạnh, độ sâu và độ cao. Võ Bằng đọc xong, thấy rõ là mình không hội đủ điều kiện gia nhập Biệt Hải.

Còn với Lực lượng Hải Tuần, điều kiện thật dễ dàng, chỉ cần là quân nhân Hải Quân. Nhiều người đã hăng hái gia nhập lực lượng này. Anh đã định ghi danh nhưng khi dò hỏi về nhiệm vụ, anh đành rút lui.

Vậy mà giờ đây, số phận đưa đẩy anh đến thẳng với Sở Phòng Vệ. Công tác ra sao chưa rõ, nhưng xem ra lành ít dữ nhiều. Để chuẩn bị tinh thần, Võ Bằng dành trọn ngày ngủ bù cho suốt hai ngày đêm đã vất vả hải hành ngược sóng mùa gió chướng.

Đúng tám giờ sáng hôm sau, Võ Bằng có mặt ở phòng họp kín của Sở Phòng Vệ Duyên Hải. Căn phòng nhỏ đầy người, rèm che kín cửa sổ, chỉ có ánh đèn neon trắng nhợt chiếu lên từng khuôn mặt đang chuyện trò râm ran. Võ Bằng chào kính các vị đàn anh. Hai người bạn cùng khóa mừng rỡ ôm lấy Võ Bằng.

Anh ngồi vào ghế, nhìn quanh. Tấm bản đồ tác chiến chiếm trọn một vách tường. Vĩ tuyến 17 được kẻ bằng một vạch đỏ đậm, chạy dọc theo dòng sông Bến Hải đến cửa Tùng, rồi tiếp tục cắt ngang vùng biển, chia lãnh hải đất nước thành hai miền. Nhìn vào vết cắt đỏ chói, Võ Bằng bỗng nghĩ đến một vết thương lâu ngày không lành trên thân thể quê hương.

Trên vách bên kia là sơ đồ tổ chức Sở Phòng Vệ Duyên Hải. Bên dưới các khung ghi Phòng Nhân Viên, Tình Báo, Hành Quân, Tiếp Liệu là hai khung lớn: Lực lượng Hải Tuần và Lực lượng Biệt Hải.

Hải Quân Đại tá Trịnh Văn Gia, Chánh Sở Phòng Vệ Duyên Hải, bước vào. Đôi mắt ông sáng quắc, nhanh chóng quét một vòng căn phòng. Không khí đặc quánh, nặng như chì, phảng phất mùi thuốc lá và mồ hôi lẫn vào nhau.

Ông chào mừng và giới thiệu một số nhân vật trách nhiệm:

- Người chỉ huy công tác hôm nay: Hải Quân Trung tá Tôn Thất Đạt, chỉ huy trưởng Hải Tuần.

Vị sĩ quan có cấp bậc cao thứ nhì đứng lên. Thân hình ông tráng kiện, khuôn mặt khắc khổ, nước da rám nắng gió biển khơi. Võ Bằng nghe tên khá quen qua những câu chuyện ở hạm đội, nhưng đây là lần đầu gặp mặt. Hơn anh năm khóa, ông xứng đáng nhận được sự kính nể.

Đại tá Gia giới thiệu những người kế tiếp, gồm Hải Quân Thiếu tá Đinh Quang Thân, Chỉ huy trưởng Biệt Hải cùng hai Trung úy trưởng toán. Các Hạm trưởng HQ 817, HQ 818 và HQ 266 mà rất tình cờ, cả ba đều là bạn cùng khóa.

Đại tá Gia cao giọng:

- Như thường lệ, chúng ta tiếp tục... vượt biên. Cũng như thường lệ, nhiệm vụ của hai khinh tốc đĩnh là đổ bộ Biệt Hải và rải truyền đơn. Riêng ba chiến hạm, sau khi đổ bộ, tiếp tục di chuyển ba hải lý dọc theo bờ hướng về thành phố Vinh, cho đến giờ trở lại đón hai toán Biệt Hải.

Võ Bằng ngồi nghe, bất giác nhếch môi tỏ nụ cười chua chát. Số mệnh chăng? Lệnh công tác của Hạm đội ghi rõ Rạch Gầm được biệt phái cho Vùng 1 để tuần tiễu bảo vệ an ninh hải phận Vùng 1. Nhưng Vùng 1 lại đẩy anh... vượt Vùng 1, để đâm đầu vào hai đơn vị anh cố tránh. Một vòng lắt léo của chiến tranh.

Đại tá Gia nhìn thẳng vào Võ Bằng:

- Thành tích của Rạch Gầm ở vùng Phú Quốc qua tường thuật trên báo chí là lý do chiến hạm có mặt trong chuyến công tác đặc biệt này. Hy vọng nhờ khẩu 76,2 ly với tầm bắn hiệu quả 15 cây số, Rạch Gầm sẽ làm tắt tiếng các khẩu đại bác của địch và đánh chìm vài chiếc Kronstadt.

Ông uống vài ngụm cà phê, tiếp lời:

- Sau khi vượt qua vĩ tuyến 17, tức là qua cửa Tùng sông Bến Hải, các chiến hạm đi cách xa Hòn Cọp để tránh bị phát giác, cho đến ngang thành phố Đồng Hới thì đâm vào bờ, đổ bộ hai toán Biệt Hải. Hai toán Biệt Hải đi hai hướng, triệt hạ các đài *radar*, phá hủy các ổ pháo phòng không-phòng duyên, phá hoại cầu đường và thu thập tin tức

Ông dừng lại cho mọi người nhận hiểu rồi tiếp:

- Sau đó ba chiến hạm hải hành cách bờ ba hải lý, cho đến thành phố Vinh. Trong lúc di chuyển, khi bị pháo kích từ bờ, Rạch Gầm toàn quyền phản pháo.

Ông lại nhìn từng người, giọng trầm xuống:

- Hãy dự phòng chạm súng với các tàu tuần của

Bắc cộng. Các tàu này có hỏa lực tương đối mạnh, vận tốc nhanh. Lại còn phải trông chừng các phản lực cơ MIG 21. Trong trường hợp xảy ra hải chiến hay tai nạn, các chiến hạm phải tương trợ lẫn nhau. Nghĩa là bằng mọi giá, không được phép bỏ rơi đồng bạn. Các anh đều biết, bị cộng sản bắt thì coi như... từ chết tới bị thương. Nếu phải bỏ tàu, chiếc tàu phải được phá hủy đến không còn tàn tích.

Đại úy Graham, cố vấn của Võ Bằng, hít một hơi sâu, cất tiếng hỏi bằng tiếng Mỹ:

- Thưa Trung tá Jones, tôi có được phép đi cùng với chiến hạm?

Trung tá Cố vấn trưởng ngồi bên tay trái Đại tá Gia gật đầu, trả lời bằng giọng tiếng Anh trầm trầm:

- Phải đi. Anh ghi các tọa độ ổ súng của địch bắn ra tàu để Hàng Không Mẫu Hạm cho phi pháo tiêu diệt, dọn đường cho phản lực cơ vào sâu nội địa giội bom.

Võ Bằng nhíu mày:

- Nhưng Đại tá vừa nói hải pháo 76,2 ly của Rạch Gầm có toàn quyền tác xạ các ổ súng duyên phòng, đâu cần thêm phi pháo?

Đại tá Gia mỉm cười, nụ cười của người đã từng trải:

- Rạch Gầm sử dụng 76,2 ly hiệu quả, nhưng với tầm xa ba hải lý, rất có thể trượt mục tiêu hoặc chỉ gây hư hại. Phải có phi pháo để bảo đảm.

Võ Bằng nghe ớn lạnh sống lưng. Thả Biệt Hải, rải truyền đơn trên đất địch đã là một nhiệm vụ bất an, giờ lại thêm việc đem chiến hạm làm mồi nhử để khám phá các ổ súng của địch - thì khác nào giỡn với tử thần. Anh nhìn về phía tấm bản đồ, nhìn dọc từ Đồng Hới đến Vinh dài hàng trăm cây số mà mồ hôi tay rịn ướt thành ghế.

Ngay sau buổi họp, Rạch Gầm lặng lẽ rời bến. Chỉ còn tiếng ì ầm dưới hầm máy và tiếng sóng vỗ vào mạn tàu thay lời tiễn đưa. Hai khinh tốc đỉnh lầm lũi theo sau, mũi tàu chẻ sóng tạo thành những cánh bướm trắng xóa. Các nhân viên trực phiên căng mắt nhìn về vùng biển phía bắc, nơi những điều chưa biết đang chờ.

Trên đài chỉ huy của Rạch Gầm, Trung tá Đạt đứng bên cạnh Võ Bằng, bình thản hỏi chuyện đời thường - về sinh hoạt ở thủ đô Sài Gòn, về những quán cà phê nhạc, về vũ trường Mỹ Phụng thơ mộng bến Bạch Đằng. Ông đã quá quen với những chuyến ra Bắc, với cảm giác chai lỳ trên ranh giới mong manh giữa sự sống và cái chết. Trong khi đó, Võ Bằng trả lời với nét mặt đượm vẻ ưu tư vì công tác phía trước, và thỉnh thoảng, ánh mắt xa xăm hướng về Như Oanh.

Bảy giờ tối, ba chiến hạm ngang qua cửa Tùng của sông Bến Hải. Không khí trên tàu bỗng trở nên căng thẳng như dây đàn sắp đứt. Từ đây là vào vùng biển địch. Mỗi ngọn sóng trườn qua mạn tàu, mỗi đám mây trôi lờ lững trên bầu trời đều có thể là nơi ẩn nấp của hiểm nguy.

Võ Bằng cảm nhận rõ ràng sự thay đổi trong nhịp thở của những người chung quanh - họ nói ít hơn, động tác nhanh và dứt khoát hơn, ánh mắt hướng triền miên về biển bắc mờ sương. Trung tá Đạt xuống phòng Chiến báo quan sát các mục tiêu nổi trên mặt *radar*.

Gió đông bắc khô và lạnh, thổi từ biển vào đất liền, tập hợp sức mạnh dòng hải lưu cố gắng đẩy chiếc trợ chiến hạm lệch khỏi đường đi. Đôi lúc, gió trở mạnh và xoay chuyển thất thường, làm rối loạn mọi ước tính của Võ Bằng về độ trôi giạt. Anh yêu cầu Trung tâm Chiến báo xác định vị trí. Giọng nói của anh vang lên trong ống nói, bình tĩnh nhưng đủ để mọi người nhận ra sự tập trung cao độ của người chỉ huy. Lịch sử hải chiến Thái Bình Dương cho biết, dọc ngoài khơi tỉnh Quảng Bình, có khá nhiều thương thuyền bị đánh đắm. Một khinh tốc đỉnh đã từng va vào và phải tự phá hủy.

Như để tăng thêm không khí thù địch, bầu trời càng tối hơn, sóng gió mạnh hơn. Bỗng nhiên, mũi Rạch Gầm đột ngột xoay chín mươi độ. Con tàu nghiêng hẳn về mạn trái. Chiếc ghế của anh thủy thủ ngồi quay bánh lái trượt tuột theo độ nghiêng. Anh bám chặt bánh lái, gượng đứng thẳng, mặt tái nhợt. Chiếc ghế đổ nhào, vang lên tiếng động khô khốc. Anh rên rỉ, nhăn nhó vì cú va đập. Hạ sĩ quan trực vội vàng chạy đến dựng lại chiếc ghế. Võ Bằng nhanh chóng ban các lệnh cần thiết để đưa con tàu trở về hải trình.

Võ Bằng nhấc điện thoại nội bộ gọi phòng máy, nói với Thiếu úy Ngô Quang:

- Sóng to, gió lớn. Hãy theo dõi cẩn thận các đèn báo động để sửa chữa kịp thời. Chỉ thị nhân viên thi hành tức khắc và chính xác mọi lệnh của đài chỉ huy.

- Nhận rõ, thưa Hạm trưởng.

Ngay lúc đó, sĩ quan trực và hai nhân viên bỗng nhiên tranh nhau ói mửa, không kịp bước đến cái xô để sẵn. Đài chỉ huy thoáng chốc tràn ngập mùi hôi khó chịu. Võ Bằng cố nén cảm giác buồn nôn đang dâng lên nơi cổ họng, hít thật sâu. Không được phép tỏ ra yếu đuối, anh tự nhủ. Không được phép. Cố vấn Mỹ mặt nhăn nhó nghiêng người ra ngoài.

Phiên trực vẫn tiếp diễn trong yên lặng, chỉ thỉnh thoảng bị cắt ngang bởi tiếng báo cáo ngắn gọn từ các nhân viên quan sát. Biển đêm chỉ xạc xào tiếng sóng nhưng đủ để buộc người đi biển luôn luôn tỉnh táo.

Bỗng có tiếng báo cáo từ phòng CIC vọng lên:

- Đài chỉ huy. *Radar* phát hiện nhiều mục tiêu nhỏ cách bờ từ một đến hai hải lý. Tín hiệu yếu, có thể là tàu đánh cá.

Ba chiến hạm lặng lẽ đi qua. Tín hiệu của những chiếc tàu đánh cá mờ dần, rồi mất hẳn. Càng lên phía bắc, mật độ tàu thuyền càng thưa, như thể họ đang đi trên con đường dẫn vào một cạm bẫy khổng lồ, nơi kẻ thù đã dọn sạch tất cả để chờ đợi.

Nửa đêm, ba chiến hạm ngang qua Đồng Hới. Từ xa, ánh đèn thành phố sáng tỏa thành một vùng vàng nhạt trên nền trời đen thẫm.

Hai mươi phút sau, Trung tá Đạt ban lệnh tiến vào bờ. Theo kế hoạch, khi còn cách năm trăm thước, trong thời gian Chỉ huy trưởng Biệt Hải điều động việc đổ bộ bằng xuồng cao su, Rạch Gầm yểm trợ hải pháo khi cần.

Võ Bằng nâng kính hồng ngoại tuyến. Bờ biển

hiện ra như một dải lụa vàng, một số nơi leo lét ánh đèn lẻ loi như những đốm lửa ma trơi trên một nghĩa địa khổng lồ.

Nửa tiếng sau, giọng Thiếu tá Thân vang lên từ máy vô tuyến:

- Trình thẩm quyền, Biệt Hải hoàn tất đổ bộ.

Trung tá Đạt đáp, giọng vẫn bình thản:

- Chúc may mắn. Gặp lại bạn như đã hẹn.

Ông ra lệnh HQ 817, HQ 818 thả truyền đơn. Hàng trăm bọc nylon chứa truyền đơn được thả xuống biển, nhờ sóng đưa vào bờ. Trên sân sau, các nhân viên nhanh chóng bơm khí heli vào những quả bong bóng mang bọc truyền đơn, kết thành chùm lần lượt bay lên.

Võ Bằng lại nâng ống nhòm quan sát. Những bọc truyền đơn trôi lềnh bềnh trên sóng, đong đưa như những chiếc chai đựng thư cầu cứu của những người đi biển tuyệt vọng. Còn trên không, chúng tựa những cụm mây lơ lửng, chầm chậm di chuyển vào vùng ánh sáng vàng vọt của thành phố Đồng Hới. Cảnh tượng thật đẹp, một vẻ đẹp lặng lẽ và thiêng liêng đến nao lòng. Mỗi quả bóng là một sứ giả, mang theo hy vọng mong manh về sự thống nhất, về một tiếng nói tự do và niềm hy vọng cho những người dân đang sống trong màn tăm tối.

Nhưng vẻ đẹp ấy không kéo dài được bao lâu. Từ bờ, những tiếng nổ trầm đục vang lên, xé tan màn đêm yên tĩnh. Không phải đại bác, mà là tiếng súng máy phòng không hạng nặng. Những loạt đạn 14,5 ly và 37 ly từ các đồn bót ven biển bắt đầu phóng lên dồn dập, vẽ nên những sợi chỉ lửa đỏ rực bầu trời, đuổi theo những quả bóng mỏng manh. Nhiều quả trúng đạn, vỡ tung, những tờ truyền đơn rơi xuống lả tả như những cánh bướm trắng bị vùi dập trong cơn mưa lửa.

Những chùm đạn cũng lao vút về phía biển khơi, nơi họ nghi ngờ có tàu xâm nhập.

Tiếng nói từ HQ 817 và kế tiếp từ 818:

- Trình thẩm quyền, công tác hoàn tất.

Giọng Trung tá Đạt bình tĩnh lạ thường:

- Chúng ta bắt đầu di chuyển dọc theo duyên hải từ đây đến thành phố Vinh. Nếu địch bắn, Rạch Gầm vừa phản pháo vừa tiếp tục di hành. Nơi nào có nhiều ánh đèn, hai khinh tốc đỉnh tiếp tục thả truyền đơn cả trên không lẫn dưới biển.

Gió không quá mạnh, chỉ dưới cấp 2 từ hướng đông bắc. Nhưng những con sóng lớn vẫn cuộn trào, tuy không vỡ thành bọt trắng nhưng đủ nâng Rạch Gầm lên cao rồi hạ xuống, khiến vài người lại tiếp tục ói mửa. Võ Bằng cảm thấy bụng dạ cồn cào, nhưng anh cố nén, tập trung vào màn đêm trước mặt.

Khi đi ngang đảo Yến, phòng CIC báo cáo:

- Phát hiện hai mục tiêu nhỏ từ phía bắc đang tiến nhanh về phía ta. Khoảng cách 15 hải lý.

Trung tá Đạt ra lệnh:

- Chuẩn bị tác chiến.

Tim Võ Bằng bỗng đập nhanh hơn. Anh nhìn về phía bắc, nơi bóng đêm vẫn bao trùm tất cả. Anh nói với sĩ quan đương phiên:

- Nhận còi nhiệm sở tác chiến.

Tiếng còi dồn dập vang lên. Tiếng rầm rập chạy đến các ụ súng. Mọi người khoác áo giáp, đội nón sắt.

Đúng lúc ấy, những ánh lửa nháng lên từ phía bờ. Bốn quả pháo rơi xuống gần các chiến hạm, tạo nên những cột nước trắng xóa cao vút. Trung tá Đạt nhìn thấy sự an toàn của ba chiến hạm bị đe dọa nghiêm trọng. Kẻ thù vừa từ bờ, vừa trước mặt. Ông hạ lệnh:

- Tất cả tăng tốc, vượt ra khơi, tránh tầm pháo bờ biển.

Ba chiến hạm lập tức thi hành. Hai chiếc tàu địch phía bắc cũng tăng tốc đuổi theo. Khi đã ra đến vùng nước sâu, cách bờ đủ xa, ba chiến hạm giảm tốc, dàn thành hàng ngang chờ địch.

Những loạt đạn cối từ tàu địch bắt đầu rót xuống. Từng quả đạn gào rít trong không trung, xé toạc mặt biển yên tĩnh. Những cột nước tung cao những đóa hoa tử thần nở rộ, ngày một gần hơn, bủa vây các chiến hạm.

Khi CIC cho biết địch còn cách năm cây số, Võ Bằng ngạc nhiên không hiểu địch trang bị loại súng cối gì mà có tầm bắn xa như vậy. Súng cối 81 ly của Rạch Gầm chỉ hiệu quả ba cây số. Bất ngờ, cả hai tàu địch tăng tốc, lao thẳng vào HQ 818 - một pha hành động liều lĩnh và nguy hiểm. Trung tá Đạt nói to từ phòng CIC:

- 76,2 ly, tác xạ.

Võ Bằng ra lệnh bắn bốn quả. Tiếng đại bác chát chúa lần lượt nổ rền, chói tai. Bốn quả vẽ thành đường lửa trước khi tạo tường nước ngay trước mũi tàu đối phương. Cả hai chiếc tàu địch ngoặt gấp, đổi hướng về Rạch Gầm.

Hai quả cối địch rơi cách lái Rạch Gầm mươi mét. Nước và mảnh đạn tóe lên boong sau. Trong đau nhức của cặp mắt vì chói chang, Võ Bằng cầu mong tàu mình được may mắn.

Trung tá Đạt vừa trở lên đài chỉ huy, đã hối thúc Võ Bằng:

- Cho 76,2 ly trực xạ!

Võ Bằng nâng ống nhòm quan sát. HQ 817 đang nằm trên đường đạn đạo đến tàu địch, nếu bắn ngay sẽ trúng đồng đội. Anh hạ lệnh tăng máy, cho tàu hướng vào bờ để tìm góc bắn an toàn. Khi đạn đạo đã quang đãng, Rạch Gầm ngưng máy, lắc lư nhẹ trên sóng.

Một phút sau, từ phía mũi, một tiếng nổ siêu thanh khô khốc vang lên. Quả đạn đầu tiên xé toạc trời đêm. Một đường lửa đỏ rực phóng thẳng vào chiếc tàu địch. Quả đạn nổ tung trên mặt biển, cách mũi tàu đối phương không xa. Sức công phá của pháo 76,2 ly tạo nên một cột nước tung cao, sáng tỏ tàu địch. Chiếc tàu rung chuyển, lắc lư dữ dội!

Võ Bằng hạ lệnh:

- Bắn trực xạ hai quả.

Lần này một quả trúng ngay tàu địch. Những tiếng nổ chát chúa, lửa bừng lên cao rồi từ từ tắt ngấm giữa màn đêm. Hai phát tiếp theo nhắm vào chiếc tàu còn lại. Đạn rơi gần, tóe hai cột nước. Tàu địch ngoắt 180 độ, lao hết tốc lực trở ngược về hướng bắc, nhanh chóng biến mất vào đêm đen.

Một sự im lặng kỳ lạ lại bao trùm lên mặt biển. Chỉ còn tiếng sóng vỗ và tiếng máy tàu rầm rập. Trung tá Đạt thở phào nhẹ nhõm, ra lệnh:

- HQ 817, 818. Tìm và cứu vớt những người còn sống sót.

- Đáp nhận hành.

Rạch Gầm tiến gần nơi tàu chìm, rọi đèn pha xuống vùng biển nhấp nhô đầy mảnh gỗ. Trong ánh đèn pha rực sáng, những cánh tay vẫy vẫy rồi cố bơi đến Rạch Gầm. Năm người được kéo lên, bị thương nhẹ, được y tá tận tụy săn sóc. Họ cho biết bảy người khác đã chìm theo tàu, không kịp thoát ra.

Võ Bằng nhìn những tù binh với ánh mắt u buồn. Cũng như anh, họ còn trẻ, cũng mặc quân phục, cũng có gia đình ở đâu đó ngoài kia. Chừng nào họ mới được đoàn tụ? Nếu anh bị bắt, chừng nào anh mới gặp lại Như Oanh?

Ba chiến hạm tiếp tục rẽ sóng tiến về thành phố Vinh. Thỉnh thoảng bị pháo kích nhưng không bị chặn đường.

Một tiếng sau, Trung tá Đạt ra lệnh quay về đón hai toán Biệt Hải.

***

Năm giờ sáng, công tác hoàn tất, tất cả khởi hành xuôi nam. Phía sau họ, bầu trời Đồng Hới vẫn còn lốm đốm chùm bong bóng bay và những tia lửa đạn vô vọng túa lên trời. Rồi một lúc nào đó, những lời kêu gọi tự do sẽ rơi vào tay người dân, thắp lên trong họ ít nhiều hy vọng đổi đời.

Mười giờ sáng, trên đường về gần đến cửa Tùng,

Trung tá Đạt bỗng trầm giọng:

- Phía trước có ba tàu địch.

Võ Bằng nhìn theo hướng tay ông chỉ. Xa xa, ba tàu sơn đen đang nằm chận ngang đường, dáng vẻ đầy uy hiếp. Theo hình dạng, các chiến hạm địch là loại Kronstadt do Trung Cộng chế tạo, có vận tốc cao và hỏa lực mạnh. Trong năm qua, đã nhiều lần toán của Trung tá Đạt bị chận đánh như vậy. Có khi chúng bất ngờ xuất hiện từ Hòn Cọp, có khi từ Hòn Ngư, Hòn Én. Nhưng lần nào các khinh tốc đỉnh cũng bỏ chạy, tránh giao tranh. Cấu trúc của khinh tốc đỉnh không nhằm giao tranh mà chỉ tự vệ. Vũ khí trang bị ở sân sau chớ không sân mũi. Một lý do khác, trên đường về, bao giờ cũng bắt cóc một số ngư dân đưa về Cù Lao Chàm.

Nhưng lần này thì khác. Với ưu thế hỏa lực và tầm xa của khẩu 76,2 ly, Trung tá Đạt tin có thể đương đầu, tạo thành tích bất ngờ. Ông ra lệnh cho hai khinh tốc đỉnh bung ra hai hướng để hai tàu kia đuổi theo, Rạch Gầm một đấu một, nắm chắc phần thắng. Hạ chiếc này xong, lần lượt đuổi theo hạ hai chiếc còn lại.

Tuy nhiên địch cũng cố giành thế thượng phong. Thay vì một đấu một, chúng phớt lờ hai khinh tốc đỉnh để chia ba hướng bao vây Rạch Gầm. Ba chiến hạm đồng loạt nổ súng. Một số tia lửa vụt ngang qua Rạch Gầm. Khẩu đại pháo 76,2 ly gầm lên dữ dội, hai khẩu 40 ly và bốn khẩu 20 ly, và bốn đại liên hai bên mạn thi nhau nhả đạn như mưa. Mặt biển trở thành bãi chiến trường rực lửa.

Một tàu địch trúng 76,2 ly phát nổ, khói lửa bốc

lên ngút trời. Mười phút sau, con tàu chìm hẳn, để lại những vòng xoáy nước và những mảnh vỡ trôi lềnh bềnh. Võ Bằng điều khiển Rạch Gầm tiến gần chiếc tàu địch thứ hai. Chiếc này vừa chạy zigzag vừa bắn trả dữ dội. Nhưng rốt cuộc, nó cũng chịu chung số phận như chiếc trước, chìm dần giữa những tiếng nổ long trời.

Một phát đạn từ chiếc tàu địch còn lại, rốt cuộc cũng chạm đài chỉ huy Rạch Gầm. Tiếng nổ chát chúa và dữ dội. Miểng bay rào rào. Võ Bằng cảm thấy một luồng gió nóng rát xoẹt qua tai. Khi bụi khói tan, anh nhìn thấy một thủy thủ nằm bất động trên sàn - tử thương. Trung tá Đạt ôm cánh tay tuôn máu, và hai nhân viên ôm đầu ôm mặt máu nhỏ giọt. Các y tá xuất hiện với túi cứu thương.

Trung tá Đạt nổi nóng, quát:

- Rạch Gầm! Bắn tối đa 76,2 ly! Tiêu diệt nó!

Võ Bằng chuyển lệnh vừa dứt, khẩu đại pháo đã rền những phát đạn liên tiếp. Nhưng mới đến trái thứ tư, Trung tá Đạt lại quát, lần này to hơn:

- Ngưng! Ngưng bắn!

Mọi người nhìn ông rồi hướng về phía ông đang chăm chú. Trên đỉnh cột cờ của tàu địch một mảnh vải trắng được kéo vội lên đang phất phới.

Một sự im lặng kỳ lạ lại bao trùm.

Được lệnh vị chỉ huy, Võ Bằng cho Rạch Gầm cập sát mạn tàu đầu hàng. Mười người lính địch, trong đó có bốn người bị thương, được chuyển qua. Năm xác chết để lại, mặc cho tàu địch trôi lềnh bềnh vô chủ. Nhìn vào ánh mắt hoảng sợ của họ, Võ Bằng bỗng thấy xót xa. Anh nghĩ nếu bị bắt, mình cũng hoảng sợ. Vòng xoáy chiến tranh thật lạ lùng, bên nào cũng tự hào mang máu xương để bảo vệ đất nước. Nhưng đau đớn nhất lại là cùng một đất nước. Chánh nghĩa chỉ còn căn cứ vào cách xây dựng: bên nào giàu có, ấm no, tự do, dân chủ, bên đó có chánh nghĩa.

***

Cuộc hành trình vượt tuyến đang đến hồi kết thúc. Một chiến dịch thầm lặng, đầy nguy hiểm và hồi hộp, nhưng cuối cùng những người lính biển đã làm được điều họ cần làm: hoàn thành sứ mạng với thiệt hại tương đối nhẹ - một người chết, vài người bị thương.

Trên đường về, Võ Bằng thắc mắc nhìn Trung tá Đạt với cánh tay băng bó, máu vẫn còn thấm qua lớp vải trắng:

- Thưa Trung tá, sao phải chở binh lính địch về miền Nam làm chi cho thêm mệt? Cứ để mặc họ xoay sở trên vùng biển của họ, có phải đỡ thêm gánh nặng?

Trung tá Đạt nhìn anh, khóe môi nhếch lên một nụ cười đầy ẩn ý:

- Một là để tra hỏi tổ chức địch. Hai là để huấn luyện họ trở thành nội tuyến. Sau ba tháng cho ăn uống thỏa thuê, phủ dụ chiêu hồi, chúng ta thả họ về quê quán.

Ông ngừng một chốc, nhìn ra biển khơi mênh mông, rồi bất chợt hỏi:

- Anh có nghe *đài Gươm Thiêng Ái Quốc* bao giờ chưa?

Võ Bằng hơi ngạc nhiên, gật nhẹ:

- Thưa, chỉ một hai lần.

- Thường thì sau công tác, trên đường về, lần nào Hải Tuần cũng chận xét ngư thuyền, bắt cóc một số ngư dân đem về giao cho *Mặt trận Gươm Thiêng Ái Quốc*. Nhưng lần này bị kẹt chở tù binh và thương binh.

Trung tá Đạt đưa mắt nhìn quanh, rồi nói bằng giọng thấp hơn, như chỉ đủ cho hai người nghe:

- Đài Gươm Thiêng Ái Quốc là tiếng nói của Mặt trận Gươm Thiêng Ái Quốc, một tổ chức có căn cứ trên Cù Lao Chàm, gần căn cứ Hải Tuần. Cạnh căn cứ Gươm Thiêng, người ta xây dựng một ngôi làng theo đúng khuôn mẫu những làng chài dọc bờ biển Bắc Việt. Nhân viên trong làng nói giọng Bắc, sinh hoạt theo đúng tục lệ Bắc, nói chuyện về đời sống dưới chế độ cộng sản nghèo đói, rỉ tai về tổ chức Mặt trận Gươm Thiêng Ái Quốc và hoạt động của nó nhằm đem lại đời sống ấm no không như chế độ cộng sản.

Ông dừng lại, như để những lời vừa nói thấm vào người nghe:

- Ngư dân Bắc Việt bị Hải Tuần bắt cóc, được đưa về sống trong ngôi làng ấy, phát cho họ quần áo mới, ăn uống đầy đủ, tặng một radio nghe đài Gươm Thiêng Ái Quốc. Khi họ tin đang có kháng chiến chuẩn bị lật đổ chế độ miền Bắc, họ sẽ thổ lộ những tin tức đặc biệt, những điều xấu xa của các nhân vật cộng sản mà họ biết. Tình báo miền Nam khai thác những tin đặc biệt ấy. Còn Đài Gươm Thiêng Ái Quốc - cơ quan tuyên truyền của Mặt trận - phát thanh những tin xấu xa để gây chia rẽ trong giới lãnh đạo Bắc Việt.

Võ Bằng lặng người. Trước mắt anh, cuộc chiến không chỉ là những trận hải chiến bằng súng đạn, không chỉ là những chuyến vượt tuyến đầy hiểm nguy. Nó còn là những chiến dịch tâm lý tinh vi, những toan tính thầm lặng mà anh chưa từng hình dung hết.

Năm giờ chiều, ba chiến hạm cập cầu hậu cứ Mỹ Khê. Ngay sau khi bàn giao tù binh cho Sở Phòng Vệ Duyên Hải, Rạch Gầm được trả về Bộ Tư lệnh Hải Quân Vùng 1. Hạm trưởng Võ Bằng được Tư lệnh Vùng 1 tiếp kiến. Ông hỏi han, ngợi khen, cấp phương tiện chở thi hài tử sĩ và hai nhân viên bị thương về Sài Gòn. Ông cho Rạch Gầm ba ngày dưỡng sức, tu bổ máy móc, bổ sung đạn dược. Sau đó sẽ nhận công tác mới.

Võ Bằng chào từ giã.

Bước ra khỏi phòng Tư lệnh, anh ngước nhìn bầu trời Đà Nẵng chiều muộn, những áng mây hồng trôi nhẹ trên biển. Một câu hỏi cứ quanh quẩn trong đầu:

"Công tác gì đây? Lại vượt vĩ tuyến?"

Tự dưng anh rùng mình. Tại sợ hay tại cơn gió chiều trở lạnh?

CHƯƠNG 33

BÊN BỜ HÀN GIANG

Sau giấc ngủ nhiều mộng mị, Võ Bằng dậy khá trễ.

Vừa ăn sáng anh vừa nghe hạm phó trình bày công việc trong ngày. Thi hài thủy thủ Trịnh Cương đã được căn cứ đưa ra phi trường. Phòng Xã Hội Hải Quân ở Sài Gòn sẽ phối hợp cùng gia đình lo hậu sự. Hai thủy thủ bị thương đang được săn sóc tại bệnh xá Tiên Sa.

Riêng chiến hạm, các ban ngành đang lo phần vụ thường nhật. Ngoài chi đội trực, hai chi đội còn lại đã được phép đi bờ.

Sau khi cùng hạm phó và ban nội vụ vào bệnh xá thăm thương binh, Võ Bằng dặn:

- Nếu có việc gì cần, tìm tôi ở bãi Tiên Sa.

Bãi biển chỉ cách nơi tàu cập cầu chưa đầy một cây số. Anh quyết định đi bộ. Trong quá khứ, anh đã nhiều lần đến đây. Bãi nằm trong khu quân sự nên vẫn còn giữ được vẻ hoang sơ, tĩnh lặng. Cảnh sắc không khác gì một bức thủy mặc: giản dị mà sâu lắng.

Bãi biển hình cánh cung, cát trắng mịn, chạy dài gần cả cây số. Ở hai đầu bãi, những ghềnh đá nhấp nhô đủ hình thù, khoác lên mình lớp rêu phong của thời gian, in bóng xuống mặt nước lặng như gương.

Khác với những bãi biển ở các quần đảo quanh Phú Quốc, đáy biển nơi đây hoàn toàn không có san hô. Chỉ là lớp cát mịn, long lanh. Nước trong lạ lùng. Gần bờ thì màu ngọc bích, có thể thấy từng gợn cát. Xa hơn là màu xanh thẫm. Và tận phía chân trời, màu nước chuyển sang tím biếc.

Những con sóng hiền hòa vỗ nhẹ lên bờ rồi rút xuống, để lại trên cát những bọt sóng trắng xóa, tựa viền ren cho tấm thảm xanh khổng lồ.

Xa xa, vài chiếc tàu đánh cá lắc lư theo nhịp sóng.

Võ Bằng cởi bỏ quần áo ngoài, chỉ còn quần tắm. Anh chậm rãi bước xuống nước. Nước biển mát lạnh, dâng dần lên thân thể. Từng tế bào như được thả lỏng. Mọi âu lo, căng thẳng của những ngày chiến trận dường như tan ra theo làn nước.

Anh ngửa người bơi ếch dọc theo bãi ba trăm mét, rồi thư thả bơi sải trở lại.

Đã mấy năm rồi anh không bơi xa như thế. Khi chạm bờ, anh mệt gần đứt hơi.

Anh nằm ngửa trên cát, thở một lúc rồi nằm sấp, gác đầu lên cánh tay. Mặt trời và gió xuân vừa đủ mát đưa anh thiếp ngủ.

***

Tiếng động khẽ làm anh hé mắt. Trên mặt biển óng ánh nắng trưa, một vật tròn đen đang nhấp nhô theo sóng.

Anh ngồi bật dậy, nhìn kỹ hơn. Đó là một... đầu người. Người ấy đang vẫy tay, bơi dần vào bờ.

Rồi bất chợt... hình bóng đó biến mất. Khi nổi

lên, khuôn mặt hiện ra khiến anh sững sờ.

Như Oanh.

Mắt anh mở to. Đúng là Như Oanh. Sao nàng lại ở đây?

Giờ này đáng lẽ nàng đang đứng trên bục giảng. Một người cá mượn hình? Hay chính anh nằm mơ?

Thân hình nàng dần dần hiện rõ khỏi mặt nước. Những giọt nước lấp lánh trên làn da. Mái tóc đen dài bám vào cổ và bờ vai.

Trong bộ đồ bơi ôm sát thân thể, nàng hiện lên như một hình ảnh vừa thực vừa mộng.

Võ Bằng vụt đứng dậy, chạy vội đến đón. Nàng cười, chìa tay:

- Còn nhớ không? Huỳnh Như Oanh đây.

Anh nắm chặt tay nàng:

- Võ Bằng.

Cả hai ôm nhau cười giòn... Võ Bằng rối rít:

- Sao em biết anh ở đây?

- Anh ở đâu... em đều biết.

Anh nhìn sâu vào mắt nàng, như để chắc rằng nàng đang thực sự hiện hữu. Một cảm giác lạ lùng dâng lên trong lòng anh.

Hai người đứng ở mép nước. Sóng vờn bàn chân như ngày mới quen ở An Thới. Anh bóp tay nàng:

- Nếu bãi biển này chưa có tên thì anh sẽ đặt là Tiên Sa.

Như Oanh bật cười:

- Nó vốn mang tên Tiên Sa mà.

- Phải chi ngày xưa tiên không xuống tắm thì anh

đặt tên bây giờ càng thích hợp.

- Đừng có nịnh.

Nàng nắm chặt tay anh, kéo ra biển.

Nước dâng lên đến cổ, rồi bất chợt nàng buông tay...

***

- Dậy đi! Nắng thế này mà cứ mộng mơ!

Tiếng quát làm Võ Bằng choàng tỉnh. Anh mở mắt. Trước mặt là hai thằng bạn cùng khóa đang cười hề hề.

Lâm nói:

- Mau lên đi ăn rồi đi chơi với tụi tao.

Đường tiếp lời:

- Về tàu thay quần áo. Hôm nay tụi tao đưa mày đi du hí, coi như mừng còn gặp nhau.

Chiếc xe Jeep quân sự phóng bon bon trên con đường đất đỏ ven sông Hàn. Gió biển thổi vào mặt, mang theo hương vị đặc trưng quen thuộc. Hai bên đường, những rặng dương xanh rì nghiêng ngả trong nắng.

Xe qua cầu Trình Minh Thế, thẳng tới chợ Cồn. Tô bún bò Huế nóng hổi, nhiều thịt, đầy hương vị. Bia 33 ngon hơn thường lệ. Võ Bằng nhởn nhơ thưởng thức thêm một tô nữa, bù cho ba ngày sóng gió ăn uống cầm hơi.

Xong bữa ăn, Lâm bảo tài xế đưa về đường Độc Lập rồi cho xe về sở. Anh căn dặn trở lại rước lúc mười giờ ở nhà hàng Ánh Trăng.

Cả ba vào một con hẻm nhỏ tráng xi măng, quanh

co, hai bên là những căn nhà quét vôi bong tróc với những cửa ngõ khác màu. Mùi thơm các loài hoa từ dãy hàng rào tỏa ra man mác.

Lâm dừng trước một cánh cửa gỗ cũ kỹ, bên trên treo một chiếc đèn lồng mang hàng chữ Quán Câm. Võ Bằng nhìn Lâm, ngạc nhiên. Lâm chỉ cười, đẩy cửa bước vào.

Bên trong là một khoảng sân nhỏ, lát gạch đỏ. Bên trên một giàn hoa ti-gôn màu hồng che kín cả khoảng trời. Dưới giàn hoa, hai dãy bàn, mỗi bên năm được kê trước một sân khấu. Bảy bàn đã đầy khách, đang thì thầm trò chuyện.

Một người đàn ông trạc năm mươi, mặc áo dài the đen, đội khăn xếp, bước ra đón họ. Ông có khuôn mặt hiền từ, đôi mắt sâu hoắm như chứa đựng cả một trời ký ức.

Ông nói, giọng trầm ấm:

- Chào các cháu. Có đặt bàn trước không?

Lâm đáp:

- Dạ rồi, cháu tên Lâm.

Ông già gật đầu, dẫn ba người vào bàn chỉ định. Giàn hoa màu hồng đang nở rộ. Võ Bằng thích thú ngẩn ngơ đứng nhìn. Hoa ti-gôn màu hồng thật đúng ý, đang tỏa tâm tư của anh: khao khát, nhớ nhung, mong ngày đoàn tụ.

Võ Bằng hỏi:

- Hết tên đặt, sao lại chọn "Quán Câm"?

Đường thì thầm:

- Chủ quán là một nghệ sĩ cải lương nổi tiếng Sài Gòn. Sau một cơn bệnh, ông bị mất tiếng, ra đây mở quán này. Tụi tao thường đến sau mỗi công tác. Ông có những màn trình diễn rất nghệ thuật. Những động tác mộc mạc, những câu chuyện đầy ý nghĩa giúp chóng xua đuổi các ám ảnh, căng thẳng. Đặc biệt, những câu chuyện được kể bằng... tay.

Võ Bằng ngạc nhiên kêu khẽ:

- Bằng tay?

Lâm mỉm cười:

- Đừng nghĩ bậy! Ở đây không có các tiếp viên như ở snack bar. Kể chuyện bằng tay là kể qua nghệ thuật múa rối.

Võ Bằng nhìn sân khấu với bức màn nhung đã bạc màu. Anh đã có dịp xem vài màn múa rối trên truyền hình, nay xem tận mắt hẳn càng thú vị.

Ông chủ quán đến, một tay nâng khay đựng ấm trà và ba chung nhỏ in họa tiết hoa lài, tay kia dĩa mè xửng và bánh in nhân đậu. Ông rót trà, mỗi chung vừa đủ một ngụm. Nước trà vàng óng, thơm mùi sen.

Giọng ông khàn khàn phát ra tiếng độc nhất, khó nghe:

- Mời.

Cả ba nâng chén trà lên môi. Trà nóng, hơi chát nhưng sau đó ngọt, thơm lắng sâu ở cuống họng. Võ Bằng cảm thấy như có một luồng khí ấm áp lan tỏa khắp cơ thể. Những sợi thần kinh chùng xuống.

Bỗng nhiên, tiếng đàn tranh từ sân khấu vang lên. Nhẹ nhàng, da diết. Tấm màn từ từ kéo ra. Đôi tay ông chủ quán thoăn thoắt điều khiển những con rối bằng vải màu, biến chúng thành những nhân vật có hồn. Võ Bằng mê mẩn theo dõi câu chuyện về một chàng ngư phủ cứu nàng tiên cá thoát khỏi cá mập, được nàng tặng viên ngọc quý. Nhưng rồi chàng bị kẻ gian hãm hại lấy mất viên ngọc. Nàng tự nguyện thay thế. Cả hai tìm thấy hạnh phúc bên nhau.

Tiếng đàn tranh lúc trầm lúc bổng, lúc nhanh lúc chậm, hòa quyện với từng động tác của những con rối. Cả khoảng sân chìm trong nhạc âm và tiếng gió thổi qua giàn hoa ti-gôn.

Anh nghĩ tới Như Oanh. Phải chi không là giấc mơ mà nàng đến thật bên anh, chắc cũng thích thú như anh.

Kết thúc màn múa rối, ông chủ quán bước ra, cúi chào mọi người. Tiếng vỗ tay vang lên. Ông chỉ cúi đầu cảm tạ, không nói một lời.

Võ Bằng nói to:

- Hay quá! Cám ơn bác.

Chủ quán mang thêm ấm trà mới... Cả ba kể chuyện buồn vui sau ngày ra trường cho đến gần giờ trình diễn suất kế tiếp.

Quán không đề giá. Lâm trả theo hảo tâm. Võ Bằng tặng thêm một ít tiền thưởng.

Cả ba đi bộ đến nhà hàng Đồng Vinh nằm khoảng giữa đường Độc Lập. Võ Bằng cũng từng vào các nhà hàng lẫn các quán cà phê nhạc trên con đường nhộn nhịp nhất của thành phố này nhưng chưa vào Đồng Vinh. Ở đây có những món ăn miền Trung lạ miệng, rất ngon. Anh lại thêm một lần no bụng thỏa thuê.

Khi rời Đồng Vinh, phố đã lên đèn. Những dãy đèn vàng vọt đủ soi sáng mặt đường tráng nhựa còn mới. Thỉnh thoảng, một chiếc xe lam chạy qua, tiếng nổ bình bịch vang góc phố.

Mười lăm phút sau, cả ba vào đường Bạch Đằng. Quang cảnh không còn thơ mộng như những lần tàu anh ủi bãi gần Viện Cổ Chàm. Con đường tình tự dọc sông Hàn giờ mọc lên vô số *snack bar*. Nhạc rock ồn ào tràn ra đường. Những cô gái mặc áo dài, áo đầm đứng mời gọi lính Mỹ.

Đà Nẵng đổi thay. Chiến tranh đi tới đâu, phố xá đổi khác tới đó.

Đường chỉ ngôi biệt thự tường trắng cửa xanh bên tay phải hướng về núi Sơn Trà:

- Giang sơn của thị trưởng Đà Nẵng đó, cùng quân chủng.

Nhà hàng Ánh Trăng nằm ở cuối, chếch nhà vị thị trưởng, khá đông khách. Cũng như Đồng Quê quán, tiếng nhạc êm dịu bàng bạc không gian.

Lâm chọn bàn bên ngoài, vừa nhìn trăng sao vừa ngắm dòng sông lấp lánh. Gió biển từ cửa sông Hàn thổi vào mát rượi.

Một phụ nữ trạc bốn mươi, mặc quần jeans xanh, áo sơ mi trắng, tóc búi cao, bước ra tiếp đón. Chị có khuôn mặt khả ái, đôi mắt buồn xa xăm, nhưng nụ cười thì rất tươi.

Chị hỏi, giọng nhẹ nhàng:

- Quý khách dùng chi?

Đường nói:

- Chị cho một chai rượu thuốc và vài món nhậu.

Chị hỏi:

- Rượu thuốc ngâm rắn hổ?

- Đúng trăm phần trăm.

Chị quay vào trong. Võ Bằng có hơi ngạc nhiên. Anh cứ tưởng thứ rượu thuốc này chỉ có ở miền Tây.

Lâm nhìn Võ Bằng, cười:

- Hôm nay, đặc biệt dành cho miệt cò bay thẳng cánh của mày.

Võ Bằng bóp bàn tay hai bạn tỏ ý cám ơn. Lâm sinh quán ở Huế, Đường ở Đà Nẵng, nhưng không ngờ họ vẫn nhớ gốc gác của anh.

Chị chủ mang ra dĩa mực nướng và dĩa đậu phộng. Mực tươi, nướng trên than hồng, chấm với muối tiêu chanh. Võ Bằng tách một sợi râu, bỏ vào miệng nhai. Thịt dai, ngọt, thơm không thua mực vùng Phú Quốc.

Nguyên con rắn cuộn tròn lên tới miệng chai rượu thuốc có màu vàng óng như mật ong. Rót rượu ra ba ly thủy tinh nhỏ, Đường nói:

- Uống đi mày. Ly này mừng cho ba thằng mình còn sống sót.

Họ cụng ly. Rượu vào cổ họng, nóng ran, thơm mùi thuốc bắc. Nhưng sau đó là cảm giác ấm áp lan tỏa khắp cơ thể, như thêm sức mạnh. Cả ba lặng thinh nhâm nhi mồi. Giọng Chế Linh qua Hận Đồ Bàn nghe não nuột. Thỉnh thoảng tiếng sóng ầm ì vọng đến. Trăng lưỡi liềm lơ lửng hướng đông, soi sáng một khúc sông.

Lâm rót rượu cho cả ba rồi nâng ly:

- Ly này để tưởng nhớ các bạn ta đã nằm xuống, cho những người đã nằm xuống.

Đường nói, giọng buồn buồn:

- Sau tám năm từ ngày ra trường, khóa mình đã có sáu thằng đền nợ nước. Gần như mỗi năm một thằng. Năm nay tới ai? Và năm tới sẽ là ai?

Đường ngừng lại, rót thêm rượu. Im lặng bao trùm. Võ Bằng nhìn ra sông. Hình ảnh người bạn đồng khóa tử thương đầu tiên ở trận Ba Rài năm 1965 lờ mờ hiện ra. Hai người kế tiếp cùng năm 66, ở miền Trung. Người thứ tư, trên sông Hàm Luông năm 1967...

Võ Bằng ực cạn ly. Rượu cay xè cổ họng, hòa với nỗi xót đau trong lòng.

Chị chủ quán lặng lẽ đặt lên bàn thêm một dĩa mực nướng và một dĩa đậu phộng. Chị nhìn Võ Bằng, nói nhẹ nhàng:

- Hai món này chị mời chú em, khách mới. Không tính tiền. Chỉ mong tái ngộ.

Võ Bằng cảm ơn chị. Chị cười, rồi xoay bước.

Bỗng nhiên, từ bờ sông, một giọng hò Huế êm ái, da diết, ngọt ngào vọng đến:

Khoan ơi khoan hò ơi ơi...

Đêm khuya ngớt tạnh mù khơi,

Khúc sông quạnh vắng, có người sầu riêng.

Cả ba nhìn ra bờ sông. Một chiếc thuyền nhỏ đang trôi lững lờ, trên thuyền có một người con gái mặc áo dài trắng, tóc xõa lung linh dưới ánh trăng.

Đường nhìn đồng hồ, mỉm cười:

- Người đẹp đúng hẹn.

Cô gái lại hò tiếp:

Một mình cả chống cả chèo

Không ai tát nước đỡ nghèo một phen.

Đường nói nhỏ với Võ Bằng:

- Cô bé đó tên Mai Chi. Nghe đâu cha mất trong một cuộc đụng độ. Ban ngày học Sao Mai, tối lên ghe hát hò kiếm tiền nuôi mẹ già và em nhỏ. Thấy thì tội nghiệp nhưng giữa thời buổi nhiễu nhương... thực hư khó biết.

Chiếc thuyền từ từ tiến vào bờ. Cô gái bước lên, nhẹ nhàng, uyển chuyển. Dưới ánh trăng, Võ Bằng thấy rõ khuôn mặt cô. Một khuôn mặt thanh tú, với đôi mắt to, đen, ẩn chứa một nỗi buồn xa xăm. Mái tóc dài thả xuống bờ vai, phất phơ trong gió. Anh chợt nhớ thiết tha mái tóc của Như Oanh.

Cô vào quán, nhìn quanh, rồi tiến lại bàn Võ Bằng, cúi chào:

- Chào anh Đạt, anh Thành. Và chào anh...

Đường lên tiếng:

- Lê Cung, bạn tụi này, ở Sài Gòn. Đây là Mai Chi.

Võ Bằng không ngạc nhiên khi bạn tự đổi tên của mình. Anh đã được biết tất cả mọi người trong Sở Phòng Vệ đều mang tên giả.

Võ Bằng vui vẻ:

- Chào Mai Chi.

- Anh cũng... lính?

- Trông tôi không giống lính sao?

Lâm nhanh nhảu kéo ghế:

- Mời ngồi. Mai Chi uống gì?

- Dạ, em xin một chai nước lọc.

Võ Bằng thân mật nói:

- Anh mời một ly nước dừa, làm quen.

- Cám ơn anh Cung.

Anh gọi tiếp viên. Cô gái uống từng ngụm nhỏ. Đôi tay cô thon dài, trắng ngần, khiến anh liên tưởng đến bàn tay Như Oanh - bàn tay của một người không phải làm lụng nặng nhọc.

Anh khen:

- Giọng hò của cô thật ngọt ngào, tình cảm. Nếu cô hát sẽ rất thành công, mau giàu...

Mai Chi cười buồn, nhỏ nhẹ:

- Em đã đi hát nhưng rồi sợ không gian phòng trà...

- Ban đêm một mình trên sông, đáng sợ hơn chứ?

- Nhà em bên kia sông. Cũng chỉ quanh quẩn khúc sông có đông hàng quán này.

- Cô hò trên sông thì làm sao kiếm tiền?

- Có ai gọi thì ghé vào. Hoặc có hẹn trước như anh Đạt, anh Thành.

Võ Bằng thật thà:

- Nhan sắc của cô thế này, đâu khó để chọn một người xây dựng mái ấm.

Cô nhìn Võ Bằng, đôi mắt bỗng sâu thẳm:

- Có chắc là ấm không anh? Hay càng lạnh, càng buồn đau? Đã hai người đeo đuổi em, cả hai lần lượt đi hành quân, không thấy về!

Mai Chi nói với giọng bình thản, không than vãn, không oán trách. Võ Bằng lòng dâng lên một niềm xót thương. Giữa cuộc chiến tranh khốc liệt này, cô vẫn cố giữ cho mình một nhân cách, một tâm hồn.

Võ Bằng vui vẻ nói:

- Tôi đâm thích giọng hò Huế, khác hẳn giọng hò miền Tây. Cô vui lòng cho tôi thưởng thức chứ?

Không chần chừ, Mai Chi mỉm cười cất tiếng. Dù đã quen nghe giọng Huế, nhưng giọng hò nhỏ nhẹ, thánh thót, ngâm nga phần lớn chỉ được Võ Bằng thưởng thức qua cảm nhận:

Ờ hơ ớ hơ...

Núi cao chi lắm núi ơi,

Núi che mặt trời không thấy người thương.

Thương chi cho uổng công trình,

Bạn về xứ bạn bỏ mình bơ vơ.

Lên chùa thấy Phật muốn tu,

Về nhà thấy Mẹ công phu chưa đền.

Ngó lên Hòn Kẽm, Đá Dừng,

Nhớ cha thương mẹ quá chừng bạn ơi!

Cô say sưa hò khoảng nửa giờ, uống cạn trái dừa rồi đứng lên từ giã.

Võ Bằng vội vàng ngăn lại:

- Mới chín giờ, ở thêm chút nữa.

- Như anh thấy, vì vấn đề an ninh.

- Chờ một chút.

Anh rút bóp, lấy một số tiền khá khẳm đưa cho Mai Chi:

- Mong có ngày gặp lại.

Mai Chi nhận tiền, cúi đầu:

- Cảm ơn anh Lê Cung. Em cũng rất mong được gặp lại.

Cô bước xuống thuyền, nhẹ nhàng chèo ra xa. Võ Bằng ngồi nhìn theo cho đến khi chiếc thuyền chìm hẳn trong bóng đêm.

Khi quay lại, Võ Bằng bắt gặp hai nụ cười hóm hỉnh của Lâm và Đường.

Võ Bằng hỏi:

- Tụi mày cười gì?

Lâm trêu chọc:

- Tương tư rồi chăng?

- Không được sao?

Đường úp mở:

- Trong chiến tranh... nhiều người sống giữa hai thế giới. Cẩn thận là hơn.

Võ Bằng nhớ lại ánh mắt của Mai Chi. Ánh mắt linh động thường hướng về hai thằng bạn của mình. Anh đáp trả:

- Tao tương tư thì tụi mày hẳn... tương tri!

Lâm cười:

- Tương tri chỉ để dò xét.

Đường tiếp lời:

- Phòng tình báo Sở Phòng Vệ lâu lâu bắt một người đẹp hoạt động lấy tin cho địch. Vui Xuân, đừng quên Tết Mậu Thân.

Võ Bằng đâu dễ quên kinh nghiệm đắng cay của mình. Chẳng qua chỉ là một cảm thông thường tình trước người gặp hoàn cảnh khó khăn. Tuy vậy, anh cũng nói nhỏ "tụi mày có lý" rồi chậm rãi nâng ly rượu, ra dấu cùng uống cạn.

CHƯƠNG 34

HƯỚNG VỀ GIỚI TUYẾN

Võ Bằng rời buổi họp tại Trung Tâm Hành Quân Hải Quân Vùng 1 thì mặt trời đã nằm trên đỉnh Trường Sơn. Vịnh Đà Nẵng như tấm lụa xanh trải rộng.

Về tàu, anh cho lệnh họp sĩ quan thông báo công tác.

Rạch Gầm được giao nhiệm vụ tuần dương trong sáu ngày, từ cửa Tư Hiền đến cửa Việt. Các đơn vị hải quân hoạt động phối hợp gồm các khinh tốc đỉnh và chiến thuyền. Đơn vị bạn gồm các Chi Khu Gio Linh, Triệu Phong, Hải Lăng, Phong Điền, Quảng Điền, Hương Điền, Phú Vang. Đại úy Graham bệnh, không dự chuyến công tác này.

Hồi mười giờ rưỡi, Rạch Gầm ngang qua đèo Hải Vân. Mây trắng phủ đỉnh đèo. Vịnh Chân Mây còn lãng đãng sương mù từ từ hiện ra. Mặt vịnh tĩnh lặng, thanh bình. Bãi cát trắng chạy vòng cung dài tám cây số, phân chia màu xanh của rừng, của biển, tạo nên vẻ đẹp hoang sơ, lãng mạn bất chấp không khí chiến tranh.

Hạm trưởng Võ Bằng đang say sưa ngắm phong cảnh tuyệt vời thì tiếng của quan sát viên vang lên:

- Trình Hạm trưởng, có một tàu đánh cá đang quay đầu chạy ra khơi hướng một giờ.

Võ Bằng nâng ống dòm quan sát mục tiêu, rồi ra lệnh:

- Hai máy tiến 4. Lái hướng bắc.

Chiến hạm tăng tốc, mũi chếch dần về bên phải và giữ hướng 0 độ.

Chiếc ngư thuyền đổi hướng về tay trái. Chiến hạm đuổi theo. Võ Bằng đọc số trước mũi: TT và tám con số. Số đăng bộ của tỉnh Thừa Thiên. Anh dùng loa kêu gọi ngừng máy.

Chiếc ghe tuân lệnh. Trên boong có ba người đàn ông, tất cả mặc quần đùi, ở trần.

Võ Bằng ra lệnh hạ sĩ quan trực:

- Trung sĩ Liêm, thủ khẩu 20 ly. Toán xét ghe sẵn sàng.

Anh nói qua loa phóng thanh:

- Yêu cầu ghe cập vào chiến hạm.

Toán khám xét lên chiếc ghe, dồn ba người ngồi gom lại ở mũi. Một thủy thủ canh chừng với khẩu M16.

Võ Bằng giao tàu cho Hạm phó Tiến, xuống boong trước. Anh yêu cầu chủ ghe qua gặp.

Ông ta ở khoảng tuổi năm mươi. Khỏe mạnh, da cháy nắng.

Anh hỏi:

- Giấy tờ đâu?

Chủ ghe đưa bọc nhựa. Võ Bằng nhận nhưng không xem, hỏi tiếp:

- Sao thấy tàu lại bỏ chạy?

Ông gật đầu, đáp nhỏ, giọng Huế:

- Thưa, đâu có bỏ chạy, chúng tôi đi đánh cá.

- Đánh cá ở ngoài khơi?

- Dạ, trong bờ không có cá lớn.

- Các anh ra đây từ mấy giờ?

- Dạ, từ sáng sớm.

- Xuất phát từ đâu?

- Dạ, từ phá Tam Giang.

- Sao không đánh cá trong phá?

- Như tui nói, không có cá lớn.

Võ Bằng mở bọc nhựa.

Thẻ Căn Cước: Cảnh Sát trưởng Quận 1, Huế, ký tên đóng dấu. Giấy hành nghề đánh cá: Quận trưởng Quận 1, ký tên đóng dấu. Sổ ghe đăng bộ: Ty Ngư nghiệp ký. Một tờ giấy giới thiệu, nội dung viết ngắn gọn: *"Yêu cầu quý đơn vị dành mọi thuận lợi cho ngư thuyền hành nghề. Rất cám ơn."* Ký tên: Nguyễn An Cư, Trưởng Ty Ngư Nghiệp.

Võ Bằng đọc xong, ngẩng lên, chăm chú nhìn người chủ ghe:

- Anh quen biết ra sao với ông Trưởng Ty Ngư Nghiệp?

- Dạ, bà con. Ông ấy hùn hạp làm ăn chung.

Võ Bằng nhìn ông ta thật lâu. Chuyện các quan chức hùn hạp không lạ. Đồng lương quá thấp, phải kiếm thêm bằng hình thức hợp pháp là chuyện bình thường. Anh không hỏi thêm.

Đúng lúc anh định trả lại giấy tờ, cho ghe đi thì có

tiếng Trung úy Tuấn la to từ ngư thuyền:

- Thưa Hạm trưởng, tìm thấy một máy truyền tin PRC-10, giấu kỹ trong khoang.

Máy được chuyển tới Võ Bằng. Anh cho gọi nhân viên vô tuyến.

Võ Bằng giữ giọng bình thường, hỏi chủ ghe:

- Đánh cá... mà có máy vô tuyến?

Ông ta không trả lời. Võ Bằng gằn giọng:

- Ai đưa cho anh máy này? Ông Trưởng ty?

Chủ ghe lặng thinh.

Võ Bằng cho lệnh mở máy PRC-10. Vô tuyến viên vặn nút. Tiếng rè rè phát ra. Máy còn tốt. Chợt có giọng phụ nữ trong trẻo vang lên:

- Nghe đây.

Võ Bằng thấy mồ hôi trên trán chủ ghe. Tiếng nói lại phát ra:

- Nghe rõ. Nói đi.

Võ Bằng giật mình. Tiếng nói nghe quen quá. Như tiếng nói của Mai Chi. Anh đưa ống liên hợp cho chủ ghe:

- Anh trả lời.

Người chủ ghe bất ngờ lao tới húc mạnh vào vai Võ Bằng. Thân anh va vào dây an toàn, suýt bật ngửa văng xuống biển.

Anh hô to:

- Bắt nó!

Hai thủy thủ đứng gần phóng theo, nhưng đã muộn. Người chủ ghe thoát về phía mũi, nhảy ùm, mất dạng. Hai người bên ghe cũng bật dậy, nhảy theo. Anh lính gác chĩa súng bắn trọn băng đạn.

Mọi người nhốn nháo chưa biết làm gì thì Võ Bằng quát:

- Toán xét ghe về tàu ngay.

Anh ngửa mặt, la to:

- Đài chỉ huy. Cho lùi tàu.

Chiến hạm tách khỏi ghe, khoảng cách xa dần. Năm phút sau, không gian vẫn im lắng. Điều anh sợ không xảy ra: ghe không gài chất nổ. Anh nhìn mặt biển chờ ba ngư dân nổi lên. Chỉ thấy chủ ghe, hai người kia biệt tăm, biển nhuộm đỏ một khoảnh. Võ Bằng cho vớt lên, trói chủ ghe vào trụ sắt ở mũi. Anh trình báo sự việc về Bộ Tư Lệnh Vùng. Chỉ thị nhận được nhanh chóng: bàn giao ghe, máy móc, tài liệu và người cho Duyên Đoàn 13. Điểm hẹn tại cửa Tư Hiền.

Một tiếng sau, việc bàn giao hoàn tất.

Trung úy Tuấn nhận phiên hải hành, tiếp tục tiến về cửa Việt.

***

Bữa cơm trưa diễn ra trễ nửa tiếng, trong không khí nhộn nhịp bàn tán sự việc xảy ra. Chủ ghe tự sát, chứng tỏ đang đảm nhận công tác thật quan trọng. Điều rõ ràng nhất, kết luận chung, là ghe đó hoạt động cho Việt Cộng. Máy PRC-10 dùng để báo cho các tàu xâm nhập khi cửa Tư Hiền và cửa Thuận An bỏ trống tuần phòng. Hoặc chuyển tin tình báo. Võ Bằng lan man nghĩ về giọng nữ từ máy truyền tin. Có phải của Mai Chi không? Nếu phải thì sao?

Thiếu úy Quang hỏi nhỏ:

- Họ liên lạc với ai?

Hạm phó nhún vai:

- Thì với người ở đầu máy bên kia.

Giọng Hạm phó nghiêm trang nhưng ai cũng cười.

Võ Bằng thân mật:

- Kỳ họp hành quân tới, tôi sẽ hỏi cặn kẽ rồi cho anh em biết. Bây giờ, qua đề tài khác.

Như chờ dịp, Thiếu úy Ngô Quang lên tiếng tức khắc:

- Thưa Hạm trưởng, nếu tôi nhớ không lầm, cửa Tư Hiền, ngày xưa mang tên cửa Tư Dung, là nơi công chúa Huyền Trân từ giã nước Đại Việt về làm vợ vua Chiêm Thành Chế Mân?

Võ Bằng nhìn quanh:

- Ai biết thì trả lời.

Thiếu úy Lũy:

- Rất đúng. Cửa Tư Hiền là một trong hai cửa biển của hệ thống đầm dọc theo bờ biển dài gần 70 cây số mà tàu chúng ta đang ngang qua. Đó là phá Tam Giang, đầm Hà Trung, đầm Thủy Tú, đầm Cầu Hai. Cửa biển kia là Thuận An.

Thiếu úy Quang nôn nóng:

- Người Huế có khác, quá rành rẽ. Nhưng vẫn ngoài chủ đề. Tôi muốn biết có phải cửa Tư Hiền, trước kia có tên là cửa Tư Dung?

Thiếu úy Lũy nhởn nhơ kể tiếp:

- Khi vùng đất này còn thuộc Chiêm Thành, cửa Tư Hiền mang tên Ô Long. Đến năm 1306, vùng đất là quà cưới công chúa Huyền Trân của Chế Mân, cửa Ô Long đổi tên thành Tư Dung để ghi nhớ nơi công chúa xinh đẹp dừng chân nghỉ ngơi trên đường về Chiêm Thành. Nhưng nhiều năm sau, dưới triều vua Thiệu Trị, nhà vua đổi thành Tư Hiền mang nhiều ý nghĩa hơn: nhớ hiền tài.

Võ Bằng hỏi:

- Thiếu úy Quang thỏa mãn?

Quang cười:

- Thưa Hạm trưởng và quý huynh, nhắc đến phá Tam Giang, tôi nhớ hai câu ca dao: "*Thương em, anh cũng muốn vô, Sợ truông Nhà Hồ, sợ phá Tam Giang*". Hai địa danh đó có ý nghĩa gì?

Giọng Huế của thiếu úy Lũy xác nhận thẩm quyền của người trả lời:

- Ở Huế, ai cũng biết ý nghĩa của nó. Truông nhà Hồ là một lối đi trong rừng Vĩnh Linh, Quảng Trị, thường có bọn cướp chặn đường. Còn phá Tam Giang là nơi giao nhau của ba dòng sông, thường có sóng lớn gây nguy hiểm cho thuyền bè. Tuy nhiên lại là nơi ngắm hoàng hôn đẹp nhất.

Thiếu úy Quang hỏi:

- Anh Lũy chắc đã có dịp ngắm nhiều lần?

Lũy lắc đầu:

- Chưa. Chỉ mới ngắm qua hình.
Lại nhiều tiếng cười rộ. Rồi lặng im ăn uống.

Lúc tráng miệng, Võ Bằng nói:

- Nhân nhắc đến Huyền Trân công chúa, chúng ta thử bàn về sự kiện vua Việt gả con cho vua Chàm để đổi lấy châu Ô, châu Lý. Các anh em nghĩ thế nào?

Hạm phó Tiến hăng hái lên tiếng:

- Thưa Hạm trưởng, tôi thấy vua Trần Nhân Tông... tàn nhẫn với con quá. Dân tình đã có câu ta thán: "Tiếc thay cây quế giữa rừng. Để cho thằng Mán, thằng Mường nó leo!"

Trung úy Tài:

- Tôi đồng ý với Hạm phó. Xem ra thật... nhục quốc thể!

Võ Bằng mỉm cười:

- Cả hai anh đều đúng, xét về mặt đạo đức. Nhưng xét về mặt chính trị, một hy sinh cá nhân mà có được một dải đất mênh mông, thì là một việc rất nên làm. Thử tưởng tượng, nếu không có sự hy sinh của công chúa, ta đem quân đánh chiếm hai châu này, tức hai tỉnh Quảng Trị, Thừa Thiên ngày nay, có phải tốn biết bao xương máu binh sĩ? Đây chính là lý do nhiều nơi dân chúng lập đền thờ công chúa Huyền Trân. Các anh có đồng ý không?

Không ai trả lời nhưng đều gật gù.

Võ Bằng uống cạn ly đá lạnh, lại lên tiếng:

- Còn chuyện tình Huyền Trân - Trần Khắc Chung, các anh em nghĩ sao?

Hạm phó Tiến lại xông xáo:

- Tôi thấy chả có gì gọi là mối tình... Các nhà văn, nhà viết tuồng chỉ bịa chuyện cho lâm ly để câu độc giả, khán giả mà thôi!

Thiếu úy Lũy:

- Xin Hạm phó chứng minh.

Hạm phó Tiến trầm ngâm như sắp xếp ý tưởng,

rồi nói:

- Có nhiều minh chứng:

Thứ nhất, xét việc tướng tài Trần Khắc Chung đại diện nước Đại Việt đi Chiêm Thành. Trên danh nghĩa là chia buồn cái chết của vua Chế Mân nhưng mưu đồ là tìm cách đưa Huyền Trân về nước, tránh bị hỏa táng theo chồng. Rõ ràng là một sự kiện thậm vô lý. Việc hỏa táng hẳn phải diễn ra trong vòng mười ngày sau khi Chế Mân chết. Trong khi đó thời gian Chiêm Thành cho người đi Thăng Long báo tin bằng ghe chèo cần ít nhất ba tháng. Cộng thêm ba tháng Trần Khắc Chung lên đường đi chia buồn. Đâu lý do gì Chiêm Thành chờ sáu tháng mới hỏa táng?

Hạm phó ngưng uống nước. Thiếu úy Lũy nóng nảy:

- Xin tiếp.

- Thứ hai, theo Đại Việt Sử Ký Toàn Thư, tục lệ Chiêm Thành khi vua mất thì hoàng hậu phải lên giàn hỏa thiêu. Sách ghi rõ chỉ chánh thất mới được vinh dự đó. Huyền Trân là vợ thứ ba. Cũng trong sách này có ghi chép: "Mùa thu năm 1308, công chúa Huyền Trân từ Chiêm Thành về nước. Thượng hoàng sai trại chủ Hỏa châu cho thuyền đưa 300 người Chiêm trở về Đồ Bàn". Câu đó chứng tỏ Huyền Trân không bị hỏa táng mà còn được Chiêm Thành cho ba trăm người tiễn đưa an toàn về đến tận Thăng Long.

Hạm phó nhìn thiếu úy Lũy chờ ý kiến. Lũy cười:

- Xin tiếp tục.

- Thứ ba, Trần Khắc Chung năm đó đã là sáu mươi, Huyền Trân mới hai mươi, không thể có chuyện tư tình công khai giữa chốn ba quân. Hơn thế nữa, Huyền Trân đang chịu tang chồng, đang đau đớn xa đứa con hai tháng, vui thú gì nghĩ chuyện yêu đương!

Hạm phó trao thiếu úy Lũy cái nhìn trêu chọc, rồi tiếp:

- Thứ tư, Huyền Trân là con của một vị vua anh minh, một thiền sư sáng lập môn phái, chắc chắn là rất khắt khe với luân thường, đạo lý. Nếu là một đứa con hư hỏng, công chúa đã không xin cha đi tu mang pháp danh Hương Tràng. Bà vừa tu hành vừa dạy dân dệt vải và làm thuốc chữa bệnh. Dân chúng đã hết sức tôn kính bà, lập đền thờ.

Thiếu úy Lũy xoa tay:

- Bái phục Hạm phó!

Võ Bằng gật đầu:

- Tôi hoàn toàn tán đồng ý kiến của các anh em. Cũng như tôi rất ưa thích ca khúc *Nước Non Ngàn Dặm Ra Đi* của Phạm Duy. Bản này được nhiều người hát, nhưng chỉ có hai giọng ca Thái Thanh và Duy Khánh trình bày tâm sự Huyền Trân thấm thía nhất.

Có tiếng nhao nhao:

- Hạm trưởng hát cho nghe đi.

Võ Bằng cười:

- Tôi đã nói chỉ có Thái Thanh và Duy Khánh...

Đợi tiếng phản đối chấm dứt, Võ Bằng tiếp:

- Có một bài ca khác, cũng nói lên tâm sự của dân Chàm mà tôi tin các anh em đều đã có dịp thưởng thức. Hẳn ai cũng biết, sau Chế Mân, dân Chàm có một vị vua tài ba lừng lẫy, từng mấy lần đánh chiếm Thăng Long, làm vua tôi Đại Việt chạy tán loạn. Nhưng cuối cùng lại bị một tướng trẻ có tên gần giống Trần Khắc Chung là Trần Khát Chân, giết chết. Đế chế Chiêm Thành suy tàn, kinh đô Đồ Bàn hoang phế. Cuối cùng hậu duệ Chế Linh cam đành rên rỉ *Hận Đồ Bàn*.

Mọi người cười rần. Không thấy ai thêm ý kiến, Võ Bằng chậm rãi nói:

- Câu chuyện công chúa Huyền Trân lấy vua Chế Mân, gợi tôi nhớ một chuyện vương giả khác, cũng một công chúa lấy một vị vua. Kết cuộc cũng giống nhau: buồn não nuột...

Trung úy Tài nôn nóng:

- Xin Hạm trưởng kể cho nghe.

- Năm 1786, quyền lực nằm trong tay chúa Trịnh, vua Lê Hiển Tông trở thành bù nhìn. Nguyễn Huệ tiến quân ra bắc với danh nghĩa "Phù Lê diệt Trịnh". Sau thành công mỹ mãn, Nguyễn Huệ được vua Lê Hiển Tông gả công chúa Ngọc Hân. Chàng đưa nàng về Phú Xuân, Huế. Sống hạnh phúc bên nhau chỉ được sáu năm, Nguyễn Huệ đột ngột qua đời.

Có tiếng xuýt xoa. Hạm phó Tiến lên tiếng:

- Nếu so sánh hoàn cảnh của hai công chúa sau khi chồng chết thì công chúa Huyền Trân may mắn hơn nhiều. Bà đi tu, giúp đời. Còn Công chúa Ngọc Hân chết trẻ - mới 29 tuổi - mà cũng không được yên mồ yên mả. Mộ của Ngọc Hân bị Gia Long phá hủy, hài cốt ném xuống sông. Hai con của bà bị xử trảm, thây ném xuống biển.

Thiếu úy Lũy chen lời:

- Trường hợp Trần Khát Chân cũng rất thảm thương. Năm 1398, Hồ Quý Ly bắt vua Thuận Tông nhường ngôi cho con trai mới 3 tuổi để dễ bề khuynh loát. Cái xót xa là tuy nhường ngôi rồi, vua Thuận Tông vẫn bị Hồ Quý Ly giết chết. Trần Khát Chân thấy vậy, họp các tướng, bàn cách mưu sát Hồ Quý Ly. Việc bại lộ, Hồ Quý Ly thẳng tay giết Trần Khát Chân và 370 người gọi là đồng lõa. Sau đó, Hồ Quý Ly cướp ngôi nhà Trần.

Võ Bằng thở dài:

- Thôi, hôm nay đến đây là quá đủ. Còn gì thắc mắc, bàn tiếp vào bữa cơm tối.

Nói xong, anh rời phòng ăn, về phòng riêng, đánh một giấc, sẵn sàng cho một đêm giới tuyến, có thể sẽ thức trắng...

CHƯƠNG 35

VỀ BẾN SÀI GÒN

Giữa tháng Năm, Trợ Chiến Hạm *Rạch Gầm* về cập bến Bạch Đằng sau ba tháng biệt phái cho Vùng 1. Trời chiều Sài Gòn nóng như lửa, nhưng lòng Võ Bằng còn nôn nóng hơn. Giao mọi việc cho hạm phó, anh gọi taxi phóng vội về nhà, đẩy chiếc Vespa ra hiên, nổ máy thử. Chiếc xe vẫn nổ êm ru.

Anh vào nhà tẩy rửa mùi tàu, mùi biển, chọn bộ thường phục bảnh bao nhất, chờ gần giờ tan học là đến cổng trường Gia Long.

Những hàng cây dầu cao vút, cành lá lao xao trong nắng vàng. Ánh nắng xuyên qua từng kẽ lá, rơi xuống mặt đường thành những đốm vàng nhỏ. Thỉnh thoảng, một cánh hoa dầu tà tà xoay, hạ thấp dần trong tiếng leng keng từ xe cà rem. Một chiếc xích lô máy chạy chậm, tiếng máy nổ bình bịch. Âm thanh ấy gợi anh nhớ tiếng máy tàu. Tiếng máy quen thuộc đó từ nay sẽ tạm im trong suốt bốn mươi lăm ngày...

Võ Bằng đưa mắt nhìn ngôi trường rợp bóng cây với lối kiến trúc cổ kính, trang nghiêm, thanh lịch: mái ngói đỏ, tường vàng, dãy trụ hàng rào thẳng tắp.

Chuông tan học vừa reo. Chiếc đồng hồ gắn trên

mặt tiền của trường chỉ đúng năm giờ. Các nữ sinh đồng phục áo quần trắng lẫn với xe đạp túa ra cổng. Một khung cảnh thanh bình, nên thơ, đáng yêu. Đầu óc Võ Bằng không còn tiếng còi báo động, tiếng sóng gào và tiếng súng giao tranh ngoài biển. Chỉ còn nghe tiếng cười giòn vọng đến.

Và rồi Võ Bằng thấy Như Oanh. Nàng bước ra cùng toán giáo sư, tay ôm chồng tập vở, áo dài xanh nhạt giản dị, tóc xõa vai. Mắt nàng hướng về nơi Võ Bằng chờ nàng ba tháng trước. Nàng sựng người bắt gặp bóng dáng anh. Rồi nở nụ cười tươi đẹp như hoa biển.

Nàng băng qua đường đến bên anh, giọng vui mừng:

- Em đợi anh cả tháng nay.

Võ Bằng cười:

- Lúc đi, anh nói là ba tháng.

- Biết vậy mà em cứ ngóng trông.

- Anh cũng đâu thua em. Tàu cập cầu là anh đến đây ngay.

Cả hai nhìn nhau thiết tha. Võ Bằng âu yếm:

- Ngồi lên xe đi, anh chở em ra Đồng Quê quán, hay nơi nào khác, tùy em.

Như Oanh cười, ánh mắt long lanh:

- Em thích Đồng Quê quán. Nhưng trước tiên ghé nhà báo cho ba mẹ hay, kẻo ông bà lo.

- Đồng ý. Anh cũng vào xin phép cho phải đạo.

Nhưng ông bà chưa về. Anh nhìn quanh phòng khách. Mọi thứ như cũ, đều sang trọng. Anh thấy mình thật may mắn. Dù bao trắc trở, ông bà vẫn mở rộng cửa cho anh vào...

Mười lăm phút sau Như Oanh hiện ra trong dáng trẻ trung: quần Jeans áo tím. Nàng ghi mấy dòng để lại cho ba mẹ.

***

Hai người ngồi vào đúng chiếc bàn trước kia.

Nàng ngắm nghía Võ Bằng, khẽ nói:

- Trông anh gầy đi.

Anh cũng ngắm nàng:

- Ba tháng ở biển anh vẫn mơ hoài khuôn mặt em.

Nàng nói khẽ, như thì thầm:

- Suốt ba tháng, nghe gió thổi, em tưởng anh đang trong bão biển.

- Hãy luôn vui. Đừng quá lo lắng.

- Em tưởng tượng đủ thứ... Nào là sóng gió, bão tố, đánh nhau... Có đêm em khóc vì thấy anh bị thương.

Người bồi đến, đưa thực đơn. Như Oanh chọn cá rô chiên giòn, lươn um, canh chua cá bông lau. Nàng uống nước đá lạnh. Võ Bằng bia 33.

Anh rót đầy ly, uống cạn, rồi lại rót đầy. Như Oanh thong thả uống từng ngụm. Hai người lại nhìn nhau say đắm. Nàng nói:

- Kể em nghe chuyến công tác...

Anh không muốn nàng thêm lo, lắc đầu:

- Vẫn như mọi công tác. Hiện tại chúng ta bên nhau, hãy nói về chúng ta. Ba mẹ em có... chê anh gì không? Có khuyên em... chê anh không?

Như Oanh cười tươi:

- Có lần ba nói: "Thằng đó hiền, cũng được."

- Còn em, thấy sao?

- Được quá đi chứ!

Võ Bằng kéo túi giấy nhỏ ở góc bàn lại gần:

- Anh có quà tặng em.

Anh chậm rãi lấy ra một hộp nhỏ được bọc trong giấy hoa, trao cho nàng.

Như Oanh ngạc nhiên nhìn anh, nín thở mở hộp giấy. Bên trong là một cặp chim hải âu xinh xắn gắn kết bằng vỏ ốc. Nàng nâng niu cặp chim khỏi hộp, đặt lên bàn, say mê ngắm nghía. Đôi chim xếp cánh, đầu chúi về nhau, mỏ kề, đứng trên một mảng san hô trắng. Từng đường cong mảnh mai, từng lớp vỏ xếp chồng tạo thành bộ lông trông mềm mại như thật.

Một lúc lâu, nàng cất tiếng, giọng khẽ đến nỗi gần như lẫn vào tiếng nhạc êm dịu:

- Đẹp quá, anh! Chắc mắc tiền lắm?

- Anh tự làm.

Nàng kêu lên kinh ngạc:

- Anh tự làm?

Võ Bằng gật đầu:

- Trong một chuyến tuần tiễu bảo vệ Cù Lao Ré, anh vào viếng thăm thiện chí ông chúa đảo. Rồi lần mò ra bãi dạo chơi. Không ngờ bãi hoang có nhiều vỏ sò nhỏ, đủ màu sắc. Anh nghĩ nếu tặng em, em sẽ rất thích. Thế là anh nhặt đầy hai túi quần và hai túi áo.

- Rồi sao lại thành cặp chim âu yếm?

- Cũng tình cờ. Một hôm, trời lặng biển êm, nhìn đôi chim hải âu bay lượn săn mồi, anh chợt nghĩ tại sao không thử gắn kết các vỏ sò thành đôi chim. Thế là khi về Đà Nẵng, anh tìm mua keo dán. Rồi mày mò khi rảnh rỗi, ghép lại các vỏ sò.

Thấy Như Oanh trố mắt tỏ vẻ không tin, anh tiếp:

- Con chim mái, anh dùng vỏ ốc xà cừ màu óng ánh, màu áo em mặc đêm dạ tiệc gặp lần đầu. Con chim trống thì anh dùng vỏ sò màu trắng. Anh muốn khi nhìn vào đôi chim, em thấy... đôi ta.

Đôi mắt nàng bỗng long lanh. Nàng ôm mặt, che giấu xúc động.

Không gian như lắng lại, chỉ còn tiếng nhạc êm đềm từ chiếc máy hát nơi góc quán. Như Oanh đưa tay, nhẹ nhàng chạm vào con chim trống. Đầu ngón tay nàng vuốt nhẹ lên thân chim, miệng mỉm cười:

- Anh khéo tay thật. Biết bao công phu. Biết bao thì giờ...

Võ Bằng lắc đầu:

- Thật ra nhờ một động lực thúc đẩy: anh làm để đỡ nhớ em.

Nàng lại ôm mặt:

- Thôi đừng nói nữa. Em khóc bây giờ.

- Vậy mà, khi tạo đôi chim, anh cứ sợ em... chê!

Như Oanh nắm tay anh, rơi nước mắt:

- Cặp chim này em giữ để tình mình sẽ mãi keo sơn.

Võ Bằng bóp chặt bàn tay mềm mại của nàng, giọng trịnh trọng:

- Như Oanh. Em có một tuần để xét lại lòng mình. Sau một tuần, nếu em vẫn một lòng với anh, anh sẽ xin ba mẹ anh tiến hành lễ hỏi.

Như Oanh cũng bóp chặt tay anh, giọng thiết tha:

- Em không cần một tuần. Một ngày cũng không. Ba tháng qua em đã biết em muốn gì. Em muốn luôn luôn cạnh kề đời anh.

Võ Bằng hân hoan:

- Vậy thì em về quê ra mắt ba mẹ anh nghe.

- Em sẵn sàng, nhưng chừng nào?

- Tuần tới. Anh sẽ xin phép vắng mặt ba ngày, thứ Sáu, thứ Bảy, Chủ nhật.

- Em cũng sẽ xin phép nhà trường.

- Tối mai anh sẽ đến xin phép ba mẹ em.

- Tối mai em sẽ nấu cơm đãi anh.

Thức ăn Đồng Quê quán cũng vừa dọn ra. Cả hai chưa bao giờ ăn bữa cơm ngon như lần này.

***

Khi Như Oanh xuống xe, anh nắm tay nàng, âu yếm nói:

- Ngủ ngon. Nói ba mẹ anh cáo lỗi, phải về tàu ngay vì sắp đến giờ giới nghiêm.

Nàng bước nhanh qua chiếc xe đang đậu. Cánh cửa mở. Ánh sáng ùa ra. Dáng nàng bước vào. Anh rồ ga phóng đi.

Sáng hôm sau, nhân viên truyền tin trình Võ Bằng một công điện khẩn từ Hạm Đội. Nội dung thông báo Tư lệnh Hạm Đội sẽ chủ tọa buổi lễ ân thưởng huy chương cho sĩ quan và nhân viên hữu công vào sáng thứ năm 21 tháng 5. Anh mừng là không trùng ngày định nghỉ phép.

Anh cho họp thủy thủ đoàn thông báo tin vui và họp sĩ quan phân công chuẩn bị buổi lễ. Mọi chuyện phải hoàn tất trong ba ngày.

Buổi sáng thứ năm trời Sài Gòn trong trẻo lạ thường như chào đón ngày trọng đại. Gió sông thổi nhẹ, man mát.

Hạm trưởng Võ Bằng chỉnh lại cầu vai lần cuối trước gương. Anh đứng thẳng, gương mặt trầm tĩnh, nhưng đôi mắt linh hoạt, không phải kiêu hãnh, không phải tự mãn, mà là ký ức chưa kịp lắng xuống. Hình ảnh những ngày đêm hoạt động ở Bắc Đảo, Nam Du, Hòn Chuối, biển Bắc, cửa Tư Hiền còn chập chùng cùng hình ảnh Như Oanh, cặp chim hải âu.

Anh rời phòng riêng, bước lên nơi hành lễ.

Chiếc trợ chiến hạm HQ 266 *Rạch Gầm* rộn ràng cờ xí đủ màu. Trên đỉnh cao, lá cờ vàng ba sọc đỏ bay phất phới. Sàn tàu sơn mới láng bóng. Các khẩu đại bác và đại liên được bao bọc gọn gàng. Một không khí vừa trang nghiêm vừa đẹp mắt.

Từ rất sớm, thủy thủ đoàn đã vào vị trí ở boong sau. Tất cả trong quân phục tiểu lễ trắng. Hàng quân danh dự đứng dọc hàng đầu. Thiếu úy Dương Công Đức tươi cười dù vai vẫn còn băng bó vết thương chưa lành hẳn.

Đối diện là một bục thuyết trình, cạnh bên là chiếc bàn nhỏ đựng khay huy chương.

Lúc chín giờ, một chiếc Jeep quẹo vào cầu tàu,

dừng trước hạm kiều. Đại tá Tư lệnh Hạm đội, người chỉ huy toàn bộ chiến hạm, mặc tiểu lễ với ba hàng huy chương trên ngực, dáng vẻ uy nghi, ánh mắt sắc sảo, nhẹ nhàng bước khỏi xe. Một sĩ quan và một nữ quân nhân theo sau.

Kèn nghi lễ vang lên. Hạm trưởng Võ Bằng thẳng người, nghiêm trang chào đón.

Đại tá đứng sau bục thuyết trình, nhìn hàng quân, cất giọng vang to:

- Thủy thủ đoàn *Rạch Gầm* HQ 266. Hôm nay tôi đại diện Quân lực Việt Nam Cộng Hòa ghi nhận chiến công các anh em lập được trong thời gian công tác ở Vùng 4 và Vùng 1. Với lòng quả cảm, kỹ năng thuần thục và tinh thần chiến đấu không lùi bước, các anh đã phát hiện, truy kích và đánh chìm ba tàu tiếp tế vũ khí của địch, bắt sống hai chiếc với nhiều tù binh, súng đạn. Một số đạt thành tích xuất sắc được đặc biệt tưởng thưởng.

Ông quay sang Võ Bằng:

- Đại úy Võ Bằng, với tư cách hạm trưởng, đã thể hiện sự điềm tĩnh, quyết đoán và tài trí, dẫn dắt chiến hạm từ thành công này đến thành công khác. Thừa lệnh Quân lực Việt Nam Cộng Hòa, tôi tuyên dương và trao tặng Hạm trưởng huy chương Anh Dũng Bội Tinh với ngôi sao Vàng.

Tiếng vỗ tay vang lên dồn dập. Võ Bằng bước đến chào Tư lệnh. Cô nữ quân nhân nâng khay huy chương. Tư lệnh Hạm đội gắn lên ngực áo Võ Bằng, bên trên hàng huy chương có sẵn.

Ông nồng nhiệt:

- Anh rất xứng đáng. Chia vui.

Ông chìa tay. Võ Bằng nghiêm trang bắt lấy:

- Xin cám ơn Tư lệnh.

Anh trở về chỗ đứng.

Giọng sĩ quan tháp tùng vang lên:

- Trung úy Phạm Lê Tiến, hạm phó, người trực tiếp cung cấp thông tin chiến thuật chính xác, tích cực trong nhiệm vụ, tạo điều kiện cho chiến thắng vẻ vang. Hạm phó Tiến được tuyên dương Anh Dũng Bội Tinh ngôi sao Bạc. Kính mời Tư lệnh gắn huy chương cho Trung úy Tiến.

Hạm phó Tiến bước lên, nghiêm chào. Ánh nắng chiếu nghiêng soi rõ vẻ mặt gầy gò cương nghị. Trong anh dâng lên một cảm xúc lạ lùng - không hẳn là tự hào, mà là nỗi vui mừng của người được ghi nhận công lao.

Tiếp theo là Thượng sĩ Lâm Văn Minh, quản nội trưởng, được tưởng thưởng Anh Dũng Bội Tinh với ngôi sao Đồng. Thiếu úy Dương Công Đức cùng sáu nhân viên bị thương, được ân thưởng Chiến thương Bội tinh.

Đại tá nhìn hàng quân, nghiêm giọng:

- Tôi cũng thông báo cùng thủy thủ đoàn *Rạch Gầm*: cách nay gần ba tháng, tôi đã đại diện Hải Quân dự lễ an táng chiến hữu thủy thủ Trịnh Cương, tử thương trên biển Bắc. Anh được truy thăng cấp Hạ sĩ và được ân thưởng Anh Dũng Bội Tinh với nhành dương liễu.

Đại tá ngước nhìn lá quốc kỳ:

- Tất cả hãy dành một phút mặc niệm cho Hạ sĩ

Trịnh Cương và những chiến hữu đã mãi mãi ra đi.

Tiếng kèn mặc niệm vang lên buồn thảm.

Buổi lễ chính thức kết thúc vào lúc chín giờ bốn mươi lăm phút. Võ Bằng mời Tư lệnh Hạm đội dùng giải khát ở boong trước.

Trên chiếc bàn dài trải khăn trắng, Tư lệnh và thủy thủ đoàn quây quần bên những ly bia, nước xá xị từ quân tiếp vụ. Bánh ngọt và các đĩa trái cây được bày biện đơn giản nhưng ngon lành.

Trung úy Tiến nâng hai ly bia:

- Tưởng nhớ Hạ sĩ Trịnh Cương.

Tất cả nâng ly. Mọi người im lặng. Rồi cùng uống. Ly dành cho Cương đặt lên bàn.

Không còn nghi thức, Tư lệnh thân mật kể những chuyện vui hải nghiệp. Nhiều tiếng cười giòn giã vang lên...

Nửa giờ sau, Đại tá ra về. Kèn tiễn vang lên - một âm điệu khác, không phải bắt đầu mà là khép lại.

Tại hạm kiều, Tư lệnh Hạm Đội bắt tay Võ Bằng:

- Hãy tiếp tục tạo thành tích. Tôi sẽ đích thân gắn cấp bậc Thiếu tá cho anh tại mặt trận.

Võ Bằng nghĩ đến đám cưới sáu tháng tới. Biết đâu vừa được tiểu đăng khoa lẫn đại đăng khoa. Anh cao giọng:

- Rõ, thưa Đại tá.

CHƯƠNG 36

RA MẮT

Chuyến xe đò Hữu Phước bốn mươi chỗ rời bến xe miền Tây lúc chín giờ sáng, hướng thẳng Tân Châu.

Võ Bằng và Như Oanh ngồi khoảng giữa, dãy ghế bên phải. Vì đi lần đầu, Như Oanh chọn ngồi phía ngoài, nép sát cửa kính để nhìn quang cảnh. Xe vừa qua khỏi Phú Lâm, đường trống, bánh xe lăn nhanh, gió đập phần phật vào thân xe.

Cánh đồng mở ra, trơ những luống cày. Thỉnh thoảng mới có một mái nhà thấp, tường vàng, ngói đỏ, nằm lặng như một chấm nhỏ giữa bãi trời mênh mông.

Như Oanh ngạc nhiên thấy ruộng hoàn toàn bỏ hoang, định hỏi, nhưng kịp nhớ bài ca dao: "*Tháng Giêng là tháng ăn chơi... Tháng Tư đi tậu trâu bò. Để ta sắm sửa làm mùa tháng Năm.*"

Nàng im lặng khá lâu, cố quên nỗi lo, rồi cũng buột miệng nói khẽ với Võ Bằng:

- Ba mẹ anh có khó như ba mẹ em không?

Võ Bằng lắc đầu. Anh định nói: "*Ba má anh dễ tính, không hắc búa như ba má em*", nhưng kịp dừng lại. Một thoáng ngắn. Rồi anh đổi giọng:

- Bình dị lắm. Em gặp sẽ thấy thương mến liền.

- Anh bảo đảm?

- Một trăm phần trăm.

Nàng nhìn anh như muốn tin. Nhưng tâm vẫn còn một chút gì bất an:

- Thú thiệt... đây là lần đầu em về miền Tây.

Một chút ngập ngừng. Rồi như một đứa trẻ vòi vĩnh:

- Nói cho em nghe... những gì anh biết đi.

Võ Bằng nghiêng mặt qua nàng, giọng thấp:

- Miền Tây... mênh mông lắm. Chuyện cũng mênh mông. Anh chỉ biết những gì mắt thấy tai nghe thôi...

Anh nói tổng quát về Long An, về Mỹ Tho nhưng kể chi tiết các trận Rạch Gầm, Nhật Tảo hai chiến hạm mang tên. Nàng có cảm tưởng anh đang dẫn nàng đi từng bước, vào một vùng đất mà anh mang theo như một kinh nghiệm chiến đấu.

Rồi như quá mòn mỏi sau ba ngày chuẩn bị lễ tưởng thưởng, anh tựa đầu, lim dim.

***

Xe dừng ở Trung Lương. Người lên, kẻ xuống. Những sạp trái cây bày sát lề đường: vú sữa, xoài, nhãn, bưởi, chuối, cam, quýt... Mận đỏ, mận hồng, mận trắng, căng bóng dưới nắng.

Một tiếng rao vang lên, ngọt và mềm:

- Ai ăn mía ghim...

Như Oanh nghiêng đầu nhìn. Mâm mía ghim đặt trên đầu một cô gái đứng ngay cửa sổ. Những khúc mía nhỏ, thon, ghim thành chùm trên thanh trúc chẻ.

Nàng mua một chùm. Thấy Võ Bằng đã thức, nàng đưa mời. Anh nhai ngon lành:

- Mía ngọt.

Nàng nhai chậm, rồi nói nhỏ nhẹ:

- Anh kể chuyện nghe mê quá. Khi nào có thể anh tiếp tục nghen.

Như được dịp khoe tài hoạt bát, anh nói về Cai Lậy, Nha Mân, Cái Bè.

Như Oanh lại mê mẩn lắng nghe.

Đúng ngọ, xe dừng lại ở bắc Mỹ Thuận. Anh lơ xe hô to:

- Tới bắc Mỹ Thuận cô bác ơi. Xin xuống xe, qua phà!

Tất cả hành khách xuống xe. Thấy xe kẹt quá đông, Võ Bằng dẫn nàng vào một quán quen. Anh gọi cho cả hai: cơm tấm, tôm rim, trứng chiên.

Như Oanh ăn chậm, gật gù, đôi mắt sáng lên một cách rất thật:

- Ngon quá...

Sau bữa ăn, họ đứng trên bắc. Dòng nước chảy xuôi, chậm.

Những dề lục bình trôi qua, lá xanh mướt, hoa trắng, tím, hồng tươi mơn mởn. Nàng hỏi:

- Hoa gì vậy anh? Trôi lênh đênh mà đẹp dữ!

Võ Bằng nhìn theo dòng nước. Một thoáng lặng.

- Lục bình...

Anh nói chậm hơn:

- Người miền Tây... thích lắm. Dù trôi đi đâu, hoa

vẫn nở, màu hoa vẫn sắt son. Biểu tượng của lòng thủy chung.

Như Oanh trầm ngâm. Một ý nghĩ thoáng qua: *Có phải... mình cũng đang trôi như vậy?* Nàng hỏi:

- Sao gọi là lục bình?

Võ Bằng cười:

- Em làm như anh là cuốn tự điển...

Nàng cũng cười. Nhưng lần này, tiếng cười đã dịu hơn.

Xe chạy tiếp.

- Còn phải qua bắc nào nữa không anh?

- Qua Vàm Cống. Rồi qua một chuyến phà.

Như đụng chạm nghề nghiệp, nàng nhăn mặt:

- Bắc với phà khác nhau ra sao?

- Bắc là đọc từ tiếng Tây *le bac*, dùng chở xe và người qua sông. Bắc khá lớn, chở nhiều xe. Loại nhỏ gọi là phà.

Như Oanh reo khẽ:

- Em hiểu rồi. Thì ra dân Sài Gòn gọi phà Thủ Thiêm là vậy.

Võ Bằng mỉm cười:

- Nhưng dân gian cũng dùng lẫn lộn. Như dân Mỹ Tho không gọi phà mà gọi bắc Rạch Miễu. Còn Châu Đốc, cùng ngang qua dòng sông Hậu mà nơi thì gọi bắc Năng Gù nơi thì phà Châu Giang. Còn với lơ xe đò thì cùng địa điểm nhưng dùng chữ khác nhau. Em đã có nghe chắc không để ý: *"Tới bắc nhưng qua phà!"*

- Ngộ quá! Cũng ngộ như địa danh Năng Gù!

- Vùng này xưa dân Miên ở, tên Năng Gô, mình đọc trại thành Năng Gù. Cũng như *Svay Ton* thành Tri Tôn.

- Nhiều điều thú vị thật. Đúng là đi cho biết đó biết đây.

- Trước khi tới Năng Gù, mình còn qua các địa danh lạ khác: Chắc Cà Đao, Mặc Cần Dưng, Bằng Lăng. Anh cũng chỉ nghe tên. Để sưu tầm nguồn gốc rồi kể sau.

Như Oanh trầm ngâm nhìn dòng sông một lúc, rồi nghiêng mặt hỏi nhỏ:

- Chừng nào thì mình ngang qua mấy chỗ đó?

- Khoảng nửa tiếng, sau khi qua bắc Vàm Cống.

***

Xe dừng. Anh lơ xe lại la to. Tiếng vang vang mà thân ái:

- Tới bắc Vàm Cống bà con ơi. Xin xuống xe, qua phà.

Tiếp theo là tiếng rao lanh lảnh:

- Ai ăn mía ghim.

Võ Bằng âu yếm hỏi:

- Em thích ăn uống gì không?

Nàng lắc đầu:

- Em còn no quá!

Trên chiếc bắc, Như Oanh nắm bàn tay Võ Bằng trên lan can:

- Từ đâu có địa danh Vàm Cống, anh Bằng?

- Mấy năm trước, một lần chiến hạm qua đây, ông Hạm trưởng có giải nghĩa: vàm là con sông nhỏ chảy ra Hậu giang. Tại vàm, người ta xây một cái cống để điều tiết lưu lượng nước. Người dân kết hợp thành địa danh Vàm Cống. Có nhiều vàm lắm: Vàm Cỏ Đông, Vàm Cỏ Tây, Vàm Nao, Vàm Rầy, Vàm Láng, Vàm Xáng...

- Chắc vì nhiều vàm nên lục bình sông Hậu nhiều hơn sông Tiền?

- Không phải đâu! Vì sông Hậu nước rề rề chảy, ít sóng to gió lớn, nên lục bình dễ sinh sôi.

Cả hai lặng thinh nhìn từng dề lục bình trôi hàng hàng như đang tách nguồn về biển.

Như Oanh chợt reo nhẹ:

- Em vừa nhớ bài thơ 'Đêm Qua Bắc Vàm Cống' của Tô Thùy Yên. Bài thơ đẹp mà buồn. Nàng đọc khẽ:

Đêm qua bắc Vàm Cống
Mối sầu như nước sông...
Chiếc bắc xa dần bến
Đời xa dần tuổi xanh...
Nước tách nguồn về biển
Sầu lại chảy vào hồn.

Một lúc, Như Oanh hỏi khẽ:

- Chừng nào mới tới nhà, anh Bằng?

Anh liếc đồng hồ:

- Nếu không kẹt phà, khoảng năm giờ chiều!

- Gì mà lâu dữ vậy?

- Còn phải qua một chuyến đò nữa.

- Qua đò?

Võ Bằng nghe nhưng không trả lời. Anh có phần

hồi hộp: "*Không biết... ba má sẽ nghĩ gì về Như Oanh?*"

Anh chưa từng lo điều này trước đây. Nhưng kinh nghiệm hôn nhân của các anh chị còn đó. Anh bắt đầu thấy lo.

Như Oanh quay sang nhìn Võ Bằng. Lần đầu tiên, nàng hình dung rõ ràng: con đường về nhà anh không phải là một con đường thẳng, trơn tru.

- Anh đi đi về về... vất vả quá hả?

Một khoảng lặng. Giọng Võ Bằng quan tâm:

- Em muốn trở về Sài Gòn không?

Nàng lắc đầu, không suy nghĩ:

- Không. Anh đến đâu, em đến đó.

Võ Bằng nắm lấy bàn tay nàng, bóp nhẹ.

***

Xe lên bắc Vàm Cống hướng về Long Xuyên. Một bảng hiệu nền xanh chữ trắng hiện ra. Nàng đọc:

- Thốt Nốt.

Võ Bằng nhìn nàng mỉm cười:

- Đọc lại lần nữa xem.

- Thốt Nốt.

- Người ở đây đọc "Thóc Nóc".

- Sao ngộ vậy?

- Anh cũng không biết...

Như Oanh cười. Nhưng rồi lại im.

Một nỗi lo mới, nhỏ thôi, nhưng rõ: "*Giọng nói của mình... có lạc lõng không? Giọng nói của ba mẹ Võ Bằng có dễ nghe không? Lời lẽ có khe khắt lắm không!*

Nàng hỏi, để xua đuổi:

- Quê anh có gì đặc biệt, anh Bằng?

- Tân An là xã nghèo, bên bờ sông Tiền, cách chợ Tân Châu bốn cây số, cách biên giới Miên chừng mười một. Dân số trên mười ngàn, đa số làm ruộng, trồng cây ăn trái, nuôi cá, nuôi tằm, ươm tơ. Ba má anh chị của anh được may mắn làm công chức, giáo viên. Ba anh cũng có chút tiếng tăm. Người lạ đến Tân Châu hỏi ông Võ Hảo là ai cũng biết.

Giọng Như Oanh bất an:

- Em lại lo. Ba mẹ anh mà chê em thì mắc cỡ lắm.

- Anh nghĩ ngược lại. Ba má anh sẽ nức nở khen thằng con khéo chọn vợ.

Như Oanh đập vai anh:

- Hy vọng được vậy. Giờ kể tiếp về Tân An đi.

- Tân An có hàng xóm là xã Vĩnh Xương sát biên giới, đất phù sa rất tốt, dân số chừng ngàn người chuyện ruộng rẫy. Gần đó có Núi Nổi, cao chưa tới mười thước mà mùa nước lên, bất kể bao nhiêu, núi cứ nổi bồng bềnh giữa biển nước. Nhất định anh sẽ đưa em đến viếng.

- Nghe hấp dẫn quá. Mà Núi Nổi thuộc quận nào?

- Cũng thuộc Tân Châu.

Mắt Như Oanh sáng lên:

- Em nhớ tới câu ca dao "*Gái nào thảo bằng gái Tân Châu. Tháng ngày dệt lụa trồng dâu. Thờ cha kính mẹ quản đâu nhọc nhằn*". Em thắc mắc sao anh không chọn vợ Tân Châu mà lại chịu vất vả chọn em?

Võ Bằng lắc đầu:

- Ba má anh cũng đã giới thiệu vài cô nhưng không duyên nợ.

- Lại có câu: "*Chuối non giú ép chát ngầm. Trai tơ đòi vợ khóc thầm cả đêm*". Anh có vậy không?

Võ Bằng gật đầu:

- Có. Từ khi gặp em.

Như Oanh kề tai anh, thì thầm:

- Nghe thương quá! Tặng anh đây: "*Phải chi em vác nổi cây súng đồng. Hải Quân đi thế, cho chồng nghỉ ngơi.*"

Võ Bằng choàng tay qua vai nàng, hôn phớt lên má:

- Cám ơn em nhiều...

Nàng hăng hái hỏi tiếp:

- Em có nghe loại vải nổi tiếng lãnh Mỹ A ở Tân Châu. Việc trồng dâu nuôi tằm hẳn dính dáng đến loại vải này?

- Không chỉ dính dáng mà chính là nguồn cội của lãnh Mỹ A. Người ta thành lập nhiều cơ sở chuyên trồng dâu nuôi tằm. Rồi xây dựng các lò ươm tơ, các xưởng dệt, nhà nhuộm vải. Nếu em thích, anh đưa em đi xem trọn chu trình từ tằm đến vải.

- Em thích lắm.

- Nhắc nuôi tằm, anh ao ước sống qua thời xa xưa: "*Sáng trăng trải chiếu hai hàng. Bên em đọc sách, bên chàng quay tơ.*"

Như Oanh bụm miệng cười đến đỏ mặt. Võ Bằng cố nhịn:

- Ngày xưa khác, bây giờ phải như thế cho hợp

thời. Em tiếp tục sách đèn, còn anh giải ngũ thất nghiệp, về quay tơ dệt vải.

Như Oanh rút khăn tay lau nước mắt, lòng nghe hạnh phúc tràn trề. Bên Võ Bằng lúc nào cũng thoải mái, vui tươi.

***

Tới Châu Đốc, xe qua phà Châu Giang. Một cổng vòm thật đẹp hiện ra, tiếp sau là một thánh đường nhỏ hai màu xanh và trắng, thanh khiết, trang trọng.

Võ Bằng nói:

- Người Chàm ở đây, Thánh đường Hồi giáo Mubarak.

Như Oanh nhìn, nghĩ đến một vùng đất xa lạ. Một nền văn hóa khác. Một dòng người khác. *Và mình... sắp bước vào một thế giới khác nữa.*

Nàng kêu khẽ:

- Người Chàm sao ở đây? Em tưởng họ ở miền Trung.

- Họ chính là hậu duệ từ vương quốc Chàm, thủ đô Đồ Bàn ở Bình Định. Sau thời Chế Bồng Nga, vương quốc suy yếu rồi tan rã, dân Chàm tản cư sang Miên, rồi từ Miên họ sang Châu Đốc. Họ dệt sà rông, khăn choàng, nón. Đánh bắt cá tôm, buôn bán...

Xe đò chạy đến hàng rào Thánh đường, quẹo trái. Con đường từ Châu Giang sang Tân Châu nhỏ hẹp, nhà cửa thưa thớt. Bên trái là con kinh đào. Bên phải ruộng đồng đang phơi đất.

***

Từ bến xe Tân Châu, họ đi xe lôi máy thêm bốn cây số hướng về biên giới Miên.

Con đường đất, nhiều ổ gà. Hai bên là nhà dưới rừng dừa, giữa cây ăn trái.

Tiếng máy nổ đều đều. Gió hâm hấp mang theo mùi nước, mùi đất, mùi nắng.

Như Oanh lặng thinh, chỉnh lại áo, vuốt nhẹ tóc.

Tim đập nhanh.

Rồi qua một chuyến đò nhỏ mới đến nơi.

Ngôi nhà năm gian nằm gần cuối con kinh. Mái ngói âm dương phủ rêu. Hàng cau trước sân. Các cánh cửa màu xanh thẫm. Hai con chó đá đứng canh hai bên.

Không gian tĩnh lặng đến mức nghe rõ cả tiếng tim thình thịch.

Một người đàn bà mặc áo bà ba trắng đang ngồi ở gian cuối bán tạp hóa vụt đứng lên, bước vội đến.

Bà reo to:

- Bằng! Con về đó hả?

Tiếng gọi bật tiếp như đã chờ từ lâu:

- Ông ơi! Thằng Bằng về!

Từ gian giữa, ông Võ Hảo bước ra. Áo sơ mi cũ. Quần tây xám. Dép nhựa mòn gót.

- Về sao không báo?

Giọng ông trách nhẹ. Nhưng ấm.

Rồi ông nhìn sang Như Oanh.

- Ai đây?

Nàng cúi đầu:

- Con kính chào hai bác.

Võ Bằng cười, giọng bình thản mà chắc:

- Thưa ba má... con dâu tương lai của ba má đây.

Ông bà lặng nhìn. Một khoảnh khắc. Rất ngắn. Nhưng dài như cả quãng đường vừa đi. Rồi người mẹ bật lên:

- Vậy sao... Bất ngờ quá!

Giọng chân tình.

Nhưng trong lòng Như Oanh vẫn gợn lên làn sóng ngỡ ngàng pha lẫn bối rối. Nàng ngước lên. Cố nở một nụ cười thật tươi.

Ông Hảo đổi giọng thân tình:

- Vô nhà đi cháu.

Bà Hảo nhìn người khách lạ. Nàng mặc quần jeans, áo sơ mi thiên thanh. Tóc buông xõa ngang vai, gọn gàng, tự nhiên. Đôi bông tai kim cương nhỏ nhắn lấp loáng làm nổi nét thanh nhã lên khuôn mặt trái xoan không son phấn.

Bà nắm lấy tay Như Oanh, giọng vui mừng:

- Đi cháu.

Cái nắm tay ấy, lời nhẹ êm, khiến Như Oanh cảm thấy tim đập bớt nhanh.

Bên trong căn nhà đơn sơ mà khoảng khoát. Năm gian, nhưng chỉ ba gian thông nhau. Gian giữa đặt bàn thờ gia tiên trang nghiêm. Các cây nhang đang thoảng tỏa mùi trầm. Phía trước là phòng khách với bộ bàn ghế bằng gỗ nâu có vân, sang trọng, cổ kính.

Gian bên trái là phòng ngủ. Ngoài phòng kê bộ ngựa gỗ - nơi Võ Bằng từng nằm suốt những năm tuổi trẻ.

Gian bên phải, ngoài phòng ngủ là bộ trường kỷ

chạm trổ công phu. Trên vách treo ảnh gia đình, bằng khen của ông Hảo, kỷ niệm ba mươi năm công tác tại Ty Điền Địa. Phía dưới là màn ảnh truyền hình.

Ông Hảo bảo cô bé mười lăm tuổi đứng gần mang vali vào buồng cho Như Oanh. Rồi ông nói bằng giọng ra lệnh Võ Bằng như thời xa xưa:

- Con thì vẫn ngủ ngoài bộ ngựa gỗ.

Bà Hảo chỉ ghế cho Như Oanh:

- Cháu ngồi đây. Nhà quê đơn sơ, đừng ngại.

Như Oanh mỉm cười, giọng chân thành:

- Nhà thật ấm cúng. Cháu rất thích.

Võ Bằng ngồi bên nàng. Ông bà Hảo ngồi đối diện. Không khí như một bữa gặp mặt gia đình. Như Oanh ngồi ngay ngắn, trang trọng nói:

- Thưa hai bác, ba má cháu kính gửi hai bác chút quà.

Nàng lấy từ túi xách, trao gói trà Ô long cho ông, chiếc khăn quàng cho bà.

Ông Hảo kêu khẽ:

- Ba má cháu bày đặt quá! Nhớ về nói lại hai bác cám ơn.

Võ Bằng cũng đưa quà của mình: chai Hennessy cho ba, tiêu Hà Tiên cho má.

Ông bà nhìn nhau, cười.

Ông Hảo quay sang Như Oanh:

- Cháu còn đi học hay làm gì rồi?

- Dạ, cháu đi dạy.

Bà Hảo kêu lên thích thú:

- Đi dạy hả? Bác cũng từng đi dạy. Cháu dạy lớp

mấy?

- Dạ, đệ nhất cấp.

Ông Hảo gật gù:

- Giỏi! Nghề giáo cao quý. Dạy trường nào?

- Dạ, trường Gia Long.

- Ái dà... còn giỏi nữa. Trường nổi tiếng nhất nước.

Như Oanh cúi mặt. Cái tên Vinh thoáng qua như một mũi kim châm. Không đau, nhưng vẫn biết. Nỗi ray rứt cũng tan nhanh.

Cô bé giúp việc đang châm trà thì tiếng gọi từ cửa chen vào:

- Chị Ba ơi, cho em mua một chai Nhị Thiên Đường, ông chồng em khi không nhức đầu như búa bổ!

Mọi người nhìn ra. Một người đàn bà trạc tuổi bà Hảo mắt sáng lên:

- Có khách Sài Gòn à? Đẹp mà sang quá!

Bà Hảo không giấu được vẻ hãnh diện:

- Bạn gái thằng con tôi đó.

Người đàn bà mua hàng chăm chăm nhìn Như Oanh khiến nàng buộc phải cúi chào.

Bà ta oang oang:

- Con chị khéo chọn. Chúc mừng nghen!

Bà Hảo đi lấy chai dầu. Khi trở lại, ông Hảo nhắc:

- Chắc tụi nó chưa cơm nước gì!

- Ừ phải. Tôi quên mất.

Bà quay lưng. Như Oanh đứng lên bước theo. Ra sau hè, qua vườn rau xanh um, bà Hảo chỉ căn nhà nhỏ:

- Nhà tắm đó. Cơm nước để bác lo.

Như Oanh nài nỉ xin phụ, nhưng bà xua tay.

Lần đầu tiên Như Oanh tắm gáo. Nước trong, mát lạnh. Từng gáo nước giội xuống vai, chảy dọc theo lưng, như rửa đi một lớp đời quen cũ mà nàng không nhận ra mình đang mang theo.

Nàng bật cười một mình. Lạ - mà thích.

***

Trong phòng khách, ông Hảo hỏi:

- Con được nghỉ phép mấy ngày?

- Dạ, ba ngày.

- Ngày đi, ngày ở, ngày về? Sao ngắn vậy? Đâu đủ thì giờ tin cho anh chị con về gặp con và bạn con.

- Dạ, Sài Gòn biểu tình, lộn xộn. Quân nhân bị cấm trại.

Ông im một lúc, rồi hỏi:

- Con nhỏ đó... con nhà ai vậy?

- Dạ, ba má là thương gia ở Sài Gòn.

- Thương gia... chắc giàu?

- Dạ.

- Người ta... khác mình!

- Dạ.

- Ở Tân Châu đâu có thiếu người để con cưới...

Võ Bằng lặng thinh, bất an. Ông Hảo lại tiếp:

- Con tính tiến tới thật sao?

- Dạ, nên con mới dẫn cô ấy gặp ba má.

Ông nhìn chăm chăm:

- Con có nghĩ, một tiểu thư... chịu sống ở nhà quê, với cá kho cơm trắng?

Võ Bằng không trả lời.

- Quen bao lâu rồi? Mấy lần con về sao không nghe nói tới?

- Dạ, sáu tháng, từ ngày con lên chức hạm trưởng.

Ông Hảo giật mình:

- Hả? Con là... hạm trưởng? Ba mừng. Ở đây, giỏi lắm cũng chỉ làm tài công tàu đò.

Nước mắt Võ Bằng ứa ra. Ông hỏi tiếp:

- Ba má nó có biết chuyện chưa?

- Dạ biết.

- Nói sao?

- Dạ... đồng ý.

Ông Hảo nhìn con, nửa ngờ, nửa tin:

- Đồng ý thiệt?

Võ Bằng rành mạch kể nỗi đoạn trường mình đã trải qua. Ông Hảo lắng nghe rồi lắc đầu cười:

- Ba hồi đó cũng khổ sở vì má con. Nhưng con lỳ hơn ba!

Hai cha con bật cười. Tiếng cười xua tan bầu không khí căng thẳng.

***

Bữa cơm dọn ra. Cá kết chiên. Canh chua bông súng.

Bà Hảo nói:

- Không chuẩn bị nên đạm bạc.

Như Oanh khẽ lắc đầu:

- Hai món này cháu chưa từng ăn.

Ông Hảo nâng chai rượu trong veo:

- Hôm nay vui, uống chút ba xị đế. Chai Hennessy để cúng kiếng.

Ông rót vào ly rồi đưa về phía Như Oanh:

- Cháu thử?

Như Oanh lắc đầu:

- Dạ, cháu không dám.

Ông cười, quay sang Võ Bằng:

- Cha con mình dô!

Ly chạm nhẹ.

Bà Hảo gắp cho nàng miếng cá ngon nhất.

- Cháu ăn đi. Cá... giòn lắm,

Như Oanh ăn chậm, nhớ lời mẹ dặn dò... ăn coi nồi ngồi coi hướng.

***

Đêm xuống.

Như Oanh nằm trên sạp giường, trải chiếu.

Tiếng dế, tiếng côn trùng, tiếng gió luồn qua mái ngói, tiếng sóng vỗ bờ hòa thành một hòa tấu không có ở Sài Gòn.

Căn phòng nóng, không máy lạnh.

Nàng đứng dậy, mở cửa sổ. Bầu trời đen, sâu thẳm. Ánh trăng sáng hơn cả đèn đường.

Ngôi làng im lìm như say ngủ. Khác hẳn Sài Gòn giờ này còn náo nhiệt.

Nàng chợt nghĩ: một ngày nào đó, nếu phải về đây sống, liệu nàng có quên tiếng còi xe hơi, tiếng nổ xích lô máy?

Nàng trở lại giường. Mùi gỗ thông thoảng dịu, như một thứ hương lâu bền và thấm sâu.

Nàng thấy lưng hơi đau. Nhưng rồi cũng thiếp đi...

***

Sáng hôm sau, đi chợ nổi. Chiếc xuồng ba lá không đủ sức chở thêm ông Hảo. Như Oanh bước xuống, xuồng đong đưa, suýt ngã. Võ Bằng kịp nắm tay giữ lại.

Chiếc xuồng nhẹ nhàng rẽ đám lục bình, lướt chậm.

Bình minh trên sông chẳng kém gì bình minh An Thới. Mặt trời lên nhuộm đỏ vùng trời. Mặt nước lấp lánh như dát vàng.

Từ khắp ngả, xuồng ghe đổ về tấp nập, tiếng người gọi nhau í ới, tiếng máy nổ giòn tan, tiếng chèo khua nước.

Chợ nổi hiện ra.

Mỗi ghe một sản phẩm: chôm chôm, măng cụt, sầu riêng, bắp cải, su hào, cà rốt, các loại khô, cá, mắm. Họ vừa bán vừa trao đổi lẫn nhau.

Một vài ghe bán đồ ăn sáng: hủ tiếu, bún riêu, cháo lòng.

Như Oanh mê mẩn nhìn ngắm. Nàng chưa từng thấy khu chợ nào kỳ lạ và độc đáo như vậy. Mỗi chiếc ghe một món hàng, mỗi người một cuộc đời - nhưng tất cả trôi cùng dòng nước.

Như đôi vợ chồng, hai cá thể nhưng chung dòng đời...

Bà Hảo chèo xuồng len lỏi qua những chiếc ghe. Thỉnh thoảng bà ghé lại xem hàng, trả giá, rồi mua.

Cuối cùng bà chỉ vào một ghe neo đậu gần đó:

- Ghé ăn sáng. Hủ tiếu Nam Vang ghe này nổi tiếng. Nước lèo ngọt, bánh dai ngon.

Bà nhẹ nhàng cập vào. Người bán hàng - một cô gái trẻ - tươi cười niềm nở. Bà Hảo gọi ba tô đặc biệt. Như Oanh ăn thử. Đúng như bà nói - nàng cảm thấy đây là tô hủ tiếu ngon nhất từng được ăn.

Bà hỏi Như Oanh:

- Cháu thấy chợ nổi thế nào?

- Dạ, cháu thích lắm! Nhất là thấy ai cũng vui vẻ, thật thà.

- Nghe cháu thích, bác mừng. Nhưng thực tế không phải lúc nào cũng êm đềm đẹp đẽ như vậy. Có những mùa nước nổi, nước lênh láng khắp nơi, cả tháng trời không ai bước ra khỏi cửa. Rồi những mùa hạn hán, nắng cháy da, đồng ruộng cằn cỗi, nứt nẻ.

Bà ngưng một chốc, rồi nói tiếp, giọng nhẹ nhàng:

- Cháu biết không, thương nhau thì dễ nhưng sống đời mới khó.

Như Oanh lặng người. Chiếc xuồng chao đảo, rất nhẹ, nhưng đủ làm nàng nhận rõ câu nói ấy thấm thía đến mức nào.

Nàng nói, sau một lúc trầm ngâm:

- Cháu hiểu. Cháu hiểu đạo vợ chồng là đồng cam cộng khổ.

Bà Hảo cảm thấy hài lòng, thư thả chèo xuồng

trở về.

Trên đường, Võ Bằng nói với bà muốn đưa Như Oanh đi thăm vài thắng cảnh, sẽ không ăn cơm trưa.

Bà đổ họ lên bờ. Võ Bằng bao luôn chiếc xe lôi máy đi Thánh địa Hòa Hảo, chùa Giồng Thành, Phù Sơn Tự (Chùa Núi Nổi). Mỗi nơi họ cầu xin mối lương duyên được xuôi chèo mát mái, đời đời bên nhau.

***

Buổi tối.

Mâm cơm sum họp. Cá lóc kho, canh cua đồng, rau muống xào tỏi, dưa cải chua.

Như Oanh ăn ngon lành. Bà Hảo vừa ăn vừa chỉ cách xào nấu. Nàng cố nhập tâm để về nhà trổ tài.

Sau bữa cơm, Như Oanh định tiếp dọn dẹp nhưng bà Hảo ngăn cản. Bà bảo có đứa giúp việc lo rồi.

Võ Bằng nhìn ba. Rồi nhìn má.

Anh biết - nếu không nói lúc này, sẽ không bao giờ nói được nữa.

- Thưa ba má...

Giọng anh chậm nhưng rõ:

- Con xin phép ba má cho chúng con tiến tới hôn nhân.

Ông Hảo nhìn vợ. Bà gật đầu. Ông nghiêm giọng:

- Nếu thật ba má cháu Oanh đồng ý thì ba má không có lý do gì không đồng ý.

Như Oanh run run:

- Con... biết ơn nhiều...

Võ Bằng tiếp lời:

- Hai tháng nữa con phải đi công tác. Xin ba má

cho làm đám hỏi tháng tới.

Ông Hảo nói:

- Phải coi ngày tốt.

Võ Bằng kêu khổ thầm: “Thì giờ eo hẹp mà còn coi ngày tốt xấu!” Nhưng biết tính ông, Võ Bằng nói xuôi:

- Dạ.

Bà Hảo khích lệ:

- Chọn ngày xong ba má điện tín ngay cho con. Rồi con trình ba má của cháu Oanh quyết định.

- Dạ.

Ông Hảo tiếp:

- Vợ chồng các anh chị con sẽ tham dự. Vậy con liệu chỗ ăn ở.

- Con cũng sẽ chuẩn bị xe và các mâm lễ vật. Ba má đừng mang gì theo...

Ông Hảo nắm hai vai Võ Bằng, mỉm cười:

- Hạm trưởng có khác, lo liệu được lắm. Ba má thật hãnh diện.

Ông quay sang Như Oanh:

- Còn với con, hãy tin là con sẽ được thương yêu như con ruột.

Như Oanh có cảm giác như hồn mình hòa vào cây cỏ miền quê Tân An.

***

Sáng hôm sau, Võ Bằng và Như Oanh lên đường trở lại Sài Gòn. Quà quê gói đầy.

Ông Hảo cười nói với Như Oanh:

- Còn quà cho cháu, hẹn ngày đám hỏi nghen.

Ông bà tiễn tận bến xe.

Xe lăn bánh, Như Oanh ngoái lại. Hai người vẫn đứng đó, vẫy tay.

Khi khuất hẳn, nàng gọi nhỏ:

- Anh Bằng!

- Hử?

- Em rất vui.

Nàng im lặng một lát, rồi nói khẽ:

- Cám ơn anh.

- Vì?

- Vì cho em thấy một cuộc sống khác, êm ấm, an bình.

Võ Bằng choàng tay qua vai nàng, thì thầm:

- Anh mới là người phải cảm ơn em. Cảm ơn em đã yêu anh.

Nàng tựa đầu vào vai anh, nhắm mắt. Nàng không ngủ, mà ôn lại từng chi tiết của chuyến đi. Và mỉm cười...

CHƯƠNG 37

ĐƯỜNG ĐẾN TRƯỜNG SA

Vào buổi sáng mùa hè đẹp trời.

Một công điện thượng khẩn từ Bộ Tư Lệnh Hạm Đội gửi cho Trợ Chiến Hạm Rạch Gầm như tiếng sét giáng thẳng vào đầu Võ Bằng. Anh đọc đi đọc lại ba lần. Tờ giấy mỏng mà nặng như chì. Lưng rịn mồ hôi.

"Quý chiến hạm được biệt phái khẩn cho Bộ Tư Lệnh Vùng 3 Duyên Hải. Yêu cầu trang bị tối đa dầu, nước, đạn dược, thực phẩm và khởi hành trong vòng 24 tiếng. Báo cáo nhận hành."

Anh buông tờ công điện, đứng dậy, rồi lại ngồi xuống. Tay anh bất giác kéo hộc bàn. Anh mở chiếc hộp nhung đỏ. Chiếc nhẫn đính hôn, đôi bông tai hột xoàn óng ánh như trêu ngươi. Anh mở bóp. Nụ cười của Như Oanh trong ảnh rạng rỡ. Anh đập mạnh tay xuống mặt bàn. Chỉ còn bảy ngày. Bảy ngày nữa là lễ hỏi. Mọi việc đã chuẩn bị xong...

Anh hối hả cỡi Vespa vào Bộ Tư Lệnh Hạm Đội, gặp Chỉ huy trưởng Hải Đội. Lời xin hoãn công tác nói ra nhanh, gọn nhưng chạm bức tường bê tông cốt sắt. Trung tá đáp lời nhanh gọn không kém:

- Thông cảm nhưng rất tiếc! Chiến trường đang

cần.

Trở về tàu, Võ Bằng cho họp sĩ quan. Buổi họp phân công và thời gian về báo gia đình kết thúc trong sự im lặng nặng nề, như sóng ngầm dưới lòng biển sâu. Từng người đứng dậy, chào, bước ra. Không có tiếng đùa. Không một câu hỏi.

Ai cũng mang nặng công việc phải làm cho kịp giờ khởi hành.

Buổi chiều, anh phóng xe ra Bưu Điện gửi điện tín về quê báo tin cho ba má. Xong, anh đến trường đón Như Oanh.

Nàng bước ra cổng, thấy anh, nụ cười vừa chớm thì dừng lại. Có cái gì đó trên gương mặt anh khiến nàng bất an.

Nàng băng vội qua đường, hỏi dồn:

- Chuyện gì vậy anh?

- Tàu phải đi công tác bất thường. Ngày mai.

Nàng cúi đầu. Những ngón tay siết chặt cặp sách.

Một lúc rất lâu. Khi ngẩng lên, mắt nàng đỏ hoe, giọng nghẹn ngào:

- Không chỉ hoãn lễ hỏi... mà suốt mùa hè này... em cũng không có anh.

Võ Bằng gượng cười. Một nụ cười cam chịu:

- Đời hải hồ mà... Ráng tập quen đi em.

Câu giả lả chỉ làm đôi mắt nàng thêm long lanh.

Khi ba mẹ Như Oanh về, nghe tin, ông bà buồn xo. Giọng ông đều đều:

- Quân lệnh trên hết. Chỉ chậm vài tháng thôi.

***

Buổi sáng khởi hành, Cố vấn Mỹ tháp tùng chuyến đi.

Đến Vũng Tàu, cả hai vào Bộ Tư Lệnh Hải Quân Vùng 3 Duyên Hải dự buổi họp hành quân. Bản đồ trên tường đầy những chấm đen kèm tên của các đảo Trường Sa.

Thiếu tá Trưởng phòng di chuyển đầu que vào vùng phía nam:

- Đây là khu vực có nhiều tàu lạ xuất hiện. Ảnh không tuần cho thấy hai tàu không cờ, không số, chở đông người... có thể đổ bộ chiếm đảo.

Không ai lên tiếng. Không khí đặc lại.

- Hiện chiếc tuần duyên hạm Sinh Tồn, HQ 631 đang tuần phòng vùng này. Nhiệm vụ của Rạch Gầm là tăng cường, phối hợp ngăn chặn.

Thiếu tá thu hồi que nhôm, cao giọng:

- Nếu vi phạm lãnh hải: Cảnh cáo bằng loa rồi bằng súng. Không tuân lệnh: được phép triệt hạ.

Không ai hỏi thêm. Cố vấn Mỹ ghi chép.

***

Mười giờ, *Rạch Gầm* rời cầu Cát Lỡ trực chỉ Trường Sa.

Gió mùa tây nam: sóng xuôi, gió xuôi.

Ra khỏi mũi Nghinh Phong, Võ Bằng giao phiên cho Thiếu úy Đức, xuống buồng.

Buổi trưa, sau bữa ăn, anh đi một vòng kiểm tra tàu. Tình trạng an toàn tốt. Mọi thứ gọn gàng. Sẵn sàng.

Trở về buồng, anh ngồi viết thư cho Như Oanh.

Rồi gửi ngay khi ghé bến.

Chắc nàng đang chờ. Như anh đang chờ.

Anh ngủ một giấc dài.

Chiều xuống. Chuông điện thoại reo. Anh nhấc máy:

- Thưa hạm trưởng, phía trước có nhiều tàu đánh cá.

- Tôi lên ngay.

Võ Bằng bước nhanh lên đài chỉ huy. Vừa đi vừa nghĩ: "Tàu tập trung ở Trường Sa? Không thể! Sớm nhất trưa mai mới tới."

Anh nâng ống dòm. Một dải đất mờ ở hướng 11 giờ.

Anh hỏi sĩ quan đương phiên:

- Có phải Poulo Cecir de Mer không?

- Thưa phải.

- Anh biết tên Việt của đảo?

- Thưa... không rõ.

Võ Bằng khẽ cười:

- Đảo Phú Quý. Cũng gọi là Cù Lao Thu.

Trung úy Tuấn quay lại:

- Thưa hạm trưởng, sao lại hai tên?

- Poulo... từ tiếng pulau của Mã Lai - nghĩa là đảo. Dân mình lúc dịch là "đảo", lúc giữ âm thành "cù lao".

Anh dừng một chút:

- Cù Lao Thu là tên cũ. Do có nhiều cá thu quanh đảo. Năm 1844, vua Thiệu Trị đặt tên Phú Quý... vì thấy nơi này sẽ sang giàu.

Trung úy Tuấn gật gù. Cố vấn Mỹ đứng cạnh, lắng nghe, hơi bối rối.

Võ Bằng quay sang:

- *You follow?*

Bill cười:

- Chút chút... *but interesting.*

Trung úy Tuấn lại hỏi:

- Thưa Hạm trưởng, còn 'hòn' và 'cồn', khác nhau thế nào?

Võ Bằng nói thật chậm, hy vọng cố vấn hiểu:

- Hòn là đảo nhỏ ngoài biển. Chỉ riêng quanh đảo Phú Quý, ta có các Hòn Tranh, Hòn Đen, Hòn Đỏ, Hòn Giữa...

Anh dừng lại, nhíu mày, rồi tiếp:

- Và một hòn, tên gọi Hòn Tro, có 'hành động' kỳ lạ là vào năm 1923 đột nhiên nhô cao ba mươi mét rồi ba tháng sau lại chìm mất. Sau đó có lời cảnh giác của nhà làm hải đồ: "Vì nhiều địa chấn trong vùng, cần thận trọng khi hải hành. Lời cảnh giác này cũng áp dụng cho vùng Trường Sa, Hoàng Sa."

Thiếu úy Lũy thè lưỡi:

- Nghe mà ớn!

Võ Bằng giải thích tiếp:

- Còn cồn là bãi đất nổi giữa sông do phù sa hay cát tích tụ. Như miền tây có 'tứ linh cồn': Cồn Long – Lân – Quy – Phụng cùng nằm ven sông Tiền. Trong đó Cồn Phụng nổi tiếng nhất.

- Thưa, sao được nổi tiếng?

- Vì là Thánh địa của ông Đạo Dừa. Nhưng nổi

tiếng rồi... mất tiếng. Từ khi là thánh địa, Cồn Phụng mang tên mới: Cù lao Đạo Dừa.

Trung sĩ Huân than thở:

- Lung tung, khó nhớ quá!

Võ Bằng cười:

- Hòn và cồn cũng bị dùng lẫn lộn. Như lần ra bắc vừa rồi, qua vĩ tuyến mười bảy, chúng ta gặp một đảo nhỏ có tên Cồn Cỏ.

- Thưa Hạm trưởng, đảo Phú Quý có sản phẩm gì có thể thành phú quý?

- Trên đảo, người đông nhưng không có sản phẩm gì đắt giá. Nổi bật là ba kiến trúc tâm linh cổ kính, uy nghi. Một là Bảo Tháp Chùa Linh Quang chín tầng, trên ba trăm năm. Hai là đền thờ Công chúa Bàn Tranh bị vua Chàm đày biệt xứ khi dám từ chối làm vợ người do vua chọn. Thuyền của bà giạt vào đảo này. Bà lập nghiệp và giúp dân. Sau khi bà mất, dân trên đảo lập miếu thờ, tôn xưng Bà Chúa Đảo.

Võ Bằng dừng lại, theo dõi Trung úy Tuấn ra lệnh luồn lách tránh ghe. Khi chiến hạm trên hải trình an toàn, anh tiếp:

- Kiến trúc thứ ba từ thế kỷ mười tám là Lăng Vạn An Thạnh, nơi thờ Ông Nam Hải, vị Thần biển Nam hộ mệnh ngư dân. Mỗi khi thấy xác cá ông tấp vào là dân đảo cử hành trọng thể nghi lễ an táng. Đến nay lăng lưu giữ hơn một trăm bộ xương, bộ dài nhất là hai mươi mét.

Bất chợt, mặt biển phía trước nổ tung. Một cột nước trắng xóa bung lên. Một thân cá voi vọt khỏi mặt biển. Ánh nắng chiều vỡ thành các hạt nước tung tóe lấp lánh như kim cương. Thân cá uốn éo như chào mừng chiến hạm. Hay như ngăn cản chiến hạm tiến tới?

Mọi người đứng lặng. Tiếng máy tàu nhỏ đi như tránh khuynh động giây phút lạ thường.

Võ Bằng thầm van vái:

- Xin Ngài Nam Hải phù hộ chúng con bình an.

***

Mặt trời lặn rất nhanh. Vùng trời đỏ, rồi tím, rồi xám, rồi đen tối.

Trăng lên, không tròn nhưng đủ cho biển lấp lánh. Những gợn sóng mang viền bạc mỏng.

Trung úy Tài nhấp một ngụm cà phê nguội rồi lẩm bẩm:

- Biển đêm... lúc nào cũng khác.

Trung sĩ Huân hỏi:

- Khác thế nào, trung úy?

- Khó nói!

Một quan sát viên quay lại, cười cười:

- Chắc khác với biển gần bờ?

Trung úy Tài lắc đầu:

- Không. Nó... mênh mông hơn và... hoang vu!

Hạm phó Tiến hiện diện từ bao giờ, lên tiếng:

- Đang có trăng mà.

Trung úy Tài nhìn xa xa:

- Chính ánh sáng lờ mờ đó... làm cho nó hoang vu.

Võ Bằng gật đầu:

- Tôi đồng ý.

Nói xong anh ngồi tựa đầu vào lưng ghế. Đài chỉ huy như hoang vu một lúc lâu.

Trung úy Tài ngập ngừng lên tiếng.

- Thưa hạm trưởng, trên hải đồ ghi là Spratly Islands, mình gọi là Trường Sa. Xem ra chả có dây mơ rễ má gì với nhau! Vì đâu nên nỗi?

Võ Bằng định chịu bí thì Hạm phó Tiến cứu bồ:

- Tôi được nghe ông cựu hạm trưởng giải thích như sau. Người Việt khai phá vùng hàng trăm đảo và bãi cát này từ thế kỷ 17, nên đặt tên Trường Sa. Đến thế kỷ 19, thuyền trưởng tàu săn cá voi Richard Spratley đến vùng này, đặt tên theo họ của mình.

Trung úy Tài reo lên:

- Cám ơn hạm phó.

Võ Bằng vui vẻ tiếp lời:

- Từ thời Minh Mạng, đã có dựng bia chủ quyền: Vạn Lý Trường Sa. Đến thời Việt Nam Cộng Hòa, ta tiếp tục khẳng định chủ quyền, dựng bia mới và xây trạm khí tượng trên một đảo tương đối lớn, gọi Trường Sa Lớn.

Trung sĩ Huân bật cười:

- Trường Sa Lớn mà lại tương đối lớn?

Võ Bằng trầm giọng:

- Vì đảo lớn nhất, đảo Ba Bình bị Đài Loan chiếm khi Việt Nam ở vào thời buổi chia cắt đất nước. Đảo Thị Tứ lớn thứ nhì thì bị Phi Luật Tân chiếm.

Hạm phó Tiến nhăn mặt:

- Sao mình không đánh lấy lại những đảo đã mất?

- Nhiều tế nhị về mặt chính trị.

- Nếu sợ như vậy, họ chiếm thêm thì sao?

Võ Bằng mỉm cười:

- Các đảo quan trọng đã có quân phòng thủ. Các đảo nhỏ và các bãi còn lại do Hải Quân bảo vệ. Đó là lý do hôm nay chúng ta... ra đi khi trời vừa sáng.

***

Trăng lên cao hơn. Mặt biển sáng hơn. Những gợn sóng lấp lánh.

Chiến hạm chạy đều. Mũi tàu rẽ nước êm. Thân tàu rung nhẹ theo nhịp máy, quen đến mức không ai còn để ý.

Phiên trực im lặng. Mỗi người đứng đúng vị trí của mình. Nhưng tâm trí có lẽ đang về với người thân, người yêu. Như Võ Bằng đang nhớ từng lọn tóc mai, từng nụ cười, nốt ruồi son trên má Như Oanh...

Anh ngẩng lên. Trời đầy sao. Không gian yên tĩnh đến mức... như không có thật.

Anh chợt thấy đời mình lạ lùng. Từ một học sinh quê mùa trở thành hạm trưởng.

Những người quanh anh, đủ hạng. Thầy giáo. Nông dân. Thợ điện. Sinh viên.

Tất cả đứng đây - giữa biển. Biển im lìm tiếp nhận. Cái im lặng không phải bình yên mà là ẩn giấu.

Một ký ức chợt hiện. Bên hồ sen Đồng Quê Quán. Như Oanh ngồi đó. Cười và nói. Và bước vào đời anh bằng niềm tin vững chắc. Niềm tin vào một tương lai... không chắc chắn.

Anh đặt bàn tay lên túi áo. Mẩu giấy nhỏ nàng viết khi chia tay, anh đã thuộc làu: "*Anh đi bình an. Em không khóc, chỉ sợ... Đừng bỏ em một mình.*"

Tiếng Thiếu úy Lũy đột ngột vang lên:

- Thưa hạm trưởng, có ánh đèn phía mũi, mạn phải!

Võ Bằng nâng ống nhòm. Biển đêm trải dài. Một đốm sáng. Rồi tắt. Rồi một chấm sáng khác lóe lên. Biển lại tối. Im lặng. Biến cố lớn có khi từ một điểm sáng nhỏ.

Võ Bằng bảo Thiếu úy Lũy:

- Hỏi phòng CIC có thấy đối vật hướng một giờ?

Tiếng lặp lại vào loa. Rồi có tiếng đáp:

- *Radar* không thấy *echo*.

Rạch Gầm vẫn tiến đều trên biển nước mênh mông.

Mỗi hải lý như đi sâu hơn vào cái bẫy vô hình của định mệnh...

CHƯƠNG 38

TRƯỜNG SA LỬA ĐẠN

Trợ Chiến Hạm Rạch Gầm kiên trì vượt biển suốt đêm suốt sáng, không trục trặc và cũng không dừng xét ghe. Nhiệm vụ khẩn: ngăn chặn hai tàu lạ đang dò đường đổ quân lên các đảo Trường Sa.

Khoảng cách còn lại: bốn giờ hải hành.

Ở phía trước, tuần duyên hạm Sinh Tồn đã tiếp cận, đang bám sát mục tiêu.

Khi Võ Bằng bước vào phòng ăn, đồng hồ chỉ đúng ngọ.

Cố vấn Mỹ và các sĩ quan đứng dậy chào. Anh gật đầu, ra hiệu ngồi. Không khí bữa cơm vẫn như thường lệ; thân mật, chút rộn ràng sau những giờ hải hành căng thẳng.

Cà phê được rót. Một khoảng lặng thinh. Rồi Trung úy Tài lên tiếng:

- Thưa Hạm trưởng, đêm qua, Hạm trưởng và Hạm phó nói về Trường Sa... quá ít. Nhị vị hẳn đến đấy nhiều lần. Xin cho chúng tôi biết thêm...

Võ Bằng mỉm cười:

- Biết thêm những gì?

- Như địa dư, địa hình, tài nguyên, dân cư.

- Nghe như anh từng là thầy dạy sử địa.

- Dạ đúng.

Võ Bằng quay sang Hạm phó:

- Hạm phó có ý kiến?

Hạm phó Tiến nhấp ngụm cà phê, đặt ly xuống, giọng trầm đều:

- Quần đảo Trường Sa nằm phía nam Hoàng Sa khoảng ba trăm năm mươi hải lý. Cách Vũng Tàu khoảng ba trăm. Chiều dài gần năm trăm hải lý. Diện tích... ba trăm sáu mươi ngàn cây số vuông. Hơn trăm đảo, bãi đá, bãi cạn, rạn san hô...

Trung úy Tài tròn mắt:

- Rộng vậy sao?

- Không chỉ rộng mà còn nhiều điều thú vị. Như các bãi cạn nằm về phía Việt Nam đều được đặt tên theo lịch sử. Như các bãi Phúc Nguyên, Phúc Tần - tên hai vị vua nhà Nguyễn. Như bãi Huyền Trân - tên công chúa nhà Trần. Như bãi Quế Đường - tên hiệu của Lê Quý Đôn...

Thấy mọi người lắng nghe, Tiến tiếp:

- Nhưng cho dù mang tên đặc biệt gì đi nữa, cái đáng sợ không phải là rộng. Mà là... nguy hiểm.

Anh đưa tay vẽ một vòng vô hình trên bàn:

- Các bãi vừa kể, cũng như các bãi nổi khác, đều dễ thấy. Còn rạn san hô thì chìm dưới mặt nước mà nhiều vô số, khắp nơi quanh quần đảo. Thành ra khi tuần tiễu là cả một vấn đề. Dù tàu có *fathometer* mà vẫn luôn nơm nớp lo sợ.

Anh đổi nét nghiêm trang:

- Nói tổng quát, Hoàng Sa, Trường Sa từ xưa đến nay vẫn là vùng biển nguy hiểm. Đã có rất nhiều tàu thuyền bỏ xác tại vùng này. Mùa gió tây nam nếu đi phía trong thì bị đẩy tấp vào rạn san hô. Mùa gió đông bắc, đi phía ngoài thì cũng mắc cạn tương tự. Vì quá xa bờ, việc cứu cấp khó khăn, xác tàu mang theo cả xác người chết đói.

Không khí trong phòng lắng xuống. Thiếu úy Quang hỏi:

- Vậy sao không đi ngược với mùa gió? Nghĩa là nếu gió đông bắc thì đi phía trong, mùa tây nam thì đi phía ngoài.

- Đi như vậy là đi vòng, mất thêm bốn năm tiếng. Lại tốn thêm nhiên liệu.

- Sao không xây hải đăng?

Tiến cười nhạt:

- Hoàng Sa có. Trường Sa... thì không. Hải đăng Hoàng Sa có từ năm 1937, do Pháp xây dựng.

- Sao lạ vậy? Vậy là kỳ thị rồi!

Hạm phó cười:

- Để tôi hỏi chính phủ Pháp.

Mọi người phì cười. Thiếu úy Quang hỏi tiếp:

- San hô có phải là đá đâu mà gây hư hại tàu?

- Nó là loài thủy-sinh-vật, nhưng có hai loại. Loại cứng thì như đá nhưng loại mềm thì uyển chuyển. Cả hai đều có màu sắc rực rỡ, tuyệt đẹp, có thể sống tới hàng nghìn năm. Chúng bám vào đá ngầm, sinh trưởng bằng mọc chồi. Vì là loại sống dưới nước, nên chồi mọc theo chiều cao đến gần mặt nước là ngưng.

- Rất thú vị. Xin tiếp.

- Xét địa hình, tuy quần đảo Trường Sa rộng hàng chục lần Hoàng Sa nhưng độ cao thì thua Hoàng Sa. Đảo Nam Yết cao nhất cũng chỉ được 5 mét từ mặt biển, trong khi ở Hoàng Sa, có đảo cao gấp ba lần. Cây cối cũng vậy. Trường Sa cằn cỗi. Hoàng Sa cây xanh um.

Trung úy Tuấn lên tiếng:

- Tôi đọc báo... nói có mỏ dầu ngoài thềm lục địa. Có phải vì vậy mà các nước cố chiếm các đảo, các bãi của ta?

- Phải. Nhưng đó là chuyện sau này. Trước kia... là vì hải sản. Cá, tôm, cua, bào ngư, vi cá, hải sâm, thứ nào cũng tiền là tiền! Lại thêm ốc xà cừ lóng lánh sắc màu để cẩn bàn ghế, tủ thờ.

- Tại sao mình không xua đuổi?

Mọi người nhìn Võ Bằng. Anh lắc đầu:

- Muốn đuổi thì phải có chiến hạm. Nhiều chiến hạm bao vùng. Hiện thời... quyền lực trên biển của mình chưa đến đâu. Đuổi được bao nhiêu hay bấy nhiêu.

Điện thoại reo. Đài chỉ huy báo tin đã thấy đảo Trường Sa.

Võ Bằng đứng lên:

- Thôi, tạm ngưng. Trường Sa đây rồi.

***

Hai giờ trưa, biển vẫn yên. Gió tây nam thổi nhẹ, mang theo oi bức đầu hè.

Võ Bằng đứng bên cánh phải đài chỉ

huy, khuỷu tay tựa lên thành kim loại. Mắt anh quét trên mặt biển. Mặt trời ngả về tây giúp mắt thường nhìn rõ đáy. Màu nước, sắc long lanh của các rạn san hô thay đổi tùy độ sâu.

Trường Sa... Anh còn nhớ:

Song Tử Tây - cực bắc.

An Bang - cực nam.

Tiên Nữ - phía đông.

Tứ Chính - phía tây.

Và giữa đó... là một mê cung.

Giọng Hạm phó vang lên từ Phòng Chiến Báo:

- Đài chỉ huy, còn cách đảo An Bang 15 hải lý.

Trung úy Tài đáp 'Rõ' rồi trình Hạm trưởng.

Võ Bằng gật đầu, nhấc PRC-46:

- Sinh Tồn. Vị trí?

- Gần bãi Thuyền Chài. Hai mục tiêu đang lảng vảng. Có thể chúng chờ tối.

- Giữ khoảng cách. Tôi đến.

Anh đặt máy. Nhìn lại hải đồ. Còn xa 35 hải lý. Nếu không trở ngại, tới đó còn ban ngày, nhiều lợi thế.

Anh nhớ kinh nghiệm tuần phòng thời còn trên Hộ Tống Hạm Đống Đa ba năm trước. Ở vùng này, chạy vận tốc sáu gút là khá liều mạng. Độ sâu rất bất thường. Nơi thì chỉ vài mét, rồi đột ngột xuống sâu hàng ngàn mét.

Còn đảo An Bang, thật là một hiện tượng thiên nhiên độc đáo.

Đảo có hình dạng như cây nấm khổng lồ giữa bãi

cát. Các chiến sĩ canh phòng gọi đây là "bãi cát biết đi". Do tác động của hải lưu và hai mùa gió, bãi cát này không cố định mà luân chuyển quanh đảo. Mùa gió đông bắc, bãi cát bồi về phía tây nam. Mùa gió tây nam, bãi cát lại chạy sang phía đông bắc.

Chiều dài đảo thay đổi tùy theo cường độ gió và sóng. Bãi cát có lúc bồi thêm đến hơn hai trăm mét, nhưng cũng có lúc bị bão đánh tan còn vài chục mét. Sóng ở An Bang nổi tiếng là dữ dội - sóng lừng - cộng với bãi cát di chuyển đã khiến nhiều tàu thuyền lâm nạn.

Nhưng dù có thế nào, Rạch Gầm cũng phải đến phối hợp với Sinh Tồn.

Võ Bằng nói qua về đặc điểm Trường Sa cho Cố vấn. Anh chàng thích thú ghi chép lia lịa. Anh hỏi cố vấn có ý kiến ra sao về việc ngăn địch đổ bộ. Anh chàng cười gượng: "*You know better than me, Captain!*"

Tiếng vang từ Phòng Chiến Báo:

- Đài chỉ huy. Có ba *echo*. Hướng 030... khoảng cách 20 hải lý.

Võ Bằng nâng ống dòm. Vẫn chỉ là biển xanh mênh mông. Nhưng chắc chắn chúng đâu đó.

Một tiếng sau, hình dáng hiện ra. Ba chiếc.

Sinh Tồn - quen thuộc. Hai chiếc kia - lớn, đen, lạ. Nằm yên như đang thả lưới.

Năm phút sau, Phòng Chiến Báo trình:

- Hai mục tiêu di chuyển. Hướng 310.

Võ Bằng nâng ống dòm. Hai chiếc tàu lạ đang quay đầu ra khơi. Anh yêu cầu Sinh Tồn bám theo rồi bước tới bàn hải đồ. Hải trình không có bãi cạn.

Anh ra lệnh:

- Lái hướng 040. Máy tiến ba.

Chiến hạm tăng máy, rẽ nước hướng về hai tàu lạ.

Anh nói vào PRC-46:

- Sinh Tồn, truy kích. Giữ khoảng cách.

- Nhận rõ.

Anh gác máy, nói với nhân viên lái:

- Lái hướng bắc

Mũi tàu xoay dần. Tiếng vọng từ Phòng Chiến Báo:

- Khoảng cách 10 hải lý.

Võ Bằng lẩm nhẩm: "Hừm! Sao chúng lại bỏ chạy?"

- Khoảng cách 8 hải lý. Mục tiêu đổi hướng về bãi Ba Kè.

- Nó muốn... kéo mình đi đâu?

Anh bước nhanh tới bàn hải đồ. Đo đạc, làm phép tính.

Anh đập nhẹ xuống bàn:

- Nó dụ mình vào bãi cạn.

Võ Bằng tăng tốc, chạy chận đầu.

Tiếng Hạm phó:

- Khoảng cách 6 hải lý.

Võ Bằng nói to:

- Nhiệm sở tác chiến.

- Khẩu 76 sẵn sàng.

- Các khẩu đại bác sẵn sàng.

- Phản pháo ngay khi bị bắn, không chờ lệnh.

- Rõ.

Phòng Chiến Báo:

- Đài chỉ huy, *radar* bị nhiễu xạ. Nhiều *echo* giả. Không xác định được khoảng cách mục tiêu.

Võ Bằng nghiến răng, nghĩ thầm: "Không lẽ nó có máy gây nhiễu?"

Anh giơ tay ra hiệu im lặng tuyệt đối. Chỉ còn tiếng sóng vỗ mạn tàu, tiếng động cơ rền đều, và hơi thở dồn dập của các quan sát viên.

Anh nâng ống dòm. Hai chiếc tàu lạ không giống tàu đánh cá. Dường như có các ổ súng. Tự dưng một cảm giác e ngại ùa về.

Rồi bỗng nhiên...

Một đốm lửa chớp lên từ con tàu địch.

Ầm!

Một cột nước trắng xóa dựng lên sát mạn phải Rạch Gầm, tạt lên boong.

Tiếng một người la hốt hoảng:

- Nó bắn đó!

Tiếng nổ phản pháo từ khẩu 76 ở mũi xé toạc không khí. Khói lửa phụt ra, viên đạn đầu tiên bay vút đi. Tiếng nổ dồn dập của các khẩu đại bác vang lên tiếp nối.

Một viên 76 khác lại vụt ra. Một đốm lửa bùng lên trên thân tàu địch. Tiếng ai đó hét lên.

- Trúng đích!

Nhưng ngay lúc đó, một loạt đạn trả đũa quét tới. Tiếng "keng" kêu ran trên vách đài chỉ huy.

Một quan sát viên ngã xuống. Tiếng la thất thanh:

- Thủy thủ Tạo bị thương!

Đạn tiếp tục rít qua đầu. Nổ sau lái. Nổ sát hông. Không gian vỡ tan.

Võ Bằng nói vào máy nội bộ, giọng điềm tĩnh:

- Y tá lên ngay đài chỉ huy.

Anh nhìn quanh, nói to:

- Giữ vững vị trí!

Bên trái, tuần duyên hạm Sinh Tồn lao vào. Khẩu 40 ly mũi đang nhả đạn như mưa vào chiếc tàu địch thứ hai. Tàu địch bốc khói đen nghịt.

Nó quay đầu bỏ chạy. Lửa bùng cháy ở phần lái. Nó tăng tốc, lao về hướng bắc. Sinh Tồn rượt theo.

Võ Bằng bật máy PRC-46:

- Sinh Tồn! Diệt luôn nó đi!

- Rõ, thẩm quyền.

***

Chiếc tàu địch còn lại vẫn đang nhả đạn.

Rạch Gầm tiến xéo. Khoảng cách rút ngắn.

- 76 ly. Trực xạ phòng lái.

Phát đạn nổ tung. Phòng lái tàu địch vỡ vụn. Khói đen cuộn lên. Tiếng reo hò từ khẩu 76.

Nhưng tàu địch như con thú bị thương. Tất cả hỏa lực dồn lại, nó điên cuồng phản kích.

Một ánh chớp từ mũi.

Một tiếng rít. Một quả đạn lao thẳng.

Đoàng!

Một vầng hào quang lóe lên. Một lực ép mạnh

mẽ. Mảnh kim loại văng tứ tung. Hai người ngã sóng soài, lăn lộn trên sàn. Một người nấc lên, máu ộc ra miệng. Một người ôm vai, rên rỉ. Trung úy Tài - bị mảnh đạn cứa vào bắp tay, máu chảy đầm đìa. Cố vấn Mỹ bị rách đùi - vết thương nhẹ nhưng mặt biến sắc.

Hai chân Võ Bằng nhói buốt. Đầu anh như bị đóng búa. Anh lảo đảo, mắt nhòe đi. Nóc đài chỉ huy xoay tròn. Thoảng mùi khói súng, mùi máu. Mọi âm thanh như bị bóp nghẹt.

Tiếng kêu thất thanh như từ đáy nước vọng lên: "Hạm trưởng bị thương!"

Đó là lời cuối cùng anh còn nghe thấy.

Cố vấn Mỹ cố giữ bình tĩnh mở PRC-46 liên lạc với tần số khẩn cấp:

- Mayday, mayday! Tàu Rạch Gầm trúng đạn! Hạm trưởng bị thương nặng! Yêu cầu tản thương! Tọa độ: 9°52′07″B 114°18′47″Đ.

Nghe tin báo khẩn, Hạm phó lao vội lên đài chỉ huy. Thấy Hạm trưởng nằm bất động, cảnh tượng đầy máu me, anh đâm hoảng, mặt tái đi, tuy nhiên vẫn cố giữ giọng đanh thép:

- 76 ly. Đánh chìm nó.

Những viên đại pháo liên tiếp nối nhau. Chiếc tàu xâm nhập vỡ tung. Vài thân người bắn lên, rơi xuống biển. Tàu phát hỏa. Nghiêng rồi lật úp.

Hạm phó ra lệnh đổi hướng về Phan Thiết, tốc độ tối đa. Khói đen từ hai bên hông hầm máy phụt ra mù mịt cuốn về đuôi tàu.

Y tá băng bó xong cho các thương binh, lay nhẹ vai Võ Bằng:

- Tỉnh dậy, Hạm trưởng. Tỉnh lại. Cứu thương đang tới.

Võ Bằng cố tập trung. Anh mơ hồ cảm giác mình bị nhấc lên, đặt vào cáng. Anh cũng chập chờn thấy Như Oanh nắm chặt tay anh. Rồi tất cả tối đen.

Hai mươi phút sau, trên bầu trời vọng tiếng cánh quạt vù vù của trực thăng. Một chiếc UH-1 từ Đệ Thất Hạm Đội xuất hiện. Hạm phó cho lệnh ngưng máy Rạch Gầm.

Trực thăng lượn một vòng, giảm độ cao. Gió rít mạnh theo cánh quạt quay vùn vụt. Trên boong sau, các thủy thủ lấy tay che mặt, cố giữ thăng bằng.

Cửa hông trực thăng mở toang. Một chiếc cáng được thả xuống bằng dây cáp. Võ Bằng và ba thủy thủ bị thương, lần lượt được kéo lên. Trung úy Tài và Cố vấn từ chối tản thương.

Thủy thủ đoàn và cố vấn Mỹ vẫy tay. Trực thăng UH-1 nhấc mình, lao vút, xa dần rồi mất hút.

Bên trong trực thăng, không khí thoang thoảng mùi thuốc sát trùng. Y sĩ Thiếu tá Tony Kent đo mạch cho Võ Bằng, ưu tư nhìn đồng hồ, rồi nhanh chóng truyền nước biển và tiêm thuốc trụ sinh.

Hai mươi phút bay vượt biển, chiếc trực thăng hạ cánh xuống boong hàng không mẫu hạm USS Midway.

Đội y tế với bốn cáng cứu thương đã đợi sẵn. Họ nhanh chóng đưa các thương binh vào bệnh xá dưới hầm tàu.

Đèn huỳnh quang trắng lóa. Bác sĩ tháo nón sắt trên đầu Võ Bằng, khám vết thương, rồi hối hả ra lệnh:

- Đưa ngay vào phòng mổ.

Ông ghi vội vào sổ trực bằng nét chữ nguệch ngoạc: *Bị thương hai đùi. Một mảnh đạn xuyên nón sắt găm vào xương sọ. Cần mổ lấy ra ngay.*

CHƯƠNG 39

GIỜ NÀY ANH Ở ĐÂU?

Như Oanh ngồi trước bàn ăn mà không thấy đói.

Chiếc bàn tròn phủ khăn trắng. Bốn món ăn được dọn ra trong những tô chén kiểu, dưới ngọn đèn néon tỏa thứ ánh sáng dịu và mát. Không gian vẫn yên bình như mọi tối. Chỉ có lòng nàng là không yên.

Từ mấy hôm nay, một nỗi bất an âm ỉ bám riết lấy nàng.

Nàng ngủ không ngon. Nửa khuya thường chợt tỉnh vì một tiếng động rất nhỏ: cành cây quệt vào khung cửa, tiếng gió lùa qua khe lá, tiếng nước nhỏ đâu đó ngoài hiên. Những âm thanh vốn vô nghĩa, bỗng hóa thành điềm gở. Có đêm nàng ra đứng ở hành lang sau, nhìn khu vườn chìm trong bóng tối, tự hỏi không biết giờ này Võ Bằng đang ở vùng biển nào? Có mưa gió và có được bình an không?

Trên góc tủ thấp gần bàn ăn vẫn còn bức ảnh nhỏ chụp hai người hôm đi dạo ở bến Bạch Đằng. Trước khi ngồi xuống, nàng đã vô thức nhìn nó một lần. Chỉ một lần thôi, mà trong lòng chợt nhói lên một cảm giác rất lạ, như thể có ai vừa gọi tên mình từ rất xa.

Ông Huỳnh Quang Khải vừa ngồi xuống đã nói chuyện làm ăn như mọi bữa. Giá gạo lên. Lô hàng nhập cảng còn bị kẹt giấy tờ ở bến. Một viên chức nào đó lại hẹn lần hẹn lữa. Bà Khải vừa ăn vừa nghe, thỉnh thoảng hỏi lại vài câu. Chỉ riêng Như Oanh cầm đũa mà thấy chén cơm trước mặt như thuộc về một đời sống khác, không liên quan gì đến mình.

Nàng cố nuốt vài miếng cho ba mẹ yên lòng.

Sau bữa cơm, ông bà Khải sang phòng gia đình xem truyền hình như thường lệ. Âm thanh mở hơi lớn, vọng cả vào nhà bếp. Như Oanh đứng rửa chén thay người giúp việc về quê. Nước chảy qua tay mát lạnh. Những chiếc chén va vào nhau thành những tiếng lanh canh khẽ và rỗng. Nàng nghe loáng thoáng tin chiến sự ở đâu đó, vài con số thương vong, vài địa danh xa lắc. Những bản tin chiến tranh lâu nay vẫn thế, đi ngang đời sống thành phố như một cơn gió nóng: ai không có người thân ngoài mặt trận thì nghe rồi quên.

Bỗng nàng nghe tiếng mẹ gọi, dồn dập khác thường.

- Oanh! Oanh!

Bà Khải bước nhanh vào bếp, mặt tái đi:

- Mẹ vừa nghe tin có hai chiến hạm đụng trận với hai tàu lạ ở Trường Sa. Một người chết, sáu người bị thương... trong đó có hạm trưởng tàu. Có phải tàu của Võ Bằng không con?

Chiếc chén trên tay Như Oanh rơi xuống chiếc tô trên đáy chậu rửa.

Tiếng sứ vỡ khô, sắc, lạnh.

Nàng đứng sững. Nước trong vòi vẫn chảy lênh láng qua những mảnh vỡ. Hai chữ bị thương như xoáy thẳng vào ngực. Trong một thoáng, nàng nghe mọi âm thanh chung quanh lùi rất xa, chỉ còn tiếng tim mình đập gấp.

- Người ta... có nói anh ấy được chở đi đâu không hở mẹ?

Giọng nàng run đến nỗi chính nàng cũng thấy lạ.

- Không. Tin vắn tắt lắm. Chắc đầu giờ tới họ nói lại.

Như Oạnh lau vội tay vào vạt áo, bước nhanh sang phòng gia đình. Đôi dép lết trên nền gạch nghe như những tiếng rên khẽ. Trên màn ảnh, bản tin chiến sự đã qua. Chỉ còn một chương trình ca nhạc. Tiếng đàn, tiếng hát vẫn êm đềm, bình thản đến tàn nhẫn, như thể ngoài kia những người bị thương cũng biết thưởng thức.

Nàng đứng giữa phòng, nhìn cha:

- Ba có quen ai ở Bộ Tư lệnh Hải Quân không?

Ông Khải ngước lên. Chỉ thoáng nhìn con gái, ông hiểu ngay nỗi hoảng hốt đang dâng đến mức nào. Bao điều khó chịu, bao dè dặt, bao toan tính hơn thiệt ông từng có với chàng sĩ quan trẻ ấy, trong giây phút này bỗng lùi cả lại phía sau.

- Quen thì có... nhưng giờ này...

- Ba ráng hỏi giùm con. Con phải biết anh Bằng đang ở đâu. Bị thương ra sao.

Ông Khải không nói thêm. Ông bước tới bàn điện thoại, lật sổ tay, quay số.

Đường dây bận.

Ông quay số khác.

Lần này có người bắt máy. Ông tự xưng tên, nói ngắn gọn lý do, rồi đứng im nghe. Như Oanh nhìn chiếc điện thoại đen đặt trên bàn như nhìn một vật có thể mở ra hay đóng sập số phận mình. Mỗi giây kéo dài như một sợi dây thép căng quanh ngực rút lại.

Ông Khải hỏi hai ba lần. Vẻ mặt ông đổi khác. Bàn tay cầm ống nghe siết chặt hơn.

Khi đặt máy xuống, ông nói:

- Trung tâm Hành quân cho biết thương binh đã được tàu Mỹ cấp cứu rồi chuyển về Sài Gòn chiều nay.

- Sài Gòn? Bệnh viện nào?

- Họ nói chưa rõ.

Bà Khải sốt ruột:

- Sao lại chưa rõ? Chở về Sài Gòn thì phải biết đến nơi nào chứ! Ông hỏi lại xem.

Ông Khải lắc đầu, vẻ bực bội hiện rõ trong mắt. Chính ông cũng khó chịu cái kiểu tin tức nửa vời ấy. Nhưng giây phút này, bực cũng vô ích.

- Người bạn chỉ biết tới đó. Muốn rõ hơn chắc phải đến Bộ Tư lệnh Hải Quân.

Như Oanh nghe mà như không nghe. Trong đầu nàng chỉ còn một ý nghĩ: phải tìm ra anh ngay tối nay. Chờ đến sáng là không thể.

Nàng nói rất nhanh:

- Con xin phép đi hỏi thêm nơi khác.

- Trời tối rồi, con đi đâu? - bà Khải hỏi.

- Con đi gặp chị Lan Như. Có thể chị ấy biết.

Ông Khải quay lại:

- Lan Như là ai?

- Phóng viên chiến trường của báo *Ngôn Luận*. Chị ấy có quen anh Bằng, lại biết giới Hải Quân.

Không đợi thêm, ông Khải mở cuốn điện thoại niên giám, dò số tòa soạn. Người trực báo cho biết Lan Như đã về. Ông xin số điện thoại nhà riêng. May sao gọi được.

Ông trao ống nghe cho con gái.

- Chào chị Lan Như, tôi là Như Oanh... Chắc chị còn nhớ?

Tiếng trong trẻo của Lan Như bên kia đầu dây:

- Nhớ quá đi chứ. Có chuyện gì gấp phải không?

- Tôi mới nghe tin anh Bằng bị thương ngoài Trường Sa. Chị biết chứ?

Phía bên kia im lặng vài giây:

- Tôi chưa nghe. Bị thương nặng lắm không?

- Truyền hình không nói rõ. Bộ Tư lệnh Hải Quân cũng chỉ nói đã chuyển về Sài Gòn nhưng không biết về đâu.

- Chị đã hỏi Bệnh xá Bạch Đằng chưa?

- Chưa. Bệnh xá ở đâu?

- Đầu đường Cường Để, khu Hải Quân.

- Cám ơn chị. Tôi đi ngay.

Lan Như còn dặn thêm vài câu, Như Oanh chỉ vắn tắt "cám ơn".

Nàng lấy xách tay. Bà Khải nói:

- Mẹ đi với con.

Ông Khải cầm chìa khóa xe:

- Tôi đưa hai mẹ con đi.

***

Chiếc Renault lao vào đêm Sài Gòn.

Thành phố sáng choang. Hàng quán còn đông. Xe cộ vẫn nườm nượp. Những cặp trai gái đi ngang dưới các vòm cây. Tiếng cười, tiếng còi xe, tiếng nhạc từ một quán cà phê nào đó tràn ra lòng đường. Cả thành phố vẫn sống như một đêm bình thường. Chỉ riêng trong chiếc xe ấy, thời gian như đông cứng lại.

Bà Khải ngồi phía trước, thỉnh thoảng ngoái nhìn con gái. Mấy lần bà muốn nói một câu trấn an, nhưng rồi lại thôi. Sau cùng, bà chỉ lặng lẽ đưa tay ra sau, nắm lấy bàn tay con. Bàn tay Như Oanh lạnh ngắt.

Xe dừng trước cổng Bệnh xá Bạch Đằng.

Như Oanh bước xuống trước khi xe tắt máy hẳn. Trong sân chỉ có vài chiếc xe đậu thưa thớt. Nơi bàn trực sáng đèn. Cô y tá thấy vẻ mặt thất thần của nàng thì dịu giọng hỏi. Nghe xong, cô gọi điện vào trong.

Chốc lát, một y sĩ trung úy đi ra.

- Chào cô. Đại úy Võ Bằng không nhập viện ở đây.

Như Oanh thấy chân mình như hụt xuống.

- Xin bác sĩ cho biết... anh ấy được chuyển đi đâu?

- Cô thử đến Tổng Y viện Cộng Hòa.

- Ở đâu, thưa bác sĩ?

- Gò Vấp. Nhưng đã quá giờ thăm.

Rồi như thấy sắc mặt nàng trắng bệch đi, ông dịu giọng hơn:

- Cô chờ một chút. Để tôi gọi hỏi thêm.

Như Oanh lắc đầu, giọng gấp:

- Xin bác sĩ cho tôi địa chỉ. Tôi muốn đến đó ngay. Nếu anh ấy ở đó, dù quá giờ thăm tôi cũng xin nhìn qua, cho đỡ lo.

Vị y sĩ lật sổ, ghi nhanh vài dòng vào mảnh giấy, trao cho nàng.

- Cám ơn bác sĩ.

Lúc quay ra xe, bàn tay nàng cầm mảnh giấy địa chỉ run đến mức phải dùng cả hai tay mới đưa được cho cha.

***

Con đường đến Tổng Y viện Cộng Hòa dài như không dứt.

Như Oanh ngồi ở băng ghế sau, lưng thẳng, hai tay đặt trên đầu gối. Thành phố ngoài khung kính lùi dần thành những dải sáng mờ. Nàng không còn thấy rõ phố xá nữa. Từ lúc nghe tin, dường như nàng không còn sống trong giờ phút hiện tại. Một phần hồn nàng đã bị kéo ra ngoài khơi xa, tới một vùng biển, nơi những con sóng đập vào mạn tàu, nơi Võ Bằng ngã xuống còn khét lẹt khói súng.

Anh bị thương ở đâu? Ở đầu, ở ngực, ở chân? Có đau lắm không? Có ngất đi không? Có biết được đưa về bệnh viện?

Một ý nghĩ lạnh ngắt lướt qua óc nàng: lỡ người nằm trong bệnh viện không còn là Võ Bằng... của ngày nào thì sao?

Nàng nhắm mắt lại. Không dám nghĩ tiếp.

***

Nửa giờ sau, Tổng Y viện Cộng Hòa hiện ra dưới

ánh đèn trắng nhạt.

Dãy nhà lớn, nhiều cửa sổ sáng, im lìm giữa đêm khuya, trông như một con tàu khổng lồ đang thức. Ông Khải lái xe vào sân. Vừa bước xuống, cả ba đã nghe tiếng trực thăng.

Chiếc trực thăng tản thương từ đâu hạ thấp dần xuống khoảng đất trống cạnh sân cờ. Cánh quạt chém phần phật vào không khí, dữ dội và lạnh lẽo. Âm thanh ấy đập thẳng vào ngực Như Oanh. Nàng đứng sững một giây, tưởng như chính trái tim mình cũng bị lưỡi quạt kia xé rách.

Biết đâu Võ Bằng cũng đã được chở tới đây như vậy.

Qua trạm gác, nhờ tấm thẻ giáo sư và vẻ mặt hoảng hốt của gia đình, người quân cảnh chỉ đường vào phòng trực. Y tá trực mở sổ dò tên. Khoảng chờ đợi chỉ mấy phút ấy đối với Như Oanh dài dằng dặc như một hình phạt. Cuối cùng, cô y tá reo lên:

- Đại úy Võ Bằng, HQ 266, Nhập viện 16:00G... Nhưng đã ngoài giờ thăm. Xin ngày mai trở lại.

- Vui lòng cho chúng tôi gặp một chút thôi.

- Không được, cô.

- Tôi chỉ nhìn một chút. Tôi là...

Nàng nghẹn lại một thoáng rồi mới nói được:

- Là... vợ sắp cưới của anh ấy.

Người nhân viên trực nhìn nàng, nhìn ông bà Khải, rồi dịu giọng:

- Phòng 305, cuối dãy bên trái. Nhưng chỉ được nhìn từ cửa phòng. Tuyệt đối không vào trong.

Như Oanh đi gần như chạy.

Vừa qua khỏi khúc hành lang rẽ, mùi thuốc sát trùng đã ập đến. Lẫn trong đó là mùi máu, mùi mồ hôi cũ, mùi vải băng, mùi kiệt sức của thân thể con người. Trên mấy băng ca đặt dọc hành lang, vài thương binh nằm bất động, người quấn kín ngực, người cụt một chân, người mặt mày còn lem bụi khói. Có tiếng rên la từ một phòng nào đó. Bác sĩ và y tá hối hả bước...

Thế giới nàng vẫn sống bấy lâu - bục giảng, những bài văn câu thơ, những bài bình giảng - bỗng lùi vào bóng tối. Trước mặt chỉ còn xác thịt bị chiến tranh xé nát và những nỗ lực mong manh để giữ con người tồn tại cuộc sống.

Đến trước phòng 305, nàng dừng lại.

Rồi trố mắt nhìn.

Võ Bằng nằm đó.

Như Oanh không nhận ra anh trong giây đầu tiên.

Người thanh niên có nước da sạm nắng, có đôi mắt sáng và nụ cười điểm chút ngỗ nghịch từng làm tim nàng xao động, giờ chỉ còn là một hình hài nằm im như xác chết. Băng quấn ở đầu, và ở chân. Da mặt tái nhợt. Môi khô. Cánh tay năng động giờ bất động với những ống truyền dịch cắm vào. Bên cạnh giường, máy trợ thở nhả ra những nhịp đều đều, vô cảm.

Như Oanh thấy cổ họng mình thắt lại.

Phía sau, ông Khải bước tới. Nhìn những con số nhấp nháy trên màn hình, nhìn ống thở, ông bỗng cảm thấy trong lòng trào lên một nỗi xót xa nặng nề.

Lần đầu tiên ông thấy rõ chiến tranh đã bước hẳn vào cuộc sống yên ấm của gia đình mình. Không còn là những bản tin nghe qua loa sau bữa cơm chiều. Nó đang nằm đây. Trong thân thể băng bó kia. Trong đôi vai run run của con gái ông.

Ông khẽ nói với vợ, gần như chỉ mấp máy môi:

- Có cả máy trợ thở...

Bà Khải không đáp. Bà chỉ chậm chạp đưa tay lên ngực, như muốn giữ trái tim mình khỏi rơi xuống.

Như Oanh không còn nghe gì nữa.

Nàng bước thêm một bước, môi mấp máy:

- Anh Bằng... em đây.

Tiếng gọi nhỏ quá, chính nàng cũng không chắc mình đã phát ra thành tiếng.

- Anh Bằng ơi... đừng bỏ em. Đừng quên đám hỏi của chúng mình.

Nước mắt tràn xuống lúc nào nàng không biết. Mọi hình ảnh nhòe đi. Những thương binh rên rỉ ngoài hành lang làm nàng đau nhưng người nằm bất động trong phòng này lại là nỗi đau không gì so được. Anh ở đây. Rất gần. Mà xa như ở tận bên kia một vùng biển khác.

Nàng giơ tay vẫy gọi. Đúng lúc ấy, nàng chợt thấy một ngón tay của Võ Bằng động đậy. Rất nhẹ. Nhẹ đến nỗi nếu chớp mắt, có lẽ nàng đã tưởng mình nhìn lầm.

Nhưng chỉ chừng đó thôi cũng đủ làm trái tim nàng thắt lại, rồi bừng lên một tia hy vọng mỏng manh. Nàng ôm lấy mặt, nước mắt rơi lặng lẽ.

Chiến tranh chưa cướp anh đi hẳn.

Nó chỉ quật anh ngã. Nhưng anh không gục.

Nàng thì thầm:

- Em đã thấy tín hiệu của anh. Em sẽ chờ...

CHƯƠNG 40

EM VẪN ĐỢI...

Ngày thứ ba sau khi được đưa vào Tổng Y Viện Cộng Hòa, các chỉ dấu trên những máy đo đều thuận lợi, Võ Bằng được rời phòng cấp cứu, chuyển đến phòng điều trị yên tĩnh hơn. Anh nằm chung với một thương binh khác đã hồi tỉnh nhưng thân nhân cũng chưa ai hay biết. Còn anh thì chưa tỉnh.

Vào ba giờ chiều, Tư lệnh Hải Quân, Trưởng Phòng Xã Hội vào thăm.

Ông đứng bên giường, nhìn người sĩ quan trẻ mà ông quý mến.

Võ Bằng nằm thiêm thiếp. Khăn trắng phủ lên tận cổ. Đầu anh quấn một mảng băng phủ gần nửa vầng trán. Gương mặt sạm nắng nhợt nhạt, đôi môi khô ngậm ống thở, bất động. Cái dáng người vốn quen đứng thẳng trên đài chỉ huy, quen đưa ống dòm nhìn ra biển, quen ban khẩu lệnh dứt khoát giữa tiếng gió và tiếng máy, giờ nằm im giữa mùi thuốc sát trùng và ánh đèn bệnh viện lạnh lẽo.

Tư lệnh khẽ thở dài. Ông cúi xuống nắm bàn tay Võ Bằng đang đặt xuôi theo giường như muốn truyền nghị lực. Ông nói nhỏ:

- Tôi đến thăm anh đây, Võ Bằng. Và mang đến anh tin vui.

Bà Trưởng phòng nâng chiếc khay nhỏ phủ nhung vàng. Trên đó trang trọng đặt một cặp cầu vai mới và cuống huy chương long lanh.

Tư lệnh cầm cặp cầu vai, giọng chậm rãi:

- Anh được thăng cấp tại mặt trận kể từ hôm nay. Chúc mừng Hải Quân Thiếu tá Võ Bằng.

Ông đặt cặp cầu vai hai vạch kim tuyến kẹp một vạch nhỏ đặt lên ngực Võ Bằng. Rồi ông lấy cuống huy chương óng ánh ba ngôi sao bạc, vàng và nhành dương liễu. Ông nói nhỏ:

- Quân đội cũng ân thưởng anh huy chương Anh dũng bội tinh với nhành dương liễu.

Ông đặt huy chương lên ngực trái.

Trong đời binh nghiệp, không phải lần đầu ông gắn huy chương cho thuộc cấp. Nhưng hiếm khi một buổi tưởng thưởng lại không có tiếng kèn, không có hàng quân danh dự, không có lời hô nghiêm, không có tiếng vỗ tay như lần này. Chỉ có tiếng máy đo nhịp tim đều đều, hơi thở nhọc nhằn. Nhưng ông lại hãnh diện nhất.

Ông cúi xuống gần hơn:

- Hải Quân Thiếu tá Võ Bằng, tôi rất hãnh diện vì anh, Hải Quân hãnh diện vì anh. Chiếc Rạch Gầm cũng được thưởng Anh Dũng Bội Tinh và vẫn tiếp tục công tác dưới quyền một Hạm trưởng tạm thời. Anh hãy yên tâm dưỡng thương.

Ông ngừng một chút. Giọng ông bỗng dịu xuống, không còn là giọng của một vị chỉ huy nữa, mà là lời của một người thân:

- Tôi vẫn đang chờ làm chủ lễ tiệc cưới của anh.

Bà Trưởng Phòng Xã Hội quay mặt đi, rơm rớm nước mắt. Bà đã chứng kiến bao nhiêu buổi lễ tưởng thưởng nhưng vẫn không sao ngăn được xúc động.

Tư lệnh quay sang vị y sĩ vừa bước vào:

- Theo bác sĩ, chừng nào Thiếu tá Bằng hồi tỉnh?

Y sĩ Đại úy nhìn màn hình các máy đo rồi đáp:

- Thưa đề đốc, tất cả chỉ dấu cho thấy Thiếu tá Bằng đang ở tình trạng ổn định. Việc hồi tỉnh chỉ còn là vấn đề thời gian.

- Nhưng... chừng nào?

Vị y sĩ ngập ngừng:

- Thưa khó thể xác định. Nhưng rất nhiều hy vọng.

- Vết thương ở đầu...

Vị y sĩ gật đầu:

- Thiếu tá may mắn. Mảnh đạn chưa chạm vào não. Tình trạng hôn mê phần lớn do tiếng nổ quá gần và chấn động não. Anh ấy có thể tỉnh lại bất cứ lúc nào.

Đề đốc đưa tay ra bắt tay vị bác sĩ:

- Sĩ quan ưu tú của tôi. Trăm sự nhờ bác sĩ.

- Thưa Đề đốc, chúng tôi sẽ tận lực.

Tư lệnh nhìn Võ Bằng thêm một lần nữa. Ông tin một người năng nổ như thế không dễ gì chịu nằm yên lâu.

Ông khẽ nói:

- Biển luôn cần anh. Và một người đang tha thiết

chờ anh.

Phái đoàn của Đề đốc vừa khuất ở cuối hành lang, khoảng lặng trước cửa phòng bệnh chưa kịp trở lại, thì một nhóm người với vẻ mặt hớt hải xuất hiện.

Đó là ông bà Hảo và các anh chị của Võ Bằng. Bà Hảo khư khư xách cái giỏ nhỏ như thể trong đó có tất cả những gì một người mẹ có thể đem theo để cứu con mình.

Dừng lại trước cửa phòng, ông Hảo nhìn sững người nằm trên giường.

Một lúc lâu, ông không bước nổi. Người ta đã nói với ông đó là con trai ông. Nhưng ông vẫn không tin ngay ở mắt mình. Hình ảnh thằng con xăng xái mới gặp tháng trước, giờ đây nằm im, dưới lớp chăn trắng toát, đầu quấn băng, mặt hốc hác như một người xa lạ.

Ông rón rén bước, đôi bàn tay chai sạn nắm chặt thành giường. Ông nhìn khuôn mặt vàng vọt của con rồi dừng lại ở cặp cầu vai ba vạch và cuống huy chương.

Ông hỏi vị bác sĩ:

- Sao... sao có những thứ này trên ngực con tôi?

Vị bác sĩ nhỏ nhẹ:

- Thưa bác, đó là cấp bậc Thiếu tá và Anh Dũng Bội Tinh. Tư lệnh Hải Quân vừa đến thăm và ban thưởng anh ấy.

Ông Hảo ngẩn ngơ: *"Không lẽ cấp bậc của nó bây giờ ngang với ông quận trưởng quê mình?"*

Một tia sáng tự hào vụt qua đôi mắt mờ đục. Nhưng rồi nó vụt tắt. Ông sợ, sợ những thứ lấp lánh ấy được đánh đổi bằng mạng sống của con trai mình.

Bà Hảo thì chẳng thấy gì ngoài khuôn mặt xanh xao của Võ Bằng. Bà lặng lẽ mở giỏ xách, lấy chai dầu cù là, nhẹ nhàng xoa lên lòng bàn chân lạnh ngắt của con. Bà vừa xoa vừa khóc: *"Con ơi mau tỉnh lại. Ba má anh chị lên thăm con đây."*

Vị y sĩ nhìn hành động đầy mê tín. Trong y khoa, chẳng có phương thuốc nào tên là dầu cù là có thể đánh thức người đang hôn mê. Nhưng nhìn cử chỉ xoa bóp đầy tình mẫu tử, ông quay mặt đi không ngăn cản.

Anh chị của Võ Bằng bước gần nắm tay đứa em. Người chị thút thít:

- Chị mang bánh ít bánh tét em thích. Ngờ đâu em ra nông nỗi này.

Cả căn phòng chìm trong tiếng khóc nhỏ, tiếng máy thở đều đều và mùi dầu cù là cay nồng lẫn với mùi bệnh viện.

Đúng lúc đó, Như Oanh xuất hiện ở ngưỡng cửa.

Nàng mặc áo dài màu xanh nhạt, dáng người thanh mảnh hơn sau mấy ngày mất ngủ. Khuôn mặt hằn rõ vẻ mệt mỏi, lo âu. Đôi mắt nàng đỏ, nhưng không còn vẻ hoảng hốt của ngày đầu.

Nàng bước vào, cúi đầu chào ba má Võ Bằng và anh chị. Bà Hảo gật đầu, tay vẫn xoa dầu. Cảnh tượng khiến nàng rơi nước nước mắt.

Nàng bước đến bên giường.

Đầu anh vẫn quấn băng trắng, gần kín nửa trán, bên trên có một đốm đỏ nhạt. Gò má sạm, đôi môi khô, cánh tay nằm ngoài chăn gầy hơn trước. Cái dáng người vốn quen đứng thẳng trên boong tàu, quen đưa ống dòm nhìn vùng biển xanh, giờ nằm bất động suốt ngày đêm.

Trong trí nàng, Võ Bằng đang ở đâu đó ngoài khơi, trên một vùng biển xa. Và con tàu đã đi quá tầm mắt, chưa chịu quay về. Có thể đang đụng trận. Cũng có thể đang truy kích. Nhưng nàng biết, dưới quyền chỉ huy của anh, Rạch Gầm không bao giờ trôi giạt vô định...

Nàng cúi xuống, thì thầm vào tai anh:

- Em biết anh nghe được. Anh đi xa quá rồi đó. Nhớ quay về, em đang đợi.

Rồi nàng chăm chăm nhìn các ngón tay của anh.

Nàng ngồi xuống chiếc ghế cạnh giường, đặt bàn tay nàng lên bàn tay anh. Bàn tay ấy mới ngày nào từng nắm tay nàng trên bãi biển An Thới. Và cũng chính bàn tay ấy từng viết cho nàng những lá thư tình từ biển.

Vậy mà giờ đây nó nằm bất động trong tay nàng. Một ý nghĩ đen tối khiến nàng không ngăn nổi nước mắt đầm đìa tuôn.

***

Một tháng trôi qua, từ hôm Võ Bằng nhập viện.

Cũng từ ngày đó, chương trình mỗi ngày của Như Oanh thay đổi. Sau giờ dạy học, nàng bỏ cơm chiều với ba mẹ để đến với anh.

Nàng không nói gì nhiều. Có ngày nàng kể chuyện trong lớp. Có ngày nàng đọc lại một đoạn thư cũ của anh. Có ngày nàng thẫn thờ nhớ quán Sóng, Đồng Quê quán. Có ngày nàng chỉ ngồi yên, nhìn ngực anh lên xuống khẽ khàng.

Nhưng chiều hôm nay, khi Như Oanh từ trường về nhà, chuẩn bị thay áo để vào bệnh viện thì người giúp việc báo ba mẹ muốn gặp nàng.

Nàng khựng lại. Một linh cảm không lành báo động. Nàng muốn rời nhà, muốn đến với Võ Bằng đang chờ, nhưng không thể chối từ.

Khi nàng bước vào phòng gia đình, ông Khải đã ngồi sẵn trên chiếc ghế bành gần cửa sổ. Bà Khải ngồi bên cạnh, hai bàn tay đan vào nhau. Trên bàn, tách trà của ông Khải đang bốc khói.

Như Oanh vừa ngồi lên ghế, ông Khải lên tiếng:

- Sáng nay, ba với mẹ vào thăm Võ Bằng.

Nàng ngẩng lên rất nhanh, chờ đợi.

Ông Khải nhìn con gái một lúc, rồi nói tiếp:

- Nó vẫn vậy. Vẫn mê man bất tỉnh.

Chữ "mê man" làm Như Oanh nhói lên. Nàng đau vì sự thật, nhưng còn đau hơn vì cách cha nàng nói sự thật ấy như nói về một món hàng chỉ còn đáng bỏ đi.

Nàng giữ giọng bình thản:

- Bác sĩ có nói gì khác không, thưa ba?

- Ông ấy vẫn chỉ vắn tắt: có thể hồi tỉnh bất cứ lúc nào, mà cũng có thể là chẳng bao giờ.

Bầu không khí nặng nề. Như Oanh bỗng thấy mình như đang đứng trên một bờ vực mà ba mẹ nàng đã quay lui, còn nàng thì vẫn bước tiếp. Ông Khải lại nói, từng chữ gọn và chắc:

- Ba mẹ không phải người vô tình. Ba mẹ đã bằng

lòng cho hai đứa thành hôn. Nhưng ở đời, có những việc phút chót phải xét lại.

Như Oanh mở to mắt, lắng nghe. Bà Khải chen vào, giọng mềm hơn:

- Con đừng nghĩ ba mẹ nhẫn tâm. Chỉ là hôm nay nhìn cậu Bằng như vậy... ai cũng xót thương.

Như Oanh cười rất nhẹ. Gần như chỉ là một cử động ở khóe môi:

- Mẹ! Mẹ xót thương, mà sao vẫn muốn... xét lại?

Bà Khải lặng im. Ông Khải không né tránh:

- Phải. Ba mẹ muốn con bình tâm suy xét. Sự thật không thể chối cãi: nó bất tỉnh. Con đã đợi một tháng. Nó vẫn bất tỉnh. Con có thể đợi một năm, hai năm. Nhưng nếu là mười năm?

Như Oanh cúi mặt, lơ đãng nhìn sàn nhà. Nàng không muốn nói mà cũng không muốn nghe thêm.

Thấy con lặng thinh, bà Khải nghẹn ngào:

- Mẹ chỉ sợ... nó tỉnh dậy mà không còn là người con yêu nữa.

Như Oanh hít một hơi, thở ra, giọng nhỏ nhẹ:

- Thưa ba mẹ, trước khi ngỏ ý muốn tiến tới hôn nhân, anh Bằng ân cần khuyên con nên đắn đo suy xét. Anh báo một sự thật hiển nhiên: lấy chồng lính, coi như khăn tang đã may sẵn. Hoặc nếu không tử thương thì cũng về với tấm thân tàn phế. Con đã trả lời: *"Nếu anh chết em chịu tang. Nếu anh tàn phế, em sẽ là đôi chân của anh."*

Ông Khải cười nhạt, tung đòn quyết định:

- Lãng mạn! Hãy thực tế con ạ!

Như Oanh bình thản tiếp:

- Hôm gia đình Võ Bằng đến dùng cơm, khi con tiễn ra về, ông Hảo nói với con, rằng trước tương lai mịt mù của Võ Bằng, ông bà hoàn toàn thông cảm nếu con rút lui. Và con đã trả lời, con muốn cùng Võ Bằng bước qua những ngày hoạn nạn.

Ông Khải to tiếng:

- Ba má thằng Bằng cho con quyền chọn lựa, sao lại chọn ngõ cụt?

Như Oanh lặng thinh. Nàng biết có nói nữa cũng chỉ làm ba nàng thêm nổi nóng.

Bà Khải dịu dàng lên tiếng:

- Con à, không phải ba mẹ không thương cậu Bằng. Nhưng như ba con nói... thời thế đổi thay. Nói thẳng ra là con nên rút lui từ bây giờ. Cha mẹ Võ Bằng cũng đã đồng ý.

Nàng vẫn lặng thinh. Bà Khải hăng hái tiếp:

- Thằng Vinh nó vẫn hỏi thăm con, vẫn mong con trở lại. Nó nói với mẹ, nếu con chịu làm vợ, nó sẽ đưa con qua Mỹ ở.

Tiếng *thằng Vinh*, tiếng *qua Mỹ* rơi vào căn phòng như những vật lạ. Rồi biến nhanh.

Như Oanh bước chậm về phía cửa sổ. Sài Gòn đã lên đèn. Ánh sáng đô thành không giống ánh sáng ngoài biển. Ánh sáng ngoài biển như dát kim cương, long lanh, êm đềm.

Nàng trở lui, đứng khoanh tay, giọng nhỏ nhẹ:

- Thưa ba mẹ, với anh Vinh, tuy bên nhau bốn năm, không lúc nào con cảm thấy tha thiết làm vợ anh ấy. Cho nên việc ở Sài Gòn làm bà bộ trưởng hay ở Mỹ sống đời ấm no, con sẽ mãi như một cái bóng dật dờ. Con nghĩ ba mẹ đâu muốn con gái út của ba mẹ phải trải qua cuộc đời dở khóc dở cười như thế.

Ông Khải gằn giọng:

- Nhưng mà còn đỡ hơn với thằng... dở sống dở chết!

Như Oanh như không nghe, tiếp giọng trầm buồn:

- Con ước gì ba mẹ nhận ra con mình đã trưởng thành, đã có thừa khôn ngoan để tự định đoạt đời mình.

Ông Khải quát to:

- Hỗn hào!

Nhìn mặt con gái trắng bệch, đôi mắt long lanh, bà Khải vội lên tiếng:

- Oanh, đừng giận ba con. Chỉ vì tương lai của con...

Nàng rớm nước mắt, nghẹn ngào:

- Con ước gì ba mẹ dành chút cảm thương cho người con yêu bị bắn thập tử nhất sinh! Và ước gì ba mẹ tìm thấy câu trả lời: vì sao mà bị bắn?

Bà Khải ôm con:

- Con, đừng quá xúc động!

Nàng tức tưởi:

- Mẹ bảo con đừng xúc động? Anh ấy nằm đó, sống chết phó mặc số trời. Lại còn phải nghe khuyên bảo... bỏ nó đi!

Ông Khải hằn học:

- Con đã bỏ thằng Vinh được thì với thằng Bằng

có khó gì!

Như Oanh thở hắt, lắc đầu:

- Thưa ba, nói ra thì lại bị mắng là hỗn hào. Nhưng cho con nói hết ý: ba thì lúc nào cũng xét về mặt có lợi hay không lợi. Còn con, con chỉ xét về mặt hạnh phúc hay không hạnh phúc.

Ông Khải quắc mắt, mỉa mai:

- Hạnh phúc gì với một thằng...

Nhìn con cúi mặt, nước mắt rơi thành dòng, ông Khải đổi giọng, giảm gay bớt gắt:

- Ba hiểu con thương xót nó. Nhưng thương xót cũng đâu phải là nền móng của hạnh phúc.

- Con không thương xót mà con yêu anh ấy. Con yêu trước khi anh ấy... bị thương. Xin phép được hỏi. Ba yêu mẹ. Mẹ đau, ba thương thêm hay bỏ rơi?

Căn phòng lặng đi. Bà Khải khẽ thở dài. Ông Khải nâng tách trà, uống như để nhâm nhi lời của con gái. Rồi đặt tách trà xuống, giọng trầm:

- Oanh con, hãy tưởng tượng, trường hợp Võ Bằng mất trí, hoặc tê liệt. Chừng đó, con không còn là vợ, mà là một y tá, một điều dưỡng viên. Là giáo sư trường Gia Long danh tiếng, lẽ nào hằng ngày lại chôn vùi tuổi xuân trong mùi thuốc sát trùng và những lời lảm nhảm vô hồn? Ba mẹ chỉ muốn con có một chỗ dựa vững chãi, khi còn kịp...

Như Oanh ngước mắt lên, giọng rắn rỏi:

- Thưa ba mẹ, con từng dạy học sinh nhân phẩm không nằm ở địa vị. Nếu chính con chạy theo địa vị, bỏ người hoạn nạn, thì con còn đáng là giáo sư?

Căn phòng im lặng đến nghẹt thở.

Ông Khải đứng dậy, bước ra ban công. Trong vùng sáng tỏa lên bầu trời âm u, ông chợt nhớ ngày ông cưới bà. Bà là giáo sư, gia đình khá giả. Ông chỉ là một công chức nghèo. Cha mẹ vợ ngày ấy cũng chê bai: *"Thằng này không có tương lai."* Và bà đã nói: *"Nếu ba mẹ cấm cản, tụi con tự làm đám cưới."*

Bây giờ, con gái ông cũng khăng khăng bám lấy một thằng không tương lai.

Ông quay vào, mắt đỏ:

- Ba mẹ đã hết lời.

Ông dừng lại, đổi giọng ngọt ngào:

- Tùy con.

Như Oanh òa khóc, chạy đến ôm cha. Bà Khải cũng bước tới, ôm cả hai cha con.

Trở về buồng riêng, Như Oanh mở ngăn kéo lấy ra lá thư cuối cùng Võ Bằng viết từ Trường Sa. Nàng nằm lên giường, ép lá thư lên trái tim. Những dòng chữ thuộc làu hiện ra. Nước mắt tuôn rơi tới dòng cuối cùng: *"Từ ngày gặp em, anh không còn thấy cô đơn. Đại dương mênh mông, đâu đâu cũng là hình dáng em..."*

Nàng lặng yên nghe tiếng chuông chùa Xá Lợi vọng đến, môi mấp máy những lời khấn nguyện.

Rồi nàng nói rất khẽ, như nói với người đang nằm mê man trong bệnh viện:

- Anh yên tâm tịnh dưỡng. Em vẫn đợi...

Hai năm sau...

KẾT

Từ chiều ngày 25 tháng 6 năm 1972, công viên trước Câu Lạc Bộ Hải Quân bên sông Sài Gòn đã rợp cờ đủ màu.

Gió từ mặt sông thổi lên làm những dây cờ phất phơ dưới ánh nắng còn sót lại của buổi chiều. Một bàn rượu, nước ngọt và mấy bàn bánh trái được bày biện ngay lối vào. Bên cổng, tấm biển lớn đề hàng chữ:

Dạ Tiệc Tân Hôn Võ Bằng - Huỳnh Như Oanh

Tấm biển ấy, dưới ánh đèn mới bật, bỗng có vẻ trang trọng lạ thường. Nó không chỉ báo hiệu một buổi tiệc cưới, mà như còn đánh dấu chặng cuối của một con đường nhiều thử thách: những ngày chờ đợi, những lời phản đối, những nỗi lo âu trong bệnh viện, những lần Như Oanh tự hỏi lòng mình có đủ can đảm để đi trọn đời với một người lính biển hay không.

Bảy giờ ba mươi, khách mời lần lượt đến.

Người hướng dẫn chương trình, trong bộ *tuxedo* đen lịch lãm, tươi cười mời quan khách dùng nước giải khát trong khi chờ khai mạc. Tiếng chào hỏi, tiếng cười, tiếng ly chạm nhẹ vào nhau hòa với tiếng gió sông, tạo nên một không khí vừa sang trọng vừa thân mật.

Phóng viên chiến trường Lan Như tình nguyện làm nhiếp ảnh viên tiệc cưới.

Đúng tám giờ, một xe *van* đỗ lại bên lề công viên. Tám sĩ quan trong quân phục đại lễ, đeo kiếm, bước xuống. Họ chỉnh lại hàng ngũ, rồi lặng lẽ xếp thành hai hàng đối diện nhau trên lối vào câu lạc bộ.

Dưới ánh đèn, những thanh kiếm đeo bên hông phản chiếu từng vệt sáng lạnh.

Mười phút sau, đoàn xe hơi sang trọng lăn bánh đến. Đô đốc Tư Lệnh Hải Quân, trong quân phục đại lễ, ngực đeo bốn hàng huân chương, bước xuống cùng phu nhân. Cha mẹ hai bên cũng lần lượt rời xe. Ông Võ Hảo, thân phụ chú rể, có vẻ xúc động nhưng cố giữ nét nghiêm trang. Ông Huỳnh Quang Khải, thân phụ cô dâu, bước chậm hơn thường lệ; gương mặt ông vừa hãnh diện vừa bồi hồi, như người sắp trao đi phần quý nhất của đời mình.

Toán danh dự đứng nghiêm chào phái đoàn đi qua.

Cuối cùng, từ chiếc xe kết hoa hồng, Võ Bằng bước ra. Anh mặc quân phục đại lễ, cặp lon thiếu tá óng ánh trên vai, hai hàng huy chương rực sáng trên ngực áo. Vẫn dáng người thẳng, vẫn vẻ bình thản của một hạm trưởng quen gió mưa, nhưng đêm nay đôi mắt anh tỏa ánh dịu dàng. Tiếp đến là Như Oanh. Tà áo dài cưới trắng muốt buông mềm theo dáng nàng. Nàng vòng tay qua cánh tay Võ Bằng. Tim đập nhanh.

Võ Bằng nghiêng đầu hỏi nhỏ:

- Hồi hộp?

Như Oanh gật đầu. Nàng muốn nói chỉ là cảm giác ngỡ ngàng của một người đang bước tới ngưỡng cửa đổi đời. Trước mặt nàng là cha mẹ hai bên. Phía sau nàng là quan khách, là bạn bè, là gia đình Hải Quân. Và bên cạnh nàng là người đàn ông mà nàng tưởng là không còn dịp bên nhau.

Một sĩ quan hô to:

- Chào kiếm. Chào!

Tám thanh kiếm đồng loạt rút khỏi vỏ. Tiếng thép vang lên trong trẻo, dứt khoát. Những lưỡi kiếm giơ cao, chéo vào nhau, tạo thành một vòm kim loại lấp lánh dưới ánh đèn.

Ban nhạc trỗi bản "*Đám Cưới Nhà Binh*", nhộn nhịp mà trang nghiêm.

Quan khách bỗng lặng đi.

Võ Bằng đưa Như Oanh bước qua vòm kiếm. Từng cặp kiếm hạ xuống khi họ bước qua. Mỗi bước chân của nàng như đi qua một lớp đời cũ. Nàng nhớ khi nghe tin Võ Bằng bị thương nặng. Nhớ tiếng rên ở hành lang bệnh viện. Nhớ gương mặt anh như xác chết, băng trắng quấn quanh đầu. Nhớ cả những đêm nàng ngồi bên anh, tự hỏi liệu tình yêu của nàng vẫn vững bền theo năm tháng?

Bước chân đêm nay chính là câu trả lời.

Đến cặp kiếm cuối cùng, hai thanh kiếm bất ngờ hạ xuống chặn đường.

Một sĩ quan cầm kiếm gằn giọng, cố ra vẻ nghiêm nghị:

- Muốn qua, phải hôn nhau.

Cả đám đông bật cười. Như Oanh đỏ mặt cúi

xuống. Võ Bằng nhìn nàng, ánh mắt vừa vui vừa biết ơn. Rồi anh nghiêng người, đặt nhẹ môi mình lên môi cô dâu.

Tiếng vỗ tay, tiếng reo hò vang lên rộn rã.

Một tay kiếm khác hô lớn:

- Hải Quân chào mừng Thiếu tá Võ Bằng và phu nhân!

Đôi kiếm mở ra.

Đôi tân hôn bước đến vị chủ lễ và cha mẹ hai bên còn đứng trông. Một tràng pháo tay nồng nhiệt nở rộ, phá tan không khí trang nghiêm.

Người hướng dẫn cho lệnh toán danh dự giải tán. Anh trân trọng mời mọi người tiến vào sảnh lễ.

Đôi tân hôn và cha mẹ hai bên dừng ở cửa câu lạc bộ, chào đón quan khách và chụp hình.

Trong phòng tiệc, những bàn tròn phủ khăn trắng muốt được điểm bằng những bình hoa cát tường vàng, hồng và trắng. Ánh đèn pha lê từ những chùm đèn tỏa xuống, phản chiếu lên ly thủy tinh, bộ đồ sứ trắng và những hàng huy chương trên ngực áo các sĩ quan. Tiếng nhạc êm dịu len giữa tiếng nói cười, khiến cả căn phòng như được phủ bằng một lớp ánh sáng ấm áp.

Bàn danh dự đặt chính giữa: Cha mẹ hai bên, ông bà Tư Lệnh Hải Quân và đôi tân lang – tân giai nhân. Bàn bên phải là thân nhân nhà trai, bên trái là thân nhân nhà gái. Dãy bàn kế tiếp cho thượng khách, bạn cùng khóa của chú rể, các giáo sư Gia Long. Những bàn còn lại dành cho quan khách và thân hữu. Điều đáng tiếc nhất là sự thiếu vắng sự hiện diện của thủy thủ đoàn Rạch Gầm: tàu bận công tác.

Sau khi mọi người đã an vị, người hướng dẫn chương trình bước lên sân khấu, giới thiệu cô dâu chú rể, gia đình hai họ và các vị khách danh dự.

Tiếng vỗ tay vang lên nhiều lần. Nhưng với Như Oanh, âm thanh ấy lúc gần lúc xa. Nàng nghe tên mình được xướng lên bên cạnh tên Võ Bằng, bỗng thấy sống mũi cay cay. Bao nhiêu ngày tháng chờ đợi như dồn lại trong khoảnh khắc này. Từ nay, tên nàng không còn đứng một mình.

Người hướng dẫn mời đại diện nhà trai phát biểu.

Ông Võ Hảo chậm rãi bước lên sân khấu. Ông đã trải nghiệm hai lần nhưng đêm nay, ông vẫn hồi hộp. Nghi thức hôn nhân ở thành phố trang trọng quá. Giọng nói của ông có hơi run nhưng chân chất:

- Kính thưa Đô đốc Tư Lệnh Hải Quân, kính thưa quý quan khách. Tôi là Võ Hảo, thân phụ của chú rể Võ Bằng, xin đại diện gia đình nhà trai gửi tới quý vị lời chào trân trọng nhất.

Ông ngừng một chút, nhìn về phía gia đình nhà gái:

- Trước hết, gia đình chúng tôi xin cảm ơn ông bà thân sinh của cháu Huỳnh Như Oanh đã tin tưởng gửi gắm cô con gái út cho gia đình chúng tôi. Chúng tôi xin hứa sẽ thương yêu cháu như con ruột.

Ông quay xuống dãy bàn bạn cùng khóa của chú rể. Mắt ông thấp thoáng ánh hân hoan:

- Với các cháu bạn cùng khóa của chú rể, bác xin nhờ các cháu nhắc nhở Võ Bằng, nếu có khi thấy đồng môn của mình... lạc đường lạc nẻo.

Cả phòng bật cười. Võ Bằng cúi đầu cười theo, liếc Như Oanh.

Ông Võ Hảo tiếp:

- Thay mặt gia đình, tôi xin cảm tạ Đô đốc Tư Lệnh và phu nhân đã dành thì giờ quý báu đứng ra chủ lễ cho hai cháu. Xin cảm ơn quý vị đã đến chung vui. Kính chúc toàn thể quý vị dồi dào sức khỏe, thăng tiến và hạnh phúc. Kính chào.

Tiếng vỗ tay vang lên ấm áp.

Kế đó, ông Huỳnh Quang Khải bước lên bục.

Ông vốn quen ăn nói, quen thương trường, quen những buổi tiệc lớn nên giọng nói tự nhiên nhiều xúc cảm:

- Kính thưa Đô đốc Tư Lệnh Hải Quân, thưa anh chị thông gia, thân nhân nội ngoại cùng toàn thể quý khách. Thay mặt gia đình nhà gái, tôi xin chân thành cảm ơn sự hiện diện của quý vị. Đây là món quà quý giá nhất dành cho hai cháu, và cũng là niềm vinh dự lớn lao cho gia đình chúng tôi.

Ông quay sang phía ông bà Tư Lệnh, cúi đầu nhẹ:

- Lời đầu tiên, tôi xin dành để tạ lỗi cùng Đô đốc và phu nhân vì lời thách cưới với chú rể đã làm rộn đến nhị vị. Xin bao dung niệm thứ. Nhưng cũng chính nhờ sự hiện diện của nhị vị hôm nay mà chúng tôi được thêm một rể quý Hải Quân.

Ông dừng lại. Tiếng cười nhẹ nổi lên rồi lắng xuống.

Giọng ông bỗng trầm hơn:

- Kính thưa quý vị, bậc cha mẹ nào cũng mừng

vui khi thấy con tìm được người bạn đời, nhưng cũng lắm bồi hồi khi biết con mình sắp rời xa vòng tay gia đình.

Ông hướng vào chú rể:

- Này Võ Bằng, từ hôm nay, ba mẹ chính thức giao Như Oanh cho con. Bao nhiêu thử thách con đều vượt qua, cho ba mẹ niềm tin rằng con là điểm tựa vững chắc cho nó suốt cuộc đời.

Võ Bằng cúi đầu. Giữ cho người bạn đời niềm tin đã chọn không lầm người quả là khó khăn không thua gì thi hành một mệnh lệnh hành quân.

Ông Khải nói tiếp, giọng thiết tha:

- Các con của ba mẹ. Cuộc sống hôn nhân không chỉ có những ngày nắng đẹp, mà còn có mưa dông, có khi là biển động. Những lúc ấy, ba mẹ mong hai con hãy nhớ lại những ngày đầu hai đứa thương nhau.

Giọng ông Khải nhiệt thành:

- Chúng tôi cũng xin chân thành cảm ơn anh chị thông gia đã tôi luyện Võ Bằng thành một người đàn ông bản lĩnh cho con gái tôi gửi gắm cuộc đời.

- Cuối cùng, đại diện hai gia đình cùng cô dâu chú rể, chúng tôi xin cảm tạ quý vị đã đến chung vui. Xin mời nhập tiệc.

Tiếng vỗ tay vang lên.

Món khai vị là súp hải sản đặc biệt của nhà hàng Thanh Thế, nóng hổi thơm ngon. Những món ăn kế tiếp được dọn ra trong tiếng nhạc êm dịu. Quan khách vừa thưởng thức vừa râm ran trò chuyện. Các sĩ quan cũ gặp nhau, nhắc chuyện quân trường, chuyện những chuyến hành quân đặc biệt. Các giáo sư Gia Long ban đầu còn giữ e dè, rồi cũng hòa vào niềm vui chung.

Chương trình ca nhạc của Ban Văn Nghệ Hải Quân làm không khí càng thêm rộn ràng. Những bài hát về biển cả, về người lính, về những cuộc tình chờ đợi vang lên trong phòng tiệc. Vài giọng ca quan khách chen vào tiếng hát Giao Linh, Phương Dung.

Võ Bằng và Như Oanh đi từng bàn chào khách.

Bàn nào cũng mời uống. Ban đầu, Võ Bằng lấy cớ thương tích chỉ nhấp môi. Nhưng khi đến bàn cùng khóa, đồng môn cứ đòi dô dô làm anh phải mềm môi. Như Oanh nhắc chồng:

- Anh uống ít thôi.

Võ Bằng đứng nghiêm, đáp:

- Tuân lệnh, thưa sếp.

Nàng bật cười. Tiếng cười nhẹ, nhưng lòng ấm cúng. Người đàn ông từng nằm bất động suốt năm trong bệnh viện, đêm nay bên nàng, lại còn biết đùa. Chừng ấy thôi cũng đã là một ân phúc.

Bữa ăn vừa chấm dứt, người hướng dẫn chương trình trân trọng mời vị chủ lễ phát biểu.

Đô đốc Tư Lệnh Hải Quân đứng lên. Ông gõ nhẹ vào ly. Âm thanh trong trẻo khiến cả phòng tiệc dần im lặng.

Ông mời cô dâu chú rể cùng lên sân khấu.

Đô đốc nhìn chú rể, giọng ấm áp:

- Thiếu tá Võ Bằng, từ giờ phút này, thiếu tá không chỉ chịu trách nhiệm với Hải Quân, mà còn chịu trách nhiệm với người bạn đời đồng hành. Truyền thống Hải Quân không chỉ đòi hỏi một sĩ quan giỏi điều khiển chiến hạm, mà còn phải giỏi tạo dựng hạnh phúc gia đình. Thiếu tá hứa giữ truyền thống ấy chứ?

Võ Bằng đứng thẳng:

- Xin hứa, thưa Tư Lệnh.

Tiếng vỗ tay và huýt sáo vang lên. Lần này nồng nhiệt hơn.

Đô đốc quay sang Như Oanh:

- Giáo sư Huỳnh Như Oanh, giáo sư thừa biết làm vợ lính biển là làm bạn với nỗi chờ mong. Thế mà giáo sư vẫn không ngần ngại chấp nhận làm bến cảng yêu thương cho Võ Bằng. Đó là một tấm lòng can đảm rất đáng ngợi khen.

Như Oanh nghe tim mình đập chậm lại.

"Làm bạn với nỗi chờ mong". Câu nói đi thẳng vào lòng nàng. Đó không là một ý thơ văn. Đó là đời sống thật, là những đêm nghe tin thời tiết, tin chiến sự; những sáng đọc tường thuật các trận đánh có người chết, kẻ bị thương.

Đô đốc hắng giọng, nói lớn:

- Nhân danh Tư Lệnh Hải Quân, tôi long trọng tuyên bố: Giáo sư Huỳnh Như Oanh, phu nhân của Thiếu tá Võ Bằng, kể từ hôm nay được chấp nhận là thành viên của đại gia đình Hải Quân.

Tiếng vỗ tay và tiếng reo hò lại vang lên.

Như Oanh cúi đầu. Nàng không khóc, nhưng mắt long lanh. Một người con gái khi lấy chồng là bước vào gia đình chồng. Đêm nay, nàng bước thêm một bước vào cả một quân chủng. Và quân chủng ấy, vừa trang nghiêm, vừa thương yêu, đang dang tay nhận nàng.

Đô đốc ra hiệu cho hội trường yên lặng.

- Thưa quan khách và các chiến hữu. Hai năm trước, Thiếu tá Võ Bằng bị thương nặng trong một trận đụng độ. Mãi sau một năm anh mới rời bệnh viện. Và thêm một năm nữa, anh mới được xác nhận hoàn toàn đủ điều kiện lập gia đình.

Một tràng cười nhẹ nổi lên. Đô đốc mỉm cười, tiếp:

- Như vậy cũng có nghĩa là anh thừa điều kiện để trở về với hải nghiệp. Vì vậy, nhân tiệc cưới hôm nay, tôi có một món quà đặc biệt dành cho vị cựu hạm trưởng xuất sắc và nàng dâu mới của quân chủng. Món quà đó là: đôi tân hôn được phép chọn bất cứ đơn vị nào trong Hải Quân để phục vụ.

Cả hội trường xôn xao.

Ai cũng nghĩ Võ Bằng sẽ chọn một đơn vị ở Sài Gòn. Hoặc cùng lắm là ở một thành phố biển đông vui, nhiều tiện nghi, gần trường học. Ai cũng đồng ý anh xứng đáng có một bến đỗ bình yên.

Võ Bằng quay sang nhìn vợ.

Trong khoảnh khắc ấy, Như Oanh cũng hiểu, người đàn ông bên cạnh nàng chỉ thật sự là Võ Bằng khi còn nghe tiếng máy tàu, còn dạn dày sóng gió, còn bên thủy thủ đoàn.

Yêu anh, nàng không thể chỉ chọn phần bình yên của anh. Nàng phải chọn cả phần biển khơi. Với nàng, vừa để ghi nhớ nơi ngày đầu gặp gỡ vừa để dứt khoát nghĩa tình nơi được dạy học.

Như Oanh nghiêng người, thì thầm vào tai

chồng:

- Về An Thới, nghe anh.

Võ Bằng nhìn nàng, thoáng vẻ sửng sốt, rồi lắng xuống thành niềm xúc động. Anh hướng về Đô đốc:

- Xin cảm tạ lòng ưu ái của Đô đốc. Chúng tôi xin chọn về An Thới, Phú Quốc.

Một giây im lặng. Rồi tiếng vỗ tay bùng lên.

Lần này, tiếng vỗ tay không chỉ là chúc mừng. Đó là sự thán phục. An Thới, nơi cách biệt xa xôi, nơi sơn cùng thủy tận, không phải là nơi dành cho lựa chọn.

Đô đốc nhìn hai người, ngạc nhiên:

- Cho phép chọn lại.

Võ Bằng lại nhìn vợ. Nàng nói:

- Thưa Đô đốc, vẫn An Thới.

Đô đốc nhìn Đại tá Lương Đình Thám:

- Tư Lệnh Vùng 4 Duyên Hải có ý kiến gì chăng?

Đại tá Thám đáp ngay:

- Thưa Đô đốc, tôi hân hoan tiếp nhận.

Phu nhân của ông - cũng là chị của cô dâu - nghiêng sang cười nói:

- Cám ơn ông xã.

Đô đốc đổi giọng mệnh lệnh:

- Lệnh thuyên chuyển Thiếu tá Võ Bằng về Vùng 4 Duyên Hải có hiệu lực ngay sau tuần trăng mật.

Ông vừa dứt lời, từ phía dưới hội trường, một nhóm mười sĩ quan và bốn phu nhân cùng tiến lên sân khấu. Một thiếu tá trao cho cô dâu bao thư đỏ, nói bằng giọng trang trọng:

- Hai bạn tân lang, tân gia nhân. Nhân danh niên trưởng của khóa Bảo Bình, tôi đại diện anh em trao cho hai bạn Lệnh hành quân đặc biệt.

Như Oanh trao cho Võ Bằng. Anh mở bao thư, chỉ thấy một xấp tiền.

Anh niên trưởng trịnh trọng tiếp:

- Vì là hành quân mật nên chỉ có khẩu lệnh. Thi hành trước, khiếu nại sau.

Thời gian hành quân: Tuần trăng mật.

Địa điểm hành quân: tự do lựa chọn.

Chiến thuật hành quân: tự do tác xạ.

Cả hội trường bùng nổ tiếng cười.

Những tiếng vỗ tay, huýt sáo, tiếng cụng ly vang lên rộn rã. Võ Bằng xúc động ôm từng người bạn cùng khóa. Như Oanh nghẹn ngào cảm ơn các đồng môn của chồng và các phu nhân. Nàng bỗng hiểu thêm một điều: lấy Võ Bằng, nàng không chỉ lấy một người chồng. Nàng còn có những chiến hữu dễ thương của anh.

***

Khi chiếc bánh cưới nhiều tầng được đưa ra, bản "La Vie en Rose" vang lên nhẹ như một làn sương.

Người hướng dẫn chương trình mời cô dâu chú rể cắt bánh. Anh nói vài câu vui về ý nghĩa những tầng bánh, về con dao cùng cầm, về miếng bánh đầu tiên trao cho nhau.

Võ Bằng và Như Oanh cùng cầm dao.

Lưỡi dao đi xuống lớp bánh trắng. Tiếng vỗ tay vang lên. Rồi họ đút bánh cho nhau. Quan khách cười, nhưng Như Oanh đã hiểu một điều rất thật: từ nay, ngọt bùi hay đắng cay đều không còn là của riêng ai.

Đến lúc rót sâm banh, đôi tân hôn cầm ly, vòng chéo tay nhau.

Người hướng dẫn nói lớn:

- Xin mời tất cả đứng lên, cùng nâng ly chúc phúc.

Cả phòng tiệc đứng dậy. Những chiếc ly sáng lên dưới ánh đèn.

- Dô! Dô! Chúc trăm năm hạnh phúc!

Tiếng chúc vang khắp phòng. Bánh cưới được đưa đến từng bàn từng người.

Khi dàn nhạc cất lên đoạn dạo đầu của bản "Dòng Sông Xanh", ánh đèn dịu xuống. Người hướng dẫn chương trình trân trọng nói:

- Xin mời cô dâu chú rể khai mạc dạ vũ.

Võ Bằng đặt tay lên eo Như Oanh, dìu nàng bước ra sàn nhảy.

Trái với vẻ cứng rắn của người chỉ huy, anh di chuyển mềm mại, chừng mực, tự nhiên. Những bước chân của anh chắc mà không nặng, như cách anh điều khiển con tàu lách qua rạn san hô trong vùng nước cạn.

Như Oanh theo nhịp chồng. Tà áo dài lụa trắng của nàng bồng bềnh theo mỗi vòng xoay, tựa một dải mây mỏng trôi qua ánh đèn. Có lúc tà áo tung lên như lớp sóng trắng vỗ nhẹ vào mạn tàu.

Họ nhìn vào mắt nhau. Những ngày bệnh viện, những đêm thức trắng, những lời phản đối, những nỗi sợ tan biến. Tiếng cười, tiếng nhạc, tiếng vỗ tay bỗng lùi xa. Thế giới chỉ còn hai người...

Hai phút sau, người hướng dẫn mời phù dâu, phù rể và quan khách cùng tham gia. Bản valse chấm dứt, ban nhạc đổi sang điệu pasodoble.

Đô đốc Tư Lệnh mời cô dâu. Cả hội trường vỗ tay. Ông nhảy đĩnh đạc, vừa nghiêm trang vừa thân mật.

Sàn nhảy đông hơn, nhộn nhịp hơn. Những bộ quân phục trắng và những tà áo dài đủ màu xoay tròn trong ánh đèn. Không khí mỗi lúc một rộn ràng hơn.

Kết thúc bản nhạc, Đô đốc đưa cô dâu về bàn.

Điệu nhạc chuyển sang slow. Đô đốc mời phu nhân. Ba mẹ cô dâu cũng ra sàn trong tiếng cổ vũ. Như Oanh tế nhị mời ba chồng. Võ Bằng mời mẹ. Ban đầu, ông bà Hảo ngượng nghịu, lúng túng, nhưng cô dâu chú rể khéo léo dìu bước nên êm xuôi.

Rồi ban nhạc đổi sang điệu cha cha cha, tango, bebop...

Bản cuối cùng, các sĩ quan và thủy thủ đoàn đứng vòng quanh cô dâu chú rể, đồng hát "Tình Ca Người Đi Biển". Tiếng hát không thật đều, có người lạc giọng, có người quá to, nhưng chính sự vụng về ấy làm bài hát thêm vui nhộn.

Đang nhún nhẩy, Võ Bằng đột ngột đặt lên môi vợ một nụ hôn dài. Như Oanh đỏ mặt, nhưng không tránh. Nàng đứng yên, hạnh phúc đến mức không biết giấu vào đâu.

Tiếng đồng ca vừa dứt, Đô đốc Tư Lệnh một lần nữa bước lên bục.

Cả phòng tiệc yên lặng.

Ông nói chậm, giọng ấm:

- Cùng gia đình hai họ, cùng quan khách, cùng các chiến hữu. Đêm nay, chúng ta tham dự một đám cưới, đồng thời chứng kiến buổi lễ hạ thủy một con tàu thương yêu tách bến khởi hành.

Ông đưa cao ly rượu:

- Nào, xin cùng cạn ly, cùng chúc đôi uyên ương mãi mãi thuận buồm xuôi gió!

Tiếng ly chạm nhau. Tiếng chúc phúc vang dậy khắp phòng.

Rồi bản nhạc chia tay cất lên.

Quan khách lần lượt ra về. Tân lang và tân giai nhân đứng bên cửa, cảm ơn từng người. Những cái bắt tay, những nụ cười, những cái ôm lưu luyến.

Khi vị khách cuối cùng rời xa, Võ Bằng đưa Như Oanh ra hiên Câu Lạc Bộ.

Trước mặt họ, sông Sài Gòn lấp lánh ánh đèn. Dòng nước đen thẫm lặng lẽ trôi về phía biển. Xa xa, một chiến hạm tách bến, hú lên một hồi còi...

Như Oanh tựa đầu vào vai chồng, thì thầm:

- Em hạnh phúc quá!

Võ Bằng cúi xuống hôn lên tóc vợ.

- Anh hứa giữ cho em hạnh phúc này mãi mãi.

Như Oanh ngước nhìn anh, giọng rất êm:

- Mình trọn đời cùng giữ, nghen anh!

Vũ Thất

Virginia, tháng 5/2026

LỜI BẠT

Nơi nào có con người chung sống với nhau, họp thành một cộng đồng lớn, nơi đó có nghệ thuật. Vì con người không chỉ có những nhu cầu vật chất mà còn có những nhu cầu tinh thần, thiêng liêng.

Sau biến cố tháng 4 năm 1975, đông đảo người Việt rời xa quê hương, đi tìm một đất mới để sinh sống. Chẳng bao lâu một cộng đồng hình thành và lớn dần, các ngành nghệ thuật, nhất là văn chương, nhanh chóng đồng hành với người Việt lưu vong.

Trong lĩnh vực văn chương, nhiều thế hệ cầm bút nối tiếp nhau để sáng tạo, khởi đầu chủ đề lòng đau buồn luyến tiếc quê hương được khai thác tận cùng. Nhưng vì phải sống trong một không gian mới, nên trước mắt họ là một chân trời mở rộng với những nền văn minh xa lạ, những ngôn ngữ mới khiến họ choáng ngợp trước những chất liệu viết ngồn ngộn. Cuộc sống mới đã đưa họ đến với những chủ đề sáng tạo mới.

Riêng một tên tuổi đứng biệt lập, không theo tiếng gọi của những cái mới lạ của xứ người, mà quay về quê mẹ, để làm sống lại cái thời chinh chiến, không ở trên đất liền như những cây bút quân đội đã từng bàn đến trước đây, mà đặc biệt ở ngoài biển khơi, thời chinh chiến không trên lãnh thổ Việt Nam mà trên lãnh hải Việt Nam. Tôi muốn nói đến nhà văn Vũ Thất, một cựu sĩ quan Hải Quân của Quân lực VNCH, một thủy thủ sống bềnh bồng trên biển cả và... cầm bút.

Trước năm 1975, Vũ Thất là tác giả của những tác phẩm:

- *Đời Thủy Thủ* (xuất bản năm 1969)

- *Trong Cơn Bão Biển* (xuất bản năm 1969)

- *Một Dòng Sông Cho Chiến Đỉnh* (xuất bản năm 1974)

Sau này, khi Vũ Thất sống ở hải ngoại, tác phẩm *Đời Thủy Thủ* bất ngờ được nối dài, và dài thật vì chẳng những có *Đời Thủy Thủ 2* mà còn có *Đời Thủy Thủ 3*, tạo nên một bộ trường thiên tiểu thuyết rất hấp dẫn.

Nhân vật chính của bộ trường thiên tiểu thuyết này là một chàng thanh niên tên Võ Bằng 22 tuổi, đẹp trai như tài tử màn ảnh Burt Lancaster, và là một thủy thủ can trường, đặt bổn phận trên hết. Từ một thiếu úy Hải Quân trong *Đời Thủy Thủ* được nhiều người đẹp mê say và có những mối tình lãng mạn, Võ Bằng được thăng cấp trung úy và làm hạm phó của chiến hạm HQ 007, tức Hộ Tống Hạm Đống Đa trong *Đời Thủy Thủ 2*. Cuộc đời thủy thủ của Võ Bằng sẽ êm đẹp biết bao nếu không gặp một vấn nạn do sự hiện diện của một kẻ lạ mặt trên chiến hạm của mình. Kẻ lạ mặt là một nữ đặc công của Việt cộng được lệnh làm nổ chiến hạm HQ 007. Võ Bằng bị phạt kỷ luật 3 năm. Nhưng chịu hình phạt được hai năm thì tình cờ được thăng chức hạm trưởng để điều khiển Trợ Chiến Hạm Rạch Gầm HQ 266.

Đến đây, độc giả đi vào *Đời Thủy Thủ 3*, đi theo cuộc hải hành khá dài và lý thú của hạm trưởng Võ Bằng 28 tuổi.

Chính trong *Đời Thủy Thủ 3* nhà văn Vũ Thất đã thật sự tỏ hết tài năng kể chuyện của mình, qua cấu trúc truyện và nghệ thuật tự sự.

Truyện được cấu trúc theo hai chủ đề: tình yêu chung thủy và sự dấn thân của một người trai thời chiến.

Trong chủ đề thứ nhất, tình yêu chung thủy, có bóng dáng ba người phụ nữ tượng trưng cho ba nơi cập bến của Võ Bằng. Người phụ nữ thứ nhất bị mất căn cước, mất tự do sống, vì đã làm đặc công cho Việt cộng, chỉ được tồn tại dưới những cái tên giả: Phan Kim Phượng, Lê Hồng Hạnh. Người phụ nữ này không thật sự sống, cho nên không có tình yêu.

Người phụ nữ thứ hai là Lan Như, cô nhà báo xinh đẹp, thông minh, lanh lợi, đã từng thực hiện thiên phóng sự về một cuộc hải chiến của chiến hạm Rạch Gầm. Nhà báo Lan Như trở nên nổi tiếng và chỉ sống cho nghề nghiệp của mình. Còn thì giờ đâu cho tình yêu.

Đến người phụ nữ thứ ba thì thật là tình yêu tuyệt vời đối với Võ Bằng. Định mệnh đưa đẩy Như Oanh và Võ Bằng gặp nhau trong một bữa tiệc, khi Võ Bằng đến bến ở An Thới để nhận lãnh chiến hạm Rạch Gầm, rồi họ gặp lại nhau ngoài bãi biển. Tình yêu lớn dần giữa đôi bên. Nhưng Như Oanh và Võ Bằng có thể nào đi xa hơn trong tình yêu của họ không? Vì lẽ cuộc sống của hai người quá khác biệt. Như Oanh có nghề nghiệp vững vàng, đời sống an toàn, và sắp đính hôn với Thứ trưởng Vinh, tất cả đã được gia đình đôi bên sắp xếp hẳn hòi. Còn Võ Bằng sống lênh đênh ngoài biển cả, trôi giạt nay đây mai đó để làm tròn nhiệm vụ của một người thủy thủ gắn bó với lãnh hải Việt Nam. Nhưng bất ngờ Như Oanh đã làm đảo lộn thứ tự tương lai của đời mình. Cô từ giã Vinh, con người thuộc giới giàu sang, chỉ quý trọng tiền tài, danh vọng. Như Oanh chấp nhận cuộc sống đầy bất trắc với Võ Bằng, và đã trải qua nhiều khó khăn, thử thách. Nhất là khi Võ Bằng sau cuộc hải chiến ở Trường Sa bị thương nặng và chìm vào cơn hôn mê trong một năm trời. Như Oanh, người con gái có tâm hồn cao thượng, chung thủy, vẫn chờ đợi, chờ đợi trong lo âu, hồi hộp. Và cuối cùng tình yêu thủy chung đã đưa đến hạnh phúc.

Chủ đề thứ hai là sự dấn thân của một người trai thời chiến. Khi được giao phó trách nhiệm điều khiển chiếc Trợ Chiến Hạm Rạch Gầm HQ 266, Võ Bằng ý thức trọng trách của mình về an ninh của lãnh hải. Người thanh niên này không màng đến danh vọng, không tự đặt câu hỏi: đời mình sẽ ra sao sau này? Không. Võ Bằng say sưa chiến đấu, ngày đêm đứng trên đài chỉ huy, truy lùng những chiếc tàu địch lén lút cập bến để tiếp tế vũ khí cho giặc, hoặc ra sức tác chiến tứ bề, đôi lúc bị những trận cuồng phong gây khó khăn, vất vả, và cuối cùng xông pha vào chiến trận ở Trường Sa.

Ngoài ra, nghệ thuật tự sự của Vũ Thất có những đặc điểm khiến truyện trở nên lôi cuốn. Thứ nhất tác giả dùng trải nghiệm của riêng mình là một thủy thủ kỳ cựu, nhờ thế cốt truyện có tính thuyết phục, độc giả không có cảm tưởng đây là một truyện tưởng tượng.

Đặc điểm thứ hai là miêu tả cái đẹp cuốn hút của một không gian ngoài biển cả:

Gió nhẹ nhàng như hơi thở của đại dương. Ánh nắng dát vàng lên mặt vịnh, nước trong vắt để lộ một thế giới vô cùng kỳ ảo: những rạn san hô hình nấm màu tím ngát đến những rạn như cành cây màu đỏ rực, các bụi cỏ biển mềm mại uốn lượn... (Chương 19)

Ánh sáng hồng của hoàng hôn kéo một vệt dài trên mặt biển, lao xao như dải lụa mềm tan vào sóng nước. (Chương 25)

Đặc điểm thứ ba là các quần đảo, hòn đảo đều được trình bày về nguồn gốc lịch sử hoặc theo những huyền thoại, giai thoại được truyền lại. Ví dụ khi chiến hạm Rạch Gầm đến đảo Thổ Châu, thì được xã trưởng cho biết nguồn gốc tên đảo: theo ông bà truyền lại thì thời Nguyễn Ánh – Nguyễn Huệ đánh nhau, Nguyễn Ánh yếu thế bôn tẩu ra đây và đặt tên đảo là Thổ Châu có nghĩa là đất quý. Còn bãi biển quanh đảo là nơi Nguyễn Ánh thường họp bàn về thế sự được gọi là Bãi Ngự.

Cũng như việc tác giả giải thích lịch sử tên đảo Phú Quốc và tên các quần đảo Hoàng Sa, Trường Sa, cùng địa lý các nơi này, về sau có thể giúp các thế hệ trẻ hiểu biết thêm đất nước của mình.

Cách trình bày bờ biển về khía cạnh địa lý và lịch sử như thế càng làm tăng giá trị của truyện.

Tóm lại, trong *Đời Thủy Thủ 3*, nghệ thuật kể chuyện và miêu tả của Vũ Thất đạt đến đỉnh cao, khiến bờ biển miền Nam trở nên sống động, lôi cuốn và như có tiếng gọi của non sông.

Bộ trường thiên tiểu thuyết của Vũ Thất làm liên tưởng đến một ngọn pháo bông: với *Đời Thủy Thủ 1* và *Đời Thủy Thủ 2* pháo bông được châm ngòi, với *Đời Thủy Thủ 3* ngọn pháo bông tung lên trời, nở ra thành muôn nghìn bông pháo rực rỡ.

Liễu Trương
Paris, tháng 5/2026

Mục Lục

ĐÔI NÉT VỀ TÁC GIẢ:

Vũ Thất Võ Văn Bảy
Sinh quán Tân Châu, Châu Đốc.
Cựu Sĩ quan Quân Lực Việt Nam Cộng Hòa.

Tác phẩm đã xuất bản:
Đời Thủy Thủ (1969 - 2012)
Trong Cơn Bão Biển (1969)
Một Dòng Sông Cho Chiến Đỉnh (1974)
Đời Thủy Thủ 2 (2023)
Đời Thủy Thủ 3 (2026)

Sẽ xuất bản:
Tập truyện *Chào Mẹ*
Đời Thủy Thủ 1 (Tái bản lần 2)

Nhân Ảnh
2026

Liên lạc Nhà xuất bản
han.le3359@gmail.com
(408) 722-5626